माती, पंख आणि आकाश

ज्ञानेश्वर मुळे

AA000575

मनोविकास
प्रकाशन

मनोविकास
प्रकाशन

माती, पंख आणि आकाश । ज्ञानेश्वर मुळे
Mati, Pankh aani Akash | Dnyaneshwar Mulay

प्रकाशक । अरविंद घन:श्याम पाटकर
मनोविकास प्रकाशन, एल. एल. पी.
३ ए/४, शक्ती टॉवर, ६७२, नारायण पेठ,
पुणे ४११ ०३०.
दूरध्वनी : ०२०-२९८०६६६५
Email : info@manovikasprakashan.com
Website : www.manovikasprakashan.com

ज्ञानेश्वर मुळे
dmulay58@gmail.com

निर्मिती आणि संपादन साहाय्य । दीपा देशमुख
मुखपृष्ठ आणि मांडणी । गिरीश सहस्रबुद्धे
मुखपृष्ठ छायाचित्र । योगेश कोळी
अक्षरजुळणी । मनोविकास प्रकाशन, पुणे.
मुद्रक । सद्गुरू बाईंडिंग वर्क्स, पुणे.
सुधारित सतरावी आवृत्ती । २० ऑक्टोबर २०२३

ISBN - 978-93-86118-08-0

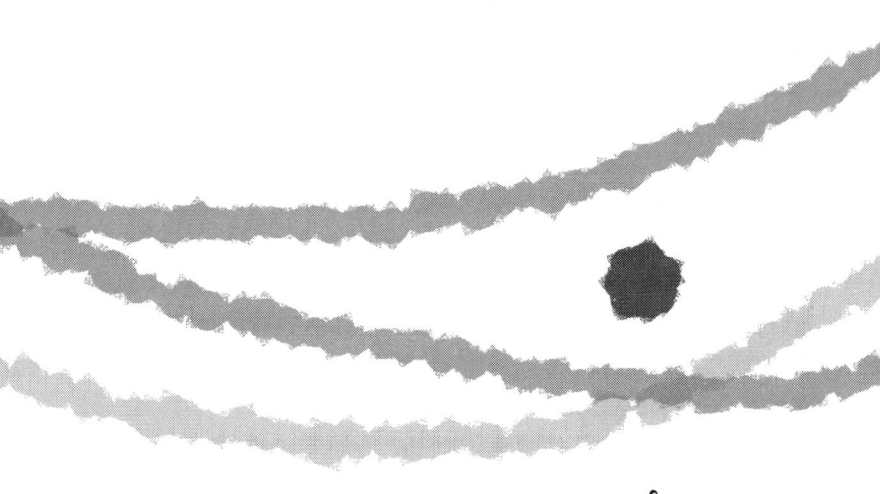

अर्पण

माती
पंचगंगा व कृष्णेकाठची- मी जिथे अंकुरलो,
हुंकारलो, ओंकारलो आणि आकारलो...

पंख
शिक्षणातून येणाऱ्या आत्मबलाचे-मिळाले,
लाटचे कुमार विद्यामंदिर
कोल्हापूरचे विद्यानिकेतन, शहाजी महाविद्यालय
आणि मुंबई विद्यापीठाच्या श्रमविज्ञान संस्थेकडून...

आकाश
विश्वभरारीचे- ज्याची प्रेरणा
ग्यानबा-तुकारामापासून जना-मुक्ताच्या भक्तिरसात
आणि फुले-आगरकरांपासून विठ्ठल रामजी,
राजर्षी शाहू, कर्मवीर आणि आंबेडकर
यांच्या विचारांत सापडली

या सर्वांना...

लेखक परिचय

ज्ञानेश्वर मुळे

लेखक, स्तंभलेखक, विचारवंत आणि राजनीतिज्ञ

- **शिक्षण :** मॅट्रिकमध्ये पुणे बोर्डातून संस्कृत विषयात सर्वप्रथम आणि 'जगन्नाथ शंकरशेठ' या अतिशय मानाच्या पारितोषिकानं सन्मानित. शिवाजी विद्यापीठ, कोल्हापूर येथून १९७९ साली इंग्रजी साहित्य घेऊन पदवी परीक्षेत सर्वप्रथम : धनंजय कीर पारितोषिक. मुंबई विद्यापीठाच्या पदव्युत्तर परीक्षेत पर्सोनेल मॅनेजमेंट या विषयात (१९८१) विशेष गुणवत्तेसह सर्वप्रथम : पीटर अल्वारीस मेडल.

- भारतीय विदेश सेवेत रुजू. (१९८३)

- जपानमध्ये तोक्यो येथे द्वितीय सचिव म्हणून कार्यरत आणि जपानमधल्या ४० शहरांमध्ये भारतीय महोत्सवाचे आयोजन. (१९८४-१९८९)

- दिल्ली इथे वाणिज्य मंत्रालयात अवर सचिव. (१९८९-१९९२)

- रशिया इथे मॉस्कोच्या दूतावासात प्रथम सचिव. (१९९२-१९९५)

- जपानच्या दूतावासात प्रथम सचिव आणि कौन्सेलर. (१९९५-१९९८)

- दिल्ली येथे वित्त मंत्रालयात निदेशक. दिल्ली मेट्रोला जपानकडून वित्तीय मदत मिळवण्यात हातभार. (१९९८-२००२)

- मॉरिशस येथे उपउच्चायुक्त. (२००२-२००३)

- दमास्कस आणि सीरिया येथे कार्यरत. (२००३-२००६)

- मंत्रिमंडळ सचिवालयात सल्लागार आणि संयुक्त सचिव. (२००६-२००९)

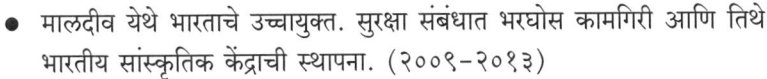

- मालदीव येथे भारताचे उच्चायुक्त. सुरक्षा संबंधात भरघोस कामगिरी आणि तिथे भारतीय सांस्कृतिक केंद्राची स्थापना. (२००९-२०१३)

- भारताचे कौन्सिल जनरल ऑफ न्यूयॉर्क, अमेरिका. मॅडिसन स्केअर गार्डन कार्यक्रमाचे संयोजक.(२०१३-२०१६)

- मराठी, हिंदी आणि इंग्रजी या भाषांमधून १५ पेक्षा जास्त पुस्तकं प्रकाशित. महाराष्ट्र सरकारचा साहित्य पुरस्कार. अनेक पुरस्कारांनी सन्मानित. अनेक पुस्तकांचा उर्दू, अरेबिक आणि इतर भाषांत अनुवाद.

- गेल्या शतकातल्या १०० सर्वश्रेष्ठ पुस्तकांमध्ये 'माती, पंख आणि आकाश' पुस्तकाचा समावेश, तसंच उत्तर महाराष्ट्र विद्यापीठाच्या अभ्यासक्रमात समावेश.

- अनेक मासिकं तसंच महाराष्ट्र टाइम्स, लोकसत्ता, सकाळ आणि लोकमत अशा नामांकित वर्तमानपत्रांमध्ये सातत्यानं स्तंभलेखन.

- **सामाजिक :** कोल्हापूरमधल्या 'अब्दुल लाट' या गावी ५० मुलांसाठी 'बालोद्यान' नावाचे अनाथाश्रम सुरू करण्यात पुढाकार.

- अनेक वाचनालयं, क्रीडा मंडळं आणि शैक्षणिक क्षेत्र यांत स्वयंसेवक म्हणून योगदान.

- केंद्र सरकारच्या अनेक योजना महाराष्ट्रात याव्यात यासाठी प्रयत्नशील.

- सध्या दिल्ली येथे विदेश मंत्रालयात सचिव म्हणून कार्यरत.

मनोगत

'माती, पंख आणि आकाश'ची पहिली आवृत्ती प्रसारित होऊन अठरा वर्षं लोटून गेली. या पुस्तकाचं स्वागत सुरुवातीपासूनच चांगलं झालं. बेळगावच्या सांगाती साहित्य संमेलनात पुस्तकाचं प्रकाशन म. द. हातकणंगलेकर सरांच्या हातून झालं. सरांचा आणि माझा त्या वेळी फारसा परिचय नव्हता. सुदैवानं सर पुस्तक वाचून आले होते आणि प्रकाशनाच्या वेळी त्यांनी पुस्तकाचं जोरदार कौतुकही केलं. त्यानंतर माझी आणि सरांची ओळख वाढली. त्यांचं प्रेम एका अर्थाने 'माती, पंख...'ची देणगी होती.

'माती, पंख...' प्रसिद्ध झालं तेव्हा 'नायका'ची गोष्ट नवीन होती. ग्रामीण भागातील सामान्य घरातला एक मुलगा विदेश सेवेत जातो, अशी ही कथा. या पुस्तकातून प्रेरणा घेऊन आय.ए.एस., आय.एफ.एस. तथा अन्य सेवांमध्ये गेलेली एक संपूर्ण फळीच त्यानंतर तयार झाली. बेळगावसारख्या महाराष्ट्रापासून दूरच्या ठिकाणी पुस्तक प्रसिद्ध होऊनही हे पुस्तक महाराष्ट्रभर गाजलं. मला पुस्तक वाचून आलेल्या पत्रांची, दूरध्वनींची आणि ई-मेल्सची संख्या शेकडो/हजारोंच्या घरात आहे. काही वाचकांनी पंधरा पंधरा पानांच्या प्रतिक्रिया लिहिल्या. दिल्लीत असताना, दिल्ली विश्वविद्यालयात शिकणारा, मूळचा कोल्हापूर जिल्ह्यातील नांदणीचा कांबळे नावाचा विद्यार्थी आला. त्याने आपल्या सुवाच्य हस्ताक्षरात 'माती, पंख...'मधली प्रेरणादायक उद्धृते लिहून एक वहीच भरली होती. मॉरिशस, दमास्कस आणि दिल्लीत सगळीकडे मला ही पत्रं मिळाली. आजही प्रतिक्रियांची पत्रं येणं थांबलेलं नाही. या सर्व प्रतिक्रिया पुढल्या प्रवासासाठी माझ्यातल्या जिप्सीचा हुरूप वाढवतात.

या पुस्तकात माझीच कथा आहे. जन्मापासून ते विदेश सेवेतील जपानमधलं पहिलं पोस्टिंग संपेपर्यंतची. शिक्षण, शाळा, गाव, कोल्हापूर, दिल्ली असा हा प्रवास. या

प्रवासात भांबावून जात जात मी कसा पुढे जात राहिलो याची कथा. खाचखळगे, अडचणी, चांगल्या घटना, प्रेरणादायक शिक्षक, संघ लोकसेवा आयोगाची खडतर वाट, त्यानंतरचा अप्राप्य असा विदेश सेवेतला प्रवेश आणि जपानमधले अनुभव असा या पुस्तकाचा सारांश. आपला प्रवास इतरांना कळावा आणि त्यातून ज्याला जे घ्यायचं ते त्याने घ्यावं, असा साधा उद्देश तेव्हा लिहिताना होता.

या पुस्तकात साठ-सत्तर आणि ऐंशीच्या दशकातील ग्रामीण जगाचं चित्रण आलं आहे. तेव्हाचा गाव, तिथली सामाजिक व्यवस्था, झपाटलेले शिक्षक, निरोगी परिसर या सर्वांचं या पुस्तकात दर्शन होतं. स्वातंत्र्यानंतर शिक्षणामुळे ग्रामीण भागात आलेल्या परिवर्तनाचं चित्रही इथं आलं आहे. ध्येयवादी राजकारणी लोकांचं आता दुर्मिळ होत चाललेलं वर्णनही इथं होतं. लोकशाहीत शिक्षणाचा प्रसार झाला आणि पहिल्यांदा एक फार मोठा वंचित वर्ग शिक्षणाच्या वटवृक्षाखाली आला. आधीच्या काही पिढ्यांमधील फुले, भाऊराव पाटील, विठ्ठल रामजी शिंदे वगैरे समाजसुधारकांनी लावलेल्या रोपांना हळूहळू बाळसं येत होतं. शिक्षणाचा व्यवसाय व्हायच्या आधीच्या त्या जादूईने भारलेल्या आदर्श वातावरणाचा अनुभव या पुस्तकात मिळतो. फक्त पुढे जात राहायचं या एकाच स्वप्नानं पछाडून मी मार्ग मिळेल तसा चालू लागलो. त्या प्रवासाचं पुस्तकात रूपांतर झालं आणि मी अनेक वाचकांपर्यंत जाऊन पोहोचलो याचा मला निश्चितच आनंद वाटतो.

काळ गतिमान आहे. तो झपाट्यानं बदलतोय. जीवनात येणारी अनेक आव्हानं चक्रवाढ पद्धतीनं वाढताहेत. वैश्वीकरण, वातावरणातले सातत्यानं होणारे बदल, संधी आणि संपत्ती यामधली असमानता, शहरी बकालीकरण, पर्यावरण आणि निरागसता यांचा होणारा ऱ्हास, नोकरीतले ताण-तणाव, नेतृत्वाचं नैतिक पतन, दररोज गुंतागुंतीचं होत चाललेलं पारिवारिक, सामाजिक आणि राष्ट्रीय जीवन- ही सगळी आव्हानं माणसाची सत्त्वपरीक्षा घेणारी. या सगळ्या आव्हानांना पेलत, सामोरं जात वाटचाल करताना हे पुस्तक प्रत्येकाचा सांगाती होऊ शकेल, अशी मला आशा वाटते.

आमचे सांगाती स्व. प्रा. तुकाराम पाटील यांनी चार-पाच वर्षं मागे लागून पुस्तक माझ्याकडून लिहून घेतलं. 'सांगाती' परिवारातल्या सर्व मित्रांनी मला सतत मदत केली आहे. त्यामुळे लिहिलं ते बरंच झालं, असं मला आज वाटतं.

बेळगावमधल्या एका शाळेच्या मुख्याध्यापिका कारण नसताना बडतर्फ केल्या गेल्या. निराशेनं ग्रस्त अशा भैरण्णावर मॅडमच्या हातात अकस्मात माझं पुस्तक पडलं. त्यांनी झपाटल्यासारखं ते काही दिवसांत वाचून काढलं. आपण आणखी हिमतीनं संघर्ष केला पाहिजे, ही प्रेरणा त्यांनी घेतली. त्यांची निराशा कुठल्या कुठे पळाली असं त्यांनी आवर्जून सांगितलं. एवढंच नव्हे, तर त्यांची पुनर्नियुक्ती व्हायच्या आधीच त्यांनी या पुस्तकाचं कानडी भाषांतर केलं. पुढे ते प्रसिद्धही झालं. तसंच या पुस्तकाचा

हिंदी अनुवाद दिल्लीत प्रकाशित झाला. काहीच दिवसांत 'माती, पंख आणि आकाश' हे उडिया, इंग्रजी आणि गुजराथी भाषांमध्येही भाषांतरित होत आहे. मराठवाड्यातल्या बीड इथल्या लोकमान्य टिळक महाविद्यालय, वडवणीमध्ये प्राध्यापक असलेले राम मयेकर यांनी डॉ. बाबासाहेब आंबेडकर मराठवाडा विद्यापीठ, औरंगाबाद इथून या पुस्तकावर चक्क पीएच.डी. केली. माझ्यातला आशावाद आणि सकारात्मक विचार या पुस्तकातून त्यांना अधिक भावला असावा आणि त्यानंच त्यांना प्रबंध लिहिण्यासाठी उद्युक्त केलं असावं असं मला वाटतं.

गावी असणारी माझी आई आणि तिथल्या आमच्या गोतावळ्यातल्या सगळ्यांनीच माझ्यासाठी प्रचंड हाल सोसले आहेत. त्यांच्याविषयी कृतज्ञतेने ऊर भरून येतो. 'अंतर्नाद' मासिकानं गत शतकातल्या शंभर चांगल्या पुस्तकांमध्ये 'माती, पंख...'चा समावेश केला, तेव्हा मी गहिवरून गेलो. जगभर पसरलेला माझा मित्रपरिवार माझ्या लेखनाला सतत उत्तेजन देत आला आहे. मी त्या सर्वांचा ऋणी आहे.

आज 'माती, पंख आणि आकाश'च्या सुधारित नवव्या आवृत्तीचं प्रकाशन होत आहे. आधीच्या आवृत्त्यांप्रमाणेच याचंही आनंदाने स्वागत होईल अशी मला आशा आहे. नव्या स्वरूपात हे पुस्तक यावं यासाठी माझे मित्र कल्याण तावरे, सचिन इटकर, कुलभूषण बिरनाळे आणि दीपा देशमुख यांचं मोलाचं सहकार्य लाभलं. त्यांच्या सहकार्याशिवाय ही नववी आवृत्ती कदाचित इतक्या तातडीनं निघूच शकली नसती.

तसंच हे पुस्तक साकार होण्यामध्ये मनोविकास प्रकाशनाचे अरविंद पाटकर आणि आशिश पाटकर यांचा महत्त्वाचा वाटा आहे. त्यांचे आणि त्यांच्या सर्व सहकाऱ्यांचे मन:पूर्वक आभार!

माझ्या असंख्य वाचकांशी माझा संवाद आणि स्नेह अक्षरांतून अखंडपणे सुरू आहे. तो असाच अबाधित राहावा या इच्छेसह ही नववी आवृत्ती तुमच्या हाती सुपूर्त करतो.

– ज्ञानेश्वर मुळे
dmulay58@gmail.com

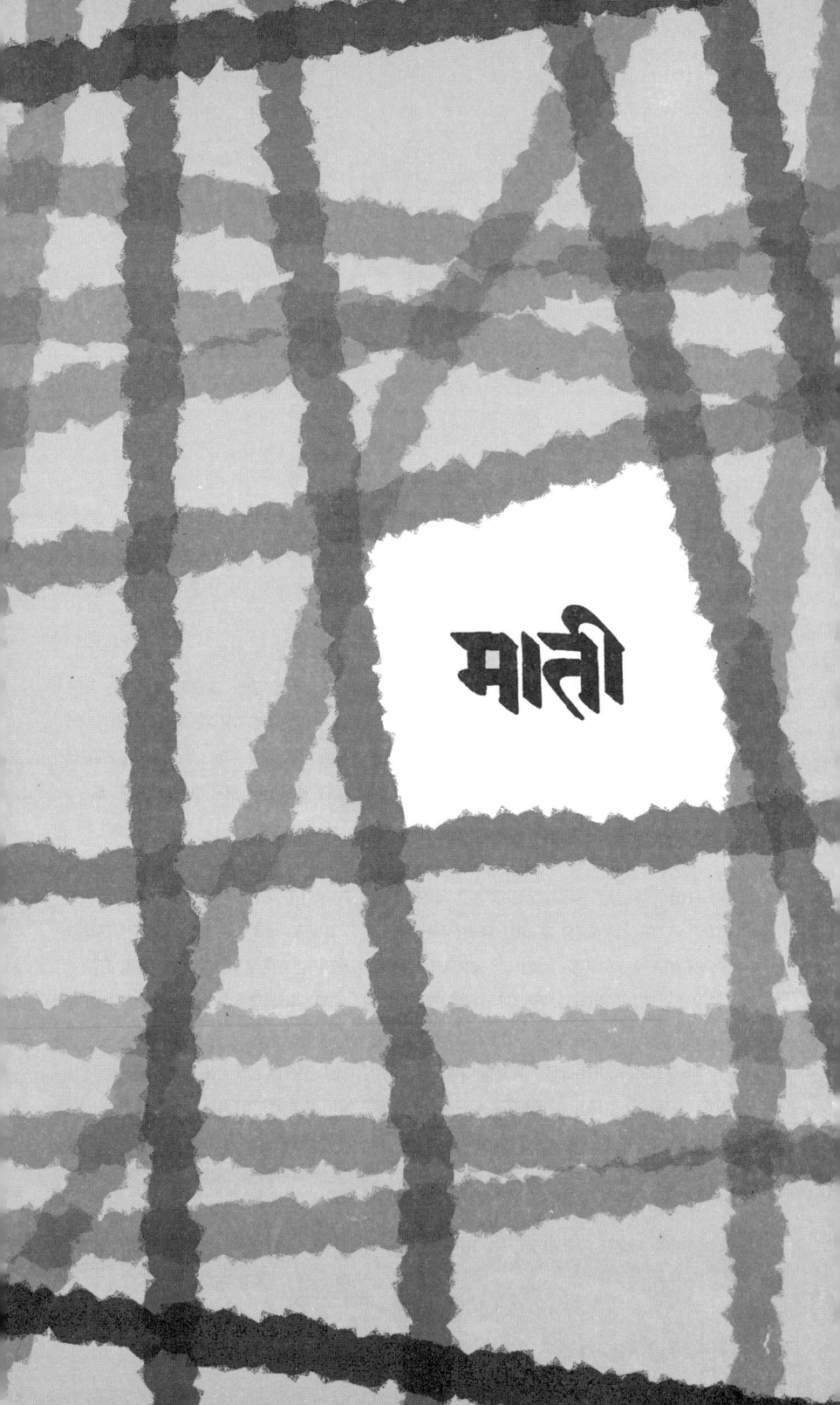

माती

माती

खूप बरं वाटलं. दगडाचा असा खडबडीत स्पर्श हाताला होऊन कित्येक वर्षं लोटली होती. हा सगळा परिसरच केवढा बदललाय! चारी बाजूला वाढलेली वस्ती... तलावापलीकडे दूरपर्यंत दिसणारे दिवे, लांबपर्यंत पसरलेलं बंदिस्त कुंपण, चौकोन, त्रिकोण, वर्तुळ आणि आयताकार बागांचे तुकडे... कडक शिस्तीत उभी असणारी फुलं, पानं आणि रोपटी... पाव-भाजीपासून कुर्मापुरीपर्यंत सगळं काही विकणारे स्टॉल्स... लोकांची गर्दी... सगळं केवढं वेगळं... फक्त या चबुतऱ्याच्या दगडांचा स्पर्श... अगदी तसाच आहे आणि कदाचित समोरचं पाणी! नाही, पाणीही बदललं असणार. पावसाळा... उन्हाळा... कितीतरी ऋतू येऊन गेले मधल्या काळात!

'डुबुक' असा समोरच्या पाण्याचा आवाज. कुणीतरी लहान दगड टाकला असावा. अंधारात दिसतही नाही. लहानपणी केसापाच्या विहिरीत काठावरून छोटे छोटे दगड टाकत बघत बसायला केवढी मज्जा यायची. पृष्ठभागाचे कवच उघडून दगड पाण्यात प्रवेशल्यानंतर हलतडुलत खाली जायचा. सळकन सुळकी मारून कधी तोच दगड सात-आठ फूट पाण्याखालून पकडून वरती फेकत असू. कधी कधी दगड सापडायचा नाही... झुकांडी देऊन आधीच पाण्याच्या तळाशी गेलेला असायचा.

हसू आलं; सहजच. आठवणींचं या दगडासारखं असतं... कधी सहज सापडतात, कधी झुकांडी देतात. भूतकाळात सुळकी मारून पकडावं तर एखाद्या दगडाचा कंगोरा हाताला जखम करतो... पाण्यात ना ती जखम दिसते, ना डोळ्यांचं ओलेपण. आपण मात्र काही घडलंच नाही असं दाखवून पोहत राहतो... पोहायची अशी ओढ सदैव का बरं वाटावी आपल्याला? का बोलावतं सदैव हे पाणी आपल्याकडे?

पाणी म्हटलं की कितीतरी गोष्टी सहज नजरेसमोर येतात! गर्भवतीसारखी फुलून

जाणारी पावसाळ्यातील पंचगंगा... झोपेत ऐकू येणारा पावसातला कौलांचा आवाज... गावातलं तळं... मसुरीतला 'केम्टी' आणि निक्कोजवळचा केनोग धबधबा... तोक्यो टॉवरवरून दिसणारी तोक्यो बे... मुंबईचा मुसळधार पाऊस... कन्याकुमारीतलं एकाच वेळी तीन महासागरांना भेटणं आणि समोरचा रंकाळा...

मनाचीसुद्धा गंमत आहे. केवढ्या झपाट्यानं सातासमुद्रापलीकडून येऊन पुन्हा समोरच्या पाण्यावर स्थिरावलं... आजूबाजूच्या प्रत्येक व्यक्तीच्या मनात असंच काही ना काही विचारांचं तांडव माजलं असेल का...? दिव्यांचा प्रभाव वाढत चाललाय. भेळपुरीच्या दुकानांवरचे फ्लडलाईट्स पाठीमागून अंगावर. पाण्यावर फक्त सावल्या हलताना दिसतात. एका अर्थानं मन पाण्यासारखं आणि आठवणी या सावल्यांसारख्या... खऱ्याचा फक्त आभास.

कितीदा तरी याच रस्त्यावर चाललो होतो. कितीदा म्हणण्यापेक्षा बरोबर चार वर्षं. दसरा चौकातून सकाळी साडेसहाला सायकल निघायची... वाटेतला प्रत्येक कोपरा परिचयाचा झालेला होता. सीपीआरच्या कोपऱ्यात सकाळी धुणे धुणारी म्हातारी, शुक्रवारातला जांभया देत चौकीत बसलेला पोलीस, नळावरून ठुमकत पाणी भरून परतीच्या प्रवासात असणारी 'गौळण' – गौळण हे ग्रुपनं ठेवलेलं नाव. एक वात्सल्यपूर्ण हात घागरीवर, तर दुसरा लांबसडक बोटांचा हात तरंगत असायचा. कंबर थोडी वाकलेली, थोडी संधी मिळाली असती तर नृत्यांगना सहज झाली असती. अर्थात, हेही ग्रुपचंच म्हणणं... पुढे गंगावेशीत आनंदवनमधली मिसळ, नागोजीराव हायस्कूल ओलांडल्यानंतरचा चढ भयंकर वाटायचा. बऱ्याचदा उतरून चालायचो... मग टॉवर, कँटीन... सायकल पार्क... पॅलेसमध्ये शिरणं... लेक्चर्स, बारा वाजता परतीचा प्रवास...पुन्हा तोच रस्ता...

एकदा सॉक्रेटिस क्लब संपल्यानंतर निघायला उशीर झाला. रस्त्यावर मी एकटाच. रस्ता ओलांडून एक-दोन ऊस तोडले. एका हातातला ऊस खात दुसऱ्या हाताने सायकल पकडून चाललो होतो... ऊन असह्य होत होतं. खाली बघून चालावं लागत होतं. चार आण्याचं नाणं दिसलं... थांबलो... नाणं उचललं... चालू लागलो... गुऱ्हाळही सुरूच. पन्नास फुटांवर पुन्हा आठ आण्याचं नाणं. आजूबाजूला बघत थांबलो... उचललं आणि खिशात टाकलं... चालू लागलो... पुन्हा वीस पैशाचं नाणं. उचललं... चालू लागलो. हा योगायोग, चमत्कार, की काही योजना? परमेश्वर छप्पर फाडून देतो म्हणतात म्हणून वर पाहिलं... आकाश तसंच अभेद्य, निरभ्र होतं. टॉवरपर्यंत येईपर्यंत तब्बल साडेपाच रुपयांचा गल्ला जमला. म्हणजे दोन कटवडे सांबार, दोन चहा... कोल्हापुरी कटाच्या कल्पनेनं तोंडाला पाणी सुटलं. नाहीतरी पोट केव्हापासून भुकेनं कोकलत होतं.

टॉवरजवळचा उतार आला... राहिलेला ऊस फेकून द्यावा, सायकलवरनं टांग मारावी आणि होस्टेल गाठावं अशा विचारात असतानाच समोर एका म्हातारीनं लक्ष

वेधून घेतलं. कुणीतरी खास कलाकारानं परिश्रमपूर्वक तिचा चेहरा बनवला असावा. बोलका, सुरकुत्यांचं साम्राज्य, पिंजून गेलेले केस... खरं तर कवितेचा विषय. म्हातारी काहीतरी शोधत असावी. तुरुतुरु चालत होती. थांबलोच. क्षणार्धात डोक्यात प्रकाश पडला. जवळ गेलो... म्हटलं,

''आजीबाई, हे घ्या तुमचे पैसे... साडेपाच आहेत. मोजून घ्या. कमी असतील तर सांगा... परत शोधतो... नक्कीच मिळतील.'' म्हातारीला कमी दिसत असावं.

''साडेपाचच होते लेकरा. औक्षवंत हो.'' तिच्या आवाजातला खोलपणा आतड्यापर्यंत पोहोचला. लुगड्याला कमरेजवळ गाठ घालून ठेवलेले पैसे एक एक करून केव्हा पडले याची तिला कल्पनाही नव्हती. गंगावेशीत बसमध्ये चढली तेव्हा लक्षात आलं, पैसेच नाहीत. म्हातारी लगबगीनं परतली होती... पैशाच्या शोधात...

''कुठं जायचंय आजीबाई? मी सोडतो तुम्हाला.''

''कशाला तरास घेतोस लेकरा, जाईन चालत गंगावेशीत... तिथनं शिरोलीची बस पकडीन. पोरीचं बाळंतपण हाय... जिवाला शांती न्हाई... लवकर जायाला पायजे.''

म्हातारीला हट्टाने सायकलीवर बसवलं... पुढच्या बाजूला. हँडल धरायला लावलं आणि 'हळू पोरा हळू' म्हणत असतानाच गंगावेशीत पोहोचलो. दुतर्फा सगळे लोक हसत होते. माझ्या आणि म्हातारीच्या गप्पा सुरूच होत्या. पोरंबाळं, लेकीसुना, जनावरं, शेणकुटं, चारापाणी सगळं बोलून संपलं. बस लागली होती. म्हातारीला बसमध्ये बसवलं... उतरू लागलो, तेवढ्यात म्हातारीनं जवळ बोलावलं. दोन्ही हात गालांवरून फिरवले...स्वत:च्या गालांजवळ नेले... बोटं मोडली. तिचे डोळे वाहत होते. मलाही भरून आलं. तिचा खोल आवाज आणि हातांचा खडबडीत स्पर्श... आमच्या नात्याला फक्त हा रस्ता साक्षी होता.

कुठं असेल म्हातारी आता...? असेल तरी का? ते रहस्यही याच रस्त्याला माहीत असेल कदाचित... आणि तिची लेक... तिचं ते बाळंतपण ठीक झालं असेल ना? सायकलीवरून म्हातारीच्या पांढऱ्या केसांत अडकलेली काडी दिसली होती. वाऱ्यानं आणि सायकलीच्या वेगानं काडी हलत होती. मी मुद्दाम ती काढली नाही. सायकलवरून उतरलो तेव्हा ती काडी नव्हती. हे पाणी आणि हा रस्ता यांच्यामधून ये-जा करत होतो. याचा अर्थ काय? तेव्हासारखं आता काहीच नाही, या दगडाच्या खडबडीत स्पर्शाशिवाय...! ते तरी खरं कशावरून? मीही बदललो नाही का एवढ्या वर्षांत...? पायात सदासर्वकाळ बूट. अधूनमधून पांढऱ्या केसांचं दर्शन, दोन दोन वर्षं गावाचं दर्शन नाही, दोन पोरांचा बाप... जगभर भटकणं... कोण करतं हा बदल... स्वत: आपण...? नियती? निसर्ग? मनाविरुद्ध किती? मनासारखं किती...?

अलीकडच्या प्रत्येक भेटीत रंकाळ्याला एकदा तरी पूर्ण प्रदक्षिणा घालायची असा निश्चय करूनही वेळेअभावी जमत नाही. म्हणजे वेळ नसतो असं नव्हे, पण भेटायला

लोक येतात. लोकांना कौतुक वाटतं, आपला एक माणसू खूप पुढे गेला म्हणून. कधी तोक्योत... तर कधी दिल्लीत राहतो, जगभर भटकतो... फार हुशार... वगैरे. कुणाला नोकरी हवी असते, कुणाला मुलाखतीचं बोलावणं हवं, कुणाला परवाना, कुणाला अमुक तमुक सदस्य बनायचं असतं. खऱ्या-खोट्या प्रश्नांचं पारदर्शक संमेलनच असतं. अजूनही त्यांच्यासाठी मी खूप काही करू शकतो असं त्यांना वाटतं. डोक्यावरचं आभाळ, पायांखालची जमीन यांची साथ जरूर असते. विचारावं तर रस्ता सांगणारे भेटतील, पण चालावं स्वत:लाच लागतं. तरीसुद्धा म्हाराच्या रामाला, मगदूम आण्णाप्पाला, असाहाय सुरेशला, परटाच्या सुभाषला नोकरी लावू शकलो नाही याचं शल्य आहेच.

परटाचा सुभाष कितीदा भेटला होता मला. केवढी उमेद, केवढा उत्साह. तो वाया जाताना पाहून मनाला त्रास होतो. असाहायता की गरिबी? आण्णाप्पा दोनदा दिल्लीला आला. साहेबांना मागच्या भेटीत त्याच्याविषयी सांगितलं. त्याच्याकडून अलीकडं काही पत्र नाही. त्याला नोकरी मिळाली असेल का? एका नोव्हेंबरात सकाळी दात घासताना बेल वाजली. दार उघडलं तर आण्णाप्पा! हातात ब्रीफकेस... पायांत स्लीपर्स...चेहऱ्यावरच्या भावनांना नाव नाही...

''ये ये, आत ये. अचानक कसा आलास? ना पत्र ना निरोप! सगळं ठीक आहे ना?''

''सगळं बराय साहेब... तुम्ही बोललात, पण नोकरीचं काम अजून झालं नाही. सायबांना भेटलो होतो दुसऱ्यांदा...''

''अरे, पण पत्रानं कळवायचं नाही का? एवढा लांबचा प्रवास... अंगात स्वेटर नाही... आजारी पडलास तर... ही दिल्लीची थंडी साधी नसते...''

''नाही साहेब, तुमची एक शिफारस हवी होती साहेब!''

''अरे, पण कागद पोस्टाने पाठवायचा होतास! एवढा खर्च करून का आलास?''

''नाही साहेब. आऊ जा म्हणाली... घरातलं तर तुम्हाला माहीत आहेच... शेतातनं कायबी येत नाही...''

मी शिफारशीच्या पूर्ण विरुद्ध, तरीही शिफारशी देत राहतोच. कदाचित लोकांच्या तात्पुरत्या समाधानासाठी. पण ही फसवणूकच नाही का? शिफारशी असणाऱ्या सगळ्यांना नोकऱ्या मिळाल्या असत्या, तर आजची बेकारी दिसलीच नसती! शिफारस घेणारा प्रत्येक जण, बाकीच्यांच्या शिफारशी असतात, हे पालुपद घेऊनच येतो. सरकारमध्ये एवढे महत्त्वाचे निर्णय घेतो, पण शिफारशी द्याव्यात का, या विषयावर 'हो' किंवा 'नाही' हा निर्णय घेणं जमत नाही. मनाविरुद्ध मीही शिफारस देत राहतो.

मला कुणाची शिफारस होती? विद्यानिकेतनात गेलो तेव्हा... शंकरशेट मिळवली तेव्हा... डेप्युटी कलेक्टर परीक्षेत पहिला आलो तेव्हा... आय.एफ.एस. होऊन जपानला पोस्टिंग झालं तेव्हा... बहुतेक सगळेच रस्ते नवीन होते. पुढे जाणाऱ्याला माहीत नसणाऱ्या रस्त्यांनाच सामोरं जावं लागतं. पण हे कुणाला सांगावं?

तरीही परिचयाचे रस्ते माणसाला बांधून ठेवतात आणि प्रत्येक नवीन रस्ता कालांतराने परिचयाचा होतो. माझ्या बाबतीत रस्ते एवढ्या झपाट्यानं बदलत गेले... इतक्या नवनवीन रस्त्यांना सामोरं जावं लागलं की, काही वेळेला नवीन रस्त्याबद्दलचं नैसर्गिक कुतूहलसुद्धा जाणवलं नाही. तोक्योत पहिल्या दिवसाला रस्ता चुकणं केवढ्या सहजपणे सहन केलं. खरं तर रस्ता चुकलो त्यामुळं त्रास व्हायच्या ऐवजी मज्जा वाटली. पुरेपूर उपभोगला तो आनंद!

८ सप्टेंबर १९८४ रोजी तब्बल आठएक तासांच्या प्रवासानंतर विमान तोक्योजवळच्या नरिता विमानतळावर उतरलं. जपानला जाण्यापूर्वी जपानविषयी इतकं वाचलं होतं की, आश्चर्य वाटलं नाही, की धक्का बसला नाही. सगळीकडची टापटीप, टर्मिनलमध्ये चालण्यासाठीचे सरकते रस्ते, जाहिरातीतल्या किमोनो घातलेल्या आणि मंदस्मित करणाऱ्या जपानी रमणी, सोनीची मोठ्ठी जाहिरात. जणू एखादं मोठं पार्सल सरकवलं जावं तसा कुठल्याही परिणामाशिवाय पुढे सरकत होतो. कस्टमवालेही पुस्तकात वाचल्याप्रमाणे नम्र, हसतमुख. वीसेक मिनिटांत सगळ्या फॉरमॅलिटीज् आटोपून बाहेर पडलो. दूतावासाची गाडी उभी होती. नोगुची नावाचा ड्रायव्हर आणि दूतावासातील अताशे न्यायला आले होते. पूर्वपरिचयाच्या शहरात आल्यासारखे आम्ही गाडीत बसलो. अताशेला थोडंसं आश्चर्य वाटलं. ''साब, आप पहले कभी जपान आये थे क्या?''

''नहीं तो, पहली बार मैं भारत के बाहर आया हूँ।'' मी उत्तरलो.

''फिर आप पूछ क्यों नही रहे हैं... इन रास्तों के बारे में... एअरपोर्ट के बारे में... शहर के बारे में...'' अताशे बोलला.

कदाचित जरुरीपेक्षा जास्तच स्थिरावलो होतो मी या देशात. थोडंसं चाचरत मी बोललो, ''नहीं नहीं, ऐसा कुछ नहीं है! जरूर बताईए इन सबके बारे में... वो क्या है, थोडी सी थकान आयी है न... सफर लंबा था इसलिए...''

अताशेचा अर्थातच विश्वास बसला. साहेब खोटं कसं बोलतील? सरावानं तो रस्त्यात येणाऱ्या प्रत्येक इमारतीबाबत, वास्तूबाबत बोलू लागला. मी दगडी शांततेनं ऐकू लागलो.

''साहेब, रस्त्याच्या दोन्ही बाजूला ज्या भिंती आहेत ना, त्या स्टीलच्या बनवलेल्या आहेत. आजूबाजूला राहणाऱ्या लोकांना रहदारीच्या आवाजाचा त्रास होऊ नये म्हणून बनवल्यात. त्यांच्यात ध्वनी शोषून घेण्याची व्यवस्था आहे. त्यामुळे फारसा आवाज या भिंतीपलीकडे जात नाही.''

काय प्रगती केलीय या लोकांनी! लोह आपल्याच देशातून आयात करतात... इथं कसलीच नैसर्गिक साधनसामग्री उपलब्ध नाही...

मी खिडकीबाहेर पाहतो. आता मात्र थोडासा थकवा जाणवू लागला. गाडी एका पुलावरून जात होती. आजूबाजूला सगळीकडे हिरवागार परिसर होता. जिथं गाव किंवा

घरं किंवा वस्ती नव्हती, तिथं झाडंच झाडं. पुस्तकात लिहिलेलं आठवलं, 'जपानमध्ये अजनूही खूप वनसंपदा आढळते. जवळजवळ ६५% जमीन झाडाझुडपांनी व्यापलीय.' पण ही वनसंपदा नैसर्गिक नाही, बरीच मानवनिर्मित आहे. खूप डोंगराळ आणि सहजासहजी न पोहोचता येणाऱ्या भागांमधली वनराई सोडली, तर बाकी सगळी जंगलं ही माणसानं स्वत: निर्माण केलीत.

गाडीत बसून पेंगुळलो. त्यातच हळूहळू तोक्याचं काँक्रिट जंगल जवळ यायला लागलं. गाडीचा वेग कमी होत चालला. वाहनांची गर्दी वाढत चालली.

संध्याकाळी साडेपाचची वेळ. हलका पाऊस पडून गेला असावा. जणू गडबडीत अंघोळ करून तोक्यो आमच्या स्वागताला सज्ज झालं होतं. शिंजुकूत दूतावासानं ठरवलेल्या घरापर्यंत जायला साडेसहा-सात वाजले. तासाभरात गाडी पिकअप करायला येईल असं सांगून सोहोनवी, ड्रायव्हर आणि गाडी अदृश्य झाले. तासाभरात गाडी परत आली. हातपाय धुऊन सहा-सात किलोमीटर अंतरावर सोहोनवीच्या घरी जेवायला जायचं होतं. जेवण संपल्यानंतर सोहोनवीनं भुयारी रेल्वेच्या कुदानशिता स्टेशनवर मला सोडलं. ''शिंजुकू स्टेशनवर चार नंबरच्या गेटवर खत्री तुम्हाला न्यायला येतील.'' 'हां' म्हणून सोहोनवीचा निरोप घेतला तेव्हा रात्रीचे साडेअकरा वाजून गेले होते. शिंजुकूत उतरलो तर कुठल्या तरी मायानगरीत पोहोचल्यासारखं तिथलं वातावरण होतं. गजबजलेली दुकानं, माणसांची प्रचंड ये-जा, विविधरंगी दिवे आणि एखाद्या शहराइतकं प्रचंड स्टेशन. चार नंबरचं प्रवेशद्वार मात्र कुठे दिसत नव्हतं. काही लोकांना इंग्रजीतून चार नंबरचं गेट कुठे आहे म्हणून विचारलं. सगळ्यांनीच 'वकारीमासेन सुभीमासेन' (माफ करा, माहीत नाही) असं काहीतरी बडबडून पलायन केलं. थोडासा गोंधळून गेलो. पण घाबरून जाण्यासारखं काहीच वाटलं नाही. खरं तर रात्री एवढ्या प्रमाणात बाहेर पडून लोक फिरताहेत याचीच गंमत वाटली. जणू सकाळ झाल्यासारखी लगबगीनं लोक चालत होते. मी शक्य असेल त्याला विचारत होतो. शेवटी कंटाळा यायला लागला. थोडंसं धाडस करून जवळून जाणाऱ्या एका तरुणीला 'व्हेअर इज द पुलीस स्टेशन?' म्हणून विचारलं. तिला कदाचित दया आली असावी. ती शेजारच्या पोलीस स्टेशनमध्ये मला घेऊन गेली.

इंग्रजीत त्यांना माझी कहाणी सांगितली. पत्ता दाखवून घरापर्यंतचा रस्ता सांगा असं विनवलं. मला समजावून सांगायला जेवढा त्रास होत होता, त्यापेक्षा समजून घ्यायचा त्यांना त्रास होत होता. सहनशीलता आणि कठोर परिश्रमासाठी जगभर प्रसिद्ध असणाऱ्या जपानी पोलिसांना पहिल्याच दिवशी जेरीस आणण्याचं समाधान सह्याद्रीच्या पुत्राला मिळायला लागलं होतं. एका मराठ्याला समजून घ्यायला तीन जपानी पोलीस प्रयत्न करत होते. तेवढ्यात माझ्या तोक्योतील नवीन घराचा पत्ता देऊन स्वत:च्या

टीप : 'टोकियो'चा उच्चार जपानी लोक 'तोक्यो' असा करतात, तो तसाच स्वीकारला आहे.

पुस्तकातले नकाशे धुंडाळत बसलेल्या त्यातल्या एकानं पेन्सिल एका चौकोनावर ठेवून विजयी मुद्रेनं पाहिलं.

''कुणाचं घर आहे हे?''

''माझंच.''

त्यांना एकदम हसू फुटलं. स्वत:च्या घराकडे जायचा रस्ता शोधणारा हा माणूस त्यांना अजब वाटला. तोक्योतला हा माझा पहिला दिवस आहे हे त्यांना सांगूनही समजेना.

''हे तर मि. ग्रोव्हरचं घर आहे.'' त्यातला एक.

''हो हो, तुमच्या रेकॉर्डमध्ये ग्रोव्हरचंच घर असणार. आजपासून त्या घरात मी राहणार आहे. मला त्या घराचा रस्ता दाखवा.''

चर्चा करण्यात अर्थ नाही हे ओळखून पोलिसांनी पेन्सिलीनं एका कागदावर नकाशा काढला. पोलीस स्टेशनपासून घरापर्यंतचा तपशीलवार रस्ता दाखवला. मला घेऊन भुयारी रेल्वेच्या शेकडो दरवाजांपैकी एकावर आणून सोडलं. पुन्हा रस्ता समजावून सांगितला. मी आभार मानून निघालो. पन्नास पावलं चालून पुन्हा अडखळलो. कुणाला तरी नकाशा दाखवून पुढं जावं असा विचार केला. सहज मागे पाहिलं. पहिल्यांदा चालायला लागलेल्या पोराला मायेनं मागून पाहत असणाऱ्या आईसारखा तो पोलीस तिथंच उभा राहून माझ्याकडे पाहत होता. त्यानं 'तिथंच थांब' अशा अर्थाची खूण हातानेच केली. पळतच शेजारच्या सायकल स्टँडवर लावलेली सायकल घेतली आणि क्षणार्धात माझ्याजवळ पोहोचला.

त्यानंतर मात्र रस्ता समजावून सांगण्याऐवजी घरापर्यंत मला पोहोचवणचं त्याला सोपं वाटलं .'रोझ गार्डन'जवळ येऊन थांबलो. मी घर ओळखलं. त्याला भारतीय पद्धतीनं नमस्कार कला. तोही हसून 'नामस्ते' बोलला. पहिल्यांदाच त्याला माहीत असलेल्या एकमेव हिंदी शब्दाचा त्याने उपयोग केला. हसून आम्ही एकमेकांचा निरोप घेतला. पहिल्याच रात्री पोलीस संरक्षणात घरी पोहोचण्याचा मान मिळाला होता.

त्यानंतरच्या काळात तोक्योच्या रस्त्यांची ओळख इतकी चांगली झाली की, 'अतिपरिचयात अवज्ञा' व्हायची वेळ आली. अर्थात, जपानी भाषेचं ज्ञान याला मुख्यत: जबाबदार होतं. दूतावासातील सहकारी कुठंही जायचं असलं तरी फोनवरून रस्ता विचारून घ्यायचे. फक्त रस्ता माहीत आहे म्हणून मित्रांबरोबर फिरायला किंवा पिकनिकला जायची पाळी कित्येकदा आली. जपानी मित्रही कधी कधी या रस्तापरिचयाचं कौतुक करायचे. कोल्हापुरात जसं वांगीबोळ, भेंडीगल्ली, गंजीमाळ, पिवळा वाडा, तटापाटाकडील तालीम या गोष्टी करवीरकरांना आश्चर्य वाटावे एवढ्या तपशीलवार माहीत आहेत, तसंच तोक्योचं झालं.

शितामाची, निप्पोरी, सेनगोकु, सुगामो अशी 'एदो'करांना ('एदो' तोक्योचं एकोणिसाव्या शतकातलं नाव) सहजासहजी न सापडणारी ठिकाणं हाताच्या तळव्यावर

असल्यासारखी वाटतात. रहदारी प्रचंड, त्यामुळे आडरस्त्यांची माहिती खूप करून घेतली. एकदा मात्र या ज्ञानाची कसोटी लागली. तीही तोक्योतल्या टॅक्सीवाल्याबरोबर.

त्या दिवशी शिंजुकूतल्या एका स्टुडिओत रेकॉर्डिंग आटोपून आंतरराष्ट्रीय कीर्तीचे व्हायोलिनवादक एल. सुब्रमण्यम्ला साडेसहाचं विमान गाठायचं होतं. रेकॉर्डिंग संपलं तेव्हा साडेचार वाजले होते. विमानतळाला जायला कमीत कमी एक तास. विमान सुटायच्या आधी अर्धा तास तरी जाणं आवश्यक. म्हणजे निदान पाचला निघणं आवश्यक. मी सुब्रमण्यम्ला घरी चहा घेऊन जायचा आग्रह केला तेव्हा ड्रायव्हरनं वेळ पुरणार नाही म्हणून सांगितलं. मी म्हटलं, ''वेळ आहे, पण मी सांगेन त्या रस्त्याने माझा पाठलाग करावा लागेल.'' नाखुशीने तो तयार झाला. त्याच्यातल्या तज्ज्ञ ड्रायव्हरचा 'अहं' दुखावला होता.

मी आणि सुब्रमण्यम् माझ्या गाडीत बसलो. टॅक्सी ड्रायव्हर आमचा पाठलाग करू लागला. झिंजुकू, सेंदागाया आणि अवोयामावरून बारा मिनिटांत त्याला आझाबुच्या आमच्या घरापर्यंत नेलं. दहाएक मिनिटांत चहा वगैरे करून राहिलेल्या दहा मिनिटांत गप्पाही झाल्या. अर्ध्या तासात, म्हणजे बरोबर पाचला सुब्रमण्यम्ला टॅक्सीत बसवलं, तेव्हा टॅक्सी ड्रायव्हरनंही दाद दिली.

रस्त्यांचं हे असं आहे. जुने आणि नवे सगळेच आपले होऊन जातात. तोक्योत 'सुमिदा' नदीच्या पुलावरून गाडी चालवताना सिग्नलला अचानक थांबावं, क्षणभर थकवा घालवण्यासाठी डोळे मिटावेत आणि तेवढ्यात पंचगंगेच्या पुलावरून हिरव्यागार रानासमवेत पन्हाळ्याला जाणारा रस्ता मनात चमकून जावा, असं कितीदा तरी झालं आहे.

खूप उशीर होतोय. रंकाळ्यावरची गर्दीही कमी झाली. परिसर शांत. फक्त पॅलेसवरचे लाईट्स, दूर तलावापलीकडच्या वसाहतींचे दिवे चमचम करताहेत.

तलावापलीकडचं ते झाड अजून असेल का? तीन-चार मीटर उंचीचं ते झाड तलावात छानपैकी वाकून प्रतिबिंब बघत असल्यासारखं वाटायचं. पिंपळासारखी पसरट पानं आणि निळ्या रंगाची फुलपाखरी फुलं. नंतरच्या काळात वनस्पतिशास्त्र जाणणाऱ्या कितीतरी मित्रांना त्या झाडाचं वर्णन करून नाव विचारलं होतं. कुणालाच नाव आठवत नव्हतं. सांगताही येत नव्हतं. मुख्य म्हणजे, निळ्या रंगाची फुलं त्यांच्यातल्या फार थोड्यांनी पाहिली होती. बहुतेकांनी 'पुस्तकात पाहून सांगतो' असं आश्वासन दिलं. त्या झाडाच्या नावासारखंच त्या झाडाखाली फुललेलं नातंही त्यांना अनभिज्ञ होतं.

आम्ही दोघं पहिल्यांदा तिथंच भेटलो. त्या दिवशी झाडाखाली निळ्या फुलांचा सडा पडला होता. इतरत्र बसण्यापेक्षा फुलांच्या या गालिच्यावरच बसलो. तेव्हा 'निळा' माझा आवडता रंग होता. समोर निळं पाणी, वरती निळं आकाश आणि हा गालिचा.

''आजचा दिवसच निळा दिसतो...''

तिनं दचकून स्वतःकडे पाहिलं. निळ्या साडीकडे माझं पहिल्यांदाच लक्ष गेलं. मी बोलायच्या आत तीच म्हणाली,

''तुमच्यातल्या कवीला जागं नका करू बरं...! कुठकुठले रंग त्याला दिसतील काही सांगता येणार नाही...''

''बरं बरं... माझ्या कविता तुला आवडत नाहीत ते मला माहीत आहे. आपण आज सगळं गद्य बोलू. अगदी साधं... रंगविहीन.''

''तसं नव्हे... तुमचं सदा न् कदा हे अर्थ काढणं सुरू असतं... तुमच्या कविता मला आवडतात हो...! चला, आपण विषय बदलू.''

''तेच बरं. सांग बघू, या झाडाचं नाव काय?''

''मी तरी असलं झाड पाहिल्याचं मला आठवत नाही. झाली का सुरू तुमची सामान्यज्ञानाची चाचणी? आय.ए.एस.च्या परीक्षेला तब्बल सहा वर्षं आहेत. आतापासून ज्ञानसंपदा सुरू झालेली दिसते...!''

''हे बघ! ऊठसूट आय.ए.एस.वरून चिडवू नकोस बरं... एक दिवस कलेक्टर म्हणून येईन आणि तुला अटक करून नेईन.''

ती मोठ्यांदा हसली. ''पकडायला पोलीस येतो, कलेक्टर नव्हे.''

''हे मलाही माहीत होतं!'' मी सावरून म्हटलं, ''तसं नव्हे, हाताखालच्या लोकांना सांगून तुला अटक करायला लावीन. बरं, ते जाऊ दे. या झाडाचं नाव माहीत नाही हे मान्य का करत नाहीस तू?''

''हो, मान्य मान्य. या झाडाचं नाव मला ठाऊक नाही. पण मी आता जाहीर करते की, या झाडाचं नाव आजपासून 'नीलांबरी' राहील. निदान आपल्या दोघांसाठी. तुम्हाला आवडणारा निळा रंग, निळं आकाश म्हणजे अंबर, अंबर म्हणजे वस्त्र. म्हणजेच माझी निळी साडी आणि हे सगळं आकाश पांघरून बसलेली मी... नीलांबरी!''

''मी फक्त कविता करतो, तू कविता बोलतेस. तू कविता आहेस, साक्षात कविता!''

पहिल्यांदा पॅलेसच्या कॉरिडॉरमध्ये भेटलो तेव्हा फक्त नजरानजर झाली होती. कादंबऱ्यांत लिहितात त्याप्रमाणे संपूर्ण शरीरात एक सूक्ष्म संवेदना विजेच्या हलक्या धक्क्यासरशी अंगभर चमकून गेली. वह्या-पुस्तकं घेऊन आम्ही पांगलो.

वर्गात पुन्हा नजरांची टक्कर झाली. एक नवीन स्फुलिंग पडल्यासारख्या कविता लिहायला लागलो. त्या सगळ्या कविता ताज्या फुलांसारख्या होत्या. लायब्ररीत पुस्तकांबरोबर त्यातली एक कविता तिच्याकडे गेली, म्हणजे पाठवली. पुस्तकांबरोबर परतलं ते एक लांबलचक पत्र. कित्येक महिने पत्रापत्री सुरूच. एक संवाद सुरू होता. छोट्या-मोठ्या गोष्टी, मित्रांमधली भांडणं, मैत्रिणींचे स्वभाव-विशेष, शिकवताना सरांच्या लकबी... सगळ्या गोष्टी व्यक्त करायला एक नवं माध्यम मिळालं.

स्नेहसंमेलनाच्या कला आणि क्रीडा यांच्या निमित्तानं भेटायची संधी मिळायला लागली. कधी कँटीनमध्ये ग्रुपनं वडासांबार, मिसळ, चहा होऊ लागला. गप्पांना नवनवी निमित्तं मिळू लागली. पत्रांचा ओघ सुरूच होता; पण त्या पत्रांना नवीन दिशा मिळाली.

जणू एका नवीन रस्त्यावरून एका नवीन प्रवासाची सुरुवात झाली.

एवढ्याशा छोट्या कॉलेजात फुलत असणारी ही सुरम्य बाग लोकांच्या नजरेत भरायला लागली. नकळत संकोचाचं आवरण आमच्यात येऊन उभं ठाकलं. भेटी फक्त कॉलेजच्या बाहेर होऊ लागल्या.

विद्यापीठाच्या परिसरात खांडेकरानं, वाशीनाक्याला घोरपडेनं, शारदासमोर कुलकर्णींनं आणि माळी कॉलनीत सुषमानं पाहिलं. जणू सगळ्या शहरात पाहण्यासारखे आम्हीच होतो. सरांनीही पाहिलं असणार! एकदा बसमध्ये कसबेकरही भेटला. सगळ्या कॉलेजला आमच्या तथाकथित प्रेमप्रकरणाची माहिती असणार!

तासाच्या मध्येच 'प्राचार्यांनी पीरियडनंतर बोलावलंय' असा निरोप मिळाला. 'काय असावं बरं?' शंकेनं मन व्याकूळ. प्राचार्यांकडे गेलो.

''आत येऊ का सर?''

''ये ये, बैस. काय, अभ्यास वगैरे कसा चाललाय? महत्त्वाचं वर्ष आहे. कॉलेजच्या दृष्टीनंही आणि तुझ्या दृष्टीनंही.''

''ठीक चाललाय अभ्यास सर. तुमच्या अपेक्षांना उतरण्याचा पूर्ण प्रयत्न करीन सर.'' मी विश्वासपूर्वक बोललो. सरांना थांगपत्ता लागू द्यायचा नाही, असं मी ठरवूनच टाकलं होतं.

''तुझ्याविषयी मला पूर्ण खात्री आहे. पण काही लोक... लोक नव्हे, खरं तर काही प्राध्यापक म्हणतात, तुझं अभ्यासाकडे लक्ष कमी आहे!''

सरांनी मला बरोबर पकडलं होतं आणि तरीही सर योग्य शब्दांच्या शोधात होते. एरवी शब्दांवरती पकड बसवणारे सर एकही शब्द बेसावधपणे जाऊ नये याची काळजी घेत होते. सर थोडं थांबल्याचं पाहून मी माझं शस्त्र काढलं–

''सर, माझे ट्युटोरियल्सचे मार्क पहा. माझा अटेंडन्स तपासा, टर्मिनलचे मार्क बघा, मी सगळ्या विषयांत प्रथम आहे सर! सरासरी ७० टक्क्यापेक्षा जास्त मार्क आहेत मला.''

''ते सगळं ठीक आहे. मला माहीतही आहे. पण काय आहे, सगळे म्हणतात– तू मुलींबरोबर फिरतोयस. यात खूप वेळ वाया जातोय. अजून तुला खूप पुढं जायचंय, मोठं व्हायचंय. आमच्या सगळ्यांच्या खूप अपेक्षा आहेत तुझ्याकडून...''

''सर, मी एवढंच सांगू शकेन की, मी कोणतंही चुकीचं काम करत नाहीये. करणार नाही... तुमच्या माझ्याविषयीच्या अपेक्षा फोल ठरणार नाहीत, हेही वचन देतो...''

''ऐक, ऐक मी काय म्हणतो! तुझ्यापेक्षा जास्त पावसाळे पाहिले आहेत म्हणून, एक मित्र म्हणून... बोलतो...'' प्राचार्यांच्या डोळ्यांत अपूर्व मैत्रीभाव दाटून आला होता. वयाचं अंतर भेदून खूप जुन्या मित्रासारखं विश्वासात घेऊन बोलू लागले,

''खरं तर माझे सहकारी प्राध्यापक जे काही म्हणतात त्यात तसं काही तथ्य नाही. आपल्याकडे सगळ्यांचीच मनोवृत्ती इतकी खुजी असते की, स्त्री–पुरुष संबंधात काहीही

चांगलं हे लोक पाहू शकत नाहीत. तुझ्या मुलींबरोबरच्या मैत्रीला माझी काहीच हरकत नाही. खरं तर स्त्री-पुरुष संबंध हा निसर्गस्वभाव आहे. तुझ्या वयातल्या मुलामुलींमध्ये संवाद असणं आवश्यक आहे. आपल्याकडे स्त्री-पुरुषांमधलं नातं इतकं विचित्र... ज्याला इंग्रजीत ऑकवर्ड किंवा अन्कंफर्टेबल म्हणता येईल, असं असतं. आपली विचार करण्याची शक्तीच कोती होऊन गेलीय. जोपर्यंत मुलामुलींच्यात विचारांची देवाणघेवाण नाही... एकमेकांना समजून घेण्याची इच्छा नाही, तोपर्यंत स्त्री-पुरुष संबंधात मोकळेपणा आणि निरोगीपणा खऱ्या अर्थानं येणं शक्य नाही...''

सरांचा मूड वेगळा होता. आवाज विलक्षण शांत. जणू स्वत:च्या मनातलं शल्य सांगत होते. माझ्या मनावरचं दडपण थोडंफार कमी झालं. सर काय म्हणताहेत ते समजून घ्यायचा प्रयत्न करू लागलो.

''तुझ्या बाबतीत सांगायचं तर, तू या अबकड मुलीबरोबर फिरतोस ते तात्पुरतं बंद कर... तेच तुझ्या हिताचं आहे...''

हा म्हणजे बाँबच होता. स्त्री-पुरुष संबंधाबाबत असं काहीसं मूलभूत बोलून मला जाळ्यात पकडण्याचा सरांचा विचार असावा.

मी चमकून विचारलं, ''पण का सर? आणि तात्पुरतं म्हणजे तरी किती दिवस?'' माझा आवाजही गरजेपेक्षा मोठा होता.

''या क्षणी या प्रश्नाचं उत्तर देणं कठीण आहे. या वयात मन भावनाशील असतं. आमची सगळ्यांची इच्छा आहे, तू खूप खूप चमकावंस. जगभर नाव कमवावंस, मोठा व्हावंस, म्हणून तर तुला या कॉलेजमध्ये बोलावून घेतलं. तुझ्याबरोबर आमचीही जबाबदारी आहे...''

सरांनी मला जाळ्यात पूर्णपणे घेरलं होतं. काय बोलावं काही सुचतच नव्हतं. सर बोलत राहिले,

''...आम्हाला तुझ्या भविष्याची चिंता वाटते. तू या गोष्टींमध्ये गुंतू नयेस अशी आमची इच्छा आहे. तू शहाणा आहेस. विचार करून निर्णय घेशील यात शंका नाही.''

''ठीक आहे सर...'' मी उठलो. चेंबरमधून बाहेर पडलो. तडक पॅलेसमधून निघालो. एखाद्या प्रचंड झंझावातातून चाललो होतो मी. चारी बाजूला घनदाट जंगल, रस्ता चुकलेला, पाऊस कोसळतोस, अंधार विरत जाणारा, तुफान वादळी वारा... कधी इकडे कधी तिकडे. शुद्ध हरवून गेली.

एरवी प्राचार्यांच्या व्यक्तित्वाचं विश्लेषण करण्याचा प्रश्नच नव्हता. उंच देहयष्टी, घारे डोळे, लांबसडक नाक, सफाईदार इंग्रजी, मुंबईतल्या सरकारी कॉलेजातून डेप्युटेशनवर आलेले. कित्येकदा शिवाजी पेठेतल्या घरापासून कॉलेजला सकाळी चालत जाताना त्यांना पाहायचो. झपाझप चालणारा त्यांचा धिप्पाड, उंच देह सगळेच पाहत राहायचो. प्राचार्य गाडीतून आले पाहिजेत ही आमची समजूत त्यांनी चुकीची ठरवली.कॉलेजला

जाताना-येताना ते पायीच चालायचे.

त्यांची-माझी ओळख कदाचित झालीही नसती. मी दुसरीकडेच ॲडमिशन घेऊन मोकळा झालो होतो. शाळेच्या प्राचार्यांना त्याविषयी सांगायला म्हणून गेलो आणि...

"बरं झालं तू आलास, नाही तर तुला कुठे शोधायचं हा विचार करत होतो..." - सर.

"काय झालं सर? सगळं ठीक तर आहे ना?" मी काळजीच्या सुरात.

"हे बघ, तुझ्या वतीनं मी एक वचन दिलंय. हे जे पॅलेसमध्ये कॉलेज आहे ना, तिथल्या प्राचार्यांनी पाच प्राध्यापकांना माझ्याकडे पाठवलं होतं. त्यांना तू हवायस. त्यांच्या कॉलेजमध्ये..."

"पण सर... मी आधीच प्रवेश घेऊन ठेवलाय!"

"प्लीज, तसलं मला काही सांगू नकोस. प्रवेश दुसरीकडे घेतला असलास तर कॅन्सल कर. अरे, ते सगळे लोक दोन तास बसून होते. माझ्याकडून वचन घेतलं तेव्हा उठले. फार उत्साही दिसतात हे प्राचार्य. तुला विद्यापीठात पहिलं आणायची जबाबदारी घेतायत ते स्वत:च्या डोक्यावर!"

"पण सर, मी जिथं प्रवेश घेतलाय तिथले लोक काय म्हणतील?"

"लोक काय म्हणतील याचा विचार करायची ही वेळ नाही. तुला स्वत:चं आयुष्य घडवायचंय. अर्थात, तुझ्यावर कोणतीही गोष्ट लादायची माझी इच्छा नाही. मी या प्राचार्यांना वचन दिलंय की, तू त्यांची भेट घेशील. भेटीनंतर तुला तिथं जावंसं वाटलं नाही तर तुझा मार्ग तुला मोकळा आहे. तुला योग्य वाटेल ते तू कर."

"मी त्यांची भेट घेईन सर!" मी वचन दिलं.

दुसऱ्याच दिवशी पॅलेसच्या रस्त्याला लागलो. खूप पूर्वी सहावीत असताना जिल्हा साक्षरता समारंभ पॅलेसच्या आवारात आयोजित केला होता. आम्ही सगळे खुर्च्या भरण्यासाठी आमंत्रित होतो. अचानक पाऊस सुरू झाला. अगदी टपोरे थेंब पडू लागले. रंकाळ्यातल्या पाण्यावर पडणाऱ्या पावसाकडे बघत चालताना कमालीची गंमत वाटली. भाषणं झाली. कौतुक, हारतुरे झाले. जिल्हा साक्षर झाला म्हणजे गौरवाचाच क्षण! गावी सुट्टीवर गेलो तेव्हा काकू, अक्काला "वाचता येतं का?" विचारलं.

"थोडंफार येतं. पण विसरूनही गेलो."

"पण हे लोक तपासायला येतात ना?"

"हो, तपासून तर गेले. या सगळ्या डब्यांवर गहू, डाळ, जोंधळा हे सगळं लिहिलंय ते वाचून दाखवायचं होतं. आम्हाला तर माहीतच होतं, प्रत्येक डब्यात काय आहे ते. ते विचारतील तसं सांगत गेलो. वाचण्याचा प्रश्नच नव्हता."

जिल्हा गौरवाच्या आधी ग्राम गौरव आणि तालुका गौरवही झाला होता. पावसाचा संदर्भ घेऊन कुणीतरी पुढारी बोलला, 'जिल्हा सगळा साक्षर झाला हे पाहून वरुणराजाच्याही

डोळ्यांत आनंदाश्रू आले.'

त्या समारंभानं मीही भारावून गेलो होतो. पण गावात निरक्षरांच्या झुंडी पाहायला मिळाल्या तेव्हा परत जमिनीवर आलो.

पॅलेसच्या पायऱ्या चढताना एक अभूतपूर्व आनंद होत होता. खरं तर इमारतीच्या परिसरात शिरल्याबरोबर एका वेगळ्याच विश्वात प्रवेश केल्याचं जाणवत होतं. समोरचा भव्य बगीचा, त्यातले सुंदर कारंजे, गुलाबाचे अगणित नमुने, भव्य प्रवेशद्वार, संगमरवरी पायऱ्या, नक्षीदार भिंती आणि कोरीव छत. इथल्या प्राचार्यांनी मला बोलावलं होतं. कसे असतील ते? काय म्हणतील?

पहिल्या मजल्यावरच्या खाकी कपड्यातल्या शिपायाला "प्राचार्य कुठे बसतात?" म्हणून विचारलं.

"सरळ पुढे जा. डावीकडची कोपऱ्यातली खोली." कोपऱ्यात अजून एक खाकी कपड्यातला वीरपुरुष उभा होता. "प्राचार्यांना भेटायचंय. साळुंखे सरांनी पाठवलंय." तो आत गेला तसा बाहेर आला. 'आत जा' अशा अर्थाची खूण केली.

चप्पल, साधा सदरा, बेलबॉटम या वेशात मी प्रवेश केला. "नमस्कार सर, साळुंखे सरांनी पाठवलंय. एकदा भेटून घे म्हणाले, म्हणून आलोय. सर, तुमचा निरोप मला मिळालाय, पण मी आधीच..."

"माझं थोडं ऐकून घे. त्यानंतर योग्य तो निर्णय घे. दुसरीकडे तू प्रवेश घेतला असशील. पण इथं आम्हाला तू हवा आहेस. तुझ्या भविष्यात सहभागी व्हायची संधी आम्हाला हवी आहे. तुझ्यातलं स्फुलिंग आम्ही ओळखलंय. ते चेतवून त्याला प्रकाशमान करायचंय आम्हाला.

सरांच्या बोलण्यात निग्रहीपणा होता. बोलताना हालचाल कमी, फक्त डोळे रोखून बोलायची खास लकब होती. त्यांच्या डोळ्यांत एक अपूर्व चमक होती. माझा पूर्वपरिचयच नव्हे, तर खूप जुनी ओळख असल्यासारखे विश्वासाने बोलत होते आणि या सर्वांहून माझ्या प्रत्येक बारीकसारीक गोष्टी सरांना ज्ञात होत्या. माझ्यात इतका रस घेऊन इतकी महत्त्वाची व्यक्ती – एका कॉलेजचे प्राचार्य बोलताहेत ही विश्वास न बसण्यासारखी गोष्ट होती. सर बोलत राहिले–

"तुझ्या शिक्षणाला योग्य वाटणाऱ्या सर्व गोष्टी तुला विनामूल्य मिळतील. पुस्तकांचा संच मिळेल, प्राध्यापकांना तुझ्यावर खास लक्ष ठेवण्याची सूचना मिळेल. तुझ्या अभ्यासावर सगळ्यांची वैयक्तिक देखरेख राहील. तुझ्या शाळेला मासिक प्रगती पत्रक पाठवू..."

सरांच्या उत्तेजनाला सीमा नव्हती. मी केव्हाच हतबल झालो होतो. बोलण्यासारखं काही नव्हतंच. मला थोडीफार संस्कृतची काळजी वाटत होती. मी म्हणालो,

"सर! बी.ए.पर्यंत एक विषय म्हणून तरी संस्कृत ठेवण्याची इच्छा आहे माझी. आपल्या कॉलेजमध्ये या बाबतीत माझी थोडी अडचण होईल."

क्षणभर, अगदी क्षणभरच सरांनी विचार केला. मग म्हणाले,

''तुझी संस्कृतची खास व्यवस्था करू. विद्यापीठाकडे फक्त एका विद्यार्थ्या-साठी संस्कृत विषय ठेवण्यासाठी परवानगी मागू. एकट्यासाठी शिकवायची व्यवस्था करू. हा माझा शब्द आहे.''

अविश्वास वाटण्यासारखं काही नव्हतंच. सरांचा निर्धार पक्का होता आणि त्यासाठी पैसा, गैरसोय यांची पर्वा न करता निर्णय घ्यायचं त्यांनी केव्हाच ठरवलं होतं. मी शांत बसून होतो. हे पाहून सरांनीच बोलणं सुरू ठेवलं, ''हा प्रवेश अर्ज आहे. याच्यावर सही करून दे. बाकीच्या गोष्टींची पूर्तता नंतर करता येईल. पंधरा तारखेपासून कॉलेज जॉईन कर.''

सही केली. सरांना नमस्कार केला. खरं तर मी भारावून गेलो होतो. आभाराचे शब्दही बोलवत नव्हते. चाचरतच बोललो,

''सर, काय बोलावं समजत नाही. तुमच्यासारखे गुरू अजून आहेत या जगात, यावर सांगूनही विश्वासच बसत नाही. इथं प्रवेश घेईन असं स्वप्नातही वाटलं नव्हतं. पण तुम्ही केव्हा गंडा बांधलात हे लक्षातही आलं नाही. सर, मी तुमचा आभारी आहे. परमेश्वर मला तुमच्या अपेक्षा पूर्ण करण्याचं बळ देवो. निघतो सर...''

''अरे! थांब थांब, अजून माझं बोलणं संपलं नाही. आजच शाहू बोर्डिंगला जाऊन शिंद्यांना भेट. तुझ्यासाठी एक खोली तिथं आरक्षित करून ठेवलीय. अभ्यासाचं वातावरण असणं आवश्यक आहे. बी.ए. होईपर्यंत तू तिथं विनामूल्य राहायचं. याशिवाय कॉलेजच्या वतीनं या वर्षी सुरू करण्यात येणारी 'महात्मा फुले शिष्यवृत्ती' तुला देण्यात येईल. त्यात तुझा बाहेरचा खर्च निघेल. बाकी कोणताही प्रश्न असेल तर तडक मला येऊन भेटायचं. बाहेरचा शिपाई आजपासून तुला इथं येताना अजिबात मज्जाव करणार नाही. एका नव्या प्रवासाला आपण दोघं मिळून सुरुवात करू.''

उठलो. सरही उठले. दरवाजापर्यंत आले. म्हणाले, ''ज्ञान अमर्याद आहे. ते भरभरून घे. सगळं जग वाट पाहतंय तुझी. ज्ञानाची कवाडं उघडी आहेत. अमृत कुठपर्यंत प्राशन करायचं ते तू ठरव. यशस्वी हो.''

खांद्यावर थोपटल्यासारखं करून सर परतले. मी चालत नव्हे, तरंगतच समोरच्या व्हरांड्यात आलो. समोर रंकाळ्याचं पाणी सोनेरी सूर्यकिरणांत चमकत होतं. काठावरची झाडं मंद डुलत होती. हातातल्या मर्ढेकरांच्या कविता माझ्याकडे भरल्या डोळ्यांनी पाहत होत्या. बागेतून चालताना सहजच मर्ढेकर गुणगुणू लागलो,

'दंवात आलीस भल्या पहाटे शुक्राच्या तोऱ्यात एकदा
जवळून गेलीस पेरीत अपुल्या तरल पावलामधल्या गंधा...'

सरांचा संपर्क वाढत गेला, तसा त्यांच्याविषयीचा आदरही. एकाच सायकल-वरून अशोक, संभाजी आणि मी- तिघे चाललो असताना समोरून सर येत होते. त्यांनी थांबवलं. ''तुमचं आयुष्य मोलाचं आहे. असं कराल तर अपघातात ते वाया घालवाल.''

संमेलनावर कमीत कमी खर्च, कॉलेजात उपस्थितीवर जोर, परिसरात शिस्त हवी. बागेतल्या फुलांना हात लावता कामा नये. नोटीस बोर्डावर दररोज एक नोटीस 'असे करावे, तसे करू नये.' 'फुलं रसिकमनाने आस्वादायची असतात. कुणी तोडताना दिसलं तर दंड भरावा लागेल.' वगैरे.

माझ्यावर सरांची खास देखरेख होती. दररोज पाचदहा इंग्रजी पानं वाचायची. अवघड शब्दांची नोंद ठेवायची. अर्थ पाहायचा. तो लिहून समजावून घ्यायचा. दररोज वीस नवीन इंग्रजी शब्द सरांना दाखवायचे. त्यांनी प्रत्येक शब्दाचा अर्थ विचारायचा. तो सांगितल्यावर सर शब्दांच्या छटा, त्यांची निर्मिती, एका शब्दाशी संबंधित बाकीचे अगणित शब्द – समान अर्थाचे, विरोधी अर्थाचे या सर्वांबद्दल तपशीलवार सांगायचे. सगळ्या शब्दांना वाक्यात वापरून दाखवायचे. स्वतःच्या व्यस्त दिवसातली वीसेक मिनिटं दररोज मला द्यायचे.

इंग्रजीबद्दल त्यांना अतोनात प्रेम. प्रादेशिक माध्यमांबद्दल अतिशय चीड. 'इंग्रजीसाठी जर तुम्ही मोर्चा काढलात, तर तुमचं नेतृत्व करायला तयार आहे मी.' असं वारंवार म्हणायचे. माझ्या हातात वाचायला जेम्स हॅडली चेसची पुस्तकं देऊन म्हणायचे, ''तुला इंग्रजीची आवड लागावी म्हणून ही पुस्तकं देतोय. मी दिलीत म्हणून सांगू नको. एकदा वाचायची आवड लागली की, क्लासिक्स वाचायला लाग. नाही तर इंग्रजी बोअर व्हायला लागेल.''

माझा स्वतःचा इंग्रजी माध्यमाला विरोध होता. तत्त्व म्हणून 'इंग्रजी फेकून द्यायची असेल तर आधी तिच्यावर अधिपत्य मिळवा.' असं सर म्हणायचे, ते मात्र पटायचं. फक्त इंग्रजी चांगलं नाही म्हणून होणारी मराठी युवकांची पीछेहाट जाणवणारी होती. इंग्रजी सत्ता संपून कित्येक वर्षं उलटून गेली, पण तिच्या गुलामगिरीतून देश सुटला नाही. नोकरशाहीने या भाषेच्या माध्यमातून बहुसंख्य अशिक्षित समाजाचं शोषण चालूच ठेवलं आहे, असं वारंवार वाटायचं.

सरांच्या व्यक्तिमत्त्वाचा कळत नकळत बराच परिणाम माझ्यावर झाला. एकदा संध्याकाळी शिवाजी पेठेत रस्त्यावर भेटले.

''काय, कुठे चाललायस?''

''सर, शॉर्टहॅण्डचा क्लास जॉईन केलाय. तो संपवून घरी परत चाललोय. घरी म्हणजे होस्टेलवर!''

''हे शॉर्टहॅण्ड वगैरे सोडून दे. संध्याकाळी, सकाळी व्यायाम करत जा. तुझा जन्म गरुडभरारीसाठी झाला आहे, कावळ्या-चिमण्यांच्यात आयुष्य काढण्यासाठी नव्हे.''

शॉर्टहॅण्डचा क्लास सोडला. थोडाफार व्यायाम सुरू केला. सरांचा सगळ्यात आवडणारा गुण म्हणजे त्यांचा निर्धार. 'जे योग्य वाटेल ते करत राहणार' हे ब्रीदवाक्य असल्यानं पहिल्याच वर्षाअखेरीस दहा-बारा प्राध्यापकांना सरांनी काढून टाकलं. त्यांत माझे काही

आवडते प्राध्यापकही होते. अर्थात, त्यांच्या या राजकारणात मला पडण्याचं कारण नव्हतं. स्वतंत्रपणे मी सर्वांनाच भेटत होतो. माझ्यासमोर ना सरांनी कधी या प्राध्यापकांविषयी अपशब्द वापरले, ना या प्राध्यापकांनी सरांविषयी. जणू समोर चाललेले युद्ध आम्ही फक्त पाहत होतो. आम्हाला बघ्याची भूमिका मिळाली होती. कॉलेजमधला प्रवेश म्हणजे माझ्या दृष्टीनं स्वातंत्र्याचा नवा आविष्कार होता. सात वर्षं निवासी शाळेच्या पिंजऱ्यात राहून माझ्यातला पक्षी पहिल्यांदाच खुल्या आभाळात विहरत होता. वक्तृत्व, काव्य, कथाकथन, वादविवाद इ. नवनवीन क्षेत्रांत कॉलेजची ध्वजा फडकवू लागलो. निवडणुकीत सर्वाधिक मतांनी सी.आर. म्हणून निवडला गेलो. धडाधड दिग्विजय करत निघालो होतो. कॉलेजला ढाली आणि पेले मिळवून देत होतो.

या सर्व पार्श्वभूमीवर सरांचं मला 'या मुलीला भेटू नकोस' सांगणं तितकंसं आवडलं नाही. पण पर्याय नव्हता. सरांचा मी मनोमन आदर करत होतो. सरांचं ऐकून मी तिच्याशी बोलणं बंद केलं, भेटणं बंद केलं, ओळख दाखवणं बंद केलं. जणू अचानक स्वत:च्या विचारांवर संचारबंदी आणि जमावबंदी लागू केली. तिचं पत्र आलं,

'तू अचानक भेटणं, बोलणं थांबवलंस. फुलांच्या बागेत जणू एका रात्रीत काट्यांचं साम्राज्य आलं. तुझ्या या अबोलपणाचं कारण सांगितलंस तर जगणं सुसह्य होईल. तुला समजून घेण्यास मदत होईल. फक्त एकदाच का होईना, पण भेट ना!'

भवानी मंडपातून कात्यायनीची बस पकडली. दोघं एकत्र बसलो. गुपचूप. उतरल्यानंतर दर्शन घेऊन पलीकडच्या डोंगर उतारावर बसलो. सगळं सांगितलं. भेटणं कमी करू. महिन्यातून दोनदाच भेटू. कॉलेजामध्ये ओळख दाखवायची नाही. अभ्यासावर जोर द्यायचा. ज्या दिवशी भेटायचं त्या दिवशी जेवढा वेळ भेटीवर खर्च होईल त्याच्या दुप्पट वेळ अभ्यास करायचा. म्हणजे तीन तास भेटलो तर त्यानंतर सहा तास अभ्यास करायचा. कात्यायनीहून परतताना शाळेत भाषा विषय शिकवणाऱ्या बाईंच्या आई दिसल्या. आम्ही फटाफट सीट मागेपुढे करून बसलो. भवानी मंडपात उतरल्यानंतर फक्त डोळ्यांनीच एकमेकांचा निरोप घेतला, तेही बाईंच्या आईंना चुकवत.

ठरावाची अंमलबजावणी सुरू झाली. कॉलेजमध्ये एक-दुसऱ्याकडे न पाहणं ही सगळ्यात मोठी शिक्षा होती. विशेषत: नसिराबादकर सर 'प्रेमा तुझा रंग कसा' शिकवत तेव्हा देहभान विसरून ऐकत असू. पण काही वेळेस सहज लक्ष विचलित व्हायचं. ओढाळ मनाला काबूत आणणं कठीण जायचं. वेसण जोरात ओढण्याशिवाय दुसरा पर्याय नव्हता.

भेटी कमी होत होत्या. चोरून भेटण्यासारख्या जागाही फारशा नव्हत्या. दोघांच्याही ओळखी खूप. त्यामुळे कुणी ना कुणी भेटायचंच. त्यामुळे बऱ्याचदा बसमध्येच बसून शेवटच्या स्टॉपपर्यंत जायचं. तिथं उतरायचं, भटकायचं. पुन्हा बस पकडायची. परत शेवटचा स्टॉप. परत भटकंती. सहा सहा तास न जेवता, न खातापिता भटकायचं. निरोप घेतल्यानंतर घरी येऊन दुप्पट अभ्यास करायचा. निदर्यपणे. याच दिवसांत कविता लिहिणंही

मोठ्या प्रमाणात सुरू झालं. तिच्या सहवासाच्या अभावावर कविता हे औषध बनलं होतं.

मंगलनं एक दिवस अचानक घरी बोलावलं. मंगल आमच्याच ग्रुपमधली. एक दोन वर्षांनी मोठी. आमचा म्हणून एक वक्तृत्व स्पर्धात नाव गाजवणारा, कविता वाचनात किंवा कथाकथनात भाग घेणारा चमू तयार झाला होता. मंगलच्या घरी आम्ही सगळे जात असू. पण या वेळी तिनं बोलावलं तेव्हा तिचा आवाज अतिशय गंभीर होता. मामला डेंजरस वाटला मला. गंभीर आवाजात मंगल बोलली, ''तिचे काका भेटले होते. त्यांनी तुला 'सगळे संबंध तोडून टाक, नाहीतर तुझं काही खरं नाही' म्हणून सांगायला सांगितलंय.''

एकेक नवीनच संकट समोर येत होतं. तरी भेटी थांबवणं जमणार नव्हतं. अभ्यासावरचा जोर वाढवला. विद्यापीठात प्रथम येणं गरजेचं होतं- तेही विक्रमी गुणांनी. सभोवती पसरणाऱ्या गुंत्यांना फक्त एकच पर्याय. फर्स्ट क्लास फर्स्ट विथ डिस्टिंक्शनचा षटकार. त्यानंतरच्या टाळ्यांच्या कडकडाटात सगळे विझून गेले पाहिजेत. स्वप्नांचा केवढा आधार वाटला होता तेव्हा!

पी.डी.चा निकाल लागला तेव्हा गावात होतो. 'पुढारी', 'सत्यवादी समाज' आणि 'नवसंदेश'मध्ये झळकलेला पहिल्या पानावरचा फोटो आणि बातमी पाहून थक्क झालो. विशेष गुणवत्तेसह प्रथम तर होतोच; पण पी.डी. आर्ट्सला विद्यापीठात नवीन विक्रम केला. वाऱ्यासारखा वाचनालयातून घरी परतलो. पटापट सगळ्यांच्या पायांवर डोकं ठेवलं. आनंदाचे कारंजे उडाले होते. म्हादूला बुगडांच्याकडून जेवढे असतील तेवढे पेढे आणायला सांगितले. अर्धी गल्ली अंगणात जमली- पेढ्यांची वाट बघत.

एवढ्यात पोस्टमन आला. माझं एक पत्र हातात दिलं. पाकिटावर बंडूचं ओळखीचं अक्षर होतं. मित्राचं पत्र सवडीनं वाचावं म्हणून खिशात कोंबलं. पेढे आले, वाटले. कौतुकाचे पाट भरून वाहत होते. मीही मनोमन सुखावलो. सगळ्या ग्रुपला केवढा आनंद झाला असणार! आणि नीलांबरी? तिला सुखाच्या किती फांद्या फुटल्या असतील! जणू एक युद्ध मी जिंकलं होतं- सगळ्या जगाविरुद्ध. सगळ्या चुकीच्या समजुतींविरुद्ध. आता सगळ्यांसमोर मान ताठ करून उभा राहणार. डोळ्यांत डोळे घालून बोलणार. मुख्य म्हणजे, नजर चुकवणार नाही. घाबरण्याचा आणि हटण्याचा प्रश्नच नव्हता. आता आक्रमक भूमिका मला घ्यायलाच हवी. नीलांबरी आणि माझ्या भेटीत कुणीच आड येऊ शकणार नव्हतं. त्या निळ्या फुलांच्या झाडाखाली पुन्हा एकदा निळ्या गालिच्यावर मैफल रंगणार होती. एका अनोख्या समाधानाची नदी मनातून वाहत होती.

जेवण झाल्यानंतर आडवा होऊन छताकडे बघत सुरू होणाऱ्या नव्या सत्राविषयी विचार करत होतो. सत्कार, अभिनंदन, फुलांचा वर्षाव आणि फुलांच्या आडून हळूच उगवणारी नीलांबरी. अरे बापरे! खिशातलं पत्र वाचलंच नाही. गडबडीत विसरूनच गेलो. चुरगळलेलं पत्र काढलं. वाचू लागलो आणि दशदिशांतून हजारो, शेकडो कानठळ्या बसवणारे आवाज व्हायला लागले. पायांखालची जमीन कुणीतरी तांडव नृत्य करत

असल्यासारखी हलू लागली. सपासप चारी बाजूंनी वार होऊ लागले. शिरस्त्राण, चिलखत, तलवारी, वाघनखं, ढाली. शत्रू पूर्ण तयारीनिशी पुढे सरकत होता. सहज मागे पाहिलं. फक्त खंदक. दोन्ही बाजूंनाही कुणी नाही. मी बेसावध, नि:शस्त्र, एकटा. अबीर-गुलालासारखा केव्हाच हवेत मिसळून गेलो होतो. ना प्राण, ना देह. रणांगणावर फक्त शांतता होती- झपाटणारी.

खूप जोर लावून डोळे उघडले. कसलीच जाणीव होत नव्हती. जणू छिन्नविच्छिन्न करून कुणीतरी माझे सगळे अवयव इतस्तत: विखरून टाकले होते. निर्धारपूर्वक मन एकवटलं. जाणिवांच्या हजार ज्वाळा मनाला पुन्हा चटके देऊ लागल्या. गेलेली वीज परत यावी तसे अचानक दिवे लागले. दुपारच्या पत्रातला मजकूर कुणीतरी टाईप करत असल्यासारखा डोक्यात खटखटू लागला.

'नीलांबरीचं उद्या लग्न आहे. दुपारच्या मुहूर्तावर. अचानक ठरलं. दोघांकडच्यांनाही पसंत पडलं. तयारीला वेळ मिळाला नाही. कुणाला कळवता आलं नाही. मुलगा कर्तासवरता आहे. चांगली नोकरी आहे. तुला कळवायची जबाबदारी माझ्यावर येऊन पडलीय. आयुष्यातलं हे सगळ्यात कठीण काम...'

म्हणजे जेव्हा दुपारी सगळे पेढे खात होते, तेव्हा अक्षता पडत होत्या, सगळे खुश होऊन नाचत होते, तेव्हा तिकडे बेंडबाजा वाजत होता. सर्व आशीर्वाद देत होते, तेव्हा लाडू, जिलेब्या वाढल्या जात होत्या. हॉलबाहेर फटाके वाजत होते.

कानाच्या पाळ्या तापल्या. हातात पेन घेतला. कागद ओढला. लिहायला सुरुवात केली. पानामागून पान जात होतं, पेन चालतच राहिलं. तीन तासांत बत्तीस पानांचं पत्र लिहिलं. नीलांबरीला शेवटचं पत्र. त्यानंतर हा अध्याय संपला. का झालं, कसं झालं याचा विचार करायचा नाही. पत्र लिहिल्यानंतर कसं बरं वाटलं! जणू शस्त्रक्रिया करून अडकून राहिलेल्या रक्तवाहिन्यांना पुन्हा मोकळं केलं. कॉलेजला पतरल्यानंतर श्रीलेखाकडून ते पत्र पाठवलं.

रंकाळा आणि सोबतीनं पहुडलेला हा रस्ता. सुखदु:खाच्या आठवणींचं जाळं. आयुष्याला प्रीतीची विलोभनीय किनार पहिल्यांदा इथंच मिळाली. पण तिचं क्षणभंगुरत्वही इथंच अनुभवायला मिळालं. कदाचित हे पाणी आणि हा रस्ता मला घडवत होता. नाहीतर त्या दिवशी त्या प्रसंगातून बचावणं शक्यच नव्हतं.

कॉलेजच्या निवडणुकीत दरवर्षी ग्रुपमधल्या एकाला सी.आर. करायचं असं जणू ठरूनच गेलं होतं. त्या वर्षी रमेशला उभं केलं होतं. निवडणुका जवळ आल्या होत्या. आमच्या उमेदवाराबद्दल आम्हाला खात्री होती. दुपारी कॉलेज संपवून घरी परतायला निघालो. बरोबर अशोक, रमेश आणि सुभाष.

पॅलेस आणि टॉवरच्या मध्ये आमची सायकल अचानक थांबवली गेली. दोन-तीन

धिप्पाड युवक आणि एक ओळखीचा चेहरा. सायकलीवरून उतरल्या-बरोबर आम्हाला घेरलं गेलं. त्यातला एक गलेलठ्ठ म्हणाला,

''रमेशला माघार घ्यायला सांग निवडणुकीतून!''

थोडासा गांगरलो होतोच मी. तरीही पटकन सावरून म्हटलं, ''का? कशासाठी? आणि मी का म्हणून सांगू त्याला माघार घ्यायला?''

''तुझं तो ऐकतो म्हणून तू सांगायचं. तो तुझा उमेदवार आहे.''

''हे बघा, त्याला माघार घ्यायची असेल तर माझी हरकत नाही. पण मी त्याला माघार घ्यायला सांगणार नाही...''

''काय? फार माजलायस तू! सांगतोस की नाही माघार घ्यायला, की फेकू रंकाळ्यात?''

रंकाळ्याकडे पाहिलं. मामला हातातून सटकत होता. शरीर कमावलेल्या या तीन-चार जवानांपुढं आम्ही काडीपैलवान शोभत होतो. काहीतरी मार्ग काढल्याशिवाय पर्याय नव्हता. मी समजुतीच्या स्वरात म्हणालो,

''तुम्हाला नेमकं काय हवंय तेच मला समजत नाहीये. तुमचा एखादा उमेदवार असेल तर त्यालाही आपण यशस्वी करू ना! वर्गातून तीन सी.आर. निवडायचे आहेत. प्रत्येकाला तीन मतं आहेत. दोनशेपैकी शंभर मतं तरी आमची नक्की आहेत. आपल्या शंभर लोकांना दुसरं मत तुमच्या उमेदवाराला द्यायला सांगू. म्हणजे आमचा उमेदवार मागे घ्यायचा प्रश्न नाही आणि तुमचाही जिंकून येईल.''

गलेलठ्ठांच्या डोक्यात प्रकाश पडला. भांडणात तथ्य नाही हे त्यांनी ओळखलं. त्यातल्या ओळखीच्या चेहऱ्याला बोलावून त्याला दम दिला, ''काय राव! एवढ्यासाठी बोलवलंसा व्हय आम्हाला? सरळ भेटून हा प्रश्न सोडवता आला असता तुमाला!''

मीही त्यांना साथ दिली. ''कमाल आहे, एवढ्यासाठी तुम्ही आम्हाला रंकाळ्यात फेकणार होता की काय? आम्ही रंकाळ्यात मेलो असतो तरी तुमचा निवडणुकीत विजय होणं शक्य नव्हतं. चला, या निमित्तानं तुमचा परिचय झाला. वाईटातून थोडंफार चांगलं निघालं.''

आम्ही हस्तांदोलन केलं. हसत हसत एकमेकांचा निरोप घेतला. पाठ वळताच निश्चय केला, याला कुठल्याही परिस्थितीत निवडणुकीत पाडायचंच. म्हणे 'रंकाळ्यात फेकू का तुम्हाला?'

ओळखीच्या चेहऱ्याला निवडणुकीत पाडलं. हाताच्या बोटांवरती मोजण्याइतकी मतं त्याला मिळाली. त्यानंतर त्यानं जवळजवळ कॉलेज सोडलंच. त्याने आमच्यावर सोडलेल्या पैलवानांशी मात्र आमची मैत्री झाली. त्यातला एक तर पुढे शरीरसौष्ठवात 'महाराष्ट्र श्री' झाला. आमची मैत्री मुंबईत असेपर्यंत टिकली. त्यानंतर मात्र भेट नाही. हे सगळे पैलवान मुळातले मारामारीतले नव्हतेच. फक्त मित्राला मदत करायला आले होते.

त्या छोट्या प्रसंगानं खूप शिकवलं. वर्गातल्या शेकडो लेक्चर्सच्या तुलनेनं तो एक धडा जास्त महत्त्वाचा होता. वर्गात फक्त एक चौकट दाखवली जाते. त्यातलं चित्र मात्र ज्यानं-त्यानं आपापल्या मगदुराप्रमाणे रस्त्यावरच बनवायचं असतं. इमारतीत बसायचं शिक्षण मिळतं. चालायचं असेल तर बाहेर उघड्यावर यावं लागतं. कधी तापलेल्या उन्हात, कधी खडकाळ रस्त्यावरून, तर कधी पावसाची ओली सोबत. प्रत्येक रस्त्याचं रूप नवं... गंध नवा...आणि दर्शनही नवं.

केंद्रीय लोकसेवा आयोगाच्या परीक्षेत पास झाल्यानंतर सेवेत रुजू होण्यापूर्वी मसुरी या उत्तर प्रदेशातील थंड हवेच्या ठिकाणी खास प्रशिक्षण असतं.

मसुरीतल्या या प्रशिक्षणाचा भाग म्हणून ग्रामीण प्रशिक्षणासाठी उत्तर प्रदेशातल्या उन्नाव जिल्ह्यात पाठवण्यात आलं. 'ग्रामीण प्रशिक्षण' हा आय.एस.एस., आय.एफ.एस. इत्यादी स्पर्धा परीक्षेत पास झालेल्यांसाठी आवश्यक अभ्यासक्रम आहे. ग्रामीण भागातील जनतेचं जीवन पाहता यावं, त्यांच्या समस्यांचं आकलन व्हावं, त्यांच्या जीवनातल्या दररोजच्या झगड्यांचं थोडंफार प्रत्यक्ष दर्शन भावी प्रशासकांना व्हावं, ही या ग्रामीण प्रशिक्षणामागची कल्पना.

खेड्यात जन्मल्यामुळे, तिथल्याच जीवनाचा अविभाज्य भाग म्हणून कित्येक वर्षं राहिल्यामुळे, खेडं मला परकं नव्हतं. माझ्या नागरी मित्रांच्यात ग्रामीण वास्तव्याबद्दल निर्माण झालेलं औत्सुक्य मी मजेनं पाहत होतो. विचार आला, भारतवर्ष ८०% ग्रामीण आहे असं उठल्याबसल्या आम्ही म्हणतो आणि तरीही देशातल्या सर्वश्रेष्ठ समजल्या, मानल्या जाणाऱ्या या सेवांमध्ये निवड होणाऱ्यांना खेड्याची औपचारिकरीत्या ओळख करून द्यावी लागते, याचा अर्थ काय? अत्यंत खडतर गणल्या जाणाऱ्या या परीक्षेत पास होणाऱ्यांत खेड्यातल्या मुलामुलींचा अभाव का? दोन-तीन आठवड्यांच्या प्रशिक्षणात खेडं लक्षात येईल कसं? कशी कळतील या शहरी मुलामुलींना खेड्यातली सुखदुःखं? भावी प्रशासनात महत्त्वाचे निर्णय घेताना काय फायदा होईल या टीचभर प्रशिक्षणाचा? कसा कळेल यांना गरिबी आणि अज्ञानाच्या गर्तेत रुतून बसलेला माझा समाज?

खेड्यातलं वास्तव्य म्हणजे या सगळ्या भावी अधिकाऱ्यांना थ्रिल आणि एक्साइटमेंट वाटत होती आणि तरीही राहण्यासाठी गेस्ट हाऊस, सर्किट हाऊस किंवा इन्स्पेक्शन बंगला, चांगल्यात चांगला कसा मिळेल याचा प्रयत्न सुरू होता. सुखसोयी असलेल्या गावात कसं जाता येईल याची खटपट होती. विचार केला तर बुचकळ्यात पडायला होतं. खोल विचार केला, तर विचारसरणीत, व्यवस्थेत असणाऱ्या त्रुटी अस्वस्थ करून सोडतात. खेड्यापाड्यांतली पोरं शिकतात, उकिरड्यातनं बाहेर पडावीत म्हणून हाडाची काडं करणारे माझे सगळे गुरुजन माझ्यासमोर उभे राहतात. महात्मा फुल्यांचा सुरकुतलेला चेहरा, अस्सल ग्रामीण पटका मनासमोरून हलत नाही. कर्मवीरांची दाढी, करारी चेहरा,

अजानुबाहू देहयष्टी समोर उभी राहते. विठ्ठल रामजी शिंदे, आंबेडकर, आगरकर सर्वांशी एक कठोर संवाद सुरू होतो. या सगळ्यांची स्वप्नं कुठपर्यंत साकार झाली? अजूनही बहुसंख्य समाज असा असाहाय का? आणि कधीपर्यंत तो असा राहणार?

मी असा बहुसंख्य समाजाचा प्रतिनिधी आहे ही गोष्ट मला माहीत होती; पण तिची तीव्रतेने जाणीव झाली ती मसुरीत. 'मसुरी' हा शब्द नागरी सेवा स्पर्धांमध्ये उत्तीर्ण होऊ पाहणाऱ्यांमध्ये एखाद्या स्वप्नासारखा असतो. मसुरीचे वेध लागले की झपाटल्यासारखा स्पर्धा परीक्षांचा अभ्यास करावा लागतो. आय.ए.एस., आय.एफ.एस. आणि आय.पी.एस. अशा पदांसाठी उत्तीर्ण होणाऱ्या अधिकाऱ्यांचं प्रशिक्षण मसुरीत लालबहादूर शास्त्री राष्ट्रीय अ‍ॅकेडमीत होतं. एका सुंदर सकाळी मसुरीत माझं आगमन झालं आणि मग मी तिथे तीनएक महिने वास्तव्य केलं.

मसुरीत देशाच्या कानाकोपऱ्यांतून, अख्ख्या भारतातल्या सगळ्यात कठीण मानल्या जाणाऱ्या परीक्षेत पास होऊन आलेले युवक-युवती, खरं तर तो एक छोटा हिंदुस्थानच होता. कुणी दूरवरच्या आसाम-मेघालयातून, तर कुणी दक्षिणेकडच्या केरळ, तमिळनाडूतून. कुणी हिंदू, कुणी मुसलमान. या निवडक युवक-युवतींत आपलाही समावेश आहे याचा अभिमान आणि आनंद होताच. प्रत्येकाशी साधं साधं बोलत असतानाही आपोआप ज्ञानात भर पडत होती. खरं तर विविधतेत एकता असं आपण नेहमी म्हणतो, पण इथे त्याचा प्रत्यक्षात परिचय होत होता.

मिझोरामचा राल्ते, काश्मीरचा केवल शर्मा, पाटण्याचा प्रसाद, दिल्लीचा अनुराग, राजस्थानचा मदनलाल, कर्नाटकचा सुब्रमण्यम्, लखनौचा विनोद; सगळे वेगवेगळ्या प्रदेशांतून आलेले. तरीही एकमेकांना समजून घेण्यात कोणतीही अडचण वाटत नव्हती. आमच्या आतलं भारतीयत्व एक होतं. एकमेकांपासून हजारो मैल दूरवर राहूनही भाषा, संस्कृती या बाबतीतले फरक असूनही, आम्ही एकमेकांना कित्येक वर्षं ओळखत असल्यासारखे वागत होतो, बोलत होतो.

इतकं असूनही त्या दिवशी अ‍ॅकॅडमीच्या भोजनगृहात जी गोष्ट घडली, त्यामुळे मी बराच अंतर्मुख झालो. आम्ही सगळे डायनिंग टेबलच्या भोवती बसून जेवत होतो. अनुराग, मदन सगळे होते. बोलता बोलता भारतीय विदेश नीती वगैरेच्या संदर्भात चर्चा सुरू झाली. विदेश नीतीमधल्या त्रुटी, गुण यांची तपासणी होऊ लागली. अटीतटीवर येऊन सगळे बोलू लागले. आजूबाजूला बसलेले सगळे प्रशिक्षणार्थी अधिकारी सामील झाले. माझ्यासमोर डाव्या बाजूला फक्त थोडीफार तोंडओळख असलेला, पण सगळ्यांच्या परिचयाचा एक प्रशिक्षणार्थी होता. त्याचे वडील प्रतिष्ठित राजकारणी आणि त्या सुमारास दिल्लीत सत्तास्थानी होते. चर्चा रंगात आली असतानाच हा प्रशिक्षणार्थी मधेच बोलला,

''ज्यांना आपल्या टायची गाठही बांधता येत नाही असे लोकही जर विदेश सेवेत यायला लागले, तर आपल्या विदेश नीतीचं काय होणार हे न बोललेलंच बरं.''

माझ्यातल्या नागालाच कुणीतरी डिवचलं होतं. मी ताडकन फुत्कारलो, ''ज्यांना खेडं कशाशी खातात याची कल्पना नाही असे लोक जर भारतीय प्रशासकीय सेवेत येत असतील, तर ज्यांना टाय बांधता येत नाही ते विदेश सेवेत आले तर काय बिघडलं? टाय बांधणं ही सहज शिकता येण्यासारखी गोष्ट आहे; पण खेडी कशी समजणार? कसे निर्णय घेणार तुम्ही, जर खेडे काय आहे याचीच तुम्हाला कल्पना नाही...?''

माझा आवाज नकळत वाढला होता; पण माझ्या भावना खऱ्या होत्या. मला टाय बांधता येत नव्हता ही गोष्ट खरी, पण हिंदुस्थानात किती लोक टाय बांधतात? किती लोकांना टाय बांधण्याची खरी गरज आहे? साहेब देश सोडून गेला त्याला कित्येक दशकं लोटली आणि भारत हा उष्ण हवामानाचा प्रदेश आहे. इथं टाय बांधण्याचा प्रश्न कुठं येतो?

माझ्या मित्रांनी माझा संताप ओळखला. मध्यस्थी करून तो वादविवाद संपवला. पण ही समस्या खूप खोल होती. इतक्या उथळपणे तिचा विचार करून चालणारं नव्हतं. आणि माझा वादविवाद हा त्या मित्राशी नव्हताच, तर एका मूलभूत प्रश्नाशी होता. देशातले प्रशासक खेड्यातले आहेत की नाही, हाही प्रश्न नाही. त्यांना खेड्यातले प्रश्न कितपत समजतात, हा प्रश्न आहे. जे प्रशासक म्हणून येतात, त्यांना खेड्यापाड्याचं ज्ञान किती आहे याची वस्तुनिष्ठ तपासणी कुठल्याच टप्प्यावर होत नाही, ही खरी गोष्ट आहे.

माझ्याकडे टाय नव्हता असं नव्हे, कॉलेजमध्ये सी.आर. म्हणून निवडून आलो तेव्हा कॉलेजनं सुंदर टाय भेट म्हणून दिला होता. घाटगे सरांकडे जाऊन त्याची गाठ मारून घेतली. टाय घातला. पण घुसमटल्यासारखं झालं म्हणून काढून टाकला. ब्लेझर नसल्यामुळे फक्त शर्टवर टाय घालणं थोडंसं विचित्र वाटलं म्हणून स्नेहसंमेलनालाही टाय वापरला नाही.

केंद्रीय लोकसेवा आयोगानं अंतिम मुलाखतीला दिल्लीला बोलावलं तेव्हा, कपडे काय घालायचे, हा प्रश्न पडला. टाय वगैरे बांधण्याचा प्रश्नच नव्हता. नेहमीचीच शर्ट-पँट इस्त्री करून पांढरा शर्ट, काळी पँट असे कपडे घातले. खरं तर त्या वेळेस माझ्याकडे टाय नव्हताच. जुना कॉलेजमधला टाय कुठल्या तरी इंटरव्ह्यूला जाण्यासाठी हवा होता म्हणून प्रकाशला देऊन टाकला होता.

खेड्यातून वर येऊ पाहणाऱ्या मुलांचा संघर्ष सर्व पातळ्यांवर सुरू असतो. आयुष्यात सगळ्या गोष्टी बुद्धिमत्तेच्या जोरावर होऊ शकतात, हा भ्रम आहे. इंग्रजी फाडफाड बोलतो तो बुद्धिमान, असा सार्वत्रिक समज असलेल्या देशात ज्ञानाच्या वस्तुनिष्ठ कसोट्यांची अपेक्षा करणं चुकीचं आहे. जसं इंग्रजीचं, तसंच कपड्यांचं. दारिद्र्याचा दागिना जन्मत:च परिधान करून आलेल्या खेड्या-पाड्यातल्या मुलांना चांगल्या कपड्यांची आवड असली, तरी ती मिळणं कसं शक्य आहे?

कॉलेजमध्ये माझे होस्टेलवरचे सगळेच मित्र कसेबसे दिवस काढत होते. चांगलं खायला मिळणं अवघड, तिथे चांगले कपडे ही दुय्यम बाब असते. माझा अन् सुभाषचा जेवणाचा डबा गावाहून एस.टी.नं यायचा. तो आणायला अकरा-साडेअकराला स्टँडवर जायला लागायचं. एस.टी.चे तीन आणि डबा काढून ठेवणाऱ्यांचे दोन, असे प्रत्येकी पाच रुपये महिना द्यायचे म्हणजे अंगावर काटा यायचा. पुढे वसंतदादांच्या सरकारनं खेड्यापाड्यांतून विद्यार्थ्यांना एस.टी.तून मिळणाऱ्या या जेवणाच्या डब्याची वाहतूक मोफत करून टाकली, तेव्हा आमच्या आनंदाला पारावर राहिला नाही. खेड्यातून येऊन शहरात शिक्षण घेणाऱ्यांच्या अडचणींची कल्पना वसंतदादांसारख्या खेड्यातून आलेल्या माणसांनाच कळणं सोपं जाणार यात शंका नाही. वसंतदादांना कुणी सहकारमहर्षी, कुणी मुत्सद्दी राजकारणी म्हणून ओळखतं. पण आम्ही मात्र जेवणाच्या डब्यावरचा चार्ज पूर्ण नाहीसा करणारा मुख्यमंत्री या नात्यानं त्यांना ओळखतो. कधी कधी हा डबा चोरीला जायचा. कधी संप किंवा बंद अशा कारणांमुळे डबा यायचा नाही. कधी गाड्या उशिरा यायच्या. कधी आलेलं जेवण अर्धमुर्ध खराब झालेलं असायचं. काही वेळा जेवणाला सुट्टी, तर कधी अर्धपोटी. उन्हाळ्यात हमखास जेवण आंबायचं. संध्याकाळी दसरा चौकातल्या 'साधना' रेस्टॉरंटमधून वाटीभर आमटी आणि ब्रेड आणून दिवस (किंवा रात्र) ढकलायचा. सकाळी उठल्यानंतर चहा पिण्याची भानगड नव्हती. अंघोळ करून तयार होऊन कॉलेजला जाताना आनंदाश्रमात चहाचा कप जिरवायचा आणि त्यानंतर बारा वाजेपर्यंत उपाशीपोटी कॉलेजात व्याख्यानं ऐकायची. 'सैन्यं पोटावर चालतात', 'बुद्धानं आपल्या शिष्यांना उपाशीपोटी वचनं ऐकवली नाहीत-' हे सगळं वाचत आणि शिकत होतो ते मात्र उपाशीपोटीच!

अर्थात, माझ्यापेक्षा वाईट परिस्थिती असणारे विद्यार्थी बरेच होते. ज्यांचा गावाकडून डबा येत नाही, ज्यांना शिष्यवृत्ती नाही, राहायला जागा नाही, अशी पोरंही कॉलेजात शिकायची. अंकुश नावाचा माझा मित्र विजार आणि सदरा घालून कॉलेजात यायचा. मन लावून लेक्चर ऐकायचा. कॉलेज संपल्यानंतर तीन-चार तास कॉलेजच्या बागेत काम करायचा. बदल्यात कॉलेज त्याला दोन वेळचं जेवण, चार भिंतींची खोली आणि फी माफी द्यायचे. बसचे पैसे नसायचे म्हणून कित्येक मुलं दसरा चौकातून चालत कॉलेजपर्यंत यायची. सात-आठ किलोमीटरचं अंतर होतं ते. विचारलं तर बस चुकली म्हणून सांगायचे. ही सगळी मुलं मोठ्या धैर्यानं आयुष्याला सामोरी जात होती. अंघोळीच्या वेळेस, संडासच्या रांगेत, कॉलेजच्या कॉरीडॉरमध्ये कुठंही हसतमुख भेटायची; पण त्याखाली दडलेली उदासी होस्टेलवर राहिल्यानं सहज लक्षात यायची. मागासवर्गीय विद्यार्थ्यांना स्कॉलरशिप मिळायला उशीर झाला, तर त्यांचे हाल कुत्रे खायचे नाहीत. खाणावळ बंद व्हायची, कुणी उधारीवर द्यायचं नाही. कसंतरी फक्त जगत राहायचं, आशेवर.

शाहूमहाराजांनी हारीनं (ओळीनं किंवा एका पाठोपाठ एक) बोर्डिंगं काढली आणि

गावोगावची पोरं कोल्हापूरच्या बोर्डिंगात शिकायला आली. रस्त्यावर किंवा जनावरामागं भटकणारी पोरं ज्ञानामृत पिऊ लागली. कोल्हापूरच्या दसरा चौकात उभं राहिलं की, महाराजांच्या मोठेपणाचा साक्षात्कार सहज व्हायचा. मुस्लिम बोर्डिंग, जैन बोर्डिंग, सारस्वत बोर्डिंग, लिंगायत बोर्डिंग, मराठा बोर्डिंग- सगळ्या बोर्डिंगच्या इमारती. खरं तर बोर्डिंगच्या रूपानं समाजबदलाचे कारखाने महाराजांनी सुरू केले. कित्येक समाजधुरीण या बोर्डिंगमधून शिकले आणि राजकीय, सामाजिक क्षेत्रात चमकले. या बोर्डिंगने महाराष्ट्रात नेतृत्वाची एक नवी फळी निर्माण केली.

आमचा मारुती कांबळे नावाचा एक मित्र होता. त्याचा आवाज इतका सुंदर की, दरवर्षी कॉलेजच्या गॅदरिंगचा तोच हिरो असायचा. त्याच्या भोवती मुलींचा पिंगा सदैव असायचा. त्याची शास्त्रीय संगीत शिकायची इच्छा पूर्ण होऊ शकली नाही. कारण त्याची जात. समाजातल्या संगीत शिक्षकांना एक गरीब आणि त्यातही खालच्या जातीतला विद्यार्थी कसा चालेल? आजही मारुतीचा आवाज आठवला की जीव गलबलून जातो. केवढी जादू होती त्याच्या आवाजात! 'मधुबन में राधिका नाचे रे' हे गाणं त्याच्याकडून ऐकताना मनातून आनंदाची कारंजी उठत. 'संगीताला चांगला शिक्षक मिळत नाही' हे सांगताना त्याच्या चेहऱ्यावर दाटलेलं सावट आणि डोळ्यांतले मेघ आठवले की छाती भरून येते. एवढं असूनही समाजाविषयी कसलाही कडवटपणा त्याच्या मनात नव्हता. मारुती कांबळे हा एक शापित गंधर्व होता. मागासवर्गीय मित्रांची अवस्था 'आई जेऊ घालीना, बाप भीक मागू देईना' अशी होई. शिकल्यामुळे गावातलं जिणं नको वाटे. गाव आणि आत्मपीडा यांचा खोल संबंध होता. भावंडं गावातच असायची. आई-बाप गावात काम करायचे. त्यांनी गावातलं दरिद्री आणि गावकुसाबाहेरचं जीवन स्वीकारलं होतं. पण आंबेडकर आणि शाहूमहाराज यांनी ज्यांच्यात ठिणगी पेटवली होती, त्यांना गावी जाऊन गुलामीचं जोखड ओढणं नको वाटत होतं. गाव म्हणजे अवहेलना, अपमान आणि हेटाळणी यांचा अर्क होता. शहरात मिळेल ते काम करायचं, सुट्टीपुरतं गावी जायचं आणि परत शहरात यायचं, हाच त्यांचा क्रम होता. घरच्यांना मात्र 'शिकला सवरला आणि दुरावला' असं वाटायचं.

गावातून जे सुटले ते सुटले; पण जे गावात राहिले त्यांच्या नशिबी अजूनही भेदभाव अटळ आहे. न्यूनगंडाने पछाडून गेलेले माझे शाळेतले जुने मित्र, गावी गेलो तर चार शब्द बोलायलाही तयार नसतात. रावसू थोडंफार बोलतो. फार बोलायला त्याच्याकडे तरी काय आहे? चांगल्या मार्कांनी बी.ए. झाला, नोकरीसाठी प्रचंड धडपड केली; पण शेवटी परत गावीच! नाइलाजानं म्युझिकल बँडमध्ये सामील झाला. लग्नाच्या सुगीत रात्रभर वरातीसमोर वाद्यं वाजवत फिरायचं, दिवसभर झोपायचं. सुगी संपली की बेकारी. दिवसभर तक्क्यावर बसून राहायचं, समोरच्या गटारातले किडे बघत. कधीतरी छोटासा दगड फेकायचा आणि अंगावर उडालेलं गटारीतलं पाणी हातांनी पुसायचं. काय बोलणार

बिचारा! कधीतरी नोकरीसाठी मलासुद्धा विचारलं होतं त्यानं. त्यानंतर पुन्हा मला अडचणीत टाकणारा प्रश्न विचारतही नाही. फक्त हसतो, 'कसं काय, बरं आहे ना?' म्हणून मनापासून विचारतो. माझ्याकडेही त्याला विचारण्यासारखं काही नाही. त्याची आई रस्ता झाडायची. ती आता निवृत्त झाली असणार. बाप लहानपणीच कधीतरी सुटला होता. काय विचारायचं?

मोहन तर माझं तोंड चुकवतो. मला आठवतं, हा मोहन शाळेत खूप हुशार होता. पाढे वगैरे चांगले यायचे. शाळेत गणित चुटकीसरशी सोडवायचा. पण तिसरीनंतर त्याची शाळा अचानक सुटली. तो दुसऱ्यांच्या शेतात काम करायला लागला. अजनूही तेच करत असावा. आता भेटला तर दुरूनच हसतो. हातानेच 'ठीक आहे ना?' अशा अर्थाचा प्रश्न करतो आणि समाजमंदिरात किंवा चिंचेमागे अदृश्य होतो. अशा वेळी माझ्या अस्तित्वाची मनोमन लाज वाटते. त्यातल्या त्यात कल्लूचं बरं आहे. गावातल्या हायस्कुलात नोकरी लागली. दर महिन्याला पगार मिळतो. खर्च भागवून शिल्लक उरते. माळावरती बेघर योजनेतनं घर बांधलं. लग्न वगैरे झालं. छोट्या बहिणीचं लग्न केलं. स्थिरावला. घरी येऊन नमस्कार करतो, 'कसं काय' विचारतो. देवीच्या व्रणांनी भरलेला त्याचा चेहरा सोप्यातल्या ट्यूबलाईटच्या प्रकाशात चमकला की बरं वाटतं. कल्लूच्या नोकरीसाठी शिफारस केली याचा आनंद वाटतो.

जातीच्या या वरवंट्याचा मला कधीच उघडपणे त्रास झाला नाही, किंवा जाणवला नाही. कदाचित महार-मांग समाजात जन्म झाला नाही म्हणून असेल; पण जातिव्यवस्था वाईट, हे फार लहानपणी लक्षात आलं. गावातला बहुसंख्य समाज जैन, त्यापाठोपाठ लिंगायत, मराठी इत्यादी. ब्राह्मणांची एक-दोन घरं. शिंप्याची दोन घरं. त्यातलं आमचं एक. दुसरं वेशीजवळ. गल्लीतली सगळी घरं जैनांची. अपवाद फक्त तेली गड्यापांचा. जैनांच्या घरात मुक्तप्रवेश नव्हता. स्वयंपाकघरात तर मुळीच नाही. अर्थात, याला अपवाद होतेच. माझ्यावर माया असणाऱ्या गावातल्या बाया, सुट्टीत गेलो की आवडीच्या भाज्या बनवून घरी पाठवायच्या. शेडबाळ्यांची आकू खरवस पाठवायची, माळावरची सुशीला वांग्याची भाजी. कुणी काही, तर कुणी काही. तरीही स्वयंपाकघरात जाऊन बसायची मुभा नव्हती. जैन आम्हाला बरोबरीचे समजत नाहीत, हे माझ्या लक्षात आलं होतं. याउलट, ब्राह्मण घरं एक-दोनच होती; पण त्यांच्या घरी आम्हाला मज्जाव नव्हता. उलट, कौतुक आणि प्रोत्साहन मिळायचं. हमखास खाऊ मिळायचा आणि विशेष म्हणजे, त्यांच्या घरातल्या झोपाळ्यावरही बसायला मिळायचं. झोपाळ्यावर झुलत त्याच्या कड्यांचा आवाज ऐकणं खूप आवडायचं. तात्या प्रवचन करायचे, अण्णा भजनात पुढे असायचे, विठ्ठल मंदिराची सगळी देखरेख आमच्या घराकडे होती. त्यामुळे असेल, पण अरुण, मुकुंद, पंडित- सगळे आम्हाला मान द्यायचे. भेदभावाचा प्रश्न नव्हता. मराठ्यांची गल्ली दूर, त्यामुळे जाणंयेणं कमी. लिंगायतांकडेही कसला भेदभाव नसे.

जातीयवादालाही अनेक पदर होते, हेसुद्धा मला फार लवकर समजलं. जैनांच्या घरी जसा आम्हाला मुक्तपणे वागायला मज्जाव होता, तसाच मज्जाव आमच्या घरी महार– मांगांना होता. ते फक्त सोप्यापर्यंत येऊ शकत. त्यांच्यासाठी वेगळी कपबशी होती. विटाळ मानला जात होता. मला हे विचित्र वाटायचं. चुकीचं वाटायचं. तात्या प्रवचनात एकनाथ महाराजांचं उदाहरण सांगायचे; पण मग महाराचा तातोबा देवळाबाहेरच्या कट्ट्यावरच भजनाला का बसतो, हे मला समजायचं नाही. शाळेत शिकवणारे बरेचसे गुरुजी मागास समाजातले होते म्हणूनच ते कधीही घरी येत नसत. कल्लू, रावसू कधी कधी घरी आले तर 'बसा' म्हणून सांगण्यापेक्षा त्यांना घेऊन माळावर फिरायला जाणं सोईस्कर वाटायचं. पण त्यांच्या गल्लीत किंवा घरी जाऊन चिंचा, आवळे खाल्ले की, त्यांच्या आयांना खूप आनंद वाटायचा.

गावाचे हे सगळे रंग 'ग्रामीण प्रशिक्षणाच्या' दोन आठवड्यांत आमच्या प्रशासकांना कसे कळणार? गावात आणि नंतरच्या कोल्हापूरच्या वास्तव्यात ग्रामीण जीवनाच्या अनुभवाची जी शिदोरी मला मिळाली, ती नंतरच्या आयुष्यात सतत उपयोगी पडली. आपल्या एखाद्या छोट्याशा निर्णयाने दूरदूरवर खेड्यापाड्यांत राहणाऱ्या आणि दारिद्र्याने गांजलेल्या समाजावर कोणता परिणाम होईल याचे भान जेव्हा प्रशासक ठेवेल, त्या दिवसाची समस्त भारताला प्रतीक्षा आहे. पण जोपर्यंत हुरडा, मळणी, शिवाशिव, उतरंड, बोचकं, खरीप, खोडवं यांसारख्या शब्दांचा अर्थ प्रशासकांना पुस्तकात शोधावा लागेल, तोपर्यंत मसुरीत जाऊनही 'ग्रामीण प्रशिक्षणाची' आवश्यकता भासणार यात शंका नाही.

स्वतःच्या जन्माबाबत कोणताच माणूस अजूनही स्वत: निर्णय घेऊ शकत नाही. भविष्यातही असे ज्ञान मानवसमाजात येणे अशक्य. मी माझ्या साध्याभोळ्या आजोळी, तिथल्या उंबरठ्यावर जन्माला आलो, तेव्हा घरात बाळ जन्माला आल्याने वाटणाऱ्या नवलाईपलीकडे काही घडले असल्याची शक्यता नाही. बुधवारी जन्माला आलो आणि ज्ञानेश्वरांचा जन्म बुधवारचा म्हणून घरातल्या वारकरी परंपरेनुसार ज्ञानेश्वर नाव ठेवलं गेलं. आमच्या घरातल्या सगळ्या नावांत संत खचाखच भरलेले. नामदेव, एकनाथ, तुकाराम, रुक्मिणी इत्यादी.

आजोळी आमची दोन घरं. आमची म्हणजे आजोबांची. तशी एकत्रच, पण मध्ये एक दुसऱ्यांचं घर होतं. एक घर आकारानं थोडं लहान, तर दुसरं बऱ्यापैकी मोठं. माझ्या जन्माच्या दिवशी (५ नोव्हेंबर १९५८) आईच्या पोटात दुखायला लागलं म्हणून सोईस्कर जागा पाहण्यासाठी ती मोठ्या घराकडे यायला निघाली. सकाळची साडेपाच–पावणेसहाची वेळ. मोठ्या घराच्या उंबरठ्यापर्यंत कसंतरी येऊन कळा असह्य झाल्यानं आई उंबरठ्याजवळच बसली. पाच–दहा मिनिटांत तिथंच माझा जन्म झाला. उंबरठ्यात जन्म होणं याला काही खास अर्थ आहे की नाही कुणास ठाऊक, पण आता वाटतं की, या बाळाचा पाय उंबरठ्यात ठरणार नाही, असं तर देवाला सुचवायचं नसावं?

आजोळ काही खास श्रीमंत नव्हतं; पण मन लागावं अशा सगळ्या गोष्टी होत्या. आजोबा आणि आजी हे तिथलं आकर्षण. आजी सगळं घर चालवायची, तर आजोबा शिलाईचं दुकान आणि बाहेरची कामं सांभाळायचे. मामांना व्यवहारज्ञान थोडं कमी. शिलाईच्या कामापलीकडचं जग त्यांना माहीत नव्हतं. शिलाईमध्येसुद्धा मापं घेणं, कपडे कापण्याचं काम वगैरे आजोबा करायचे. याला थोडं जास्त ज्ञान लागतं. आजोळी सगळे पापभीरू, विठ्ठलभक्त. आजोबा तर माळकरी. सकाळी लवकर उठून अंघोळ करून गंध लावून ज्ञानेश्वरी वाचत बसायचे. त्यांच्या दंडावर, कपाळावर, पोटावर सगळीकडे गंध पाहून आम्हाला खूप गंमत वाटायची. नित्यनेमानं भजन-कीर्तनासाठी मंदिराकडे जात. आजीसुद्धा कामात अतिशय हुशार. काही काळ तिनं तर ग्रामपंचायतीत सदस्य म्हणून काम केलेलं. लिहिणं-वाचणंही यायचं. नेहमी कामात. स्वयंपाकघरात गेलं तर हळूच काही ना काही खाऊ हातात ठेवायची. मामी असली तरी घराचा खरा कारभार मरेपर्यंत आजीकडेच होता. व्यवहारातलं तिला कळायचं. पडत्या काळातसुद्धा आजी घराचा आधारस्तंभ होती. लोकांच्याकडे काही मागणं किंवा गरिबीचं भांडवल करणं, हे तिच्या स्वभावाविरुद्ध होतं. कंबर वाकली तरी शेवटपर्यंत ताठ राहिली.

आजोळी दहा-बारा एकर शेत होतं. आंब्याची झाडं होती. पानमळा होता. हसतखेळत दिवस जात होते. पण काळ बदलला. अगदी आमच्या नजरेसमोर. निसर्ग पूर्वीसारखा दयाळू राहिला नाही. पानमळे अदृश्य झाले. अधूनमधून दुष्काळ पडू लागला. सगळ्यांच्या तोंडचं पाणी पळालं. मामांच्या स्वभावामुळे आणि निसर्गाच्या कोपामुळे सगळं हाताबाहेर जाऊ लागलं. त्यातच मामांना पहिल्या चार मुलींनंतरचा मुलगा. परत मुलगी. परत मुलगा. मुलींची लग्नं जमवण्यात आणि करण्यात आजोबांचे सगळे पैसे आणि आयुष्य यांची नासाडी व्हायला सुरुवात झाली. घरात दारिद्र्याचं राज्य केव्हा सुरू झालं कुणालाच कळलं नाही. शेतं पिकत नव्हती, कारण घरची देखरेख नव्हती. स्वत:ची विहीर आणि पाणी असूनही घरात धान्य नव्हतं. नंतर तर तिथल्या दारिद्र्याला घाबरून तिथं वारंवार जायची भीती वाटायला लागली.

आमच्या आजोबांना तीन अपत्यं. माझी आई दोन नंबरची. तिच्या आधीची मुलगी वारली. मामा सगळ्यात लहान. तेरा वर्षांची असताना आईचं लग्न झालं. वडील त्या वेळी अठरा वर्षांचे होते. पहिली सात वर्षं आईला मूल झालं नाही. आजारपणातही काही काळ गेला. मध्यंतरी वडिलांनी दुसरं लग्न करावं असा आग्रहही घरातून झाला, पण वडिलांनी त्याला दाद दिली नाही. मोठा भाऊ नामदेवचा जन्म १९५३ साली झाला. छोटी बहीण रुक्मिणीचा जन्म माझ्यानंतर चार वर्षांनी, म्हणजे १९६२ साली झाला.

आमच्या गावाचं नाव लाट. याला अब्दुल लाट असंही म्हणतात. आता संक्षिप्त होऊन याचं अ.लाट झालंय. कोल्हापूर जिल्ह्यातील शिरोळ तालुक्यातलं हे गाव इचलकरंजीच्या पूर्वेला चार मैलांवर आहे. गावाच्या बाजूनं पंचगंगा नदी वाहते.

नदीपलीकडच्या नांदणी गावातून आमच्या पूर्वजांनी या गावात स्थलांतर केलं. घरी पिढीजात शिंपीकाम चालत होतं. आमच्या आजोबांची आई गंगा ही अतिशय कर्तबगार स्त्री होती. अर्थात, या कर्तृत्वसंपन्न पणजीची मला अजिबात स्मृती नाही. लहानपणी ती भावंडांना घेऊन दररोज सकाळ-संध्याकाळ देवळात जायची असं सगळे सांगतात. तर या पणजीनं आणि त्यानंतर आजोबा, माझे वडील आणि काका यांनी कष्टपूर्वक पंधरा-सोळा एकर जमीन विकत घेतली. कूळकायद्याच्या लाटेमध्ये सात-आठ वर्षं कोर्टकचेरी करावी लागली. पण निर्णय आमच्या बाजूने, म्हणजे समाधानकारक लागला.

वडिलांना एक मोठे बंधू आणि एक छोटी बहीण. छोट्या बहिणीचं लग्न होऊन तिला चांदूरला दिलं. या आमच्या चंद्रा आत्यालाही आम्ही पाहिले असे सगळे म्हणतात; पण मला ती अजिबात आठवत नाही. ती कॅन्सरने वारली. तिच्या मृत्यूचं वर्णन सगळे करतात. तिचे अतिशय हाल झाले.

एकत्र कुटुंबाचा प्रभाव असल्यानं आम्ही वडिलांना तात्या, आईला काकू म्हणू लागलो. काकांना अण्णा आणि काकूला आक्का; आजीला आई, तर आजोबांना बाबा म्हणायला लागलो. अण्णांना चार मुलं, दोन मुली आणि आम्ही तीन भावंडं. घरात गोकुळ होतं. मोठ्या चुलतबहिणीचं- ताईचं लग्न होऊनही ती घरीच होती. लग्नानंतर तिच्या नवऱ्यानं तिला छळायला सुरुवात केली. तिला एकदा परत घेऊन आल्यानंतर कधीच समझोता झाला नाही.

घरात सदैव नामसंकीर्तन. विठ्ठल मंदिर हे आमच्या घराचं धार्मिक तसंच भावनिक केंद्र. भजनात अण्णा सदैव मग्न. सकाळ-संध्याकाळ न चुकता विठ्ठल मंदिराला भेट. दर बुधवारी तात्यांचं प्रवचन असायचं. या प्रवचनात, कित्येक वर्षं उलटून गेली तरी, आजही खंड पडलेला नाही. शिवाय वर्षातून एक वेळ ज्ञानेश्वरीचं सार्वजनिक पारायण. गावातले वीसेक लोक दरवर्षी पारायणाला बसतात. घरचे दोन-तीन लोक जरूर असत. पारायणाच्या सप्ताहात सगळं घर ज्ञानेश्वरमय होऊन जायचं. संध्याकाळी बाहेरगावचे मान्यवर येऊन कीर्तन करायचे. त्यांचा मुक्काम बहुधा आमच्याच घरी असायचा. देवळातल्या पारायणाची प्रेरणा घेऊन आम्ही मुलांनी घरी वर्षातून एकदा पारायणाला सुरुवात केली. गल्लीतील दहा-बारा मुलं या पारायणाला बसत. पण ही घरची प्रथा फार वर्षं टिकली नाही. अधूनमधून बंद व्हायची, पुन्हा चालू व्हायची.

या भजन, संगीत, कीर्तनामुळे घरातलं वातावरण निर्मळ असायचं. मशीनवर बसून कपडे शिवत बसलेल्या अण्णांच्या तोंडात नेहमी तुकोबाचे अभंग असायचे. एक संपूर्ण सात्त्विकता त्यांच्या चेहऱ्यावर पसरलेली दिसे. घरात कधी मोठं भांडण त्या काळात काय किंवा त्यानंतरही पाहिल्याचं आठवत नाही. या नामसंकीर्तनाची पुण्याई घरावर आहे असं नेहमी जाणवायचं. एक गोष्ट मात्र खास लक्षात राहते. अर्थात ऐकलेली. आमच्या खालतीकडच्या शेताच्या शेजारी जमीन असलेला गृहस्थ नेहमी सीमेवरून

त्रास द्यायचा. एकदा येऊन तो आजोबांच्या आणि अण्णांच्या पायांवर कोसळला. 'क्षमा करा, क्षमा करा' म्हणून विनवण्या करू लागला. कुणाच्या काहीच लक्षात येत नव्हतं. अण्णांनी 'काय झालं?' म्हणून विचारणा केली तर, 'पहिल्यांदा माफ करा मग सांगतो' म्हणाला. अण्णांनी माफ केलं. त्यानं जे काही सांगितलं, त्यामुळे सगळेच थक्क झाले! आमच्या घरावर आपत्ती यावी म्हणून या गृहस्थानं चेटूक करणाऱ्या एका माणसाकडून सल्ला घेऊन कारवाया सुरू केल्या. याचा परिणाम म्हणून आमच्या घराच्या आसपास सुई घातलेले लिंबू, मिरची, अंडे इत्यादी गोष्टी दिसायला लागल्या. घरी कुणीच या गोष्टी मनावर घेतल्या नाहीत, कारण 'हरिमुखे म्हणा' हा मंत्र घरात सुरूच असायचा. काही महिने प्रयत्न करूनही आमच्या घरावर कसलाच वाईट परिणाम होत नाही याचं आश्चर्य वाटून हा गृहस्थ पुन्हा गुरूकडे गेला आणि नवीन काहीतरी सुचवा अशी विनंती करू लागला. गुरूने पहिल्यांदाच त्याला 'तू कुणाच्या घरावर हे प्रयोग करतोस?' म्हणून विचारलं. त्याने आजोबांचं नाव सांगितलं. गुरूचा संताप अनावर झाला. 'आत्ताच्या आत्ता जाऊन त्या घराची क्षमा माग. नामसंकीर्तनाची ढाल त्या घरावर आहे. तिथे कसल्याच वाईट गोष्टी घडणार नाहीत. जा, क्षमा माग. नाहीतर या सगळ्या गोष्टींचा परिणाम उलटा तुझ्याच घरावर होईल.' असं सांगितलं. तो गृहस्थ क्षमा मागायला आला.

आमचे कापडाचे दुकान म्हणजे एका अर्थाने अड्डा होता. येता-जाता प्रतिष्ठित तसेच सामान्य जन काही काळ टेकून जायचे. काही जण वर्तमानपत्र वाचायला यायचे, काही जण गप्पा मारायला. काही जण मुहूर्त विचारायला, तर काही जण मुलीच्या किंवा मुलाच्या लग्नाबाबत विचारविनिमय करायला. काही वेळ काढायला. काही जण तर चक्क वामकुक्षी करायला.

अण्णांचा सल्ला घ्यायलाही बरेच लोक यायचे.

तो गाव, ते घर, ही दिल्ली. इथे अनेकांना भेटण्याचा योग आला. काहींनी भ्रमनिरास केला. काहींची खरी उंची कळली. झैलसिंगांची उंची अशीच योगायोगाने कळाली. ग्यानी झैलसिंग या माजी राष्ट्रपतींना मी विसरणं शक्य नाही. मी खेड्यात जन्मलो, वाढलो आणि मराठी माध्यमात शिक्षण घेतलं म्हणून माझ्यात असलेला उरलासुरला न्यूनगंड संपवण्याचं काम ग्यानीजींच्या त्या प्रत्यक्ष भेटीत झालं.

१९८४ चा तो दिवस. दिल्लीचा उन्हाळा तसा जीवघेणा. कस्तुरबा गांधी मार्गावरील आमच्या होस्टेलमध्ये आम्ही सगळे जमलो. ट्रेनिंगचा एक भाग म्हणून विदेश सेवेतल्या बारा नवीन अधिकाऱ्यांसमवेत राष्ट्रपतींची भेट घ्यायची होती. स्टाफ कार्स उभ्या राहिल्या. सटासट सगळे बसले. गाड्यांचे गिअर बदलले. ॲक्सिलरेटर दाबले गेले. फिरोजशहा रोड, रासीना मार्ग आणि कृषी मंत्रालयासमोरून गाड्या राजपथावर आल्या. एरवी आमचा रस्ता साऊथ ब्लॉकपर्यंत जाऊन थांबला असता. तिथे आमच्या कामाची जागा, विदेश

मंत्रालय आहे. पण आज इकडेतिकडे न बघता सरळ हा राजरस्ता राष्ट्रपती भवनात पोहोचणार होता.

राजपथ उन्हाने चमकत होता. आमच्या पाश्चिमात्य कपड्यांनी उकाड्यात आणखी भर टाकली होती. राष्ट्रपतींना भेटायचं म्हणून मन आनंदित होतं. क्षणभरात हेच मग मागे गेलं. पाठीमागचा रस्ता केवढा लांब होता. राजपथामागे सगळं स्पष्ट दिसत होतं. मुंबईपासून दिल्लीपर्यंत खडखडाट करत जाणाऱ्या, मनात रोमांच उभे करणाऱ्या भारतीय रेल्वेचे हजार-बाराशे मैल. त्याआधीचा कोल्हापूर-मुंबईचा महामार्ग. त्याही आधीचा इचलकरंजी-कोल्हापूरचा एस.टी.चा रस्ता आणि त्याही आधीचा लाट-इचलकरंजीचा खडकाळ रस्ता. इतकं अंतर आपण चालून आलो. स्टाफ कार्सनी कचकन ब्रेक्स दाबले आणि मी भानावर आलो. राष्ट्रपती भवनाच्या प्रांगणात आमच्या गाड्या येऊन पोहोचल्या होत्या. क्षणार्धात भूतकाळातून वर्तमानात आलो. विजय चौक, राष्ट्रपती भवनाचा चढ, दोन्ही बाजूचे वैभवशाली साऊथ आणि नॉर्थ ब्लॉक, राष्ट्रपती भवनाचे उंच लोखंडी दरवाजे या एरवी चित्त वेधून घेणाऱ्या गोष्टी आज मात्र कधी मागे गेल्या समजलंच नाही.

पायाखालची सोनेरी वाळू आणि समोर राष्ट्रपतींचा प्रासाद. आम्हाला घ्यायला आलेल्या ऑफिसरने रस्ता दाखवला. उंच पायऱ्या चढत वर आलो. साधारण तीस-पस्तीस पायऱ्या या प्रासादाची उंची आणि प्रशस्तपणात भर टाकतात. पायऱ्यांवरून मागे पाहावं तर लोखंडी दरवाजा, पलीकडे सगळा राजपथ आणि त्याच्या पलीकडच्या टोकाला इंडिया गेट.

गणवेशातल्या काही अधिकाऱ्यांनी आम्हाला आत जायचा रस्ता दाखवला. आत प्रवेश केल्यानंतर एका हॉलमधून दुसऱ्या हॉलमध्ये नेण्यात आलं. एकाहून एक असे सुंदर महाल होते ते! छतावर सुंदर नक्षी, अप्रतिम पडदे, काश्मिरी गालिचे. कलेचा स्पर्श इथल्या प्रत्येक वस्तूला परिपूर्ण करून टाकणारा. आम्ही सगळे खुर्च्यांवर आणि सोफ्यांवर बसलो. राष्ट्रपतींची खुर्ची मोकळी होती. शिष्टाचारानुसार सगळ्यात शेवटी त्यांचं आगमन. त्यांच्या आधी त्यांचा एडीसी आणि राष्ट्रपतींचे सचिव येऊन बसले. राष्ट्रपतींच्या आगमनाची सूचना. आम्ही उभे राहिलो. ग्यानीजींची धिप्पाड मूर्ती प्रशस्त पण नैसर्गिक हास्य करत आणि नमस्काराचे हात जोडत अवतरली. आम्ही मात्र नमस्काराऐवजी 'गुड आफ्टरनून'चा अवलंब केला.

राष्ट्रपती प्रत्येकाजवळ आले. प्रत्येकाचा हात हातात घेतला. प्रेमाने नाव विचारलं. मधेच हलकीफुलकी बातचित करून आपल्या खुर्चीवर स्थानापन्न झाले. आम्हीही अवघडत आमच्या खुर्च्या पकडल्या. राष्ट्रपतींना जवळून न्याहाळता आलं.

त्यांचं व्यक्तिमत्त्व प्रभाव पडावं असंच होतं. डोक्यावर पांढरी पगडी अगदी शिस्तीत बसलेली. त्याखाली भव्य कपाळ, मिष्कील डोळे, धारदार नव्हे, पण लांब नाक, चापूनचोपून बसवलेली आणि खास तेलाने चमकणारी दाढी. पांढरा जोधपुरी कोट त्यांचा भारदस्तपणा

वाढवत होता आणि त्यावरचा गडद तांबडा गुलाब त्यांच्या भारदस्तपणाला सौम्यतेची छटा देत होता. पंजाबचा हा शेतकरी, पण राष्ट्रपतीच्या भूमिकेतही आत्मविश्वासाचा कुठलाही अभाव नव्हता.

राष्ट्रपतींच्या सेक्रेटरींनी त्यांना भारतीय विदेश सेवा, त्यातली आमची निवड आणि या भेटीमागची पार्श्वभूमी समजावून सांगितल्यानंतर संवादाची सारी सूत्रं राष्ट्रपतींनी स्वतःच्या ताब्यात घेतली. पंजाबी थाटाच्या हिंदीत राष्ट्रपतींनी सर्वांना शुभचिंतन देऊन बोलायला सुरुवात केली.

"तुम्ही या देशाचे प्रतिनिधी म्हणून बाहेर जाणार, तेव्हा हा देश आणि या देशाचे प्रश्न विसरू नका. चाळीस वर्षांनंतरही दारिद्र्य कमी झालेलं नाही. लोकांची रोजीरोटीची समस्या मिटलेली नाही. हजारो खेड्यांत प्यायला पाणी नाही... स्त्रियांवरचे अत्याचार कमी झालेले नाहीत. सगळ्यांना शिक्षणाची सोय नाही. ज्याला या गोष्टींची जाणीव आहे तोच देशाचे खरे प्रतिनिधित्व करू शकेल..."

राष्ट्रपतींचा प्रत्येक शब्द मी ऐकत होतो. साधाभोळा, खेड्यातून आलेला हा माणूस आय.एफ.एस.सारख्या उच्चभ्रू नोकरीत प्रवेश करणाऱ्यांना काय सांगणार, असं बाकीच्यांसारखं मलाही वाटलं होतं. पण औपचारिकतेचा लवलेशही न ठेवता नुकत्याच नोकरीला लागलेल्या पोराला बापानं पहिल्या दिवशी कामाला जाताना अधिकारानं आणि कळवळ्यानं सांगावं तसं राष्ट्रपती बोलत होते.

"गांधीजी, नेहरूंनी पाहिलेली स्वप्नं या भूमीत अजून साकार झाली नाहीत. खऱ्या अर्थानं तुम्ही त्यांचे वारसदार आहात. तुम्हा साऱ्यांना सुदैवानं चांगलं शिक्षण मिळालंय. तुम्ही..." राष्ट्रपती मध्येच थांबले. आम्हा प्रत्येकाकडे पाहत त्यांनी विचारायला सुरुवात केली, "एक विचारायचं होतं तुम्हा सगळ्यांना. तुमचं शिक्षण कुठे आणि कोणत्या माध्यमात झालं ते सांगाल का?"

कुणी सेंट जीझस, कुणी कॉन्व्हेंट, कुणी सेंट स्टिफन सांगितलं. इंग्रजी माध्यमात शहरी वातावरणात सगळ्यांचं शिक्षण झालेलं.

"मराठी माध्यमात, माझ्या गावातल्या शाळेत आणि कोल्हापुरात." मी बोललो.

राष्ट्रपतींनी दुसरा प्रश्न केला, "तुम्हा सर्वांचे बाप काय करतात हे जाणून घ्यायची माझी इच्छा आहे."

"माझे वडील इन्कम टॅक्समध्ये कमिशनर आहेत."

"माझे वडील ओरिसात आय.ए.एस. आहेत."

"माझे वडील उत्तर प्रदेशात सचिव आहेत."

"माझे वडील उद्योगपती आहेत."

"माझे वडील शेती आणि शिलाई करतात." – मी.

क्षणमात्र ग्यानीजी थांबले. माझ्याकडे दृष्टिक्षेप टाकला. थोडा वेळ कसलासा विचार

केला आणि सगळ्यांना उद्देशून म्हणाले, ''या पोराचं यश तुमच्या सगळ्यांच्या यशापेक्षा वेगळं तर आहेच, पण महत्त्वाचंही आहे. हा ग्रामीण भागातून आला, मराठी माध्यमात शिकला, वडील साधे शेतकरी आहेत आणि हा मुलगा इथपर्यंत पोहोचला.''

त्यानंतर ग्यानीजी स्वतःशीच बोलू लागले, 'गेली काही वर्षं कुठल्या प्रकारचं शिक्षण लोकांना मिळालं पाहिजे याचा मी विचार करतोय. सर्वांना तुमच्यासारखं कॉन्व्हेंटचं शिक्षण उपलब्ध करून द्यावं, की सगळ्यांनाच म्युनिसिपालिटीच्या आणि जिल्हा परिषदांच्या शाळांतून शिक्षण द्यावं? अर्थात, जिथे निम्म्या जनतेला अजूनही शाळेचं तोंडही पाहायला मिळत नाही, तिथे त्यांची आवडनिवड काय असणार? कसंही करून सर्वांना किमान शिक्षण उपलब करून देणं आवश्यक आहे. शिक्षण कशासाठी आणि कुठल्या माध्यमात, हेही फार महत्त्वाचं आहे. इंग्रजी माध्यम का आणि कशासाठी, हे मला अजूनही कळत नाही. शिक्षण आणि त्याची उद्दिष्टं ठरवणं फार आवश्यक आहे आणि सगळ्यात महत्त्वाचं आहे. ऐंशी टक्के जनता ज्या खेड्यांमध्ये राहते, त्या खेड्यांतले प्रतिनिधी प्रशासनात कसे येतील? जे शिक्षण बहुसंख्याकांपर्यंत पोहोचत नाही, ते शिक्षण कसलं? या मुलाचं यश मला वेगळं वाटतं ते एवढ्यासाठीच. हा गावात वाढला, तिथंच शिकला. शेजारच्या शहरात मराठीतून शिक्षण पूर्ण केलं. हा इथपर्यंत आला कसा याचंच मला आश्चर्य वाटतं.''

ग्यानीजी उठले. आम्हाला मुघल गार्डनच्या दिशेने नेत म्हणाले, ''बाग बघून घ्या. निसर्गासारखा सच्चा दोस्त नाही.'' नमस्कार करून ग्यानीजी निघून गेले. 'एडीसी'ने आम्हाला मुघल गार्डन दाखवलं. झाडांच्या रांगा, फुलांचे ताटवे, वाहते पाणी आणि कारंजे. या सगळ्यांना एक शिस्तबद्धता. पाहता पाहता भान हरपून जावं.

काही वेळानं पुन्हा एकदा राष्ट्रपती भवनाच्या पायऱ्या उतरून खाली आलो. सोनेरी वाळू अधिकच चमकत होती. गाड्यांमध्ये बसलो. लोखंडी दरवाजा, राजपथ, मानसिंग रोड, होस्टेल आणि राष्ट्रपतींच्या साध्या भाषणाचा मी खोलवर विचार करत होतो. माझी मित्रमंडळी हास्यविनोदात रमली होती. खरंच राष्ट्रपती म्हणतात त्याप्रमाणे केव्हा माझ्या खेड्यापाड्यांतल्या भावा-बहिणींना शिक्षण मिळेल? कधी ज्ञानगंगेत पावन होऊन सगळे स्वतःचा अधिकार मागतील? कव्वाळ्याचा हणमा, परटाचा सुभाष, मांगाचा रावसाब, मोहन- सगळे माझ्या नजरेसमोर एकापाठोपाठ एक उभे राहिले. ग्यानीजींच्या शब्दांनी माझ्या आत्मविश्वासाला खतपाणी मिळालं. कधी कधी का होईना, आपण खेड्यातून आलो, इंग्रजी फाडफाड बोलता येत नाही या जाणिवेनं थोडं दबल्यासारखं वाटायचं. पण ग्यानीजींचे शब्द आकाशवाणीसारखे कानांत घुमत होते, 'या पोराचं यश वेगळं आहे.' आपणाला काही वेगळं करून दाखवायचंय. विधात्याच्या मनातही आपल्या हातून वेगळं काही घडावं अशीच इच्छा असणार. त्या रात्री मला खूप शांत झोप लागली.

ते सगळे दिवस कळत-नकळत सदैव मनातून डोकावत राहतात. 'बालपणाचे दिवस' या दोन शब्दांत त्या दिवसांची सगळी जादू भरून आहे. 'गावातले दिवस' असं जरी त्या दिवसांना म्हटलं तरी चालेल. आताच्या जीवनात आणि त्या दिवसांत कसलंच साम्य नाही. या बालपणात मॅट्रिक किंवा एस.एस.सी.ची परीक्षा पास होईपर्यंतचे दिवस येतात.

त्या वेळी मला गाव कसा दिसायचा हे मी आठवायचा प्रयत्न केला. सगळ्यात प्रथम मधोमध घर दिसतं. घरातून एक रस्ता वेशीकडे जायचा. तिथून आडादीच्या आणि मग खालतीकडच्या शेतातून हेरवाडच्या शिवेला भेटायचा. दुसरा रस्ता दांडेकरांच्या कोपऱ्यावरून कल्लेश्वराच्या देवळातून गावाबाहेरच्या शाळेच्या प्रांगणात जाऊन थांबायचा. कल्लेश्वराच्या देवळातून डाव्या बाजूला एक रस्ता फुटून विठ्ठल मंदिराला मिळायचा. घराच्या डाव्या बाजूने आणखी एक रस्ता निघायचा तो कोळेकर वाड्यासमोरून शेडबाळे गल्लीतून सरळ नदीत जाऊन मिसळायचा. याशिवायही एक छोटा रस्ता मसुदीवरून आणि छोट्या वस्तीवरून केसापांच्या विहिरीकडे जायचा. त्या काळात सगळे रस्ते घरासमोरून सुरू होऊन घरातच संपतात असं वाटायचं. त्याचं एक कारण म्हणजे, घरासमोर असलेला चौक- याला पिंपळ झेंडा चौक म्हणतात. या चौकात गावातल्या सगळ्या मिरवणुका, लग्नाच्या वराती यायच्या, थांबायच्या, निघून जायच्या. बहुतेकांची शेवटची यात्राही इथूनच वेशीकडे जायची. थोडक्यात, आमचं घरच मोक्याच्या ठिकाणी होतं. गावातल्या घडामोडी घरबसल्या समजायच्या.

चौकावरून आठवलं. घरासमोर एक खूप जुना पिंपळ होता. त्याचं वय किती असावं याचा खरा अंदाज कुणालाच नव्हता. पण त्याच्या बुंध्याचा घेर कमीत कमी दहा मीटर असावा. तो दीडदोनशे वर्षांचा असावा असं काही लोक म्हणायचे. त्या वेळेस माझं वय पाच वर्षांचं असेल. पण हा पिंपळ माझ्या मनात पाय रोवून उभा आहे. नंतरच्या काळात मी आळंदीचा सुवर्ण-पिंपळ पाहिला, ज्याच्याभोवती रुक्मिणीने विठ्ठलपंत परत यावेत म्हणून प्रदक्षिणा घातल्या. त्या सुवर्ण-पिंपळाच्या दुपटीने मोठा माझ्या या गावातला पिंपळ होता. अर्ध्या फर्लांगावर जरी लोकांनी घरं बांधायला काढली, तरी पाया काढताना या पिंपळाच्या मुळ्या दिसायच्या. घरातून थोडंफार चालायला लागलो असेन, तेव्हा हा पिंपळच मला पहिल्यांदा दिसला असणार! कालौघाची पर्वा न करता तपस्येत मग्न झालेल्या एखाद्या संन्याशासारखा वाटायचा हा पिंपळ! पण तितकाच वत्सल होता तो. या पिंपळकट्ट्यावर आम्ही दिवसभर हुंदडायचो. लपाछपी खेळायचो. त्याच्या पारंब्या धरून उड्या मारायचो. झाडावर कावळे, पोपट, चिमण्या सदैव मधुर आवाज करायचे. पहिल्यांदा घुबड पाहायला मिळालं तेही इथंच.

एक दिवस डोळे चोळत सकाळी उठून अंगणात आलो, तर कसला तरी आवाज वारंवार येत होता. समोर पाहावं तर सात-आठ लोक झाडावर चढून कुऱ्हाडीनं मोठ्या फांद्या तोडत होते. वार जणू माझ्यावर होताहेत असं वाटलं. मी मोठ्यानं रडायला

लागलो. मला घरात नेण्यात आलं. मी का रडत होतो हे मलाच माहीत नव्हतं. मला गोळी हवी असावी म्हणून कुणीतरी दुकानात नेलं. त्या दिवशी प्रथमच मी गोळी खाल्ली नाही. फांद्या तोडणाऱ्यांना माझा आवाज ऐकूसुद्धा गेला नव्हता. दुपारपर्यंत एखाद्या सशक्त माणसाचे जिवंतपणी हातपाय तोडावेत तसा पिंपळ दिसू लागला. गल्लीभर पिंपळपानं पसरली होती. कुणालाच नसेल गेला ऐकू त्याचा आक्रोश? दोन-चार दिवसांत फक्त त्याचा बुंधा उरला आणि एक दिवस बुंध्यावरही हल्ला सुरू झाला. प्रत्यक्ष झाड कोसळताना मी तिथे नव्हतो. पण संध्याकाळच्या उजेडात त्याचा वीस-पंचवीस मीटर लांबीचा देह आमच्या समोरच्या चौकात एखाद्या बेवारशासारखा पडला होता. मी घरातून हळूच चौकात आलो. या टोकापासून त्या टोकापर्यंत पिंपळ-देहावरून हात फिरवला. ते त्याचं शेवटचं दर्शन होतं. स्पर्शाद्वारे मी माझ्यात सामावून टाकलं माझ्या पिंपळाला. माझ्या डोळ्यांसमोर माझ्याच गावकऱ्यांनी हत्या केली माझ्या पिंपळाची. त्या संध्याकाळी मला भूक नव्हती. भटकत राहिलो गावभर. कल्लेश्वराच्या देवळात गेलो. नंतर तळ्यावरच्या अंधारात एकट्यानेच रडत बसलो. माझे नि:श्वास फक्त तळ्यानं, वरच्या चिंचेच्या जुन्या झाडांनी ऐकले असणार!

त्या काळात 'झाड का तोडलं जात आहे?' हा प्रश्न विचारण्याइतकं ज्ञान, धाडस किंवा समजूतदारपणा माझ्याकडे नव्हता. आठ-दहा वर्षांचा असताना मी हा प्रश्न विचारला तेव्हा, 'रस्ता अपुरा पडत होता', 'समोरच्यांना ट्रॅक्टर ठेवायला जागा पुरत नव्हती' अशी कारणं सांगितली गेली. विकास आणि पर्यावरण यांच्या संघर्षाचा तो पहिला क्षण होता, हे मात्र मोठा झाल्यानंतर माझ्या लक्षात आलं.

आमच्या गावात बहुसंख्य समाज जैन आणि लिंगायत. मराठा नावापुरता. बलुतेदार थोडेफार. बाकीचा महार, मांग, चांभार समाज. बहुतेक जैन आणि लिंगायतांकडे चांगली शेती. मराठा समाजही शेती करायचा. बहुतेक बलुतेदारांकडेही थोडीफार जमीन होती. महार समाजाकडे कसलीही कला नाही; पण जमीन थोडीफार होती. याउलट चांभारांकडे चर्मकला आणि मांगांकडे वाखापासून दोरखंड वळण्याची कला; पण जमीन जवळजवळ नव्हतीच. गावाबाबत आणखी एक गोष्ट म्हणजे, जैन, लिंगायतांची घरातली बोलीभाषा कानडी होती, तर बलुतेदारांकडे दोन्ही भाषा. याउलट मराठा, महार, मांग, चांभार हे सगळे आपापल्या घरी मराठी बोलायचे. अर्थात, घराबाहेर पडल्यानंतर जी सोयीची पडेल त्या भाषेत सगळे बोलायचे. मराठी आणि कानडीतले मैत्रीपूर्ण संबंध लोकांच्या धेडगुजरी भाषेत सहज दिसून यायचे. गावातली शाळा मात्र मराठी माध्यमाचीच. त्यामुळे कानडी लिहायला-वाचायला येणाऱ्यांची संख्या मात्र बोटांवर मोजण्याइतकीच. पण घरातल्या आणि शाळेतल्या माध्यमात फरक असल्याने गावातली मुलं-मुली एस.एस.सी.ला हमखास मराठीत नापास व्हायची. कानडीत लिंगभेद मराठीसारखा प्रत्येक वस्तूसाठी वेगळा नसल्याने, कानडी भाषिक मराठी बोलताना ऐकणाऱ्यांची करमणूक व्हायची.

आमची गल्लीसुद्धा अशीच अर्धी कानडी, अर्धी मराठी होती. उजवीकडच्या बाजूला मांगुरे, हसूरे, बडबडे, डुंणुंग ही सगळी जैनांची घरं. डावीकडे तेल्याचं घर. समोर गड्यापाचं. पाठीमागच्या बाजूला काळेकरांचा वाडा. हे सगळे मराठी बोलणारे. खेळायला समोर जसं अंगण, तसा मागे मोठा परडा होता.

माझ्या मित्रांपैकी गल्लीमध्ये फक्त किरण होता, कोळेकरांचा. गावात आमच्या वेळेस बालवाडी नव्हती. चार वर्षांनंतर जवळजवळ एक वर्ष मी नामूदादा आणि भास्करदादाच्या वर्गातच एका बाजूला जाऊन बसायचो. ते त्या वेळेस चौथीला होते. एका वर्षानंतर मास्तरांनी माझी परीक्षा घेतली. काही खडे गोळा करून मला मोजायला सांगितले. मी सहा-सात म्हणून एकदम नवावर जायचो. मला दहापर्यंत मोजता आलं नाही. मास्तरांसमोर मात्र दणादण म्हणायचो, पण तिथं माहीत नाही काय झालं होतं. दहापर्यंत मोजता आले असते तर सरळ दुसरीत गेलो असतो. पण मोजता न आल्यामुळे माझं नाव पहिलीत दाखल करण्यात आलं.

शाळा दहा ते पाच असायची. पहिलीला मुंगळे गुरुजी होते. सगळे विषय तेच शिकवायचे. विषय म्हणजे काय, तर एक ते शंभरपर्यंत आकडे, ग म भ न, गाणी इत्यादी. मुंगळे गुरुजी सर्वांना आवडायचे. शाळेतील सर्व मुलांना हसवत ठेवायचे आणि स्वत:च्या चेहऱ्यावर सदैव हास्य आणायचे. मुंगळे गुरुजींचा आवाजही सुरेख आणि खडा होता. गाणी छान शिकवायचे. गोष्टीही छान सांगायचे. त्यामुळे शाळा चुकवावी असं त्या वेळी कधी वाटलं नाही. शाळेत तेव्हा बसायला बाक नव्हते. आम्ही सगळे बरोबर छोटासा पोत्याचा तुकडा घेऊन जात असू. दिवसभर त्यावर बसायचं. संध्याकाळी घरी परतायचं. दप्तर म्हणजे एक पिशवी. त्यात पाटी आणि पेन्सिलीचे तुकडे.

दुसरीपासून थोडीफार पुस्तकं पाटीच्या सोबतीनं दप्तरात आली. गुरुजी होते धुमाळे. थोडेसे ठेंगणे. सदैव गडबडीत असल्यासारखे. स्वभावाने कडक, पण वाटायचे प्रेमळ. आवाज घोगरा नव्हे, पण थोडासा जाड. विजार आणि शर्ट असा पेहराव. धुमाळे गुरुजींकडून आम्ही पाढे शिकलो. दीडकी, पावकी इथपर्यंत धडक मारली. औटकी वगैरे नव्हती आमच्या वेळेस. औटकी म्हणताच मला धडकी भरायची. दुकानात वायफळ गप्पा मारायला येणारे लोक 'आमच्या वेळी औटकी होती. तुम्ही कसली शाळा शिकता? आता सगळं सोपं झालंय' असं म्हणायचे तेव्हा त्यांच्याबद्दल खूप आदर वाटायचा. बहुतेक सगळ्यांनी या औटकीच्या भीतीने शाळा अर्ध्यात सोडली असणार! कारण शिकले-सवरलेले लोक गावात असले, तरी उच्चशिक्षितांची संख्या कमीच होती. औटकी म्हणजे नेमकं काय हे विचारायचं धाडससुद्धा आम्ही कधी केलं नाही. धुमाळे गुरुजींनी काही कविताही शिकवल्या. घरी येऊन त्या कविता म्हणून दाखवण्यात खूप अभिमान वाटायचा.

तिसरीला आलो आणि संतराम गुरुजी आमचे वर्गशिक्षक बनले. त्यांचं पूर्ण नाव

संतराम धनाजी कांबळे. बाकीच्या शिक्षकांना त्यांच्या आडनावाने ओळखलं जायचं, पण संतराम गुरुजी या नियमाला अपवाद होते. 'का?' या प्रश्नाला मात्र उत्तर नाही. शाळेतल्या बऱ्याच शिक्षकांचं पूर्ण नाव आम्हाला माहीत होतं. खरं म्हणजे, शाळेच्या ऑफिसमधल्या फळ्यावर सर्व शिक्षकांची नावं लिहिलेली असत आणि तीही पूर्ण. उदाहरणार्थ, नामदेव धोंडिराम घोळेकर, भूपाल नानीशा कोळी, धोंडिराम शेषाजी संकपाळ इ. ही आणि अशी सगळी नावं तोंडपाठ होती. पण बाकी कोणतेही गुरुजी त्यांच्या पहिल्या नावानं ओळखले जात नसत. संतराम गुरुजींचा अपवाद. धोतर, नेहरू शर्ट, पांढरी टोपी हा त्यांचा अवतार असायचा. काळसर वर्ण, टोपीच्या आत केसांना तेल असायचं. कारण टोपीच्या बाजूंनी त्या तेलाच्या खुणा एखाद्या पाण्याच्या लाटेसारख्या खाली-वर होत गेलेल्या दिसत. मुंगळे आणि धुमाळे गुरुजींच्या मानाने संतराम गुरुजींचं व्यक्तिमत्त्व खास होतं. शिक्षकांना बिडी ओढायला त्या काळात बंदी होती की नाही माहीत नाही, पण संतराम गुरुजींना बिडीचा प्रचंड शौक होता. जेव्हा पाहावं तेव्हा धुराडी सुरू असायची, त्यामुळे शिकवण्याकडे त्यांचं लक्ष कमी. याच काळात आम्ही भागाकार, गुणकार शिकायला लागलो. संतराम गुरुजी एखादं गणित सोडवायला सांगायचे. आम्ही गणित सोडवून तयार व्हायचो. पाटी घेऊन गुरुजींच्या टेबलाकडे जावं, तर गुरुजी घोरत असलेले दिसायचे. दोन्ही पाय टेबलावर आणि खुर्चीवर मागे रेललेली त्यांची मूर्ती नजरेसमोरून हलत नाही. आमच्या वर्गातले काही धाडसी वीर 'गुरुजी, गुरुजी गणित झालं' म्हणत त्यांना उठवायचा प्रयत्न करायचे. कधी कधी या प्रयत्नांना यश येऊन गुरुजी उठायचे; पण मग उठल्यानंतर आमची धडगत नसायची. त्यांची आवडती छडी घेऊनच ते उठायचे. ज्यांचं गणित बरोबर नाही अशांना सपासप छडी बसायची. कधी कधी माझाही नंबर. मुंगळे आणि धुमाळे गुरुजींच्या ताब्यात असेपर्यंत शाळेतला मार काय असतो याची आम्हाला खरोखरच कल्पना नव्हती. धुमाळे गुरुजी मुंगळे गुरुजींपेक्षा कडक होते; पण आवाज चढवण्यापलीकडे त्यांच्या रागाची प्रत फारशी पुढे गेली नाही. त्यांची भीती जरूर वाटायची, पण त्यांचा मारण्याशी काही संबंध नसायचा. मुंगळे गुरुजी तर 'विनोदी' म्हणून प्रसिद्ध होते. अर्थात, पहिलीत असताना ते कसले विनोद करायचे आठवत नाही; पण 'हसवत ठेवायचे.'

अर्थात, संतराम गुरुजींचा मार म्हणजे शाळेतल्या बऱ्याचशा इतर शिक्षकांच्या मानाने काहीच नव्हता. 'मोडके' नावाचे गुरुजी होते ते विद्यार्थ्यांना अक्षरशः मोडून टाकायचे. त्यांच्या माराची अनेक वर्णनं नामूदादा, भास्करदादाकडून ऐकूनच आमचा थरकाप उडायचा. वेताची काठी हातात घेऊन टेबलावर विद्यार्थ्यांचा हात उलटा ठेवून बोटांवर मार द्यायचे, तेही उत्तर बरोबर येईपर्यंत. त्या काळात आजच्यासारखे आई-वडील शाळेत जाऊन शिक्षकांशी भांडत बसायचे नाहीत. शिक्षक जितकं मारत तितकं त्यांचं गावात नाव असायचं. हेडमास्तर संकपाळ म्हणजेसुद्धा असेच. अतिशय कडक.

दहा वाजता शाळेच्या व्हरांड्यात उभे असायचे. प्रार्थना संपल्यानंतर उशिरा येणाऱ्या विद्यार्थ्यांवर नजर ठेवून एकेकाला ठोकून काढायचे. त्यांच्या डोळ्यांत पाहूनच बहुतेकांना कापरं भरायचं. त्यांची टोपी, शर्ट, विजार- सगळ्यावर इस्त्री इतकी कडक असायची की, संकपाळ गुरुजी स्वत: धोब्याकडून आल्यासारखे वाटायचे. त्यात त्यांचं धारदार नाक, बारीक काडीचा चष्मा यांनी आणखीनच भर टाकली होती. तिसरे मारण्यात पटाईत वैद्य गुरुजी. त्यांच्या कमी उंचीमुळे त्यांना सर्व जण गिड्ड (कानडीत ठेंगू) गुरुजी म्हणून ओळखायचे. गावात त्यांना कुणी वैद्य म्हणून संबोधलेलं आठवत नाही. गिड्ड गुरुजीही पोरांना चड्डीत मुतवायचे.

त्या काळात अशा माराला कंटाळून शाळा सोडलेल्यांची संख्या काही कमी नसावी. बरेच जण मार खाल्ल्यानंतर गुरुजींना शिव्या देऊन पाटी-दप्तर घेऊन पळून जायचे, ते कायमचेच. संतराम गुरुजींच्या काळात अशा प्रकारे माराची सुरुवात होऊन गणिताची दहशत बसली. संतराम गुरुजींनी बाकी काय शिकवलं हे आता आठवत नाही. पण गणिताच्या बाबतीत जे भूत निर्माण झालं, ते घालवायला त्यानंतरची कित्येक वर्षं गेली.

यानंतर चौथीला मठपती गुरुजी लाभले. या गुरुजींच्या निमित्ताने माझ्या संपूर्ण आयुष्याला नवीन वळण मिळालं. त्यांनी बऱ्याच गोष्टी शिकवल्या. हस्ताक्षर, कला, गणित, खेळ या सर्वांवर भर दिला. मठपती गुरुजी हुशार तर होतेच, पण विद्यार्थ्यांमधल्या गुणांची पारख त्यांना होती. मारपीट त्यांना नामंजूर होती. त्यांचा आवाज किनरा, पण स्वभाव प्रेमळ. कुणाचं हस्ताक्षर चांगलं असेल तर वर्गात सर्वांना दाखवत, कौतुक करत. ज्याची चित्रकला चांगली असायची त्याच्या पाठीवर थाप मारत. यालाच 'गुणग्राहकता' म्हणतात हे नंतर लक्षात आलं. मठपती गुरुजींना हुशार मुलांची पारख होती. अर्थात, हे सगळं असलं तरी, मी काही गुरुजींचा खास आवडता विद्यार्थी वगैरे नव्हतोच. मला त्यांचं शिकवणं वगैरे आवडायचं. मन लावून मी अभ्यास करायचो. यामुळे पुस्तकंच्या पुस्तकं तोंडपाठ झाली होती. तेव्हा खाजगी शिकवणी हा प्रकार नव्हता असं नव्हे; पण खूप मर्यादित प्रमाणात. घरातसुद्धा आमच्या डोक्यावर बसून अभ्यास करून घ्यायला कुणालाच सवड नव्हती.

शाळेतून यायचो, पाटी-पुस्तकं भिरकटून द्यायचो आणि सुसाट गल्लीभर पसरून जायचो. जो मिळेल त्याच्याबरोबर इस्टॉप, हुतुतू, लंगडी हे खेळ खेळायचो. इस्टॉप म्हणजे लपंडाव किंवा छुपाछुपी. शोधणाऱ्याला लपणारा दिसला की, शोधणाऱ्यानं 'इस्टॉप' म्हणायचं. इस्टॉप म्हणजे इंग्रजीतल्या 'स्टॉप'चा अपभ्रंश, हे कळायलाही युगे लागली. विशेषत: गोट्या आणि विटीदांडू यात माझा हातखंडा. चिनीदांडूला कोल्हापुरात विटीदांडू म्हणतात हे पाचवीत गेल्यावर कळलं. गोट्या खेळताना प्रतिस्पर्ध्यांना ढोपरी करायला लावणं म्हणजे माझ्या हातचा मळ होता. वीस-वीस फुटांवरूनही माझ्या गोटीचा टिप्पीरा असा बसायचा की, सवंगड्यांच्या गोट्या टाणटाण उड्या मारत, गटारात किंवा

झाडाझुडपात आसरा शोधायच्या. तिथून या सवंगड्यांना साधी ढोपरी किंवा कानढोपरी करायला लागायची. अर्थात, अडीपर्यंत पोहोचण्याची संधी फार कमी मिळायची. काही मित्रांचा फक्त ढोपरीचाच खेळ व्हायचा. काही सवंगडी तर कंटाळून मधूनच खेळ सोडून पळायचे. 'भित्री भागूबाई' म्हणत चिडवत चिडवत अशा मित्रांचा त्यांच्या घरापर्यंत पाठलाग करत जाण्यात एक वेगळीच मजा होती. गोट्यांच्या बाबतीत मी सम्राट होतो. खेळताना जिंकलेल्या गोट्या बादलीत भरून घरात ठेवलेल्या होत्या. माझ्या आयुष्यातल्या या स्वत: मिळवलेल्या पहिल्या ढाली आणि पहिले चषक.

चिनीदांडू हा माझा दुसरा आवडता खेळ. गल्लीत कोळेकरांचा किरण सोडल्यास माझे वर्गमित्र कुणीच नसल्यानं बहुधा मी नामूदादा, भास्करदादाबरोबर आणि त्यांच्या मित्रांबरोबर खेळायचो. लहान म्हणून एक्स्ट्रासारखी वागणूक मिळत असली, तरी माझ्या खेळावर सगळे खुश असायचे.

नंतर वर्गमित्र आणि इतर गल्लीतल्या मित्रांबरोबर खेळायला जायला लागलो. माझ्या विरोधात जायलाच बऱ्याच वेळा मित्रांची तयारी नसे. नंतर नंतर ते एक-दोन गडी जास्त मागून घ्यायचे. बऱ्याच वेळा मी एकटा एकीकडे, तर बाकी सगळे एकीकडे असायचे. तरीही मी त्यांना हरवायचो. मला जर डाव पहिला मिळाला तर सरळ कावडच मी पूर्ण करायचो. प्रतिस्पर्धी खेळायला लागले तर टोलवलेली चिनी पकडणे, पकडता आली नाही तर दांडूने अचूक मारणे आणि हेही नाही जमले तर उडालेली चिनी प्रतिस्पर्ध्यांच्या दांडूची पर्वा न करता पकडणे, या गोष्टीत मी पटाईत होतो. डाव जिंकल्यानंतर प्रतिस्पर्ध्यांना भरलेला थकवा पाहून त्यांचं लंगडणं व पळणं माफ करायची पाळी यायची. अर्थात, काही जण थकव्याचं फक्त सोंग करायचे हा भाग वेगळा.

त्या काळात, म्हणजे आम्ही प्राथमिक शाळेत असताना क्रिकेटचं वेड नव्हतं. कुणाला फारशी माहितीही नव्हती. शनिवारी अर्धी शाळा सकाळी ७ ते ११ पर्यंत असायची आणि रविवारी सुट्टी. शनिवार-रविवारची खूप वाट पाहायचो. शनिवारी सकाळी शाळेच्या मधल्या सुट्टीत आजोबा आम्हा भावंडांना पाच-पाच पैसे द्यायचे. या पाच पैशासाठी संपूर्ण आठवडाभर शाळेला नियमित जाण्यात आम्हाला आनंद वाटायचा. पाच पैशात काय काय मिळायचं त्या काळात! दोन पैशाचे चिरमुरे, एक पैशाचे काबुले आणि उरलेल्या दोन पैशाचे गारेगार! आजोबांच्या समोर फक्त चिरमुरे आणि काबुले. गारेगार मात्र आजोबा गेल्यानंतर घ्यायचो. गारेगारमध्ये किडे असतात असं सगळे सांगायचे. आम्हाला मात्र ते कधीच दिसले नाहीत. घरात आणि शाळेत, दोन्ही ठिकाणी गारेगारला बंदी होती. चोरून खाण्यात मजाही खूप वाटायची.

शनिवारची अर्धी शाळा संपली की, आनंदाचा महासागर समोर आल्या-सारखा वाटायचा. पोहायला जाणं हा या दोन दिवसांतला आमचा महत्त्वाचा कार्यक्रम. त्यामुळे शनिवारी शाळेला जाण्यापूर्वी अंघोळ न करण्याची सूटही आम्हाला मिळाली होती.

शनिवारी शाळेतून येऊन जेवण करून एकदा विहिरीला किंवा नदीला गेलो की, परतायला आम्हाला चार सहज वाजायचे. आमच्या विहिरी ठरलेल्या होत्या.

पोहायला जाणं हा नाही तरी आमच्या घरात खास आवडीचा विषय होता. आम्ही सगळेच समजायला लागायच्या आधी पोहायला शिकलो. चारेक वर्षांपासून आमच्यातला प्रत्येक जण पोहायला शिकला. अण्णा सगळ्यांना घेऊन - यात बेबी आणि रुक्कीचाही समावेश होता - पोहायला निघायचे. त्या काळात केसाप्पांच्या विहिरीत जायचो. विहिरीला जाता जाता डॉक्टर, बाबू कुंभार, बाबू सोनार असे तीन-चार स्टॉप व्हायचेच. अण्णा या लोकांशी उभ्या उभ्या गप्पा मारत. कधी कामाच्या, कधी देवळाच्या गप्पा, तर कधी नुसतंच 'कसं काय?'वर काम आटपायचे. कधी मधी कुणी चुकार खातेदार वाटेत भेटला तर उधारीच्या वसुलीचीही चर्चा व्हायची. असं करता करता कुंभार गल्लीत पोहोचायचो. कधी कधी मातीच्या किंवा कौलांच्या भट्टीचा वास यायचा. कुंभार गल्लीनंतर डावीकडे लिंगायतांचं स्मशान आणि त्यानंतर रस्त्याच्या दोन्ही बाजूला चिक्काच्या झाडांचा जाड पडदा, तर वरती लिंबाच्या झाडांची सावली. कुंभार गल्ली संपल्यानंतर 'जय जय राम कृष्ण हरी' सुरू व्हायचं. सुरुवातीला अण्णा सुरेल आवाजात म्हणायचे. त्यानंतर आम्ही सगळे म्हणायचो. आंबराई ओलांडल्यानंतर ओढ्याच्या काठाकाठाने विहिरीपर्यंत कधी पोहोचायचो समजायचं नाही.

ही केसाप्पांची विहीर एखाद्या जुन्या वाड्यासारखी भक्कम होती. वर्तुळाकार अशा या विहिरीत बांधकामाला वापरलेले काळे दगड सगळे एका मापाचे होते. ही विहीर सदैव पाण्याने तुडुंब भरलेली असायची. पावसाळ्यात तर भरून वाहायची. दोन दोन इंजिने 'भक भक' करत पाणी ओढत राहायची. विहिरीचं पक्कं बांधकाम जिथपासून सुरू होतं ती जागा पाहिल्याचं आठवत नाही. बहुतेक बाकीच्या विहिरींची जागा शेतीसाठी खूप पाणी खेचल्यानंतर जरूर दिसायची. या केसाप्पांच्या विहिरीत शेजारच्या बांधावरची एक बाभळ अगदी वाकून उभी होती- स्वतःचं प्रतिबिंब बघत!

अण्णांनी पोहायला शिकवताना त्यांच्या हाताशिवाय कुठलंच साधन वापरलं नाही. विहिरीच्या पायऱ्यांवर उभं राहून हातावर आम्हाला आडवं पडायला सांगून हात मारायला शिकवत. एकदा भीती मोडली की एका हातावर आणि त्यानंतर स्वतंत्र पोहणं, असा कोचिंगचा कार्यक्रम होता. या पद्धतीनं दहा-पंधरा दिवसांत सगळे पोहायला शिकायचे. दुसऱ्या-तिसऱ्या पायरीवरून उडी मारायचं धाडस येईपर्यंत अण्णांची नजर असायची. त्यानंतर प्रत्येक जण स्वतंत्र व्हायचा. आम्हा सगळ्या भावंडांना पोहायला यायचं. एकदा सगळ्यांची अंघोळ आणि पोहणं झालं की, 'हरिपाठाचे अभंग' म्हणत आम्ही सगळे घरी परतायचो. नंतर नंतर गावाजवळ आडादीच्या रस्त्याला बऱ्याच नवीन विहिरी झाल्या. या सगळ्या विहिरींत अंघोळ करण्याला सगळ्यात योग्य अशी विहीर इंदूकाकूंची होती. तिथे पहारा करायला कुणी नसे.

या दिवसांत माझे तीन-चार मित्र होते. कोळेकरांचा किरण तिसरीपर्यंत माझ्या वर्गात होता आणि घराशेजारी राहायचा म्हणून खेळाचा सवंगडी. पण माझे खास मित्र म्हणजे महाराचा कल्लाप्पा आणि मांगाचा कल्लाप्पा रावसाब ही मंडळी होती. त्याशिवाय केसाप्पांचा महावीर, अजित पाटील, चंदू भागवत इत्यादी बरेच होते. गावातल्या जैन-लिंगायत मित्रांच्या मानानं महार-मांग मित्रांच्यात मी रमायचो. याला कदाचित भाषा हे कारण असावं. आमच्या घरातल्यासारखीच महार आणि मांगवाड्यात मराठी हीच मुख्य भाषा होती. जैन-लिंगायतांच्या घरी कानडी बोलीभाषा, त्यामुळे महार-मांगवाड्यात मला मोकळं वाटायचं. त्या काळात अस्पृश्यता पाळली जात असे. त्यामुळे महारवाड्यात जाण्यापूर्वी घरी मी सहसा सांगत नसे. जैन-लिंगायतांच्या तुलनेने अस्पृश्यता आमच्या घरी कमी असली, तरी ती होती हे निश्चित. महार-मांगांच्या मुलांना आमच्या घरी मुक्तप्रवेश नव्हता. मला मात्र त्यांच्या घरी मुक्तप्रवेशच नव्हे, तर बायाबापड्या माझं कौतुकही करत. आवळ्यांचा कल्लू मांगवाड्यातील उंच चिंचेच्या झाडावरच्या चिंचा काढून मला द्यायचा. महार-मांगवाड्यातून मी परतताना माझे खिसे आवळे-चिंचांनी तुडुंब भरलेले असत. घरी आल्यानंतर चिंचा खाऊन त्यातले चिंचोके मी जमवून ठेवत असे, त्यामुळे खेळताना चिंचोक्यांचा तुटवडा कधीच जाणवला नाही.

कांबळ्यांच्या कल्लूशी तिसरीत परिचय झाला, कारण तो त्या वर्गात नापास होऊन राहिला. तीच गोष्ट आवळ्या कल्लूची. रावसू मात्र पहिलीपासूनच माझ्याबरोबर होता. उंचीनं मोठा असलेल्या आवळ्या कल्लूनं वर्गात मला थोडा दांडगावा दाखवल्यानं हायस्कूलमधून नामूदादाला बोलावून घेऊन आलो. त्यानंतर आमची मैत्री जमली. नंतर तो मला स्वत: बाकीच्या मुलांच्या दांडगाव्यापासून संरक्षण देत असे. कांबळ्याचा कल्लू, त्याचप्रमाणे रावसू दोघांचेही वडील नव्हते. त्यामुळे घरातला सगळा भार त्यांच्या आयांवर होता. कल्लूची आई गावात झाडू मारण्याचं काम करी, तर रावसूची आई मोलमजुरी करून पोट भरत असे.

चौगुल्यांचा महावीर हा माझा दुसरा मित्र आणि तोही जैन समाजातला. तो वर्गातला एक हुशार विद्यार्थी होता. महावीरच्या बाबतीत आमचा अबोलाच जास्त असायचा. एकदा अबोला पर्व सुरू झालं की, दोघांच्याही मनात केव्हा एकदा बोलतो असं व्हायचं. या अबोल्याला 'गट्टी फू' हे शब्द होते. एकदा गट्टी फू झाल्यानंतर पहिल्यांदा बोलणं म्हणजे मानहानी समजली जायची. मग कुणीतरी मध्यस्थ घेऊन दोघं एकमेकांचा हात धरून एकाच वेळी एक-दुसऱ्याचं नाव घेऊन बोलायला सुरुवात करायची. हा समझोता छोट्या-मोठ्या कारणावरून सहज मोडला जायचा आणि आम्ही पुन्हा विरुद्ध पडायचो. महावीरचा आणि माझा राग दाखवायचा आणखी एक वैशिष्ट्यपूर्ण प्रकार होता. चौथीच्या पुस्तकात त्या वेळेस मराठी आणि इतिहासाच्या पुस्तकात ज्ञानेश्वर आणि महावीर, दोघांचेही धडे होते. मी महावीरच्या चित्रावर रेघोट्या ओढायचो, तर तो ज्ञानेश्वरांच्या

चित्रावर. आमच्या आपापसातील भांडणामुळे पुस्तकं मात्र खराब होऊन जायची.

शाळेचा अभ्यास घरात करण्याचा प्रघात त्या वेळी फारसा नव्हता. घरी कुणीही 'अभ्यास करा' म्हणून हात धुऊन मागे लागलेलं नसायचं. आम्ही जमेल तेव्हा अभ्यास करत असू. मात्र, शाळा कधीही चुकवली नाही. चुकवावीशी वाटली नाही. शाळेला जातो म्हणून कल्लेश्वराच्या देवळात किंवा तळ्याकाठच्या चिंचेखाली दिवस ढकलला नाही. तिसरी-चौथीला महात्मा गांधींचा धडा होता. त्यामध्ये ते सकाळ-संध्याकाळ व्यायाम करत, अस्पृश्यता मानत नसत, इत्यादी गोष्टी वाचून आम्ही स्वत:ही असंच वागायचं ठरवलं. कल्लाप्पा आणि मित्रमंडळी रोज संध्याकाळी शाळा सुटल्यानंतर माळावर व्यायामासाठी जाऊ लागलो.

तेव्हा गावात अस्पृश्यता पाळली जायची. शाळेत गुरुजी अस्पृश्यता वाईट म्हणून सांगायचे. पण सगळ्यांना हे कळत असूनही अस्पृश्यता का पाळली जाते याचं उत्तर मला कधीच मिळालं नाही. जैन आणि लिंगायत अस्पृश्यता कर्मठपणे पाळायचे; पण आमच्याही घरात अस्पृश्यांना मज्जावच होता. आमच्या घरी भजन-कीर्तन चालायचं. देवळात तात्या प्रवचन करायचे. अण्णा भजन म्हणायचे. समतेचा संदेश सगळ्यांना द्यायचे. पण मग देवळात सगळ्यांना खुला प्रवेश का नव्हता? जैनांच्या वस्तीत जाण्याचा तर प्रश्नच नव्हता. पण हिंदूंची मंदिरेही खुली का नसावीत? महारांचा तातोबा विठ्ठल मंदिरात नेहमी यायचा, पण तो बाहेरच्या कट्ट्यावरच का असायचा? शाळेतही फारसं वेगळं नव्हतं. धुमाळे गुरुजी, संतराम गुरुजी ही मंडळी मागास वर्गातली. पण या लोकांना तरी गावातल्या किती घरांत प्रवेश होता?

एकदा मी भास्करदादाला धाडस करून विचारलं, "दादा, म्हारामांगांना आपण चहासाठी वेगळे कप का ठेवतो? घरी सोफ्यावर बसू देतो, पण आत का घेत नाही? त्यांनी मळणीला काम केलं तर चालतं, पण घरात आपल्याबरोबर जेवण का नाही करू शकत? धान्याची पोती उचलली तर चालतात, पण घरी बरोबरीनं ऊठबस का नाही करू शकत? मंदिरात भजनाला येतात, पण पिंपळाच्या कट्ट्यावर का बसतात?" भास्करदादा माझ्याकडे पाहतच राहिला. अचानक झालेल्या वर्षावानं तो थोडासा गोंधळून गेला. थोडासा विचार करून म्हणाला, "हे बघ, या गोष्टी काही विचारण्याच्या नाहीत. तुम्ही मोठे झालात ना, की घ्या बोलावून त्यांना घरी आणि बसा बरोबर जेवत!"

मी काहीच बोललो नाही, पण निश्चय केला की, मोठा झाल्यानंतर जरूर सगळ्यांना बोलावून बरोबरीनं एकत्र जेवत बसेन.

आम्ही पाणी आणण्यासाठी बऱ्याचदा तळ्यावर जायचो. मी कळशी घेऊन जायचो. गावातले सगळे लोक मजेत तळ्यातलं पाणी भरायचे; पण महार-मांगांना, चांभारांना बाहेरच थांबून लोकांच्या दयेची भीक मागायला लागायची. काही चांगले लोक त्यांना तळ्यातून पाणी काढून देत असत. काही वेळा त्यांना तासन्‌तास पाण्यासाठी थांबावं लागत

असे. समोर भरलेलं तळं. मी जायचो तळ्यावर तेव्हा अर्धा अर्धा तास थांबून वाट पाहणाऱ्या सगळ्या लोकांच्या घागरी भरायचो. पण माझ्या छोट्या कळशीने त्यांची एकेक घागर भरायला कधी कधी तीन-तीन फेऱ्या करायला लागायच्या. कधी कधी बाकीचे कुणी नाही असे पाहून त्यांचीच घागर घेऊन सरळ तळ्यातून भरून त्यांना देत असे. मुलगा पाणी आणायला तळ्यावर जातो या आनंदात, एकेका खेपेला एवढा उशीर का लागतो, हे मात्र घरात कुणीच विचारत नसे.

शाळा अतिशय सुंदर होती. अगदी कवितांमधून शाळेचं वर्णन असतं तशी. घरापासून साधारण सव्वा किलोमीटर अंतरावर. मेंदीचं कुंपण, भव्य प्रांगण, लोखंडी दरवाजा. आत प्रवेश केल्यानंतर मध्यभागी ध्वजस्तंभ. त्याच्या एका बाजूला विटांनी बनवलेला भारताचा नकाशा. आणखी पुढे जावे तर दोन्ही बाजूला बाग. मधून रस्ता. नंतर चार पायऱ्या चढून गेलं की व्हरांडा आणि वर्गाच्या खोल्या. इमारतीच्या मागच्या बाजूला पपईची बाग, तर उजव्या बाजूला केळीची बाग. केळीच्या बागेत बोअरिंगला भरपूर पाणी. ग्रहण सुटल्यानंतर याच बोअरिंगवर अंघोळ करायला आम्ही सगळे जायचो. शाळेच्या प्रांगणात फुलझाडं भरपूर आणि फुलपाखरांचीही गर्दी असायची. बऱ्याचदा या फुलपाखरांमागे धावण्यात आमचा वेळ जायचा. सुरुवातीला त्यांना पकडून काड्याच्या पेटीत ठेवायचो. नंतर मात्र पुन्हा सोडून देत असू. ती फुलपाखरं, ते दिवस, दोन्ही रंगीबेरंगी होते.

घरातलं वातावरण खेळीमेळीचं होतं. एकत्र कुटुंब. चार चुलत भाऊ, दोन चुलत बहिणी, आम्ही दोघे भाऊ, एक बहीण असं घरात मुलाबाळांचं गोकुळ होतं. सख्खे आणि चुलत हा भेद अगदी तिसरी-चौथीला जाईपर्यंत कळत नव्हता, इतके आम्ही सगळे जवळ होतो. भावंडांची भांडणं झाली तरी शिव्या देणं अजिबात नव्हतं. वडिलांनी किंवा काकांनी तसंच आक्काने किंवा काकूने आमच्यात आणि चुलत भावंडांच्यात भेदभाव केल्याचं आठवत नाही. शाळेला जायच्या आधी सकाळी सगळे मिळून न्याहरी करायचो. न्याहरीला आदल्या दिवसाची भाकरी आणि दही किंवा मिरचीचा ठेचा असे. क्वचित ताजा भात झालेला असे किंवा आदल्या दिवसाचा उरलेला भात फोडणी टाकून मिळत असे. त्यानंतर मधल्या सुट्टीत दोन वाजता घरी येऊन जेवायचं. हे मुख्य जेवण. संध्याकाळी परत सगळे मिळून जेवायला बसायचो. या वेळेस बाबा, अण्णा, तात्या, सगळी भावंडं मिळून जेवण व्हायचं. पाट पुरायचे नाहीत तेव्हा पोती अंथरायचो.

घरी तात्या आणि अण्णांनी कामाची जबाबदारी वाटून घेतल्यासारखं होतं. तात्या सगळी शेती बघायचे, तर अण्णा शिलाईकाम, बाहेरची कामं बघायचे. माल खरेदीला मात्र तात्या जायचे. गावातलं वाचनालय, क्रीडामंडळ आणि हायस्कूल यांसारख्या प्रगतिशील संस्था स्थापन करण्यामागे तात्यांनी बरेच परिश्रम घेतले. वाचनालय कल्लेश्वराच्या देवळाच्या बाहेरच्या बाजूला, तर हायस्कूल भाड्याच्या इमारतीत सुरू झालं. क्रीडा मंडळाचे सामने दरवर्षी दिवाळीच्या आसपास भरायचे आणि पन्नास-साठ गावांचे लोक एकत्र यायचे.

तीन दिवसांचा तो महोत्सव म्हणजे आम्हा मुलांना पर्वणी वाटायची. तात्या बऱ्याचशा सामन्यात पंच असायचे, त्याचा अभिमान वाटायचा. खेळाडूंबरोबर पंचांना मिळणाऱ्या चॉकलेटमधलं एखादं माझ्या हाताला लागायचं.

शनिवारचा अर्धा दिवस आणि पूर्ण रविवार, हे दिवस हिंडण्या-बागडण्यात जायचे. हिंडण्यासाठी तळ्याचा काठ, चव्हाणचा माळ, माळाचं शेत अशा जागा होत्या. चिंचा पाडून त्यांचा ठेचा बनवणं, त्यात घरातून चोरून आणलेलं मीठ आणि चटणी घालून त्याचा कुट्टा करून खाणं हा आमचा आवडता छंद. चिंच जितकी कोवळी तितका कुट्टा चवदार व्हायचा. गाभुळलेली चिंच तशीच खाण्यात मजा यायची, तर पिकलेली चिंच नुसती किंवा थोडी साखर घालून तिची गोळी करून सहा-सात इंची काडीवर ही गोळी तोंडात खाली-वर करत राहायचो. म्हणजे तोंडात गोळी फिरत राहायची. आंबट-गोड अशा त्या चवीच्या आठवणीनं तोंडाला पाणी सुटतं.

बऱ्याच वेळा परड्यात डुकरांच्या मागे लागण्यात, सुंबळकाईच्या झाडावर चढून पिकलेले सुंबळकाई खाण्यात दिवस निघून जायचे. सुंबळकाई हे बोरापेक्षा लहान आकाराचं चिकट रसाचं फळ. याचं झाड मी फक्त आमच्या गावातच पाहिलं आहे. सुंबळ म्हणजे कानडीत शेंबूड, काई म्हणजे फळ किंवा शेंग. याचा रस चिकट असायचा, त्यामुळे हे नाव पडलं असावं. वही किंवा पुस्तक चिकटवण्यासाठी या फळाचा रस आम्ही मुक्तपणे वापरत असू. डुकरांच्या मागे धावून त्यांना दगडांनी मारत फिरणं हाही आमचा आवडता उद्योग होता. आमच्या परड्यात डुकरांची संख्या अगणित होती. काही डुकरं तर प्रचंड आकाराची होती. यांची पिलावळही प्रचंड असायची. सांडपाण्यात आरामात पडून मादी आपल्या पिल्लांना पाजायची. त्या घाणीतही ते दृश्य पाहण्यासारखं असायचं. या डुकरांना आम्ही का मारायचो माहीत नाही; कदाचित खेळ म्हणून असावं. त्यांच्या मागे धावण्यात मजा वाटायची. आमच्या पंढरीने तर कामटीचं धनुष्य बनवलं होतं. त्याला धाटांचे बाण लावून तो त्या बाणासमोर एक काटा लावून या डुकरांवर सोडायचा. कधी कधी काटा लागून ते धाट तसेच डुकराच्या अंगावर राहायचे. पण या डुकरांची कातडी एवढी घट्ट की, कधी रक्त दिसायचं नाही. एकदा अशाच एका डुकराच्या पिल्लाला सगळ्यांनी खड्ड्यात ढकलून मारलं होतं. त्याच्या आर्त किंकाळ्यांनी माझी झोप उडून गेली होती. आपण काहीतरी चूक केलीय या विचारानं अस्वस्थ झालो होतो. कोरवी यल्लाप्पा हा या डुकरांचा मालक होता. आम्ही त्याला गमतीनं 'डुक्कर-सम्राट' म्हणायचो. तो कधी कधी तीन-चार माणसांना घेऊन यायचा. त्याच्या हातात एक लांब काठी आणि दोरखंड असायचा. दहा-पंधरा मिनिटांच्या प्रयत्नानंतर त्यांना हवं असलेलं गुबगुबीत डुक्कर सापडायचं. दोरखंडानं जखडून ही डुकराची वरात परड्यातून यल्लाप्पाच्या घरापर्यंत जायची. तिथून यल्लाप्पा ही डुकरं इचलकरंजीला नेऊन विकायचा, चार पैसे कमवायचा. या डुकरांना कापून लोक खात असतील याच्यावर मात्र आमचा विश्वास बसायचा नाही.

घरीच नव्हे, तर पूर्ण गल्लीत आणि बव्हंशी गावात सगळेच शाकाहारी होते. मांसाहार म्हणजे काय याची कल्पनाही कित्येक वर्षं आम्हाला नव्हती. दुसरी-तिसरीत असताना पहिल्यांदा कोळेकरांच्या घरी अंडं पाहिलं. आमच्या घरी अंडंही पाहिल्याचं आठवत नाही. पूर्वी ताईबाईला- परड्यातल्या दिवळीत असलेल्या लांबट दगडाच्या देवीला वर्षाला एक अंडं देण्याची प्रथा आमच्या घरी होती असं ऐकिवात आहे; पण तेही पाहिल्याचं मला आठवत नाही. एकंदरीत, मांसाहार या शब्दालासुद्धा घरी मज्जाव होता. प्रत्यक्ष मांस पाहण्याचा आणि खाण्याचा प्रश्नच नव्हता. लहानपणी नामूदादा, भास्करदादा एकदा कोळेकरांच्या मळ्यात जेवायला गेले आणि जेवणात मटण होतं म्हणून न जेवता परत कसे आले, ते ऐकत असताना त्यांच्या पराक्रमानं मन दिपून गेलं. अर्थात, गावातले जैन आणि लिंगायत हेही शाकाहारी होते. जे खायचं ते चोरून इचलकरंजीत जाऊन खायचं. गावात मात्र साधू म्हणून वावरायचं. गावात मांस-मटणाचं दुकानही नव्हतं. महार-मांग, कोळी, चांभार, मराठा हे लोक खायचे; पण बहुधा बाहेरगावाहून विकत आणत असावेत.

घरातलं वातावरण ब्राह्मणाला लाजवणारं होतं. अर्थात, गावात ब्राह्मणांची घरं दोन होती. एक कुलकर्णी आणि दुसरे दांडेकर. कुलकर्ण्यांच्या एका घराची दोन-तीन घरं झाली. दांडेकर एक आणि एकटेच. गिड्डु गुरुजी हे तिसरे ब्राह्मण. अर्थात, यांपैकी कुणीही खऱ्या अर्थानं ब्राह्मणी करायचे नाहीत. दांडेकर गुरुजींचा थोडासा अपवाद. दर सोमवारी कल्लेश्वर मंदिरात त्यांचं गायन असायचं. गावातल्या लोकांना अडीअडचणीत पंचांग सांगायचे. पुरोहित, पंडित किंवा भटजी या भूमिका कोणताच ब्राह्मण बजावत नव्हता. जैन देवळात पूजेचं काम जैन उपाध्ये करायचे. कल्लेश्वराच्या देवळात लिंगायत पुजारी आणि विठ्ठल मंदिरात गुरव काम करत असत.

आमच्या घरी मात्र ही सगळीच कामं व्हायची. तात्या दर बुधवारी ज्ञानेश्वरीचं प्रवचन करायचे. अण्णा भजन-कीर्तन आणि विठ्ठल मंदिराची व्यवस्था बघायचे. देवळात दरवर्षीच्या ज्ञानेश्वरी पारायणात कमीत कमी दोघं-तिघं आमच्याच घरातले असायचे. घरात काहीही नवीन कार्यक्रम असो, भजनाचा कार्यक्रम व्हायचा. अण्णा सत्यनारायणाची पूजा सांगायचे. पंचांग पाहायचे. लग्नाचा, घरकामाचा, विहीर बांधायचा मुहूर्त सांगायचे. गावातल्या अडीअडचणीतल्या लोकांना मार्गदर्शन करायचे. तात्या आणि अण्णा या दोघांच्या व्यक्तिमत्त्वानं बालवयात मी प्रभावित झालो. परिणामस्वरूपी दुसरीत असतानाच सर्वांसमवेत ज्ञानेश्वरीच्या पारायणाला बसलो. वाचन चांगलं असल्याने सत्यनारायणाची पूजा वाचायला लागलो. तिसरीत असताना आरगेत आजोळी ज्ञानेश्वरीच्या पारायणाला बसलो. संध्याकाळी सगळे मिळून घरात श्लोक किंवा भजन म्हणत असू.

कधी कधी शेतालाही जाणं होई. सुगीच्या दिवसांत किंवा पेरणीच्या दिवसांत तर हमखास. सगळ्या सुगीमध्ये शेंगाची सुगी आवडायची. सकाळी शेतात पोहोचेपर्यंत गड्यांनी

कुदळींनी अर्ध्याअधिक शेतातल्या वेली काढलेल्या असत. चाळीस-पन्नास बायकापोरं एका बाजूनं एक एक करून वेलीवरच्या शेंगा तोडत. बुट्ट्या भरल्या जात. ओल्या शेंगांचा वास रानभर होई. मुलांचं निम्मं खाणं आणि निम्मं तोडणं असा कार्यक्रम असे. संध्याकाळी वाटण्याचा कार्यक्रम. दिवसभर शेंगा तोडलेल्या एकत्र करून तोडलेल्यांना त्यांचा वाटा देऊन बाकीचे ढीग शेतात लागत असत. कधी कधी एखादी बाई बुट्टी किंवा कपड्यात शेंगा लपवून ठेवी. ते लक्षात आलं किंवा कुणी पाहिलं तर तिचा सगळ्यांदेखत पंचनामा होई. चेहऱ्यावर लाज येऊनही 'मी नव्हतं झाकून ठेवलं' असं तोंडातल्या तोंडात या बायका बडबडत.

रात्री चांदणं अंगावर घेऊन या शेंगांच्या ढिगावर झोपत. लहान मुलांना मध्ये झोपवून मोठे बाजूला झोपत. आम्ही झोप येईपर्यंत आकाशातले ग्रह, तारे, नक्षत्रं यांच्या जागा शोधून काढत असू. मध्येच कोल्हेकुई झाली की, घाबरून जात असू. सकाळी उन्हं लागेपर्यंत पडून राहण्यात मौज वाटायची. उठून आदल्या दिवसाच्या शेंगा शेतातच भाजायचो. त्यांची चव काही वेगळीच असायची. भात कापणीलाही अशीच गंमत यायची. सगळा भात कापून एका जागी आणला जायचा. त्यानंतर लोखंडी कॉटवर आम्ही सगळे भाताचा एक एक बिंडा घेऊन बडवत बसायचो. भाताच्या ओंब्यातून निघून आपोआप भात कॉटखाली ताडपत्र्यांवर एकत्र व्हायचे. बघता बघता सोनेरी तांबूस रंगाचा भाताचा ढीग लागायचा.

माळाच्या शेतावरचे आंबे काढणं हा सगळ्यांचा वार्षिक कार्यक्रम असे. आंब्यांपेक्षा आम्हा भावंडांची संख्याच जास्त असायची. झाडावर अवघड ठिकाणी असलेला एकेक आंबा कसा काढता येईल हे अगदी कौशल्य पणाला लावून पाहत असू. नदीला लागून आमची दोन शेतं. कचऱ्याचं शेत आणि खालतीकडचं शेत. पावसाळ्यात आडादीच्या शेतापर्यंतही पाणी यायचं. शेतात पोहायला गेलो की, सहज नदीपल्याड जात असू. काही वेळा शिरढोण हद्दीतील शेतात काकड्या, टोमॅटो यांच्यावर आमच्या वानरसेनेचा हल्ला व्हायचा. तिथला शेतकरी मागे लागताच सुसाट पळत येऊन नदीत उड्या घ्यायचो. नदीच्या काठावर येईपर्यंत धाप लागायची. तिथे येऊन कमरेत खोचून ठेवलेल्या काकड्या कचाकच खात, वाकुल्या दाखवत आमचा नाच सुरू व्हायचा.

खालतीकडच्या शेतात एकदा आम्ही 'इंजन' बसवलं होतं. भकभक आवाज करत धूर ओकणाऱ्या या इंजिनाचं आम्हाला खूप कौतुक वाटायचं. पण काही वर्षांतच 'इंजन' विकून टाकलं. नदीला दरवर्षी परडी सोडण्याचा कार्यक्रमही व्हायचा. परडी म्हणजे नदीची पूजा, नदी प्रसन्न राहावी म्हणून केलेली प्रार्थना. फुलं, नैवेद्य घेऊन नदीला अर्पण करायचं आणि त्यानंतर चारचौघांबरोबर यथेच्छ नदीच्या काठावर जेवण करायचं असा हा सोहळा. दूरपर्यंत तरंगत जाणाऱ्या परडीकडे आणि त्यावरच्या पणतीकडे आम्ही टक लावून बघत बसायचो.

गावातला पावसाळा खूप आवडायचा. पाऊस थांबला रे थांबला की, सगळी पोरं मिळून माळावर जायचो. तिथं राडीत, चिखलात खेळायचो. चिखल एकत्र करून छोटी धरणं बांधायचो. कुणी नाव करून सोडायचा. एकमेकांना चिखलाचे छोटे गोळे करून मारण्याचा खेळ व्हायचा. घरी परतेपर्यंत सगळे चिखलमय झालेले असायचो. बाहेर गेल्याबद्दल आणि अंग घाण केल्याबद्दल ओरडा व्हायचा. आम्ही चुपचाप हातपाय धुऊन कपडे बदलायचो. खूप जोरात पाऊस येऊन गेल्यानंतर सगळे तळ्याकडे सुसाट निघायचो. पाऊस किती पडला याची खरी परीक्षा तळ्याला पाणी किती आलं यावरून व्हायची. तळ्यावरची मोरी वाहायला लागली की सगळ्यांना आनंदाचं भरतं यायचं. तळ्याच्या पाण्यावरून लोक 'मार्च-एप्रिलपर्यंत काळजी नाही' असं ठरवून टाकायचे. सगळ्या गावाचं अस्तित्व तळ्यावर अवलंबून होतं. मोरीवरून पाणी वाहायला लागलं की लोक निःश्वास सोडायचे.

दिवाळीच्या आणि मेच्या सुट्टीत आम्ही आजोळी न चुकता जात असू. आजोळी आजोबा, मामा, मामी, चार मामेबहिणी, दोन मामेभाऊ असा विशाल परिवार. आरगेला जाण्यासाठी दोनदा गाडी बदलावी लागत असे. एकदा इचलकरंजीत, एकदा मिरजेत. त्या काळात प्रवासात एक दिवस सहज मोडायचा. अंतर फार तर ३५ कि.मी. असेल! मामाच्या गावी आम्ही एकदम खुश असायचो. मारुतीचं मंदिर, गावाला वळसा घालणारा ओढा, यल्लमाचं मंदिर, सुंदर नक्षीदार जैनमंदिर, वानरं ही तिथली वैशिष्ट्यं होती. पण या सर्वांहून तिथलं खास आकर्षण म्हणजे आंबे! आठ-दहा आंब्याची झाडं. सगळी आंब्यानं लगडलेली असायची. एकेका झाडाचे शेकडो आंबे. आंबा झाडावर पाडाला येऊ लागताच पोती घेऊन सर्व तयारीनिशी शेतात जायचो. आंबे काढण्याचा खास सराव असलेल्या दोन-तीन व्यक्तींना बरोबर घ्यावं लागत असे. लांब काठीला बांधलेल्या जाळीनं हे लोक पटापट आंबे तोडत. जाळी भरली की काठी खाली सोडत. आम्ही जाळीतले आंबे काढत असू. पुन्हा काठी वर जात असे. आंबे झाडावरच पिकलेले असायचे. त्यांचा आम्ही तिथेच फडशा पाडत असू.

एकदा आंबे घरी आले की, माडीवरच्या आढीत पिकायला घातले जायचे. या दिवसांत सगळ्या घराला आंब्यांचा वास यायचा. माडीवर, आत, बाहेर, गॅलरीत-सगळीकडे आंबेच आंबे असायचे. पाय जपून ठेवला नाही तर पायात शिकरण तयार व्हायचं. एवढे आंबे असूनही आम्ही बच्चेमंडळी घरात वडिलधारी मंडळी नाहीत असं बघून गुपचूप माडीवर जायचो. आंब्यांवरचा पालापाचोळा काढून नीट वास घेऊन पिकलेले आंबे निवडायचो आणि माडीवर बसूनच आंबे फस्त करायचो. कोय चोखून झाल्यानंतर माडीवरून सरळ गोठ्याच्या पत्र्यावर नाही तर उकिरड्यावर फेकायचो. काही वेळेस तर कोय हातात, हात खिशात असं करून घराबाहेर सटकायचो. बाहेर गेल्यानंतर कोय फेकायचो.

आम्ही आणि मामेभावंडं इतक्यांदा आंबे चाचपत असू की, आढीतल्या प्रत्येक आंब्याला आमचा हात लागलेला असायचा. आम्ही भावंडांतही चांगल्या आंब्यांसाठी स्पर्धा लागलेली असायची. याचा परिणाम म्हणून कधी कधी उशालाही आंबे घेऊन झोपायचो.

मामांची विहीर आणि विहिरीवरची मोट हे आमचं आणखी एक आकर्षण. पुढेमागे चालणारे बैल आणि प्रत्येक वेळेस पाटात उलटणारी मोट म्हणजे खराखुरा आनंद होता. काही वेळा मोटकरी गाणी म्हणत आणि कुई कुई करत मोट संगीत देत असे. बांधावर भाकरीची पुरचुंडी सोडून बसत असू. आरगेला पानमळेही बरेच होते. पानाच्या दुकानात दिसणारं पान कसल्या वेलीवरून येतं हे पाहायला मिळायचं. पानमळ्यामध्ये थंडगार सावलीत बसून राहायला खूप बरं वाटायचं. बऱ्याच वेळा जेवून तिथंच लवंडायचो. निसर्गाची हिरवीगार शाल वर आणि खाली साक्षात धरणीमातेची कूस! पानमळ्यातली आणखी एक आवडीची गोष्ट म्हणजे पांगिराची झाडं. पांगिराच्या बिया असल्या म्हणजे लाटेत सवंगड्यांमध्ये भाव मिळायचा. खिसे भरभरून पानमळ्यातील पांगिरं खिशात ठेवून द्यायचे. एकदा तर खिशाला असलेल्या भोकातून पांगिरं एस.टी.त टपटप पडत होती. खालच्या पत्र्यावर पडून त्याचा आवाजही यायला लागला. खिसा सांभाळता सांभाळता त्रेधातिरपिट उडाली. मिरजेपासून इचलकरंजीपर्यंत हा गोंधळ सुरू राहिला.

शाळेत दुसरीपर्यंत बोरूनं लिखाण असे. कित्तावहीत आमचं गिरवणं सुरू असायचं. बोरूतून शाई कमी-जास्त होऊन तिचा परिणाम वहीत दिसायचा. कित्तावहीचा उपयोग अक्षर सुधारण्यापेक्षा अक्षर परिचयाकडे जास्त होता. तिसरीनंतर शाईचा पेन वापरायाला शिकलो आणि चौथीची केंद्र परीक्षा शाईतच लिहिली.

त्या काळात 'केंद्र परीक्षा' या शब्दात जरब होती. एरवी शाळा स्वत: परीक्षा घ्यायची. वर्गशिक्षक विद्यार्थ्यांना पास-नापास करायचे. केंद्र परीक्षेत मात्र जिल्हा परिषदेकडून प्रश्नपत्रिका यायच्या. तीन-चार गावचे विद्यार्थी लाटेत यायचे. स्वत:चा परीक्षा क्रमांक असेल, त्याच ठिकाणी बसावं लागायचं. आजूबाजूला अनोळखी चेहरे. विद्यार्थ्यांचे तसेच शिक्षकांचे. माझ्याजवळ शिरदवाडचा विश्वास पाटील नावाचा विद्यार्थी होता. माझ्या आठवणीप्रमाणे चार पेपर्स होते. भाषा, गणित, शास्त्र आणि इ.भू.ना. (इतिहास, भूगोल, नागरिकशास्त्र). पेपर कसे गेले हा प्रश्न मला कुणीही विचारला नाही. आणि विचारला असता तरी उत्तर देणं मला जमलं असतं की नाही माहीत नाही. ही केंद्र परीक्षा माझ्या आयुष्यक्रमाच्या बदलाचा 'केंद्रबिंदू' होणार होता, हे समजायलाही पुढची बरीच वर्षं जाणार होती. परीक्षेच्या निकालाची आणि पाचवीचा वर्ग केव्हा सुरू होणार याची वाट मात्र बघावी लागणार होती. पहिली ते तिसरी शाळेच्या शेवटच्या दिवशी किंवा त्यानंतरच्या एखाद्या आठवड्यात पास-नापास कळायचं. त्यानंतर फक्त शाळा सुरू व्हायची तारीख लक्षात ठेवायची. मध्ये लांबच लांब उन्हाळ्याची सुट्टी आणि मामाचा गाव.

मी माझ्या खेळात आणि गल्लीत रमून जायचो. पोहणं, लिंबोण्यांनी खेळणं, डुकरांमागून धावणं, डाळिंबं पाडणं, लपाछपीनं खेळणं या कारवायांना अंत नव्हता. मी मुख्यत: माझ्या वयातल्या पोरांमध्ये मिसळत असलो, तरी गल्लीतल्या मोठ्यां-बरोबरही माझं चांगलं जमायचं. केपीमामा मला चॉकलेट घेऊन द्यायचा. भोज्याची लकसा मला घरी नेऊन गोडधोड खायला घालायची. बाळीशा आज्जा छान छान गोष्टी सांगायचा. कानडीत सगळ्या गोष्टी असल्या, तरी भाषेचा प्रश्न कधी आला नाही. तेल्यांचा आज्जाही आमचं चांगलंच मनोरंजन करायचा. त्याचे शुभ्र पांढरे केस आणि तितक्याच पांढऱ्या पण बाकदार मिशांचं आम्हा लहान मुलांना फार कौतुक वाटायचं. तो भविष्यही सांगायचा. त्या काळात भविष्याची मला थोडीफार भीती वाटायची. पण एकदा कुणी नाही असं पाहून मी हळूच माझा हात पुढे केला आणि 'भविष्य सांगा' म्हणून आग्रह केला. म्हाताऱ्यानं छोट्या पेटीतला चष्मा काढला, कानांवर लावला, मिशांवरून दोन्ही बाजूला सराईतपणे बोटं फिरवली आणि माझा तळहात उलटासुलटा केला. म्हाताऱ्यानं सांगायला सुरुवात केली -

''तुझा हात फार छान आहे. बाबारे, असला हात मी आतापर्यंत पाहिला नाही. मनात आणशील ते होईल. सरकार दरबारात फार पुढे जाशील.'' या भविष्यानंतर म्हातारा मला जास्तच आवडायला लागला.

खरं तर त्या दिवसांत म्हाताऱ्या माणसांशी माझं जास्त जवळचं नातं होतं. तेल्यांचा म्हातारा, बाळिशा आज्जा, बोरगाव्या बंडा, कोष्ट्यांचा गुंडा हे म्हातारे तर खास आवडते. बंडा आज्जाला अजिबात दिसत नसे. दिवसभर आमच्या दुकानात टाइमपास केल्यानंतर बंडा आज्जा कोपऱ्यातली काठी उचलून तयार होत असे. त्यानंतर तो क्रमाने आम्हा सगळ्या भावंडांची नावं घेऊन बोलवायचा. जो कुणी जवळ असेल तो बंडा आज्जाला त्याच्या घरी पोहोचवून यायचा. याच्या बदल्यात घरी पोहोचल्यानंतर बंडा आज्जा त्याच्या अंगणातून एक-दोन पेरू काढायला आम्हाला परवानगी द्यायचा. दोघांचंही काम व्हायचं.

गुंडा आज्जाही असाच. संपूर्ण टकलामुळे आम्हाला तो पुस्तकातल्या गांधीजींसारखा वाटायचा. स्वभावानं प्रेमळ गुंडा दररोज सकाळी नगारा बडवायला जायचा. अगदी डोळ्यांना दिसत नसलं तरी गुंडा पखवाज वाजवत असे. आज्जाशिवाय सगळं भजन सुनं सुनं वाटायचं. गुंडा आज्जाच्या मरणानंतर केरबाकडे पखवाज आणि नगारा, दोन्हीही आले; पण तो जोम कधी जाणवला नाही. गड्याप्पांचा आणि डुणुंगांचा म्हातारा ही दोन मंडळीही होती. पण गड्याप्पांचा म्हातारा नेहमी कामात, तर डुणुंगांचा म्हातारा चिलीम फुंकत बसलेला असे.

'कोल्हापूरला ज्ञानेश्वरची प्रवेश परीक्षा आहे' असं एक दिवस घरात ऐकायला मिळालं आणि मनातली शंका खरी ठरते की काय, असं वाटू लागलं. मठपती गुरुजींच्या

आमच्या घरच्या चकरा वाढू लागल्या. फॉर्म्स वगैरे भरले जाऊ लागले. मला थोडंसं घुसमटल्यासारखं वाटायला लागलं, तसंच एक अनामिक हुरहूर लागली. संथ पाण्यात कुणीतरी खडा टाकल्यासारखं झालं. लाटांवर लाटा उठू लागल्या. चौथीच्या परीक्षेत सर्वप्रथम आल्याचा आनंद आता थोडा शिळा झाला होता. नेहमीसारखं खेळणं वगैरे सुरू होतंच, पण कसल्या तरी बदलाची चाहूल जाणवू लागली. कोल्हापूर पाहायला मिळणार याचा थोडाफार आनंदही होताच.

गावाबाहेर आजोळचं आरग आणि चुलतमामांचं गाव नांदणी सोडल्यास इतरत्र कुठे गेल्याचं आठवत नाही. या गावांत जाताना इचलकरंजीतून जावं लागे. शहर आणि गाव यातला फरक इचलकरंजीमुळे कळायला लागला होता. तिथली मोठी घरं, डांबरी रस्ते, पेट्रोल पंप, चावीतून येणारं पाणी, धावणाऱ्या मोटारी आणि अधूनमधून सायकलीवरून जाणाऱ्या स्त्रिया, या सर्वांविषयी आदर वाटायचा. दबल्यासारखं शहरातून वावरायचो. तिथले एस.टी. स्टँड भव्य, प्रत्येक दिशांना जाणारी गाडी वेगळ्या ठिकाणी थांबायची. कापडांची मोठी दुकानं होती. एक-दोन ठिकाणी कारंजे, तीन-चार थेटरं - नारायण, आझाद आणि कल्पना. लाटेतून दोन-तीन एस्‌ट्या दिवसातून इचलकरंजीला जायच्या. बस स्टँड गावात नव्हतं. बागवानच्या हॉटेलजवळील चिंचेचं झाड हाच बस स्टॉप. दुसरीत असताना इचलकरंजीला शिवाजीचा मोठा पुतळा स्टँडजवळ बांधल्याचं कळलं. पुतळ्याच्या वर्णनानं आमचे कान तृप्त झाले. पुतळा पाहण्याची इच्छा सगळ्यांचीच होती. पण घरात बोलणार कोण? शेवटी चालत जायचं ठरलं. म्हणजे पैसे मागण्याचा प्रश्न नव्हता. आम्ही सर्व भावंडं, काकू, आक्का चार-पाच मैलांचं अंतर चालून गेलो. शिवाजी महाराजांचा घोड्यावर ऐटीत बसलेला पुतळा पाहून प्रभावित झालो. चार-पाच मैलांचा थकवा कुठे कसा पळाला समजलं नाही. पुतळ्याभोवती दोन-तीन चकरा मारल्या. पुतळा बघता बघता नामूदादाची टोपी उडत होती, तर माझा शेंबूड आत जात होता. संध्याकाळच्या एस.टी.नं सगळे घरी परतलो. एकदा-दोनदा नरसोबाच्या वाडीलाही बैलगाडीनं गेलो. तिसरीत असताना कोल्हापूर, पन्हाळगड आणि जोतिबाला सहलीला गेलो. कोल्हापूरला अंबाबाईचं मंदिर, वस्तुसंग्रहालय, भवानी मंडप या गोष्टी पाहिल्या. पन्हाळा, जोतिबाला गेल्यामुळे डोंगर काय असतो हे समजलं. पुस्तकात वाचलेला नागमोडी रस्ता कळला. सहलीतल्या अर्ध्या मुलांनी ओकाऱ्या काढल्यानं हा नागमोडी रस्ता चांगलाच लक्षात राहिला. ओकण्यात माझाही नंबर होताच. अगदी लहानपणी मिरज ते आरग रेल्वेचा प्रवास केल्याचं आठवतं; पण ही आठवण धुक्यातून न दिसणाऱ्या रस्त्यासारखी.

मला फुटणाऱ्या पंखांची जाणीव नसलेले ते दिवस. त्या परीक्षेनंतर काही महिन्यांत अचानक एका नव्या जगात प्रवेश...

पंख

पंख

अगदी लहानपणापासून एक जिप्सी मनात दडून आहे. मंगेश पाडगावकरांची जिप्सी कविता आवडते ती त्यामुळेच. माझ्या मनातला जिप्सी थोडा जास्तच अस्वस्थ आहे. फार काळ एका ठिकाणी, एका जागी बसू देत नाही. आता कुठं बूड टेकलंय, असं वाटेपर्यंत तो ढुसण्या द्यायला सुरुवात करतो. हयगय केली तर सरळ धरून उठवतो, गदागदा हलवतो. त्याच्यासमोर कसलंही कारण सांगून चालत नाही. तसा तो सोबतीच आहे. त्यामुळे सांगात्यावर रागावून चालत नाही. फक्त एका जागी फार काळ थांबू नको, चालत रहा, नवनवीन देश पाहत रहा, एवढंच त्याचं टुमणं असतं. या बदल्यात तो सगळीकडे साथ देतो – काट्याकुट्यात, दगडधोंड्यात, दऱ्याखोऱ्यात, नदीनाल्यात – अगदी कुठंही. तो सदैव दडून राहतो. त्यामुळे कसलंही श्रेय त्याला देता येत नाही. खरं तर त्याला आवडत नाही – प्रसिद्धी, झगमग, आत्मस्तुती किंवा फालतू बडबड.

जगाबद्दलचं कुतूहल प्रत्येकाला असतंच. फार कमी लोक या कुतूहलाचं रूपांतर एखादी गोष्ट जाणून घेण्यात करतात. शेकडो किलोमीटर आपल्याबरोबर प्रवास करणाऱ्या सहप्रवाशाचं नावही न विचारता सुखानं प्रवास करणारे असतातच. आयुष्याच्या रंगात न्हाऊन जायला, त्याच्या सगळ्या अंगांचा साक्षात्कार व्हावा म्हणून प्रयत्न करायला शिकवलं या जिप्सीनं. कुठं नाही नेलं या जिप्सीनं मला? पाय दुखून आले तरी न थांबता वेरूळचं प्रत्येक लेणं मी कितीदा तरी पाहिलं. पदव्युत्तर परीक्षा संपल्यानंतर खिशात फारसे पैसे नसतानाही महाराष्ट्राच्या सगळ्या तीर्थक्षेत्रांची यात्रा केली, तेही या जिप्सीच्या कृपेनंच. महाराष्ट्राच्या यात्रेत भक्तीचा फुललेला मळा मनोमन अनुभवला. पैठणच्या गोदावरीत डुंबताना एकनाथ सोबतीला होते, आळंदीला साखरे महाराजांच्या मुखातून ज्ञानेश्वर बोलत होते, देहूच्या इंद्रायणीत तुकारामांची गाथा भेटली. विठ्ठलाला कडकडून

भेटलो पंढरपुरात. नामा, जनी, गोरा, चोखा- सगळे कुठे ना कुठे भेटले. दूरवर उत्तर जपानमध्ये आणि पुन्हा फुजी पर्वताला प्रदक्षिणा घातली तेव्हा सतराव्या शतकातला कवी मात्सुओ बाशो कितीदा तरी हायकू गुणगुणत माझ्या समोरून चालताना पाहिलं. तटस्थ, उंच पाईन वृक्ष, गर्द वनराई. स्वत:चं सामान पाठीवर घेऊन चाललेला मात्सुओ बाशो. एक जिप्सी.

हा जिप्सी केव्हा मनाच्या अंगणात आला हे आठवत नाही. शाळेच्या खिडकीतून दूरवर पसरलेली शेती, त्या शेतीपलीकडचा माळ, दूरचा वडगिरी नेहमीच मला वाकुल्या दाखवून बोलवायचे. तीन-चार वर्षांचा असताना घरच्यांची नजर चुकवून एकदा चव्हाणच्या माळापर्यंत जाऊन आलो, तेव्हा केवढा आनंद झाला होता! त्या वेळचा तो रस्ता, सांगल्याचं तळं, रस्त्यावरची झाडं, सगळेच किती मोठे वाटत होते! या तीन-चार किलोमीटर प्रवासानं केवढा आत्मविश्वास निर्माण झाला मनात! नंतरच्या काळातले सगळेच प्रवास खूप मोठे होते. पण लहानपणीच्या त्या प्रवासाच्या मानाने नंतर काहीच वाटलं नाही. पहिलीत असताना वर्गातल्या एक-दोन सोबत्यांसमवेत 'भाकणूक' बघायला लक्ष्मीच्या जत्रेला चार मैल चालून गेलो. (भाकणूक म्हणजे ग्रामीण भागांमध्ये जत्रा भरतात त्यांचा केंद्रबिंदू एखादा स्थानिक देव किंवा देवता असते. या निमित्तानं ज्या अनेक प्रथा आहेत त्यात 'भाकणूक' नावाची प्रथाही येते. एखाद्या देवर्षीच्या किंवा भक्ताच्या अंगात येतं. तो झपाटल्यासारखा होतो आणि नाचायला लागतो. इतर लोक त्याला शांत करतात आणि त्यानंतर पुढच्या जत्रेपर्यंत देवाच्या मनात काय आहे हे तो जमलेल्या भक्तांच्या प्रश्नांना अनुसरून सांगतो. त्यात पाऊस येईल का, काही संकट, रोगराई तर येणार नाही ना, अशा प्रश्नांची सांकेतिक किंवा सरळ उत्तरं दिली जातात. उदा. पाऊस पडेल का यंदा असं विचारलं आणि उत्तर गावाच्या मधोमध मुलं पोहायला लागतील असं असेल तर खूप पाऊस पडून नुकसान होईल असा अर्थ. याउलट जनावरांना चारा मिळणार नाही असं उत्तर असेल तर त्या वर्षी दुष्काळ पडणार.) तिथल्या ताटलीतून उघड्यावर धनगरांच्यात बसून प्यायलेल्या आंबिलीची चवही त्या जिप्सीचीच भेट.

आसपासचा सगळा भाग पाहावा, त्यापलीकडे जावं, अनोळख्या देशातल्या आणि प्रदेशातल्या अनोळखी लोकांशी मैत्री करत जावी, असं मनाला नेहमी वाटायचं. त्यामुळे प्रत्येक नवीन प्रवास लक्षात राहिला. बैलगाडीतून नरसोबाच्या वाडीला जाताना पाहिलेलं वाटेतलं प्रत्येक वळण, जणू मनावर कुणीतरी चिकटवून ठेवलंय. संगमावरचं दत्त दर्शन, नावांच्या रांगेतून एकेक नाव ओलांडत नदी पार करणं, संगमावरचं स्नान करणं आणि सगळ्यांची नजर चुकवून नदीपल्याड जाणं, सगळं सगळं आठवतं.

पल्याड जाणं- जाण्याची इच्छा होणं आणि जिप्सी यांचा जरूर काही गाढा संबंध आहे. पाच-सहा वर्षांचा असताना झपाट्यानं गावातली पंचगंगा नदी ओलांडून पलीकडे जायचो. तिथल्या शेतातल्या काकड्या, भेंड्या तोडायचो. वांगीसुद्धा कधी कधी खायचो.

एकदा पलीकडचा शेतकरी मागे लागला. पटापट आम्ही पाण्यात उड्या मारल्या. झपाट्यानं हात मारत परत आलो. शेतकरी छोटं ढेकूळ उचलून आम्हाला मारायचा प्रयत्न करत होता. ढेकूळ लागणार, असं दिसताच आम्ही पाण्यात डुबकी घ्यायचो. त्या शेतकऱ्यानं पाण्यात उडी मारून पाठलाग केला नाही म्हणून बचावलो. परतलो तेव्हा लोहाराच्या भात्यासारखी छाती खाली-वर होत होती. एवढ्या जोरात पोहणाऱ्याला सहज ऑलिंपिक पदक मिळेल.

एकदा तर कोल्हापूरच्या पंचगंगा घाटावर सगळ्यांची नजर चुकवून नदीच्या पलीकडे गेलो. परत आल्यानंतर सगळे एखाद्या गुन्हेगारासारखे माझ्याकडे पाहू लागले. पोहण्यातला मनसोक्त आनंद उपभोगल्यानंतर अशी पाळी माझ्यावर येईल असं वाटलं नव्हतं. शाळेत पोहोचल्यानंतर प्राचार्यांसमोर उभं करण्यात आलं. नदीपलीकडे कशाला गेलास? असं दहादहादा विचारूनही उत्तर देता आलं नाही. आज याच प्रश्नाला 'पलीकडून जिप्सी बोलावत होता' एवढं उत्तर पुरेसं वाटतं.

प्राचार्यांनी ग्राऊंडमधील दहा बादल्या खडे काढण्याची शिक्षा दिली. ही शिक्षा अजब होती. ग्राऊंडमध्ये खडे इतके कमी असायचे की, दहा बादल्या काढता काढता सहज दिवस निघून जायचा. सहा-सात बादल्या काढल्यानंतर आबासाहेबांनी बोलावलं आणि चार बादल्यांची शिक्षा माफ केली. पुढे असं न करण्याविषयी बजावलं. काहीही चूक केलेली नाही, हे माहीत असूनही मी माफी मागितली. जिप्सीनं काही वेळा चांगलीच फजिती केली आहे.

कॉलेजला असताना मधल्या अर्ध्या तासाच्या ब्रेकच्या वेळेस अशोक, रमेश, सुभाष देवर्डेकर, आम्ही सगळे रंकाळ्याच्या काठावर येऊन उभे होतो. समोर बघत शेट्ये बोलला, ''रस्त्याच्या बाजूला असणाऱ्या त्या पायऱ्यांपर्यंत दहा मिनिटांत कोण पोहत जाईल? वीस रुपये बक्षीस द्यायला तयार आहे.''

माझ्यातल्या जिप्सीला आव्हान होतं. समोरचं अंतर बरंच होतं. पण जिप्सीला त्याची काय पर्वा? बघता बघता मी कपडे काढले. शर्ट-पँट मित्राकडे दिले आणि पाण्यात सुळकी मारली. चुटकीसरशी त्या पायऱ्यांपर्यंत पोहोचू याची खात्री होती. वीस रुपयांपेक्षा, आपण असं काही वेगळं करून दाखवू शकतो, हे मला सिद्ध करायचं होतं. मी झपाट्यानं पुढे जात होतो. हातापायाला थोडीफार पाणवेल जाणवत होती, पण त्याची पर्वा नव्हती. पाणवेल हळूहळू वाढत होती. पाय फसत होते. मला फक्त पायऱ्या दिसत होत्या. तीस-चाळीस मीटर क्षणार्धात पोहून आलो. पण पायाखालचे पाणवेलीचे वेटोळे जास्त घट्ट होत होते. वेलींच्या जंजाळात मी फसत होतो. आत गेल्यानंतर या वेली कमी होतील असं वाटलं, पण त्यांची उंची वाढत गेली. पहिल्यांदा गुडघ्यापर्यंत, नंतर कमरेपर्यंत आणि हळूहळू त्याही वर. पायांचा वेग कमी झाला. परिस्थितीचं गांभीर्य पहिल्यांदाच माझ्या लक्षात आलं. पायऱ्या अंधूक होत चालल्या. पुढे सरकणं मुष्कील झालं. साक्षात मृत्यूशी

वाटाघाट सुरू होती. थोडाफार हात हलवत कसातरी पाण्यावर तरंगत होतो. पायात पाणी कमी, पाणवनस्पती जास्त अशी परिस्थिती होती. साक्षात मृत्यू आता समोर उभा होता. स्वत:ची करमणूक करून घेत होता. मागे पाहिलं, मित्रमंडळी कट्ट्यावरून पाहत होती. मी नेमका काय करतोय, हे त्यांना समजत नव्हतं. मदत मागण्याची वेळ नव्हती, कारण जो कुणी यायचा तो माझ्यासारखाच फसायचा. मृत्यू आता समोर खदखदून हसत होता. सगळ्यांचं स्मरण केलं. आई-वडील, भावंडं, मित्रमंडळी आणि देवाला सांगितलं, 'जीव घाबरा करू नकोस माझा. शेवटपर्यंत झगडण्याचं सामर्थ्य आणि यातून निघण्याची बुद्धी दे.' जिथं फक्त पाणी आहे अशी आजूबाजूला जागा दिसते का पाहायची, असं ठरवलं. पाहू लागलो, पण चारी बाजूला फक्त पाणवेल. पुन्हा पाहिलं, आशेचा किरण दिसला. साधारणत: पंधरा ते वीस फूट आतल्या बाजूला पाणी चकाकत होतं. वेली कमी होत्या. पटकन निर्णय घेतला. पाण्यावर आडवा झालो. वरच्या सात-आठ इंच पाण्यात सफाईनं हात-पाय मारत पुढे जाऊ लागलो. पायात अडकणाऱ्या वेलींची पर्वा न करता पुढे पुढे जाऊ लागलो. मनात गुणगुणत होतो, 'जातस्यहि ध्रुवो मृत्यु ध्रुवो जन्म मृतस्यच.' पंधरा-वीस फुटांनंतर खरोखरच पाणी खूप आणि वेली कमी होत्या. पाय पुन्हा मुक्त संचार करू लागले. हात सपासप मारू लागलो. वेग वाढवला. पुन्हा एकदा पूर्ण ताकदीनिशी पोहायला लागलो. थोड्याच वेळात पायऱ्या जवळ दिसायला लागल्या. साधारणत: दोनशे मीटरचं ते अंतर सहज मागे पडलं. सगळे मित्र वरच्या बाजूला वाट पाहत होते. त्यांच्या चेहऱ्यावर आनंदाचं उधाण आलं होतं. सात मिनिटांत मी पोहोचलो होतो. मध्ये काय झालं याची कुणालाच कल्पना नव्हती.

''मध्ये थेाडा वेळ थांबला नसतास तर पाच मिनिटांत पोहोचला असतास! तिथंही कुणी भेटलं की काय तुला, एखादी मत्स्यकन्या वगैरे?'' संभाजी चेष्टेनं म्हणाला.

''भेटलं होतं, साक्षात यमराज भेटायला आला होता. पाणी पाजू काय म्हणून विचारत होता...'' मी म्हटलं. आणि सगळे सातमजली हसले. मनातल्या मनात मी त्या यमराजाचं अक्राळ-विक्राळ रूप आठवत होतो. कुणी वाचवलं मला? देवानं? की थोडं आजूबाजूला पाहायला लावणाऱ्या जिप्सीनं? पैज जिंकली होती. पण नव्या प्रवासात थोडी सावधगिरी बाळगली पाहिजे, ही खूणगाठ मनाशी बांधली.

चौथीनंतर गाव सोडला. बी.ए.नंतर कोल्हापूरला रामराम ठोकला. पदव्युत्तर परीक्षेनंतर मुंबईचा निरोप घेतला आणि त्यानंतर जपानला जाण्यापूर्वी मायभूमीच्या मातीला प्रणाम केला.

चौथीच्या परीक्षेनंतर मामांच्या आंब्यांवर यथेच्छ ताव मारून परतलो होतो. केंद्र परीक्षेच्या निकालाची सगळ्यांना प्रतीक्षा होती. मलाही. मी थोडासा घाबरलो होतो. नाही तरी चार गावांची संयुक्त परीक्षा, परीक्षेचं वातावरण, सगळंच मनावर थोडंफार दडपण आणणारं होतं. काय होईल सांगणं कठीण होतं. घरात पंढरीशिवाय चौथीला

कुणीच नापास झालं नव्हतं, त्यामुळे हे दडपण थोडं जास्तच होतं.

एक दिवस सकाळी आम्ही सगळे अंघोळीहून परत येऊन ठेपलो होतो, तेवढ्यात दारात मठपती गुरुजी येऊन पोहोचले. मी सरळ दरवाजाआड झालो. तात्या, अण्णा दुकानात बसले होते. माझ्या काळजाचे ठोके चुकत होते. नापास झाल्याची बातमी घेऊन गुरुजी आले असणार. दाराच्या फटीतून गुरुजी, तात्या, अण्णा सगळेच स्पष्ट दिसत होते. माझ्या कानांच्या दोन्ही पाळ्या गरम झाल्या होत्या. छाती धडधडत होती.

''नमस्कार!'' गुरुजींचा चिरका आवाज मला कधीच आवडला नव्हता.

''राम राम गुरुजी! कसा काय अगदी सकाळीच दौरा काढला?'' अण्णा बोलले. तात्यांनीही नमस्कार केला.

''चिरंजीव तुमच्या घराण्याचं नाव काढणार असं दिसतंय!'' गुरुजी एका दमात बोलले.

तात्या, अण्णा एकदम पाटावरून उठून उभे राहिले. फटीतून त्यांच्या चेहऱ्यावरची काळजी स्पष्ट दिसत होती.

''का, काय झालं? काही गडबड तर केली नाही ना चिरंजीवांनी?'' तात्या बोलले.

''अहो, चांगलीच गडबड केलीय. महागडबड! केंद्र परीक्षेत पहिला आलाय. तेही चांगल्या मार्कांनी. अहो, बघताय काय, पेढे आणा पेढे!''

तात्यांचा, अण्णांचा विश्वासच बसेना. तरी गुरुजी सांगताहेत म्हणजे खरं असणार. अण्णा साखर आणायला आत पळाले. दरवाजामागे मला पाहून ''इथे काय कडमडतोस? जा, गुरुजींच्या पाय पड.'' म्हणून ओरडले.

बाहेर आलो. चड्डी आणि सदरा सांभाळत गुरुजींना नमस्कार केला.

''मोठा हो. घराण्याचं नाव काढ.'' गुरुजींनी घोगऱ्या आवाजात आशीर्वाद दिला. त्यांच्या डोळ्यांत पाणी होतं. गुरुजी पहिल्यांदाच आवडले. त्यानंतर पटापट सगळ्यांच्या पाया पडलो. आत आलो आणि काकू-आक्कांच्या पाया पडलो. परत अंगणात आलो तर गल्ली गोळा झाली होती. कुणाला तरी पेढे आणायला पिटाळलं होतं. कौतुकाच्या वर्षावात न्हाताना खूप बरं वाटलं. माझ्या मनावरचा दगड हलका झाला. जिप्सी सुखावला.

निघताना गुरुजींनी तात्यांना एका बाजूला बोलावलं. हळू आवाजात चार-पाच मिनिटं कुजबूज झाली. तात्या मान हलवत होते. त्यांचा चेहरा थोडा गंभीर झाला होता. माझं कुतूहल वाढत होतं. पण ऐकू काहीच येत नव्हतं. संधी बघून मी खेळायला सटकलो. संध्याकाळपर्यंत मनातून विचार जात नव्हता. माझ्याबद्दलच गुरुजी बोलले असणार! माझ्यातल्या जिप्सीला कशाची तरी चाहूल लागली होती, तरी तो गप्प होता. संधी येईल तेव्हा सगळं सांगेन, नाहीतर आपोआप तुला कळेलच, असं काहीसं तो बोलला, तेव्हा त्याच्या डोळ्यांत काही वेगळीच चमक होती. मला माहीत नसणारी एक संपूर्ण स्वप्ननगरी त्याच्या खिशात होती. पण तो मात्र माझ्यापासून लपवण्याचं नाटक करत होता. त्याने

मला पुरतं अस्वस्थ करून टाकलं.

लोकमान्य टिळकांसारख्या महान व्यक्तीला समुद्रपर्यटन करून परतल्यानंतर प्रायश्चित्त करण्याची पाळी यावी, या गोष्टीवर माझा विश्वास बसत नव्हता. क्षितिजापलीकडचं विश्व शोधणं, त्याचा आनंद घेणं हा मानवी स्वभाव आहे. त्याला पाप का मानावं याचा मला केव्हाच उलगडा झाला नाही. मी घराबाहेर, गावाबाहेर आणि त्यानंतर देशाबाहेर पडलो. मी गावाची हद्द ओलांडली तेव्हा जग समजण्याचं माझं वय नव्हतं. पण कोल्हापुरानं जीवनात आमूलाग्र बदल घडवला यात शंका नाही.

पहिली सात वर्षं, सातवी ते अकरावीपर्यंत आणि त्यानंतरची कॉलेजची चार वर्षं... जवळजवळ एक तप. दहा-अकरा वर्षांचा असताना कोल्हापुरात आलो. तेव्हा कमरेखालून वारंवार चड्डी घसरायची. टूथपेस्ट पाहिली नव्हती, पहिल्यांदा काळ्या बाबासाबच्या तोंडात पांढरा फेस आणि त्यात मागेपुढे करणारा ब्रश आम्ही सकाळी अंघोळीला जाताना कौतुकानं पाहिला होता. ही टूथपेस्ट होती आणि बाबासाब ब्रशनं दात स्वच्छ करत होते, ही गोष्ट कोल्हापुरात गेल्यानंतर लक्षात आली. तोपर्यंत घरातल्या चुलीतली राख किंवा अंघोळीला गेल्यानंतर बाभळीच्या झाडावरच्या लोंबकळणाऱ्या फांदीचा शेवटचा पाच-सहा इंचाचा तुकडा घेऊन दात घासण्याची प्रथा होती. बाभळीच्या तुकड्याचा हलका फेस आणि हलका वास जिभेस चांगला लागायचा. कुंभार गल्लीपासून केसाप्पांच्या विहिरीपर्यंत बाभूळ दातावर घासत जाणं, हा दररोजचा परिपाठ होता.

दात घासतच अण्णांनी म्हटलेले अभंग आम्ही सकाळी गल्लीतील बाळगोपाळ मंडळी म्हणत असू. 'निंबोणीच्या मिसे हुतूतू खेळती', 'आमुची माळियाची जात', 'रूप पाहता लोचनी' हे अण्णांचे आवडते अभंग त्या बैलगाडीच्या रस्त्याने कितीदा तरी ऐकले असतील.

गावात लहान मुलांनी चप्पल घालण्याची प्रथा नव्हती. कोल्हापुरात एका संपूर्ण नवीन जीवनक्रमाला सुरुवात झाली. तोपर्यंत आणि त्यानंतरच्या जीवनात केवढी तफावत होती!

गुरुजी आणि तात्यांच्या कानगोष्टीने कसली तरी पाल माझ्या मनात चुकचुकली. मी कोल्हापूरला शिकायला जाणार अशी बोलणी घरातही ऐकू यायला लागली. माझी कुणी परवानगी घेण्याचा प्रश्नच नव्हता. धड काही कुणी सांगतही नव्हतं. माझ्या मनात मात्र भीती आणि कुतूहल व्यापून होतं. घरात कुणाला विचारावं तर काकूला वगैरे फारसं माहीतही नव्हतं. "आम्हाला कोण सांगतंय व्हय या घरात!" असं आक्का म्हणाली. तात्यांना विचारायचं धाडस नव्हतं.

एके सकाळी मला हलवून उठवण्यात आलं. न्हाणीत नेऊन गडबडीत अंघोळ घालण्यात आली. धुतलेले कपडे घालून तयार केलं. सकाळी सहाच्या आत सायकलवरून गाव सोडलं. मी सायकलच्या पुढच्या दांडीवर बसलो. दांडेकरांचं घर, म्हमद्याचं दुकान,

कल्लेश्वराचं देऊळ, चावडी मागे टाकली. डाव्या बाजूला शाळेची कौलं सकाळ होण्याची वाट पाहत शांत पडून होती. साध्या रस्त्यावर सायकलचे गचके जाणवत होते. दांडीवरच मागे-पुढे सरकत होतो. गावात कुणालाही न सांगता, न बोलता निघाल्यानं कसंतरी वाटत होतं. सकाळच्या शांतपणावर फक्त सायकलच्या पेडलचा अधूनमधून चेनकव्हरवर होणारा आवाज अतिक्रमण करत होता. आमची सगळ्यात जुनी सायकल, तात्या लहान असताना घेतलेली, दिमाखाने रस्ता कापत होती. जणू सगळा रस्ता तिचाच होता. अश्वमेध यज्ञ करून पुढे चालली होती. तात्यांशी आम्ही कमीच बोलत असू. पण मला अस्वस्थ वाटत होतं. मी धाडस केलं.

"कुठं जायचंय तात्या?"

"कोल्हापूरला!" बस्स एवढंच. जणू कसल्याही स्पष्टीकरणाची गरज नव्हती. कधीही न पाहिलेल्या शहराकडे आपण जातोय, पोराला काही सांगावं, असं त्यांना वाटत नव्हतं. त्यापूर्वी तिसरीत असताना तात्यांबरोबर आरगला गेलो होतो. मीही पारायणाला बसलो. सगळ्यात लहान म्हणून सगळे कौतुक करत. मला मात्र वाचनापेक्षा अधूनमधून मिळणारे पोहे, शिरा, उप्पीट हेच आवडायचं. त्यानंतर जेवणही चवदार असायचं. लवंग मी पहिल्यांदा याच पारायणाच्या वेळी खाल्ली. पारायणानंतर तात्या गावी परतले. मला सुट्टी होती म्हणून मी तिथेच थांबलो. पण तात्या परतले आणि मला एकदम संध्याकाळी जीव गमेनासा झाला. रात्री जेवण झाल्यानंतर अंथरुणात काकूची फारच आठवण यायला लागली. हमसून हमसून रडायला लागलो. सगळ्यांनी खूप समजावून सांगण्याचा प्रयत्न केला. शेवटी रडून रडून झोपी गेलो. सकाळी साखरझोपेत कुणीतरी केसांतून हात फिरवत होती. उठून पाहिलं तर तो मायाळू काकूचा हात होता. मी सरळ तिच्या कुशीत शिरलो. काकू दुसऱ्या दिवशी येणार ही साधी गोष्टसुद्धा तात्यांना मला सांगण्याची गरज भासली नव्हती. ते खूप कमी बोलत. त्यांना काकूशी बोलताना तर मी लहानपणी कधीच पाहिलं नव्हतं. म्हणूनच कोल्हापूरला जायचंय म्हणून सांगितल्यानंतर पुन्हा मी प्रश्न केलाच, "कशासाठी कोल्हापूरला चाललोय?"

"तुला कोल्हापुरात शाळेला घालायचंय. त्याची प्रवेशपरीक्षा आज आहे!" त्यानंतर बोलणं बंद. इचलकरंजीपर्यंत फक्त सायकलच्या पेडलचा आवाज. पंचगंगेचा पूल ओलांडला. सायकल इचलकरंजीत ठेवून कोल्हापूरची एस.टी. पकडली. माझ्या मनात विचारांचं काहूर माजलं होतं. प्रश्नांच्या वेली सरसरून वर चढत होत्या. गावातून सरळ कोल्हापूरसारख्या शहरात एकट्याला राहावं लागणार की काय? तात्या, काकू, आक्का, अण्णा, ताई, सगळी भावंडं- सगळ्यांना सोडून एकट्यानं दूर राहणं हे विचारापलीकडचं होतं. घरातले सगळे लोक माझ्याबरोबर कोल्हापूरला येतील हे अशक्य होतं. गावातली शाळा, सवंगडी, तळं, चिंचा सगळं सोडून कोल्हापुरातल्या शाळेत कशासाठी जायचं? गावात अकरावीपर्यंतची शाळा तर होतीच, मग चौथीनंतर गाव सोडायचं ते का?

निमूटपणे तात्यांच्या बरोबर कोल्हापुरात उतरलो. एस.टी. स्टँड खूप मोठ्ठं होतं. वाट काढत बाहेर आलो. तिथून बी.टी. कॉलेजपर्यंत चालत आलो. पायांत चपला नव्हत्या, हे मला पहिल्यांदा कोल्हापूरला जाणवलं. कारण तिथं सगळ्या पोरांच्या पायांत चपला होत्या. गावी माझ्या वर्गात मला कुणाच्याच पायांत चपला दिसल्या नव्हत्या. या वेळी मात्र अनवाणी चालताना पायांकडे लक्ष जात होतं.

बी.टी. कॉलेजमध्ये माझ्यासारखी बरीच मुलं होती. कापशीचा विनोद सोडल्यास बहुतेकांच्या पायांत चपला नव्हत्या. सगळी वेगवेगळ्या गावांतून आलेली मुलं. तीन-चार विषयांचे पेपर होते. मला जमेल तशी उत्तरं दिली. निकालाची खात्री नव्हती. परीक्षा झाल्यानंतर बाहेर आलो. तात्या आणि मठपती गुरुजी बाहेर उभे होते. ते उभे नसते तर मी नक्की घाबरून रडलो असतो.

त्या रात्री आम्ही शाहुपुरीतल्या विचारे वसतिगृहात थांबलो. मठपती गुरुजींची ओळख असावी. सकाळी तांब्या घेऊन जायला निघालो, तर समोरची खोली मला दाखवण्यात आली. संडास काय असतो ते पहिल्यांदा पाहायला मिळालं. दार बंद करून घेतलं. खाली बुट्ट्या होत्या. भयंकर दुर्गंधी. मला संडासला झालंच नाही. गावी परड्यात किंवा माळावर जावं लागे. माळावर कुणी नाही अशा ठिकाणी शेतात जाणं आणि सकाळचा गार वारा खात कार्यक्रम आटोपणं. शहरात मात्र घरातच संडास करायचा असतो, हा विचारच विचित्र वाटला मला.

मठपती गुरुजींनी कोल्हापुरात काही लोकांकडे आम्हाला नेलं. लक्ष्मीपुरीतल्या राणाप्रताप चौकात एका लॉजमध्ये भीमगोंडा पाटील होते. बहुधा प्रभात लॉज असं त्याचं नाव असावं. तिथे गेलो. तात्यांनी नमस्कार करायला सांगितलं. मी केला. त्यांना सगळे 'काका' म्हणत. काकांनी मला जवळ घेतलं, कुरवाळलं, काही प्रश्न केले. 'नाव काय? वय किती? गावात कोणती पिकं होतात? गावचे सरपंच कोण? देशाचे पंतप्रधान कोण?' इ. इ. सगळ्या प्रश्नांची उत्तरं मला माहीत होती. त्यांनी मला शाबासकी दिली. मठपती गुरुजी आणि काका बोलत राहिले. अधूनमधून माझं नाव घेत होते. थोड्या वेळानं नमस्कार करून बाहेर पडलो. इतके सगळे प्रश्न मला एकदम का विचारले गेले याचाच मला विचार पडला. पण कुणाला विचारणार? जाऊ द्या. गप्प बसावं हेच बरं.

त्या दिवशी संध्याकाळी कापसे नावाच्या एका गृहस्थाच्या घरी आम्ही थांबलो. हे मठपती गुरुजींचे मित्र होते. सूट आणि बूट घातलेला माणूस पहिल्यांदा मी इतक्या जवळून पाहत होतो. घराबाहेर त्यांच्या नावाचा बोर्ड आणि बी.ए., बी.एड. असं लिहिलं होतं. त्यांच्या घरी मच्छरदाणी होती. कॉटवरच्या गुबगुबीत गादीवर आणि मच्छरदाणीत झोपताना गावातल्या घरातल्या मातीच्या भिंतीची आठवण झाली. दरवर्षी उन्हाळ्यात या भिंतीच्या पापुद्र्यात लपून बसणारी ढेकणं मारणं हा आमचा आवडता उद्योग असायचा. डास हा प्राणी त्रासदायक असतो, असं आम्हाला कधी वाटलंच नाही.

इथं सगळं टापटीप. मी कॉटच्या लोखंडी नळीवरून हात फिरवला. अगदी थंडगार स्पर्श. झोपताना उशीजवळच्या स्टुलाजवळ पाण्याचा तांब्याही ठेवला होता. सगळ्या गोष्टी किती वेगळ्या होत्या!

दुसऱ्या दिवशी दुपारी तोंडी परीक्षा होती. म्हणजे मी लेखी परीक्षेत पास झालो होतो तर! सकाळी तयार होऊन निघालो. तात्या, मठपती गुरुजी आणि मी बी.टी. कॉलेजला वळसा घालून स्टँडच्या दिशेनं वळलो. शेजारी एका घराच्या कुंपणाचा दरवाजा उघडून आत गेलो. तिथून उंच वाटणारा जिना चढून समोरच्या चिंचोळ्या गॅलरीतून दुसऱ्या खोलीत उजवीकडे वळलो. जिना संपला तिथं बोर्ड होता – 'दिनकरराव यादव'. एकदम डोक्यात प्रकाश पडला. गावातल्या शाळेत आमच्याकडून घोकून घेण्यात आलं होतं, जिल्हा परिषदेचे अध्यक्ष कोण म्हणून. स्वप्नात जरी कुणी विचारलं असतं तरी 'दिनकरराव यादव' हे उत्तर सहज आलं असतं.

आत गेलो. आमच्या मागून विजार, शर्ट घातलेली एक व्यक्ती आली. तात्यांनी माझ्याकडे पाहिलं. सराईतपणे मी नमस्कार केला. गावात अशी प्रत्येकाला नमस्कार करण्याची प्रथा नव्हती. अगदी सकाळी कुणी तरी आलं तर 'राम राम' ऐकायला मिळायचं. पण हात जोडून नमस्कार करणं फक्त देवासमोर असायचं. आलेली व्यक्ती म्हणजेच दिनकरराव यादव असणार. डोक्यावर टक्कल, फक्त बाजूचे केस शाबूत, हसरा चेहरा, धारदार नाक, चष्म्याआतले मिष्कील डोळे, गोरीपान कांती, बोलकं व्यक्तिमत्त्व. एकाच कपड्याची विजार आणि शर्ट घातल्यानं थोडेसे तुरुंगातल्या कैद्यासारखे वाटत होते. यालाच 'नाईट ड्रेस' म्हणतात, हे मला कळायला पुढं कित्येक वर्षं लागली.

''काही नाही, परवा बोललो होतो तुम्हाला. हा माझा विद्यार्थी ज्ञानेश्वर मुळे. हुशार आहे. आज दुपारी याची मुलाखत आहे. तुमचं लक्ष असू द्या.''

यादवांनी माझ्याकडे नजर फिरवली. मी मान खाली घातली. काय विचारतात कुणास ठाऊक!

''नाव काय तुझं बाळ?'' आईसारखा वत्सल आवाज.

''ज्ञानेश्वर.''

''पूर्ण नाव सांगायचं असतं.'' किती व्यवस्थित समजावून सांगणं! मी पूर्ण नाव सांगितलं. त्यानंतर त्यांनी सात-आठ प्रश्न विचारले. काही नेहमीचेच, काही नवे – शाळेचं नाव? देशाचे राष्ट्रपती? जिल्हा परिषदेचे अध्यक्ष-उपाध्यक्ष कोण? गावाजवळचं तीर्थक्षेत्र कोणतं? सगळी उत्तरं बरोबर दिली असावीत. त्यांनी समाधान दाखवलं. ''छान! आता एक-दोन गोष्टी लक्षात ठेवायच्या. सरळ उभं राहायचं, बोलताना स्पष्ट आणि मोठ्यानं बोलायचं. जे प्रश्न विचारतात त्यांच्या डोळ्यांत बघून बोलायचं. येत नसेल तर तसं सांगायचं. आणि सगळ्यात महत्त्वाचं म्हणजे, घाबरायचं नाही.'' या सगळ्या एवढ्या साध्या गोष्टी होत्या, पण खरोखर महत्त्वाच्या. माझ्या लक्षात आलं, बोलताना

मी जमीन किंवा छताकडे बघत उभा होतो. हात बहुधा खिशात आणि पाय तिरके ठेवून मी उभा होतो. उत्तरं बरोबर होती, पण मी बावरल्यासारखा करत होतो. या भेटीचं प्रयोजन मात्र माझ्या लक्षात आलं नाही. नमस्कार-चमत्कार आटोपून निघण्यापूर्वी मठपती गुरुजींनी परत थोडंफार बोलून घेतलं. लाकडी जिन्यावरून आवाज करत आम्ही खाली उतरलो.

जेवण आटोपून साईक्स एक्स्टेंशनजवळच्या शिक्षण कार्यालयात गेलो. तिथून आम्हाला टाऊन हॉलजवळ जिल्हा परिषदेच्या कार्यालयात जायला सांगितलं. रिक्षा करून तिथं पोहोचलो. दुपारचे चार वाजले असावेत. एका खोलीत आम्हाला बसवलं गेलं. आणखी बरीच मुलं तिथं होती. एकापाठोपाठ मुलाखती होत होत्या. जाऊन आलेल्याला प्रत्येक जण 'काय विचारलं, काय विचारलं' म्हणून पिडत होतं. मी बळी जाणाऱ्या बकऱ्यासारखा निमूटपणे बाकावर बसून होतो. एका शिपायानं माझं नाव पुकारलं. मी उठलो. मला घेऊन तो तीस पावलांवरच्या खोलीजवळ घेऊन गेला. तिथं पाचएक मिनिटं थांबलो. आधीचा बकरा बाहेर पडल्यानंतर मला आत जायला सांगितलं. आत गेलो. सहा-सात लोक खुर्च्यांवर ओळीनं बसले होते. त्यांच्यासमोर टेबल होतं. इतकं मोठ्ठं टेबल मी कधीच पाहिलं नव्हतं. मी सगळ्यांना नमस्कार केला. मठपती गुरुजींनी सांगितल्याप्रमाणे मी ताठ उभा राहिलो.

''बाळ, तुझं नाव?'' पहिली खुर्ची.

''ज्ञानेश्वर मनोहर मुळे.'' मी पहिल्या खुर्चीच्या डोळ्यांत पाहून सांगितलं.

''गाव?'' दुसरी खुर्ची.

''लाट, ता. शिरोळ, जि. कोल्हापूर.''

''वडील काय करतात?''

''शिंपीकाम आणि शेती. देवळात प्रवचन करतात ज्ञानेश्वरीवर, दर बुधवारी.''

''ज्ञानेश्वरी कोणी लिहिली?'' तिसरी खुर्ची.

''संत ज्ञानेश्वरांनी.''

''तुमच्या गावातली मुख्य पिकं कोणती?''

''ऊस, जोंधळा, भुईमूग...''

''आसपास एखादं तीर्थक्षेत्र आहे का?''

''हो, नरसोबावाडी, दत्ताचं क्षेत्र आहे.''

'भारताचे पंतप्रधान कोण? जिल्हा परिषदेचे अध्यक्ष-उपाध्यक्ष कोण? आणि कोल्हापुरात शिकायला तुला आवडेल का?' या प्रश्नांची उत्तरंही दिली. शेवटच्या प्रश्नाला मी 'हो' म्हटल्यानंतर त्यांनी मला जायला सांगितलं. मी जायला वळलो, तेवढ्यात मठपती गुरुजींचे शब्द आठवले - 'खोलीतून निघण्यापूर्वी सगळ्यांना नमस्कार करायचा.' मी पुन्हा वळलो. सगळ्यांना नमस्कार केला. सगळे जोरजोरात हसायला लागले. मधली व्यक्ती मात्र मंदस्मित करत होती. तो चेहराही ओळखीचा वाटत होता. खूप आठवायचा

प्रयत्न केला. संध्याकाळी पुन्हा आठवायचा प्रयत्न केला आणि मग दिवा पेटला. ते तर जिल्हा परिषदेचे अध्यक्ष दिनकरराव यादव होते. सकाळी त्यांना भेटलो, तेव्हाचे विजारीतले ते आणि नंतर मुलाखतीच्या वेळचे खादीच्या कपड्यातले ते, यांच्यात खूप फरक होता.

निवड झाल्याची बातमी कळली तेव्हा आनंद किंवा दु:ख यातलं काहीच जाणवलं नाही. गावातल्या शिक्षकांना मात्र आनंद झाला होता. विद्यानिकेतनच्या प्रवेश परीक्षेत माझा पाचवा क्रमांक आला होता. चौथीपर्यंतचं शिक्षण गावात संपवून आता मला इथून पुढं कोल्हापुरात राहायला लागणार. कुमार विद्यामंदिरात प्रार्थनेच्या वेळी मला उभं केलं गेलं. वैद्य गुरुजी माझ्याबद्दल कौतुकाचे चार शब्द बोलले. गावाचा गौरव कसा वाढतोय, शाळेचा गौरव कसा वाढतोय हे त्यांनी समजावून सांगितलं. माझ्याप्रमाणेच बाकीच्या विद्यार्थ्यांना काही बोध होत नव्हता. सगळे शिक्षक मात्र कौतुकानं माझ्याकडे पाहत होते. मला मात्र केव्हा एकदा खाली बसेन असं झालं होतं. माझी खाकी चड्डी एकसारखी खाली घसरत होती. खिशात हात घालून मी तिला कशीतरी थांबवून ठेवली होती. हेडमास्तर संकपाळ गुरुजीही माझ्याविषयी बोलले. त्यानंतर प्रार्थना आणि कार्यक्रम संपला. मी नि:श्वास सोडला.

शाळेतून पत्र आलं. नव्या शाळेने विद्यार्थ्यांनी बरोबर आणायच्या सामानाची यादी पाठवली होती. यात आतपर्यंत न पाहिलेल्या आणि न ऐकलेल्या कित्येक वस्तूंचा समावेश होता. बुटांचे दोन जोड, चप्पल, स्वेटर, पांढऱ्या आणि खाकी चड्ड्या, बनियान, बेल्ट, अंडरवेअर इत्यादी... सुई-दोऱ्यासारख्या छोट्या छोट्या गोष्टीही आणायला सांगितल्या होत्या. एका नव्या विश्वात प्रवेश होत होता. ते सामान घ्यायलाच तात्यांना दोनदा इचलकरंजीला जावं लागलं. तरीही ट्रंक शेवटी कोल्हापुरात आल्यानंतर 'स्वस्तिक ट्रंक फॅक्टरी' नावाच्या लक्ष्मीपुरीतल्या दुकानातून घेतली.

मध्यंतरी पुन्हा एकदा कोल्हापूरची चक्कर झाली. आमच्या नव्या शाळेच्या औपचारिक उद्घाटनाचा कार्यक्रम. भवानी मंडपातून चालत मुख्य राजाराम हायस्कूलच्या इमारतीत आलो. पूर्वी इथं राजाराम कॉलेज होतं. आमच्या नवीन शाळेच्या इमारतीत मोठा हॉल नव्हता, म्हणून उद्घाटनाचा कार्यक्रम इथंच आयोजित केला होता. या इमारतीला पाहून तर आणखी चकित झालो. एके काळचा राजवाडाचा तो! सुरेख नक्षीकाम, भव्य सुंदर हॉल, सुशोभित दिवे... सगळंच मोठं परिणामकारक होतं. महसलूमंत्री बाळासाहेब देसाई समारंभाचे प्रमुख पाहुणे होते. सुरुवातीला काही इकडची-तिकडची किरकोळ भाषणं झाल्यानंतर एक भाषण तर फारच प्रभावी ठरलं. महापुरासारखी अशी ओघवती वाणी मी पूर्वी ऐकली नव्हती. भाषण ऐकताना एखाद्या मूर्तीसारखा जडशीळ होऊन ऐकत होतो. 'बाळसाहेब माने आहेत ते.' कुणीतरी कुजबुजलं. बाळासाहेब माने - जि. प.चे उपाध्यक्ष, शिक्षण समितीचे सभापती - शाळेत शिकवलेलं लगेच आठवलं.

एकंदरीत भाषणातलं कळलं कमीच, तरीही काही वाक्यं कानांत घुमत राहिली. 'महात्मा फुल्यांनी बहुजन समाजाला उपलब्ध करून दिलेली ज्ञानगंगा खेडोपाड्यापर्यंत पोहोचवण्यासाठी या शाळेचा जन्म आहे. खेड्यापाड्यांतली मुलं केवळ संधी मिळत नाही म्हणून जनावरांमागे फिरत राहतात, शेळ्यामेंढ्या हाकतात. हे चित्र बदलण्याची गरज आहे. समाजबदलाचं स्वप्न साकार करायचं असेल तर खेड्यापाड्यांत वाया जाणाऱ्या या बुद्धिमान पोरांना लहान वयातच हेरून त्यांना चालना देणं आवश्यक आहे. आज लावलेल्या या झाडाला कदाचित लगेच फळं येणार नाहीत; पण या शाळेत शिकणारी मुलं निश्चितच या देशाचं नवं भविष्य घडवतील.'

मी भारावून ऐकत होतो. प्रत्येक शब्दाचा अर्थ लावण्याचा प्रयत्न करत होतो. काहीतरी आपल्याबद्दलचं चांगलं बोलतायत, असं वाटून खूप बरं वाटत होतं. टाळ्यांच्या कडकडाटात बाळासाहेब बसले. त्यानंतर जि. प. अध्यक्षांचं आणि मग प्रमुख बाळासाहेब देसाई यांचं भाषण. भारदस्त व्यक्तिमत्त्व. खादीचा शर्ट, गांधी टोपी. सरळ, साधं बोलणं; पण प्रत्येक शब्द गलोरीतून सुटणाऱ्या दगडासारखा. ते म्हणाले, 'यापुढे केवळ पैसा नाही, शाळा नाही म्हणून खेडेगावातली पोरं मागं राहणार नाहीत. समाजव्यवस्थेची उतरंड आजपर्यंत गरिबाघरच्या पोरांना शिक्षणापासून वंचित ठेवत होती. गुलामीच्या साखळ्या तुटून वीस वर्षं झाली तरी अजून दारिद्र्यात पिचून जाऊन खितपत पडणाऱ्या समाजाला फक्त शिक्षणच तारू शकेल. मी एका शाळेचं उद्घाटन करत नसून संपूर्ण जिल्ह्याला शिक्षणानं समृद्ध करणाऱ्या धरणाचं उद्घाटन करतोय. इथली मुलं मातृभूमीला ललामभूत ठरोत.'

त्या एका कार्यक्रमात खूप काही समजल्यासारखं वाटलं आणि तरीही स्पष्ट काहीच कळत नव्हतं. महात्मा फुले, शाहू महाराज, आंबेडकर, शिक्षण, बहुजन समाज, विकास हे सगळे शब्द कानांत घुमत होते. शिक्षणाशिवाय पर्याय नाही, समाजाचा विकास नाही, सामाजिक समता आणि न्याय नाही, अशा अर्थाच्या बऱ्याच गोष्टी बोलल्या गेल्या. काय ऐकलं ते दुसऱ्याला सांगता येत नव्हतं. एवढं लक्षात आलं की, एका नव्या दिशेनं आपला प्रवास सुरू होतोय. जिप्सीने जणू मला नवीन डोळे दिले होते आणि आता तर मी गरुडभरारी घ्यावी म्हणून तो खास माझ्यासाठी पंख घेऊन आलाय. एकदा हे पंख परिधान केले की, मोकळा झालो सगळं जग कवेत घेऊन भरारी मारायला.

टाय आणि सूटबूट घालून विदेश नीतीच्या चमकणाऱ्या विश्वात स्वदेशाचं प्रतिनिधित्व करण्यासाठी माझा जन्म झाला आहे, अशी भविष्यवाणी माझ्या जन्माच्या वेळेस कुणी करण्याचा प्रश्नच नव्हता. ज्या एका खेड्यातल्या जुन्या घरात माझा जन्म झाला, तिथं कुंडली बघून भविष्य पाहण्याएवढी भविष्याची उत्सुकता कुणाला असण्याचं कसलंच कारण नव्हतं. माझं आजोळ तेव्हा गरीब नव्हतं; पण श्रीमंती उतू जात होती असं म्हणणंही अतिशयोक्तीचं ठरेल. आजोळ असो किंवा जिथं मी वाढलो ते माझ्या

वडिलांचं गाव असो, या गावात तसं देण्यासारखं खास काही नव्हतं. तरीसुद्धा या दोन गावांनी त्या अजाण बालपणात जे दिलं ते कुठल्याही महाविद्यालयात किंवा विश्वविद्यालयात शिकायला मिळणार नाही. जीवन काय असतं, दारिद्र्य म्हणजे काय, लोक कसे जगतात आणि खरा भारत काय आहे, हे मला या दोन गावांनी लहानपणीच शिकवलं. पण या शिक्षणाची महती कळायला कित्येक वर्षं लोटावी लागली. देशातील सगळ्यात अवघड आणि मानाची अशी नागरी परीक्षेची अडथळा शर्यत ओलांडून भारतीय विदेश सेवेत निवड झाल्यानंतर प्रशिक्षणासाठी मसुरी या हिमालयातील थंड जागेच्या ठिकाणी पाठवण्यात आलं.

'जडणघडण' हा शब्द वापरून फार गुळगुळीत झाला आहे. बऱ्याच वेळा तो खूप मर्यादित अर्थानं घेतला जातो. गांधीजींच्या जीवनावर रस्किनच्या 'अन् टू द लास्ट'चा जबरदस्त प्रभाव झाला. पण या एका पुस्तकातून गांधीजींच्या संपूर्ण जीवनाचा अर्थ समजणं जसं कठीण, तसंच कुठल्याही व्यक्तीच्या आयुष्याचं असतं. अनेक माणसं भेटत असतात, अनंत प्रसंग घडत असतात, अनेक स्थानं आयुष्यात येतात, अनेक अनुभव व घटना कळत नकळत मनात रुजतात, या सगळ्यांचं खोल कुठेतरी वर्षानुवर्षं मंथन होत राहतं आणि त्यातून व्यक्तिमत्त्वाचा जन्म होतो.

विशेषत: व्यक्ती एका जागेतून दुसरीकडे, दुसरीकडून तिसरीकडे स्थानांतर करत असेल, तर अशा प्रभावाचा आणि परिणामांचं मोजमाप व्यक्तीला स्वत:ला अशक्य होतं, तिथं दुसऱ्यांची काय व्यथा? माझ्या कविता संग्रहाच्या प्रस्तावनेत नारायण सुर्व्यांनी माझ्यावर अनिल, करंदीकर, बापट, सोपानदेव चौधरी यांच्या छायेत मी काही अंशी अडकून आहे असं लिहिलं. अर्थात, पहिल्या तीन कवींच्या बाबत सुर्व्यांचं म्हणणं कदाचित खरं असेल; पण पाठ्यपुस्तकात वाचलेल्या कवितांशिवाय सोपानदेवाची एकही कविता वाचलेलं मला आठवत नाही. मग त्यांच्या छायेत अडकणं कसं शक्य आहे? आणि खरं तर, जेवढा माझ्यावर सुर्व्यांच्या कवितांचा प्रभाव पडलाय, तितका वरच्या तिघांपैकी कुणाचाच पडला नसावा, हे सुर्व्यांना कळालं असेल का? अर्थात, वेगवेगळ्या व्यक्तींचा, वेगवेगळ्या वेळेस परिणाम होतो. अनिलांच्या 'दशपदी'नं मला झपाटून टाकल्याचे दिवस मनातून जात नाहीत. आरती प्रभूंच्या 'नक्षत्रांचे देणं'नंही मी झपाटलो होतो.

अर्थात, दुसऱ्याला समजून घेण्याइतकं स्वत:ला समजणं, स्वत:च्या व्यक्तिमत्त्वाचं आकलन होणं ही बऱ्यापैकी खोल मानसशास्त्रीय प्रक्रिया आहे याचं दररोजच्या जीवनात माणसाला भान राहत नाही.

ऑफिसमध्ये माझी अपॉइंटमेंट न घेता येऊन भेटणाऱ्याला मी कधीही भेट नाकारत नाही. या वरवर साध्या दिसणाऱ्या गोष्टीमागे केवढा विचार दडलेला आहे, हे मी शोधून पाहिलं तेव्हा माझं मलाच आश्चर्य वाटलं. मी स्वत: खेड्यातला आहे. फार गरीब नव्हे, पण अगदीच श्रीमंत घरातलाही नाही. भारत हा अजूनही निदान ५०% तरी खेड्यात

आहे, निदान ६५% तरी गरीब आहे. या मूलभूत गोष्टी एकदा समजल्यानंतर, लोकांकडे अपॉइंटमेंट घ्यायला टेलिफोन नसतो (घरातच नव्हे, तर गावातही नव्हे आणि पंचक्रोशीतही); तालुक्याच्या, जिल्ह्याच्या किंवा राजधानीच्या शहरात यायचं तर कधी शेकडो, तर कधी हजारो मैलांचा प्रवास करावा लागतो. तेव्हा, हे सगळे लोक वेळ ठरवून येतील कसे? बरेच लोक इतके अशिक्षित आहेत की, त्यांना वेळ घेऊन यायचं असतं याची कल्पनाच नसते. उच्चभ्रू आणि तथाकथित विकसित समाजाच्या संकल्पनेची माहिती सोडा, जाणीवही नसते. पण मी हे समजू शकतो, कारण मी या समाजाला जवळून पाहिलं आहे. त्या समाजातूनच आलो आहे आणि या सगळ्यांपेक्षा महत्त्वाची गोष्ट म्हणजे, हा जो भेटायला आलेला माणूस आहे, ते कदाचित माझे वडीलही असतील, माझा सख्खा भाऊ असेल, गावातले गुरुजी किंवा मित्र असतील. वेळ न घेता येणाऱ्यांना मी भेटायचं नाही असं ठरवलं, तर मी या लोकांवर तर अन्याय करेनच, पण मी स्वत:वरच अन्याय केल्यासारखं होईल.

दिल्लीत असताना व्यापार मंत्रालयात महाराष्ट्रातून येणारे बरेच लोक भेटायला येत. सरकारी स्वागतकक्षातल्या लोकांना प्रत्येक भेट घेऊ इच्छिणाऱ्या माणसात जणू शत्रू दिसत असतो. 'साहेब खोलीत नाही, मीटिंगला गेलेत, भेटणार नाहीत, लंच करताहेत' ही वाक्यं बोलण्यासाठीच त्यांचा जन्म झालेला असतो. बऱ्याच वेळा मला भेटायला येणाऱ्यांना दोन-दोन तास दरवाजात खोळंबून बसावं लागलं आहे. काही जणांना परत पाठवण्यात आलं आहे. माझ्यावरच्या संस्कारांमुळे अशा प्रत्येक वेळी माझ्या मनाला अत्यंत यातना झाल्या आहेत. संस्कार माणसाच्या जडणघडणीत केवढा वाटा उचलतात याचं हे एक साधं उदाहरण. सगळ्यात जास्त माझ्या जीवनावर कुणाचा परिणाम आणि प्रभाव झाला आहे? या प्रश्नाचं साधं आणि सरळ उत्तर देणं शक्य नाही. तरीही जागेच्या बाबतीत माझं गाव आणि कोल्हापूर, व्यक्तींच्या बाबतीत महाराष्ट्रातले समाजसुधारक, संत आणि माझी शाळा या सगळ्यांचा माझ्यावर अतिशय खोलवर परिणाम झाला आहे.

तसा मी गावात फारसा राहिलो नाही. वयाच्या दहाव्या वर्षी शिक्षणाच्या निमित्ताने गाव सोडलं. त्यानंतर प्रवाहात पडलेल्या ओंडक्यासारखा कालप्रवाहात वाहत राहिलो. फक्त सुट्टीपुरतं गावाशी नातं. जगभर फिरत राहिलो. पण एक गोष्ट सातत्यानं जाणवली- मनाच्या तळाशी फक्त आणि फक्त गाव आहे. मुंबईत आयुष्यभर राहूनही गावच्या पंढरीची नेहमी आठवण करत राहणाऱ्या गिरणी कामगारासारखं माझ्याही मनात आहे. विचारांच्या आवर्तनाचं केंद्र अजूनही गाव आहे. गावातील ती पहिली दहा वर्षं सदैव मनात रेंगाळत असतात.

काकांचा अचानक झालेला मृत्यू हा माझ्या आयुष्यातला पहिला हलवून टाकणारा अनुभव होता. सहावीत असतानाची गोष्ट. कोल्हापूरच्या विद्यानिकेतनमध्ये संध्याकाळी

सहा-साडेसहा वाजता खिडकीतून अण्णा तेली दिसले. गावचा कुणीही माणूस आला की खूप बरं वाटायचं. पण प्राचार्यांच्या परवानगीशिवाय भेटता येत नसे आणि महिन्याचा दुसरा रविवार सोडल्यास नातेवाइकांना भेटायला परवानगी नसे. पण कधीमधी याला अपवाद व्हायचा आणि प्राचार्यांच्या परवानगीने भेट व्हायची. मी खिडकीतून पाहत होतो. अण्णा तेली प्राचार्यांच्या खोलीत गेले. पाचेक मिनिटांनी मला बोलावणं आलं. मी गेलो. डाव्या बाजूच्या खुर्चीत अण्णा तेली, तर उजव्या बाजूच्या खुर्चीत प्राचार्य. मी नमस्कार केला.

''तू यांना ओळखतोस?'' – प्राचार्य.

''हो.'' – मी.

''यांचं नाव काय?''

''अण्णा तेली.''

''कोण आहेत हे...?''

''हे आमच्या गावचे आहेत, आमचे शेजारी. सोसायटीत काम करतात...''

''ठीक आहे. तू पटकन जेवण करून घे. तुझ्या काकांना बरं नाही म्हणून तुला गावी जायचंय...''

मी सटकलो. मनातून खूप आनंद झाला होता. काकांना बरं नाही या गोष्टीपेक्षा अचानक गावी जायला मिळणार याचा आनंद झाला होता. जेवण करून अण्णा तेलींबरोबर निघालो. वाटेत शुक्रवारातच अण्णा तेलींच्या बहिणीचं घर लागलं. तिथं चहापाणी केलं. गप्पागोष्टी झाल्या. रिक्षा केली. मोठ्या स्टँडवर आलो. इचलकरंजीची बस पकडून साधारण दहा-सव्वा दहाच्या आसपास इचलकरंजीत उतरलो. तिथून गावी जायला बस नव्हती. अण्णा तेली टॅक्सीची शोधाशोध करू लागले. शेवटी टॅक्सी मिळाली. टॅक्सीत बसायचा माझा तो दुसरा प्रसंग असावा. बाहेरची थंडी जाणवत होती. शांतता असह्य होत होती. कोल्हापूरपासूनच्या प्रवासात एस.टी.चा आवाज, प्रवाशांचं उतरणं-चढणं, बसची बेल यामुळे वेळ लवकर गेला; पण इचलकरंजीचा पूल ओलांडून टॅक्सी शिरदवाडकडे जाऊ लागली तसा अंधार अधिक दाट वाटू लागला.

''अण्णांच्या तब्येतीला काय झालंय...?'' मी अचानक विचारलं.

''काही नाही, बरं नाही त्यांना!'' – अण्णा तेली.

त्यानंतर पुन्हा शांतता. शिरदवाड मागे गेलं. उजव्या बाजूचं तळं, डाव्या बाजूची विहीर, शाळा, चिंचांची झाडं, काळ्यांचं हॉटेल, चावडी, म्हमद्याचं दुकान, दांडेकरांचा कट्टा... अंधारात नीट दिसत नसूनही मागे जाणारी प्रत्येक गोष्ट कळत होती. आणखी काही अंतरावर घर.

रात्रीचे अकरा वाजले होते. घराच्या थोडं आधीच मांगुऱ्यांच्या दारात गाडी उभी राहिली. मी उतरलो. मांगुऱ्यांची ताराकाकू समोर उभी होती.

"आता आलाय व्हय बाबा! झालं, सगळं झालं...!"

मला काहीच बोध झाला नाही. एवढ्यात पंढरी ओरडत गाडीजवळ आला. नेहमीप्रमाणे काहीतरी खोडकरपणा करून तो रडत असेल असं वाटलं म्हणून पुढे गेलो. अंगणाकडे वळलो. तिथे पाच-सहा बायका हुंदके देत होत्या. मला पाहून त्यांना जोरदार आवाज फुटला. रडणं, किंकाळणं, ओरडणं यातून मला एक गोष्ट कळली- काकांचं निधन झालं. कुणीतरी मला 'तिकडेच' न्यायची सूचना केली. जंबू स्वामीने सायकल आणली. पुढच्या नळीवर मी बसलो. वेशीतून माळावर, माळावरून स्मशानघाटात. तिथं माणसांची प्रचंड गर्दी होती. काही लोक भजन करत होते. उतरून गर्दीच्या मधोमध मला नेण्यात आलं. अग्नी भडकला होता. लाकडं पेटली होती. आकाशाला भिडणाऱ्या ज्वालांबरोबर मला शेवटचं न भेटता अण्णा परमेश्वराकडे निघून गेले होते. मी जिवाच्या आकांतानं 'अण्णा, अण्णा' म्हणून रडायला सुरुवात केली.

अण्णांच्या मृत्यूनं मला धक्का बसायची दोन कारणं. एक म्हणजे, त्यापूर्वी जवळच्या कुणाचाच मृत्यू झालेला नव्हता. दुसरं म्हणजे, मी त्यांचा खूप लाडका होतो. त्यांच्या व्यक्तिमत्त्वाचा खूप प्रभाव माझ्यावर पडला होता. त्यांचा चेहरा उजळ, डोळ्यांत किंचित घारेपणाची छटा, सदैव हसरा चेहरा, प्रेमळ बोलणं या सर्वांमुळे ते खूप लोकप्रिय होते. त्यांचा बराचसा वेळ भजनात आणि सामाजिक कार्यात जायचा. लग्न जमवणं, मुहूर्त बघणं, पदरमोड करून लोकांची कामं करणं त्यांना खूप आवडायचं. भांडणं सोडवण्यातही ते पुढं असायचे. त्यांच्या सात्त्विक-पणामुळे लोक त्यांचं ऐकायचे. स्वातंत्र्यपूर्व काळात ते गावातून प्रभातफेरी काढायचे. एकदा अटकही झाली; पण बालवयामुळे सोडून देण्यात आलं.

अण्णा तेली कोल्हापुरापासून गावापर्यंत अबोल का होते हे माझ्या नंतर लक्षात आलं. अण्णा त्या दिवशी सकाळीच मिरजेत वारले होते. देह गावी पाठवला होता आणि मला आणण्यासाठी तेली अण्णांची रवानगी करण्यात आली होती. प्राचार्यांची जेवण करूनच जाण्याची सूचना, अण्णा तेलींची त्यांच्या बहिणीच्या घरची भेट आणि इचलकरंजीपासून एस.टी.चा अभाव या सगळ्या गोष्टींमुळे गावी पोहोचायला एवढा उशीर झाला की, अण्णांचं शेवटचं दर्शनही झालं नाही. अण्णांच्या बाबतीत हे माझं शल्य राहिलं. 'माझ्यानंतर माझं नाव चालवणारा ज्ञानेश्वरच' असं ते नेहमी म्हणायचे.

तीन-चार दिवसांनी कोल्हापूरला परत आलो. शाळेत पाऊल ठेवलं आणि पुन्हा अण्णांची आठवण येऊन मोठ्यानं रडू आलं. प्राचार्यांनी डोळे पुसले. सोडायला आलेल्या तेली अण्णांना नमस्कार केला. अण्णा निघून गेले. वर्गमित्रांच्या घोळक्यात सामील झालो. थोड्या वेळानं त्यांच्यातलाच एक बनलो. नेहमीचा प्रवास सुरू राहिला.

वडिलांचा माझ्यावरचा परिणाम मर्यादित राहिला. ते स्वभावाने कडक वाटायचे, पण मला त्यांनी मारलं कधीच नाही. याउलट, आई बऱ्याचदा मारायची, पण मला खूप

जिव्हाळा वाटायचा. अविभक्त म्हणून मोठं कुटुंब असलं, तरी आई खास काळजी घ्यायची. गोठ्यातच मी दूध प्यायचो. जेवताना भाकरीवर तूप-लोणी पडायचं. वाडीतून आणलेल्या पेढ्याच्या पुढीतला एखादा पेढा मला जास्त मिळायचा. अविभक्त कुटुंबात स्वत:च्या पोरांवर प्रेम करायला बऱ्याच मर्यादा असतात. तरीही बाहेरगावी शिकायला असायचो म्हणून परत आल्यानंतर कधी छुप्याने, तर कधी खुल्या दिलाने आईच्या प्रेमाचा वर्षाव व्हायचा. प्रत्येक वेळी सुट्टी संपून कोल्हापुरात जायला निघालो की तिचे डोळे ओले व्हायचे.

अण्णा वारल्यानंतर बाबांवर सगळी जबाबदारी आली. सहा चुलत भावंडं आणि आम्ही तिघे. शेतीबरोबरच बाहेरची कामंही बाबांवर येऊन पडली. भास्करदादानं शाळा सोडली आणि तो दुकानाकडे लक्ष देऊ लागला. काही वर्षांनी बाबा वारकरी बनले. अण्णांच्या मृत्यूनं बाबांवरही परिणाम झाला असावा. भजन, कीर्तन, प्रवचन यांच्यावरचं त्यांचं प्रेम वाढलं. पूर्वीपासून ते दर बुधवारी विठ्ठल मंदिरात प्रवचन करायचे; पण आता ते गावोगावी जाऊ लागले. वर्षातून एक वेळ पायी वारी करू लागले. गावात असत तेव्हा शेती आणि शिलाई, दोन्हीमध्ये मन रमवत.

कोल्हापूरला कधीमधी भेटायला येत तेव्हा प्राचार्यांबरोबर तासन्‌तास गप्पा मारत. राजकारण, समाजकारण... सर्वांवर चर्चा होत असे. मला मात्र एखादी वस्तू हवी असेल, तर मागताना भीती वाटायची. खरं तर ही भीती अनाठायी होती. जी मागेल ती वस्तू ते देत असत. सहलीला जायला उत्तेजन देत असत. गावात त्यांचा सगळ्या महत्त्वाच्या संस्थांशी संबंध होता. वाचनालय, क्रीडामंडळ, सोसायटी, पाणी पुरवठा मंडळ आणि हायस्कूल - सगळ्यांच्या स्थापनेत आणि संस्थाचालनात त्यांनी नेहमी महत्त्वाची भूमिका बाळगली होती. विशेषत: वाचनालय आणि क्रीडामंडळ यांच्यासाठी तर त्यांनी खूप कष्ट घेतले होते. काका वारल्यानंतरही बाबांनी घराची जबाबदारी समर्थपणे सांभाळली. आमच्याइतकंच पुतण्यांवर प्रेम केलं. सगळ्यांच्या शिक्षणाचं पाहिलं. त्यांना सगळे घाबरत असले, तरी मानही देत.

काकूला आम्ही आक्का म्हणत असू. तिचंही माझ्यावर खूप प्रेम. ती माझं लहानपणापासून कौतुक करत असे. तिला बारा अपत्यं झाली. त्यातली सहा लहानपणीच वारली, सहा जगली. जगलेल्यांत सगळ्यात मोठी शशिकला. सगळ्या भावंडांत ती मोठी म्हणून तिला सगळे ताई म्हणत असू. ताई मला खूप आवडायची. ती खूप माया करायची आमच्यावर. लहानपणी तिचा हात धरून देवळात जायचो. ताईचं लग्न झालं, पण लग्नानंतर काहीतरी बिनसलं. तिच्या नवऱ्यानं तिला नांदवलं नाही. ती माहेरीच राहिली. घरची धुणीभांडी ती करायची. कामाचा कंटाळा करायची नाही. माझ्यापेक्षा बारा-तेरा वर्षांनी ती मोठी. कोल्हापूरहून सुट्टीवर आलो की तिला खूप आनंद व्हायचा. सगळ्या गल्लीत ती बातमी पोहोचवायची. कोल्हापूरला परत जाताना हमखास रडायची. मी किती

हुशार आहे, सगळ्यांशी कसं गोड बोलतो, शाळेत नेहमी नंबर येतो हे सगळं कौतुकानं सगळ्यांना सांगायची. बऱ्याचदा दादू परटाचं दुकान बंद असायचं तेव्हा तांब्यात कोळसे घालून माझ्या कपड्यांना इस्त्री करून द्यायची. सकाळी जायचं असेल तर रात्री झोपण्यापूर्वी सगळे कपडे धुऊन ठेवायची.

शाळेत राजा राममोहन रॉय यांच्या विधवाविवाह, पुनर्विवाह यांच्याबाबतचे विचार वाचले की, कधीतरी ताई पुन्हा एकदा चांगल्या घरात नांदायला जाईल असं स्वप्न दिसायचं. पण तसा कधी कुणी प्रयत्न केला नाही. आम्ही इतके लहान की, हा विचार मांडणं शक्य नव्हतं. घरात तिला तसं कुणी त्रास द्यायचं नाही; पण तिला खास स्थान नव्हतं. काम करत राहायचं, हा तिचा एककलमी कार्यक्रम. जसजशी भावंडांची लग्नं होत गेली, तसं तिचं कामाचं स्थान मोठं होत गेलं. पण कधी तिनं तक्रार केली नाही. अधूनमधून कुणाशी काही खटकलं तर, माझंच नशीब खोटं म्हणून रडत बसायची. सगळ्यांच्या आनंदात आनंद मानायची, दुःखात रडायची. मला कसं कुणास ठाऊक, पण ताईच्या या वेदना समजायच्या. काहीतरी करावंसं वाटायचं. पण शिक्षणाच्या मागे लागून प्रवाहात वाहत जात होतो. धडपडत होतो, पण काही करणं शक्य नव्हतं. वाढ थांबलेल्या झाडासारखं ताईचं जीवन होतं. एका जागी उभी राहून ती कुढत होती.

नवऱ्यानं सोडून कित्येक वर्षं उलटली तरी दररोज सकाळी कुंकू लावायची. तुळशीला प्रदक्षिणा घालायची. या गोष्टी तिला जगायची ताकद देत असतील का? एक दिवस अचानक तिचा नवरा मेल्याची बातमी कुणीतरी आणली. सगळ्यांच्या दृष्टीनं ती बातमी अर्थहीन होती. तरीही ताई रडली. खूप खूप रडली. बाकीचे सगळे सामील झाले. यात कुंकू व कांकणं गेली. तिचं कपाळ भकास वाटू लागलं. नवऱ्याची कपाळावरची खूण या भकासपणाला निदान झाकून ठेवत असे. यानंतरच्या तिच्या जगण्याला काहीच अर्थ नव्हता. भावंडांच्या मुलाबाळांत लक्ष घालून कसंतरी ती जगत होती. आपल्या नसलेल्या जगात आपलेपणा दाखवत होती.

मी जपानला निघालो तेव्हा 'परत केव्हा भेटतोस रे बाबा... भेटतोस की नाही कुणास ठाऊक...' अशा अर्थाचं ती बोलली आणि रडायला लागली. मला खूप वाईट वाटलं. छाती भरून आली.

जपानमध्ये जाऊन दोन महिने होतात न होतात तोच तिच्या मृत्यूची बातमी समजली. सोन्यासारख्या मनाची ताई, पुन्हा दिसणार नाही म्हणून रडू कोसळलं. मी गावी पत्र लिहिलं.

'ताई गेल्याचं समजलं. मन आठवणींनी भरून आलं. हजारो मैलांचं अंतर ओलांडून तुमच्या दुःखात सहभागी होता येत नाही याचं आणखीच वाईट वाटतं. पण ताईच्या आयुष्याचा विचार केला, तर मृत्यूनं तिची एका अर्थानं सुटका केली. जीवनभर तिनं सगळ्यांना आनंद देण्याचा प्रयत्न केला, पण तिला मात्र आपण सुख देऊ शकलो

नाही, तिनं त्याची अपेक्षाही केली नाही. वाट्याला आलेलं करंटं आयुष्य विनातक्रार भोगत राहिली. निदान परमेश्वराकडे तरी तिच्या आत्म्याला सुख, शांती लाभो याची प्रार्थना करू.'

ताईच्या निधनाची वार्ता कळली त्या दिवशी तोक्योत भारतीय मंडळानं रंगपंचमीचा कार्यक्रम आयोजित केला होता. त्या समारंभापासून मी अलिप्त राहिलो. काळ स्वत:चा खेळ खेळत होता. त्याला कुणाचीच पर्वा नसते.

गावात फक्त बालपणाची दहा वर्षं घालवली. त्या दहा वर्षांत गावाच्या अंगाखांद्यावर खेळलो. फारसं समजण्याचं वय नव्हतं, तरीही गाव मनात खोलवर रुजून आहे- एकावर एक सुपर इंपोज करत गेल्यासारखं. गेल्या दोन-तीन दशकातलं गाव आणि तिथले बदल मनात घर करून आहेत.

एस.एस.सी. होण्यापूर्वी, गावात सगळ्या चांगल्याच गोष्टी असतात, असं वाटायचं. निसर्ग, मोकळा वारा, ऊसपिकांनी भरलेले हिरवेगार मळे, साधेसुधे कष्ट करून जगणारे लोक या सगळ्या गोष्टींमुळे गाव खूप आवडायचं. शिक्षणामुळे लहान वयातच आई-वडिलांपासून दूर झाल्यामुळे गावचं आकर्षण कमी व्हायच्या ऐवजी वाढलं. कोल्हापूरच्या शाळेत दहावी-अकरावीला महिन्यातून एक दिवस आम्हाला 'मुक्त दिवस' असायचा. त्या दिवशी बाकीच्या मित्रांसारखं कोल्हापुरात तीन-तीन सिनेमे बघण्यापेक्षा सरळ एस.टी.नं गावी जाऊन सगळ्यांना भेटून संध्याकाळी परत येणं मला आवडायचं. कधी कधी इचलकरंजीत बसला वेळ असला, तर सरळ चालत निघायचो. चार मैलांचं अंतर चाळीस-पन्नास मिनिटांत पार करून गावात यायचो.

गावी सगळ्यात जास्त मला आवडायचं लोकांना भेटणं. सुरुवातीपासून माझी मैत्री समवयस्कांबरोबर मोठ्यांशीही सहज व्हायची. त्यातले तर काही हमखास मला भेटायला यायचे. चिंचवाड्याचा जिन्नू, कैपाळ्यांचा नेमू, कुमटोळ्यांचा नेमू, भागवतांचा ज्ञानू ही सगळी मंडळी माझ्यापेक्षा वयानं खूप मोठी; पण मी आल्याचं समजताच अजूनही गर्दी करतात. कोल्हापूर, मुंबई, दिल्ली, परदेश याबाबतचे प्रश्न विचारतात. मला जसं समजेल-उमजेल तशी उत्तरं देतो. आमच्यामध्ये एक संवाद चालतो. सुरुवातीला लोक प्रश्न विचारत, नंतर सल्ला मागू लागले. त्यानंतर त्यांचे प्रश्न सोडवायला मदत.

कोल्हापूरच्या शाळेत माझ्या ज्ञानाचा विस्तार वाढला, कक्षा वाढल्या. रोपट्याला चांगलं पाणी, खत मिळावं आणि त्यानं वाढ धरावी तसा प्रकार झाला. जाणिवांना आकार येऊ लागला. राजर्षी शाहू महाराज, महात्मा फुले यांच्या स्वप्नांना प्रत्यक्षात आणण्याच्या उद्देशाने सुरू झालेल्या या शाळेत त्यांचं नाव वारंवार ऐकू यायला लागलं. शाळेतल्या वाचनालयात अनेक प्रकारची पुस्तकं होती. अधाशासारखा त्यांच्यावर तुटून पडायचो. महात्मा फुले, शाहू महाराज यांचं नाव सुरुवातीला फक्त ऐकून होतो. पुस्तकात त्यांचा परिचय झाला आणि त्यांच्या विचारांचा पगडा बसला. प्रत्येक वेळी गावी जात

असे तेव्हा या विचारांचा आणि गावातल्या वस्तुस्थितीचा ताळमेळ घालण्याचा प्रयत्न करत असे. कधी मेळ जमायचा, कधी तो जमायचा नाही. माझ्यात अस्वस्थतेचं बीज रोवलं गेलं. बाहेरचा संघर्ष मनात आणि मनातला बाहेर दिसायला लागला. शाळेत आदर्शवादाचे धडे मिळत होते आणि गावात त्याच्या उलट प्रात्यक्षिक मिळत होतं.

सर्वधर्मसमभाव शिकवण्याबाबत शाळा इतकी जागरूक होती की, शाहू जयंतीनिमित्त प्रतिमेला हार घालायचं काम बऱ्याच वेळेस सय्यद सरांकडे जायचं. माझा मित्र काझी हा तर शाळेतल्या या धर्मातीतपणाचं उत्तुंग उदाहरण होतं. काझी भगवद्गीतेचा दुसरा, बारावा अणि पंधरावा अध्याय उलटासुलटा, अधूनमधून, कसाही म्हणायचा. त्याला गीता पठण स्पर्धेत बऱ्याचदा वरचा क्रमांक मिळे. आम्हा सर्वांना त्याचा सार्थ अभिमान वाटायचा.

सगळे मिळून जेवत असू. शाकाहारी आणि मांसाहारी अशा निवडीला वाव होता. कुणीही मांसाहारी किंवा शाकाहारी बनू शकत होतं. बदल करायची परवानगी होती. सक्ती कुणावर नव्हती, तरीही हळूहळू सगळे मांसाहारी बनत गेले. फक्त दोन अपवाद – मी आणि नामदेव सुतार. बहुतेक ब्राह्मण आणि जैन मुलं सुरुवातीला शाकाहारी असायची, पण हळूहळू सगळे बदलले. बुधवारी संध्याकाळी शिजवलेल्या मटणाचा वास शाळेत पसरायची वाट ही सगळी मुलं तेवढ्याच आतुरतेनं पाहायची.

आदर्शवादापोटी आम्हाला काही गमतीदार गोष्टी शिकवलेल्या होत्या आणि त्या काळात आम्ही मोठ्या उत्साहानं त्यांचं पालन करत असू. उदाहरणार्थ, हा संवादच पहा – बाहेरून भेटीला आलेली व्यक्ती आणि विद्यानिकेतनचा विद्यार्थी यांचा हा संवाद काल्पनिक वाटण्याची शक्यता आहे, पण तो खरा आहे.

"बाळ, काय नाव तुझं?"

"रमेश तुकाराम कोलेकर."

"जात कोणती?"

"भारतीय."

"धर्म...?"

"मानवधर्म."

"मोठेपणी कोण होणार?"

"भारतमातेचा सेवक."

या सगळ्या शिकवणीचा मनावर खोल परिणाम झाला. काही झालं तरी आयुष्यात जातीयवादाला स्थान द्यायचं नाही असं ठरवलं. कोणत्याही परिस्थितीत आंतरजातीय लग्न करायचा निश्चय केला. जातिवादाविरुद्ध शक्य असेल तिथे लढा द्यायचा. म. फुले आणि शाहू महाराज, आगरकर आणि वि. रा. शिंदे ही माझी दैवतं बनली.

एवढे सगळे निश्चय केले आणि यातले बहुतेक अमलातही आणले. मात्र, काही वेळा हे विचार अमलात आणताना कुचंबणा झाली. मराठवाडा दंगलीच्या वेळेस दंगलग्रस्तांना

सहानुभूती दाखवण्यासाठी आणि शासनाने पारित केलेल्या नामांतराच्या प्रस्तावाला पाठिंबा देण्यासाठी प्राध्यापक संघटनेने आयोजित केलेल्या मोर्चात मी भाग घेतला होता. लक्ष्मीपुरीतल्या राजाराम टॉकीजसमोरून जाताना अचानक आमच्या कॉलेजमधल्या माझ्याच वर्गातल्या एका मुलीचे वडील दिसले. मी घोषणा द्यायचा थांबलो. मान खाली घातली, नजर चुकवली आणि जणू काही आपण या गर्दीत नाहीच असं दाखवत पुढे सटकलो. मी ती चूक का केली याचा मला आजही उलगडा होत नाही. कॉलेजातला एक आदर्श आणि हुशार विद्यार्थी अशी माझी जी प्रतिमा होती, तिला जपायच्या उत्साहात मी नजर चुकवली, की समाजात वारंवार आणि जागोजागी आढळणाऱ्या दुतोंडीपणाचं मी साक्षात प्रतीक होतो, हे सांगणं कठीण.

आम्ही सातवीत असताना रामकुमार सावंत शाळेत शिकवायला आले. आम्ही त्यांना सावंत सर म्हणून बोलवायचो. त्यांचं खरं नाव होतं तुकाराम रामचंद्र सावंत. पण कविता करायचे म्हणून त्यांनी आपलं नाव 'रामकुमार' ठेवलं होतं. रामकुमार आले आणि शाळेत कवितांची साथ सुरू झाली. कृशकाय (म्हणून) उंच, डोळ्यांवर जाड भिंगांचा चष्मा, पँट आणि बुशशर्ट घालणारे सावंत सर बघता बघता सगळ्यांचे लाडके बनले. जरी ते आमचे वर्गशिक्षक नव्हते, तरी त्यांनी आम्हालाही झपाटून टाकलं. मराठी भाषेमधली असंख्य सुभाषितं त्यांना तोंडपाठ होती. वर्गातल्या पस्तीस मिनिटांच्या तासात तितकीच सुभाषितं फेकायचे. आम्ही सगळे त्यांचे फॅन बनलो. 'प्रत्येकाने सुभाषितांची एक खास वही ठेवावी.' सर सांगायचे, 'मी जिथं संधी मिळेल तिथं सुभाषितं लिहितो किंवा पाठ तरी करतो. संडासात, मुतारीत, बसमध्ये... जिथं-तिथं सुभाषितं पाठ करतो.' आम्ही सगळ्यांनी त्यांचं अनुकरण करायला सुरुवात केली.

सावंत सरांचा प्रभाव वाढायचं कारण, त्यांच्या कविता अधूनमधून मासिकात छापून यायच्या. त्यांच्या कथाही छापल्या जात असत. लेखक, कवीबद्दल फक्त ऐकून किंवा वाचून असलेल्या आम्हाला प्रत्यक्षात एक लेखक आणि कवी आमच्यामध्ये राहतोय ही गोष्ट आनंद आणि अभिमानाची होती. सावंत सर शाळेतच राहायचे, त्यामुळे सतत त्यांचा सहवास मिळायचा. त्यांच्या कवितांची, कथांची हस्तलिखितं वाचणं हा माझा अतिशय आवडता छंद होता. सुरेख हस्ताक्षरात आणि रंगीबेरंगी शाईत लिहिलेली हस्तलिखितं पाहायला खूपच सुंदर असायची. बऱ्याचदा चांगले हस्ताक्षर असलेल्या मुलांना ते त्यांच्या कच्च्या वहीतून पक्क्या वहीत कथा लिहायला सांगायचे. असं लिहायला मिळणं काही विद्यार्थ्यांना मानाचं लक्षण वाटायचं. मीही त्यात होतो. मला फक्त एकच कथा लिहायची संधी मिळाली आणि कदाचित ते लिखाण सरांना फारसं आवडलेलं नसावं. त्यानंतर त्यांनी मला कधीच लिहायला सांगितलं नाही.

सावंत सरांचा सगळ्यात मोठा गुण म्हणजे, त्यांच्याकडे बऱ्याच चांगल्या कल्पना होत्या. सुभाषितांचा नाद तर त्यांनी सगळ्यांना लावलाच होता; पण त्याचबरोबर शाळेत

हस्तलिखित मासिकं सुरू केली. 'किलबिल', 'कुजबुज' यांसारख्या हलक्याफुलक्या नावांची ही मासिकं म्हणजे विद्यार्थ्यांच्या कलागुणांना वाव देणारं व्यासपीठ बनलं. सुंदर मुखपृष्ठ, आत सुवाच्य हस्ताक्षरात भरलेल्या या हस्तलिखितात आपलं नाव यावं म्हणून पोरं धडपडायला लागली. यातून अनेकांनी कविता लिहिल्या. विनोद, चुटके लिहिले. कुणी काही, कुणी काही. शाळेत येणाऱ्या पाहुण्यांना हे हस्तलिखित दाखवणं हा खास कार्यक्रम होता. माझ्या आयुष्यातली पहिली कविता लिहिण्याची प्रेरणा मला याच काळात मिळाली. 'शेतकरी राजा' नावाची कविता त्या हस्तलिखितात असेल. नंतर आलेल्या महाजन सरांनी आमच्या भाबडेपणाला सुरुंग लावला आणि ही कविता कधी लिहिली होती हेच मी विसरून गेलो.

सावंत सरांच्या सुभाषितांचा प्रभाव आमच्यावर इतका पडला की, वक्तृत्व स्पर्धेत असो की साध्या भाषणात, गद्याऐवजी सुभाषितांची पखरणच जास्त असायची. जितकी सुभाषितं जास्त तितकं भाषण चांगलं, अशी शाळेत सर्वांची समजूत झाली. महापुरुषांबाबत भाषण करताना त्यांचा जन्म, बालपण, कार्य आणि मृत्यू यांचं वर्णन करणारी सार्थ सुभाषितं शेकडोंनी यायची. निवासी शाळा असल्यानं शाळेत आमचा प्रत्येकाचा वाढदिवस साजरा व्हायचा. रात्रीच्या प्रार्थनेच्या आधी ज्याचा वाढदिवस आहे त्याच्याबद्दल दोन-तीन विद्यार्थी बोलायचे, प्राचार्य थोडंफार बोलायचे, शुभेच्छा व्यक्त व्हायच्या; पण गंमत म्हणजे, वाढदिवसाच्या या साध्या भाषणातही महापुरुषांची सुभाषितं वापरली जाऊ लागली. सुभाषितांचा हा सुळसुळाट इतका वाढला की, त्यात कुणाला काय म्हणायचं आहे याकडे सगळ्यांचंच दुर्लक्ष व्हायला लागलं. उदाहरणार्थ, राजेंद्र काशिनाथ बोंगाळे हा विद्यार्थी. त्याच्या वाढदिवसाला अशा प्रकारचं भाषण होऊ लागलं -

'मा. प्राचार्य आणि मित्रहो,

१ जून १९६० या दिवशी कोल्हापूर जिल्ह्यातील हातकणंगले तालुक्यातील पट्टणकोडोली गावात एक तेजस्वी सुपुत्र जन्माला आला. त्या वेळचे वर्णनच करायचे झाले तर असे म्हणावे लागेल-

'अशीच होती धुंद वेळ ती गंध कोवळी सार्द्र हवा
गडाजवळच्या वडामागुनी उगवत होता चंद्र नवा'

या बालकाचे नाव होते राजेंद्र काशिनाथ बोंगाळे. 'मुलाचे पाय पाळण्यात दिसतात' याप्रमाणेच राजेंद्रसुद्धा बालपणीच वेगवेगळ्या गोष्टींनी आई-वडील, गुरुजी आणि मित्रमंडळी यांच्यात लोकप्रिय होता. पण शिक्षणासाठी त्याला खूप त्रास सोसावा लागला. म्हणतात ना 'जया अंगी मोठेपण तया यातना कठीण' वगैरे वगैरे.'

रामकुमारांनी नवे वारे आणले, पण त्यात थोडाफार विक्षिप्तपणा होता हे बऱ्याच जणांच्या कधीच लक्षात आलं नाही. बाह्य गोष्टींवर जास्त भर द्यायचा आणि समोरच्यावर छाप पाडायचा सोस त्यात खूप होता. शाळेत भरपूर तक्ते लावले. यात प्रत्येक जण पुढे

काय होणार, काय आवडतं, काय आवडत नाही यांसारख्या बारीकसारीक गोष्टीही तक्त्यावर लिहून झळकवल्या. अनेक प्रकारच्या व्याख्या आमच्याकडून पाठ करवून घेण्यात आल्या. याचा फायदा सरांना खूप व्हायचा. जेव्हा कुणी शाळेला भेट द्यायला बाहेरचे पाहुणे यायचे, तेव्हा ते आमच्या पोपटपंचीने खूप चकित व्हायचे. उदाहरणार्थ, पाहुण्यांना घेऊन सर वर्गात आले, की ते स्वतःच विचारायचे-

'विद्यार्थी मित्रहो, शाळेत कोणते विषय शिकता?'

'भूगोल, इतिहास, भाषा, विज्ञान इ. इ. इ.' विद्यार्थी बोलायचे.

'इतिहास म्हणजे काय?'

'इतिहास म्हणजे 'हे असे घडले', जे घडले ते सांगणारा इतिहास!'

'भाषा म्हणजे काय?'

'भाषा म्हणजे अभिव्यक्तीचे माध्यम.'

'व्याकरण म्हणजे काय?'

'व्याकरण म्हणजे भाषेचा आत्मा.'

भारंभार प्रश्नांना आम्ही धडाधड उत्तरं द्यायचो आणि आम्हाला भेटायला आलेले पाहुणे बघता बघता नेस्तनाबूत व्हायचे. त्यांच्या चेहऱ्यावरचं हास्य आणि आनंद याद्वारे पावती मिळायची.

सावंत सर आम्हा सगळ्यांचे हिरो बनले, अनभिषिक्त सम्राट बनले. याच दरम्यान त्यांचं लग्न ठरलं. ते तिशीत होते. लग्नाच्या आधीच त्यांच्या चेहऱ्यावर नवं तेज आलं. आम्ही त्यांची मजा करत असू आणि तेही लाजत लाजत आम्हा बालमित्रांना आपल्या भावी बायकोविषयी माहिती पुरवायचे. होणाऱ्या पत्नीचं नाव काय, असं आम्ही कुतूहलानं विचारायचो, तर सरांचं उत्तर जवळजवळ ठरलेलं होतं - 'नावात काय आहे, 'प्रेमा'नं प्रेम वाढतं.' आम्हाला तर ते उत्तर खूप आवडायचं. पुनःपुन्हा आम्ही त्यांना छेडायचो आणि रागावल्याचं नाटक करून परत परत ते लाजल्यासारखं करत उत्तर द्यायचे. त्यांच्या लग्नाच्या बातमीनं आम्हाला खरोखरच आनंद झाला होता.

सावंत सरांचं आपल्या आईवर खूप प्रेम होतं. त्यांचे वडील लहानपणीच वारल्याने आईनंच त्यांचं संगोपन केलं होतं आणि खूप कष्टानं सावंत सरांनी स्वतःचं शिक्षण पूर्ण केलं होतं. त्यांच्या मातृप्रेमाचं सगळ्यात ज्वलंत उदाहरण म्हणजे, त्यांच्या खोलीतला त्यांच्या आईचा फोटो. हा फोटोही थोडा खास होता. त्यात सरांची आई एका खुर्चीवर बसली होती, तर सर तिच्या पायावर हात ठेवून बसले होते. हात पायावर असले, तरी नजर कॅमेऱ्यावर होती. सरांचा जाड भिंगांचा चष्मा लक्ष वेधून घेत होता. फोटो चांगल्या चौकटीत लावून फोटोखाली सरांनी स्वतःच्या हस्ताक्षरात लिहिलं होतं-

'आई तुझा सहवास
गोड चंदनी झुळूक' - शांता शेळके

शिकवत असताना आईचा विषय निघाल की सर खूप भावुक व्हायचे. कुसुमाग्रजांची 'निरोप' कविता शिकवताना सर स्वत: रडायचे आणि सगळ्यांना रडवायचे. विद्यार्थी जितके रडत, तितका सरांबद्दलचा आदर वाढायचा. मागच्या बाकावरची काही मोठी मुलं मात्र, बाकीचे रडायला लागले की स्वत: हसायला लागायची– अर्थात सरांना समजणार नाही अशा रीतीनं. 'निरोप' कवितेत कुसुमाग्रजांनी एक निर्वासित महिला स्वत:ला आपत्तीत ठेवून स्वत:च्या मुलाला कशा प्रकारे विमानातून पाठवते आणि कदाचित आयुष्यात परत आपलं मूल भेटणार नाही या व्याकूळ भावनेने तिच्या मनाचा झालेला कोंडमारा फार चांगल्या प्रकारे चित्रित केला गेलाय. सावंत सरांच्या मातृप्रेमाने शाळेत मातृप्रेमाला पूर आला आणि बऱ्याच विद्यार्थ्यांनी 'आई', 'माता', 'जन्मदात्री', 'जननी' अशा मथळ्याच्या कविता लिहायला सुरुवात केली. मीही आईवर कविता करण्याचा प्रयत्न केला, पण उपमा आणि उपमानं यांच्या दुष्काळाने ती कामगिरी अर्ध्यावरच सोडली. कितीतरी ओळी लिहिल्या, यमकंही जोडली; पण कुणी ना कुणी आधीच आईबद्दल त्या ओळी आणि ती यमकं लिहिली होती.

'कविता नको पण चोरीचा आळ आवर' या व्यापक विचाराने प्रेरित होऊन ती कविता अर्ध्यावर सोडली आणि फाडून टाकली याचं मला कधी वाईट वाटलं नाही.

निवासी शाळेत कुठलाही आळ येणं यासारखी घातक गोष्ट कोणतीही नसते. मी पाचवीत असताना एकदा माझ्या एका मित्रानं तुला एक गंमत दाखवतो म्हणत दुसऱ्या मित्राच्या बॅगेतली कातडी पिशवी काढून त्यावर कागद ठेवला आणि पेन्सिलीने वरून रेघोट्या मारायला सुरुवात केली. कातडी पिशवीवर छोटे छोटे उंचवटे असल्याने, जसजशी पेन्सिल जास्त चालवू लागला, तसतसे पिशवीवरचे डिझाईन कागदावर आपोआप उमटत जाऊ लागले. पाचेक मिनिटांत पिशवीसारखंच डिझाईन सगळ्या कागदभर उमटलं. मला खूप गंमत वाटली आणि या मित्राचं कौतुक वाटलं. ही छोटीशी गोष्ट तिथेच संपली. ती कातडी पिशवी परत त्या दुसऱ्या मित्राच्या बॅगेत ठेवून दिली.

दुसऱ्या दिवशी सहज हा दुसरा मित्र भेटला तेव्हा त्याला म्हटलं,

''तुझ्या कातडी पिशवीची गंमत माहितीय तुला?''

''नाही. चल दाखव...''

आम्ही त्याच्या कॉटजवळ गेलो. त्याने बॅग उघडली. त्याला मी ती गंमत पुन्हा दाखवली. संपूर्ण कागदभर एक सुंदर डिझाईन!

''म्हणजे तू माझी बॅग उघडली होतीस?''

''हो.''

''पण मला न सांगता! मी नसताना...!''

''हां.''

मला काही समजेना. बॅग उघडली होती हेही खरं आणि तेही त्याच्या परोक्ष हेही

खरं. (अपरोक्ष हा चुकीचा शब्द असून परोक्ष (डोळ्याआड) म्हणायला हवं असं करकरे बाईंनी आम्हाला नंतर सांगितलं.) पण मला त्यात काहीच गैर वाटलं नव्हतं.

दुसऱ्या दिवशी प्राचार्यांनी बोलावलं. मला आश्चर्य वाटलं. मी गेलो. त्यांच्या समोर हा माझा थोराड मित्र, ज्याची बॅग मी उघडली होती तो, उभा होता.

''काय रे, तू याची बॅग उघडली होतीस?''

मी गांगरलो. कसातरी म्हणालो,

''हो सर... पण...''

''का उघडलीस बॅग तो नसताना?''

''पण सर, आम्ही गंमत करत होतो.''

''कसली गंमत करतोस? दुसऱ्याची बॅग त्याच्या पाठीमागे उघडणं ही चोरी आहे आणि याची तर एक खाकी पँटही बॅगेतून गायब झालीय.''

मला धक्काच बसला. या मित्राने चक्क चोरीचा आरोप माझ्यावर घातला होता. बॅग उघडल्याचं माझ्याजवळ कसलंच समर्थन नव्हतं. पण त्याची खाकी चड्डी निश्चितच मी घेतली नव्हती. मी काकुळतीला येऊन म्हणालो,

''सर, मी बॅग उघडली हे खरं आहे, पण पँट मी चोरली नाही... हवी तर माझी ट्रंक तपासा.''

''पण बॅग कशासाठी उघडली होतीस?''

मी गप्प. माझ्याजवळ उत्तर होतं, पण बोललो नाही. का बोललो नाही कुणास ठाऊक! बॅगेची आणि कातडी पिशवीची सारी गंमत सरांना समजावून सांगायची हिंमत झाली नाही. सागितलं असतं तर चांगलं झालं असतं. पण सरांचा विश्वास बसला असता का? जाऊ दे. मी गप्प.

''परत दुसऱ्याची बॅग कधीही उघडायची नाही, ताकीद देतो.'' सर म्हणाले.

''सर, ठीक आहे. परत कुणाची बॅग उघडणार नाही. चूक झाली. पण मी बॅग उघडली असली तरी पँट चोरली नाही सर!''

''ठीक आहे जा, निघ तू!''

मी ओशाळलेल्या चेहऱ्यानं प्राचार्यांची खोली सोडली. वर्षं उलटून गेली असली, तरी प्राचार्यांनी मनातल्या मनात एकदा तरी मी चोरी केली असण्याची शक्यता गृहीत धरली असणार, या भावनेनं मलाच अपराधीपणा जाणवला.

आज त्या घटनेचा विचार करायला लागतो तर वाटतं की, तो एक समाज-शास्त्रातला धडा होता. कधी तरी शिकणं अपरिहार्य होतं. गावात आमच्या घराचं दार बंद झालेलं मी कधी पाहिलं नव्हतं. खरं तर एकत्र कुटुंब पद्धतीमुळे कसलाच पडदा, भेदभाव आणि अंतर नव्हतं. आमच्या घराला कुलूप हा प्रकार नव्हताच. म्हणजे कुलूप असून घालत

नव्हतो असं नव्हे; घरात कुलूपच नव्हतं. घरातले सगळे लोक बाहेर गेलेत हे मी कधीच पाहिलेलं नाही. कारण तसं कधी झालेलंच नाही. आमचं घर रात्री फक्त आतून बंद राहायचं; पण बाहेरून बंद होण्याचा प्रश्नच नव्हता. अशा घरातून आल्यामुळे बंद, उघडं, आपलं, दुसऱ्याचं या माझ्या कल्पना अतिशय अस्पष्ट होत्या. शाळेत घडलेल्या या घटनेनं या संकल्पना कळायला लागल्या. दुसऱ्याच्या वस्तूला हात लावल्यानंतर काय होतं याचा प्रत्यय आला आणि मी शहाणा बनलो.

शाळेत महाजन सर आले आणि सावंत सरांचा प्रभाव थोडा कमी झाला. महाजन सरांचं नाव जी. टी. महाजन. गुंडाप्पा तवनाप्पा महाजन. म्हणायला अवघड म्हणून सर जी. टी. महाजन असंच नाव सांगत. सरांच्या अस्सलपणाला त्यांचं हे आंग्लीय नाव अपवाद होतं. पण त्यानं काही फरक पडत नव्हता. सावंत सर निघून गेले होते गडहिंग्लजच्या एम. आर. हायस्कूलमध्ये. त्यांना भावपूर्ण निरोप देण्यात आला. त्यांनी शिकवलेली सगळी सुभाषितं त्यांचा गुणगौरव करण्यासाठी वापरली. त्यांच्या डोळ्यांत पाणी आलं आणि आमच्याही. सावंत सर गेले, पण त्यांचा प्रभाव होता. शाळेतल्या प्रत्येक भाषणात सुभाषितांचा पूर वाहायचा. महाजन सरांनी सुरुवातीला या सुभाषित संस्कृतीचा धसकाच घेतला. महाजन सरांचा चेहरा म्हणजे अभिव्यक्तीची खाण होती. भाषेच्या विविधांगावर त्यांची जबरदस्त पकड होती. प्रकृतीने ते गंभीर होते. प्रत्येक वाक्यावर सुभाषितं फेकणं हे फक्त उथळपणाचंच नव्हे, तर असंस्कृतपणा आणि दिखाऊपणाचं लक्षण आहे, हे त्यांनी आल्या आल्या आम्हाला समजावून सांगितलं. सावंत सरांनी पोसलेल्या सगळ्या दूधभोळ्या कल्पनांची त्यांनी चिरफाड करायला सुरुवात केली. अर्थात, सावंत सरांबद्दल त्यांना असूया किंवा मत्सर नव्हता; पण त्यांना आमच्या सुभाषितवेडाची गंमत वाटायची. आम्ही काही गमतीशीर बोललो तर ते म्हणायचे–

''कुठल्या देवदूतानं हे अमृत पाजलं तुम्हाला?''

''सर, सावंत सरांनी सांगितलं.''

''कुठे आहे रे तो सावंत मास्तर...? एकदा त्याला डोळे भरून पाहायची इच्छा आहे... जमलंच तर कडकडून मिठी मारायची आहे त्याला.'' ते असं काही बोलायचे आणि वर्गात हशा पिकायचा.

महाजन सर म्हणजे निसर्गदत्त वात्सल्याचा खजिना होता. वर्गातल्या मठ्ठ मुलांवरही ते कधी चिडत नसत. अगदीच राग अनावर झाला तर 'परमेश्वरा, काही तरी चमत्कार करून याच्या डोक्यात जरा लवकर प्रकाश पाड' अशा आशयाचं वाक्य फेकत आणि त्या मुलासकट सगळे हसत.

विद्यार्थ्यांना विषयाचं खरं आकलन व्हावं याकडे त्यांचं लक्ष असे. पाठांतरापेक्षा कोणत्याही विषयाचे अंतरंग सगळ्यांना कळावे याकडे त्यांचा कल होता. त्यांचं स्वत:चं वाचन अफाट. बोलता बोलता टॉलस्टॉय, डोस्टोवस्की, शेक्सपिअर, खांडेकर, फडके

यांचे अनेक संदर्भ सांगायचे. फक्त बुद्धिमान नव्हे, तर त्याला सखोल ज्ञानाची जोड होती. पाठांतराला किंवा सुभाषितांना त्यांनी नावं ठेवली नाहीत, पण योग्य वेळी समर्पक वचनांचा उल्लेख करण्यावर जोर दिला. विद्यार्थ्यांना वाचायला प्रवृत्त केलं.

सरांचं हस्ताक्षर अतिशय सुंदर होतं. शब्द लिहून त्यावर ते रेषा मारायचे. त्यांच्या अक्षरांचं सगळे अनुकरण करायला लागले. गृहपाठाच्या वहीवर कधी तरी ते 'छान', 'चांगले' आणि 'अप्रतिम' असे शेरे मारायचे आणि तो शेरा मिळावा म्हणून आम्ही प्राण पणाला लावायचो. मी खूप वाचायला सुरुवात केली ते या वेडापोटी. सरांनी काही 'अप्रतिम' मला दिलं आणि माझ्या आत्मविश्वासाला पुष्टी मिळाली. मला अजूनही आठवतं, एकदा 'आई'वर निबंध लिहायला सांगितला. मी 'आईचं हृदय म्हणजे विशाल आकाशाचं उत्कट दर्शन' या वाक्यानं निबंधाचा शेवट केला. सरांनी त्यांच्या जांभळ्या शाईच्या पेनानं या वाक्याच्या खाली रेघ ओढली आणि मार्जिनमध्ये 'अप्रतिम' हा शब्द लिहिला. त्या एका शब्दात अभ्यासाचं सगळं सार्थक झाल्यासारखं वाटायचं.

महाजन सर कविता करायचे, पण 'स्वान्त:सुखाय' सावंत सरांच्या कविता सगळ्या शाळेत पाठ झाल्या होत्या. महाजन सरांच्या कविता त्यांच्यासारख्याच धीरगंभीर होत्या.

'विस्तीर्ण वृक्ष वेडा शून्यात हा पाहतो
उभवून दीर्घ बाहू हटयोग आचरितो'

या त्यांच्या एका कवितेतल्या ओळी आजही लक्षात आहेत. ते कविता फारसे कुणाला दाखवायचे नाहीत. मी त्यांचा आवडता विद्यार्थी झालो म्हणून मला त्यांच्या काही कविता वाचायला मिळाल्या.

मी वक्तृत्व स्पर्धेत भाग घ्यायचो. महाजन सरांच्या मार्गदर्शनाखाली आठवीत लायन्स क्लबने कोल्हापुरात आयोजित केलेल्या वक्तृत्व स्पर्धेत माझा प्रथम क्रमांक आला. 'नको त्या परीक्षा' या विषयावर मी आठ मिनिटं बोललो आणि जवळजवळ मिनिटभर टाळ्यांचा कडकडाट झाला. या स्पर्धेत मी तयारी चांगली केली होती; पण स्वाभाविक बोलण्याकडे जास्त लक्ष दिलं. रामकुमार सावंतांचा प्रभाव संपून महाजन सरांच्या 'विचार आणि व्यक्तिमत्त्वाचा' प्रभाव या भाषणात दिसून आला. विशेष म्हणजे, मला स्वत:ला मीपण सापडलं. भाषण फक्त श्रोत्यांसाठी नसून, त्यातून स्वत:च्या मनाची मशागत झाली पाहिजे, हे लक्षात आलं. बक्षीस समारंभ कोल्हापूरच्या टुरिस्ट हॉटेलच्या मागे खास मंडपात लायन्स क्लबच्या कुठल्याशा समारंभात झाला. त्यानंतरच्या मोठ्या मेजवानीचं आमंत्रणही आम्हाला होतं. मी, प्राचार्य आणि महाजन सर या मेजवानीला गेलो. अशा प्रकारच्या समारंभाला बोलावलं जाण्याची शक्यता एरवी नव्हती. गावात लग्नाला आमंत्रण असलं तरी, कितीही मोठं लग्न असलं तरी घरात किंवा रस्त्यावर बसून जेवायची प्रथा होती. शाळेत येऊन टेबलावर जेवायची सवय लागली; पण लायनस क्लबच्या पार्टीची रंगत काही वेगळीच होती. सुंदर वेशभूषा आणि केशभूषा केलेले इतके सगळे लोक मी पहिल्यांदाच पाहत

होतो. वेशभूषा आणि केशभूषा यांचा प्रयोग नाटक-सिनेमांत होतो; पण इथं आलेले सगळेच लोक उंची कपडे, उंची दागिने घालून जणू काही दिवाळी असल्यासारखे सजून आले होते. मला भाषण करण्याची संधी बक्षीस समारंभात परत देण्यात आली आणि पुन्हा टाळ्यांचा कडकडाट झाला. माझी भीती चेपली. आत्मविश्वास वाढला. पार्टीच्या वेळेस प्रत्येक जण येऊन माझं कौतुक करू लागला. मीही नजरेला नजर देत 'थँक यू' म्हणायचा प्रयत्न करू लागलो. आजवर अशा समाजात आपण बसू शकू यावर माझा विश्वास नव्हता. या संध्याकाळी सगळ्यांसमवेत बसून जेवण घेताना नकळत आपल्याला या लोकांनी समजून घेतलं आहे हे लक्षात आलं. त्याच वेळी बाबा गावात मातीच्या भिंतीला पाठ टेकून सारवलेल्या जमिनीवर आईने बनवलेली भाजी-भाकरी खात असणार, याची मला आठवण झाली.

त्या दिवशी पार्टीत दह्याच्या दोन वाट्या होत्या. एक नंतर खाऊ म्हणून मी ठेवून दिली. दह्याच्या दोन वाट्या का, हा संभ्रम मात्र मनात होता. पण कुणालाही विचारण्याचं धाडस होत नव्हतं. जेवण संपल्यानंतर दुसरी दह्याची वाटी संपवायला घेतली. त्यात चमचा घालून तोंडाला लावला, तर गोड चव होती. नंतर लक्षात आलं की, ती श्रीखंडाची वाटी होती. दह्याची दुसरी वाटी म्हणून सोडून द्यायचा विचार होता तो बदलल्याबद्दल खूप बरं वाटलं. कार्यक्रम आणि त्यानंतरची मेजवानी संपल्यानंतर महाजन सर म्हणाले, ''आज तुझा एका नव्या जगाशी परिचय झाला. खूप चांगलं झालं.'' महाजन सरांच्या त्या बोलण्याचा अर्थ माझ्या लक्षात आला नाही. तो कार्यक्रम आणि ती मेजवानी घेऊन शाळेच्या साध्या जीवनात परतलो. त्या पार्टीतलं आणि कार्यक्रमातलं काहीच खरं नव्हतं. दररोज दिसत नव्हतं. तो एक वेगळा अनुभव होता. काही दिवसांनी विसरून गेलो. पण एक नवा आत्मविश्वास मला मिळाला हे निश्चित.

अग्निहोत्री मॅडम शाळेत आल्या तेव्हा मला अतिशय वाईट वाटलं होतं, कारण त्याआधी आम्हाला शिकवणाऱ्या करकरे बाई शिकवण्यात अतिशय हुशार होत्या आणि त्या मला खूप आवडायच्या. त्या दिसायला सुंदर होत्या. स्वत: 'स्वप्नगंधा' या नावानं कविता करायच्या. शिकवण्यात हातखंडा होता. दररोज नवीन साडी नेसून शाळेत यायच्या. इतक्या साड्या बाईंकडे आहेत, मग यांना नोकरीची काय गरज, असं आम्ही कधी कधी आपसात म्हणत असू. शिकवायला लागल्या की मात्र देहभान विसरून त्यांच्याकडे पाहत असू. एक शिक्षिका म्हणून त्या परिपूर्ण होत्या. त्याचबरोबर त्यांच्याकडे बाकीचे गुणही होते. नामवंत वक्ते प्राचार्य शिवाजीराव भोसले कोल्हापूरला आले की त्यांच्याकडे उतरत. त्यांची बहीण रजनी करकरे या प्रसिद्ध गायिका. थोडक्यात, मीरा करकरे म्हणजे आदर्श शिक्षिका. माझा संस्कृत विषय खूप चांगला होता. वर्गात पहिला होतो. 'कोल्हापूरचा विद्यार्थी, तोही आपल्या शाळेतला विद्यार्थी १९७५ ला शंकरशेठ स्कॉलर झाला पाहिजे' ही प्राचार्यांनी १९७२ साली केलेली प्रतिज्ञा प्रत्यक्षात

उतरवण्याची जबाबदारी करकरे मॅडमवर आणि आम्हा विद्यार्थ्यांवर होती. करकरे बाईंच्या मार्गदर्शनाखाली इंचाइंचाने आम्ही आमच्या लक्ष्याकडे जात होतो. आता कुठे चालायला सुरुवात केली, निश्चय अढळ होता, श्रद्धा अविचल होती. विद्यार्थी आणि शिक्षक दोघेही जिवाचं रान करून चालायला तयार होते. पण एवढ्यात आकाशातून कुऱ्हाड कोसळली. करकरे बाई आम्हाला सोडून दुसऱ्या हायस्कूलला निघाल्या. त्यांची आमच्या शाळेतली नोकरी 'टेंपररी' होती. करकरे बाईंचा निरोप समारंभ आणि अग्निहोत्री बाईंचा स्वागत समारंभ एकदम पार पडला. आम्ही करकरे बाई जाणार म्हणून खूप दु:खी होतो, तेव्हा अग्निहोत्री मॅडमच्या आगमनानं आनंद होण्याचा प्रश्नच नव्हता. प्राचार्यांनी भाषण करताना जेव्हा 'कधी ना कधी करकरे बाई पुन्हा विद्यानिकेतनमध्ये येतील' असं म्हटलं, तेव्हा मी आणि माझ्या काही मित्रांनी कडकडून टाळ्या वाजवल्या. प्राचार्य बोलले ते औपचारिकपणे, पण आम्ही टाळ्या वाजवल्या त्या उत्स्फूर्तपणे. कधी ना कधी करकरे बाई परत येतील या वेड्या आशेने. या साऱ्या प्रक्रियेत, नवीन बाई आल्या आहेत आणि त्यांचंही स्वागत करायला हवं, ही गोष्टच विसरून गेलो होतो. आम्हा पोरांना त्यात काहीच गैर वाटलं नाही.

आपल्या अशा सुक्या स्वागतानं अग्निहोत्री बाईंना काय वाटलं असेल याची कल्पना आज करता येते. आपण एखाद्या घरात इच्छेविरुद्ध जाणं भाग आहे म्हणून जावं लागल्यास जी अवस्था होते, तीच त्यांची अवस्था झाली असणार. आम्ही मात्र, त्या वर्गात आल्या तरीही असहकाराची भूमिका स्वीकारली. करकरे बाईंचा लाडका म्हणून या चळवळीचं नेतृत्व माझ्याकडे आपोआपच आलं होतं. अग्निहोत्री बाईंना सतावण्यात एक विलक्षण आसुरी आनंद होत होता. त्यांनी शिकवायला सुरुवात केली की, आम्ही सगळे मख्ख चेहरा करून बसू लागलो. प्रश्न विचारल्यास जेवढ्यास तेवढं किंवा कदाचित उलटं उत्तर देऊन खाली बसू लागलो. जणू आम्ही सगळे 'बाई, तुम्ही आलात, पण आमचा तुम्हाला विरोध आहे. तुमची इच्छा असेल तर शिकवा, पण आमची तुमच्याकडून शिकण्याची मुळीच इच्छा नाही' अशी विरोधी भूमिका घेऊन बसलो होतो.

पण अग्निहोत्री बाई धीरानं शिकवत होत्या. एक प्रकारचं शीतयुद्धच सुरू होतं आणि बाई संयमानं लढत होत्या. बाईंनी प्रश्न विचारले की, आम्ही शांतपणे उभे राहायचो. उत्तरच द्यायचो नाही. मग बाई पुन्हा समजावून सांगायच्या. पुन्हा तोच प्रश्न विचारायच्या. उत्तर देणं भाग पडायचं. करकरे बाईंच्या तुलनेत अग्निहोत्री बाई शिकवण्यात वाकबगार नव्हत्या, पण त्या प्रयत्न करत होत्या. प्रत्येक तासाला पूर्ण तयारीनिशी येत होत्या. समजावून सांगत होत्या. आम्ही केलेली चेष्टाही गंभीरपणे न घेता आम्हाला शांत करण्याचा प्रयत्न करत होत्या.

एका धड्यात 'बाल अग्निहोत्रम्' असा शब्द होता. त्याचा अर्थ अग्निहोत्री. बाई हा अर्थ कसा समजावून सांगतील आणि आम्ही सगळे कसे हसू याची आम्ही स्वप्नं रंगवत

होतो. बाईंनी तो धडा शिकवला तो एवढ्या शांत आणि निर्विकारपणे की, आमच्यापैकी कुणालाच हसायचं धाडस झालं नाही. बाईंनी सुरुवातीच्या फेऱ्या जिंकल्या होत्या. आम्ही हळूहळू हतबल होत होतो; पण शरणागती पत्करली नव्हती. कधी तरी मोठी संधी येईल आणि त्या वेळी बाईंची मजा करता येईल याची आम्ही वाट पाहत होतो.

अग्निहोत्री बाईंचं पहिलं नाव होतं शैला. त्या दिवशी त्यांनी तो श्लोक शिकवायला घेतला आणि आम्ही वाट पाहत असलेली संधी मिळाली. तो श्लोक असा होता–

'शैले शैले न माणिक्यं मौक्तिकं न गजे गजे
साधवो न हि सर्वत्र चन्दनं न बने बने'

बाईंनी स्वत: अर्थ सांगायचा सोडून मला विचारला. मी उठलो. म्हणालो, 'सगळ्या शैला म्हणजे काही माणकं नसतात, सगळ्या हत्तीवर मोती नसतात, सगळीकडे काही साधू नसतात आणि सगळ्या वनांत चंदन नसतं.''

वर्गात हास्यकल्लोळ उडाला. बाईंच्या नावातल्या शैलावर मी केलेल्या या विनोदानं सगळा वर्ग बेहद्द खुश झाला होता. मी एखाद्या हिरोसारखा खाली बसलो आणि हास्यविनोदात बुडून गेलो. काही केल्या वर्ग शांत व्हायला तयार नाही. हास्यात बुडालेला मी मधूनच मान वर करून बाईंकडे पाहिलं. बाई ओशाळ्या चेहऱ्यानं वर्गाकडे बघत होत्या. सगळे शांत होतील आणि आपण या प्रसंगातून बाहेर निघू आणि शिकवत राहू असं त्यांना वाटत होतं.

बाईंचा तो ओशाळलेला आणि आता काय करावं अशा विचारात पडलेला चेहरा पाहून मला चेव आला. मी उत्स्फूर्तपणे उठलो. पहिल्या बेंचवरून सगळ्या वर्गाकडे पाहिलं. सगळे माझ्याकडेच पाहत माझ्या हिरोगिरीला दाद देत होते. मी जोरात म्हटलं,

''शैले शैले न माणिक्यं...''

''शैले शैले न माणिक्यं...'' सगळा वर्ग गरजला.

मी ताल धरला आणि पुन्हा ओरडलो, ''शैले शैले न माणिक्यं...''

सगळ्यांनी ताल धरला आणि सगळे ओरडले, ''शैले शैले न माणिक्यं...'' मंत्रघोषासारखा वर्ग दुमदुमत राहिला, ''शैले शैले न माणिक्यं...'' ''शैले शैले न माणिक्यं...''

आम्ही युद्ध जिंकलं होतं. मी मागे वळून पाहिलं. बाईंच्या चेहऱ्यावरची प्रतिक्रिया पाहायला मन उत्सुक होतं. टेबल आणि फळ्याच्या मध्ये बाई असहायपणे उभ्या होत्या. एका हातात खडू आणि दुसऱ्या हातात डस्टर होतं. बाईंचा चेहरा रडवेला झाला होता. काय बोलावं आणि काय करावं हे त्यांना सुचत नव्हतं. मी गर्रकन वळून पाहिलं. बाईंना हे सहन झालं नाही. खडू आणि डस्टर टेबलावर टाकून बाईंनी हाताला लागलेली खडूची धूळ झटकली, टेबलावरचं पुस्तक उचललं, साडी नीट केली, माझ्याकडे एक दृष्टिक्षेप टाकला आणि एखाद्या तीरासारख्या वर्गाबाहेर पडल्या.

कुणीतरी तोंडात एकदम बोळे घातल्यासारखे आम्ही थांबलो. बाईंच्या पाठमोऱ्या

आकृतीकडे पाहत राहिलो. वर्गातून बाहेर पडताना मागे न पाहताच बाईंनी 'धाड्' आवाज करून दार बंद केलं. आमच्या सगळ्यांच्या थोबाडावरच जणू ते दार आपटलं. आमची सगळ्यांची वाचाच बंद झाली.

पुढे काय होणार या चिंतेनं आम्हाला ग्रासलं. बाई जाऊन प्राचार्यांकडे तक्रार करतील, प्राचार्य आपल्याला बोलावून झाडतील आणि रडत रडत सगळ्यांची माफी मागावी लागेल म्हणून भीती वाटायला लागली. क्षमायाचनेपेक्षा जो अपमान आणि अवहेलना होईल त्याबद्दल काळजी वाटत होती. एक मन सांगत होतं, 'ऊठ, जा पटकन. बाई अजून स्टाफरूममध्ये असतील. जाऊन क्षमा माग. एकदा प्राचार्यांकडे गेल्या की मग कंबख्ती भरलीच म्हणून समज.' आपण बाईंना विनाकारण त्रास दिला याची जाणीव होऊन मी स्वत:लाच दोष देऊ लागलो. बाईंनी आपल्या परीनं प्रामाणिकपणे शिकवण्याची शिकस्त गेले पंधरा दिवस केली होती; पण मी मात्र करकरे बाईंच्या प्रेमापोटी त्यांना त्रास देत होतो. माझ्या मनात अपराधीपणाची खोल जखम वाहू लागली.

पुढच्या तासाला शिंदे सर आले. त्यानंतर तावडे सर आले. नेहमीप्रमाणे सगळे तास पार पडले. मला अपेक्षित प्राचार्यांचं बोलावणं आलं नाही. संध्याकाळपर्यंत बोलावणं आलं नाही याचा अर्थ बाईंनी तक्रार केली नाही. मनाला थोडा धीर आला, तरी पुढच्या तासाला बाईंना तोंड कसं दाखवायचं? तरी बरं, मधे रविवार होता म्हणून! एक दिवस तरी बाईंपासून तोंड लपवणं शक्य होतं. मात्र, माझ्या मनातली जखम भरून येत नव्हती. बाईंना आपण खूप त्रास दिला याची जाणीव मन कुरतडत होती. संध्याकाळी मैदानावर मन शांत नव्हतं. रात्री अंथरुणावर पडलो तर अंग फणफणू लागलं. थकवा एवढा आला होता की, उठण्याचं किंवा कुणाला बोलावण्याचं जिवावर आलं होतं. तसंच घुसमटून झोपण्याचा प्रयत्न करू लागलो.

मी कितीतरी वेळ आकाशात विहरत होतो. या अनुभवाची जीवनातल्या कोणत्याही अनुभवाशी तुलना करता येत नव्हती. थोडंसं पाण्यात पोहण्यासारखं होतं. पण पोहतानाही काही वेळानं हातपाय भरून यायचे. इथं मात्र हवेत अगदी हलकं हलकं वाटत होतं. विनासायास इवलेसे पंख हलत होते. आनंदानं विहरत होतो. देहाला वजन नव्हतं. तरंगण्यात मनही हलकं झालं होतं. फुग्यासारखं होऊन तरंगत होतं. देहभान असण्याचा प्रश्नच नव्हता. कुणाची तरी स्निग्ध सावली जाणवली. समाधीतून बाहेर पडलो आणि मृदू हातांचा स्पर्श इतका वेळ जाणवला कसा नाही याचं आश्चर्य वाटलं. दुधाच्या सायीसारख्या त्या स्पर्शानं मला एकदम हळवं करून टाकलं. हलक्या झालेल्या मनाला आणि शरीराला लगाम लावून प्रयासानं वर बघितलं. माझी आई होती. पुन्हा निरखून पाहिलं. अग्निहोत्री बाई? त्यांनी माझ्याकडे पाहिलं. बाप रे! वर्गातल्या त्या प्रसंगाच्या आठवणीनं विजेची सुरी आरपार जावी तसं झालं. पण हा स्पर्श एवढा मृदू कसा? मी बाईंकडे पाहिलं, अविश्वासानं. त्यांनी फक्त मंदस्मित केलं. लायब्ररीच्या कपाटावर ठेवलेल्या बुद्धासारखा

त्यांचा चेहरा शांत दिसत होता. म्हणजे वर्गातला तो प्रसंग बाई विसरून गेल्या की काय! मी पुन्हा त्यांच्याकडे पाहिलं. कासवी दुरूनच फक्त नजरेनं पोरांना दुग्धपान करवते असं कुठंतरी वाचलं होतं. बाईंची नजर कासवीसारखी स्निग्ध, आर्द्र दिसत होती. मला एकदम रडू कोसळलं. मी जोरात हमसून हमसून रडायला सुरुवात केली. बाईंनी मला एकदम जवळ ओढून कुशीत घेतलं. आम्ही एकमेकांत विरघळलो. गारा ठेवलेल्या वाटीत काही क्षणात फक्त पाणी दिसावं तसं.

माझ्या कपाळावर कुणाचा तरी हात होता. मी डोळे उघडले. स्वप्न आणि सत्य यातला फरकच समजेना. बाईंचा हात कपाळावर होता. त्या माझा ताप बघत होत्या. मी भीत भीत त्यांच्या डोळ्यांत पाहिलं. परवाच्या प्रसंगाची कोणतीच खूण त्यांच्या चेहऱ्यावर नव्हती. जहाज बुडून खोल समुद्राच्या तळाशी जावं आणि शेवटचे बुडबुडेही संपून जाऊन जहाज बुडाल्याचं कोणतंही चिन्ह समुद्राच्या पृष्ठभागावर राहू नये तसा त्यांचा चेहरा शांत होता. ''खूप त्रास होतोय ना?'' असं बाईंनी विचारलं आणि मी हमसून हमसून रडायला लागलो. बाईंनी माझ्या चेहऱ्यावरून हात फिरवला आणि डोळ्यांत बघत म्हणाल्या,

''अरे, थोडा तर ताप आहे. चव्हाण सर औषध देतील आणि तू बरा होऊन जाशील. थोडी विश्रांती घ्यायला लागेल. शांत हो बघू आता. असा स्वत:ला त्रास नसतो करून घ्यायचा.''

थोड्या वेळानं चव्हाण सरांनी गोळ्या दिल्या. नाश्ता करून मी गोळ्या घेतल्या. खूप वेळ बाई माझा हात हातात घेऊन बसल्या होत्या. गोळ्या कडू होत्या तरी, बाई समोर होत्या म्हणून चेहरा कडवट न करता खाऊन टाकल्या.

दिवसातून दोन-तीनदा येऊन बाई माझ्या तब्येतीची चौकशी करत होत्या. माझी तब्येत झपाट्यानं सुधारली. आजारपण संपून वर्गात परतलो तेव्हापासून एका नव्या नात्याचा जन्म झाला. आमचं अलिखित वैमनस्य संपलं. बाईंना खुश ठेवण्यासाठी मी जोरदार अभ्यास करू लागलो. वर्गात चटाचट उत्तरं देऊ लागलो. बाईंचं प्रोत्साहन मिळू लागलं. एक प्रकरण संपलं. बाई मला खूप आवडायच्या. घरादारापासून दूर आई-वडिलांच्या सहवासाला वंचित झालेल्या माझ्या मनाला बाईंचं अस्तित्व म्हणजे एक ओलावा होता, विसावा होता. बाईंनी हे नातं मनापासून स्वीकारलं होतं. निदान मला तरी तसं वाटत होतं.

या सगळ्याचा परिणाम म्हणून संस्कृतमध्ये मी सदैव पहिला यायचो. वर्गात उत्तरं देण्यात, गृहपाठात, चाचणी परीक्षेत, पाठांतरात, गीतास्पर्धेत; थोडक्यात, जिथं बाईंचा दुरान्वयानंही संबंध असे, त्या गोष्टीत पहिला येणं आवश्यक झालं होतं. चार-सहा महिन्यांत मी बाईंचा इतका लाडका बनलो की, सांगता सोय नाही.

एकदा मधल्या सुट्टीत बाई मला चौकात भेटल्या. मला थांबवून म्हणाल्या, ''चल

स्टाफ रूममध्ये, तुझ्याशी थोडं बोलायचंय.'' मी मनात थोडा चरकलो. स्वत:शीच म्हटलं, 'काही गडबड नाही ना केलीस बाबा!' मला आठवूनही आठवेना. बाईंनी खूण केली आणि मी त्यांच्या पाठोपाठ पायऱ्या चढून उजवीकडे वळलो. समोरच्या खुर्चीकडे खूण करून बाईंनी मला बसायला सांगितलं. त्या स्वत: बसल्या. स्टाफ रूममध्ये कुणीच नव्हतं. सगळे शिक्षक चहा प्यायला गेले होते. आजूबाजूला सहा-सात टेबलं. प्रत्येकावर वह्यांच्या थप्प्या, पेन्सिलींचे थवे, खडूंचे तुकडे, टेबलक्लॉथऐवजी सर्वांनीच वर्तमानपत्रं अंथरलेली. पाठीमागे जुनी तिजोरी, त्याच्यावर जुनी उपयोगात नसणारी पाठ्यपुस्तकं, सरस्वतीचं कॅलेंडर भिंतीवर.

''लक्ष देऊन ऐक. तुला मी मुद्दाम कुणी नसताना बोलावलंय!'' बाई थोडं सावधपणे, पण स्पष्ट शब्दांत बोलत होत्या. ''मला तुला एकट्याला सांगायचंय फक्त. माझी तुझ्यावर भिस्त आहे म्हणून तुला सांगतेय...मी जे सांगते ते तू करशील यावर माझा विश्वास आहे...''

बाई काही पटकन सांगत नव्हत्या. पहिल्यांदा पार्श्वभूमी तयार करत होत्या. कोणती जबाबदारी त्या माझ्यावर टाकणार होत्या? कोणती आज्ञा मला करणार होत्या? काय हवं होतं माझ्याकडून त्यांना? विषय फार गंभीर असणार यात शंका नाही. पण मी बाईंना काय मदत करू शकतो? मी फार गोंधळून गेलो. बाईंसाठी काहीही करायला तयार होतो; पण बाईंना नेमकं काय हवं होतं, जे फक्त मीच करू शकत होतो? मी बाईंकडे पाहिलं. त्या माझ्याकडेच पाहत होत्या. माझी नजर रोखून थोड्याशा अधिकारानं त्या म्हणाल्या,

''प्राचार्यांनी मला काल बोलावलं होतं. त्यांनी माझ्यावर एक महत्त्वाची जबाबदारी सोपवलीय...''

मी कानांत प्राण आणला, श्वास रोखला. धडधडत्या अंत:करणानं ऐकू लागलो. ''मुलांसाठी एका मोठ्या ध्येयवादानं प्रेरित होऊन १९६८ मध्ये ही शाळा सुरू झाली. या शाळेची पहिली बॅच पुढच्या वर्षी एस.एस.सी.ला बसेल...''

बाई बोलत होत्या, पण लवकर सांगत नव्हत्या. रहस्यभेद होत नव्हता. माझी सहनशक्ती ताणली जात होती. पण इलाज नव्हता. मधे बोलण्याचं धाडस मलाही होत नव्हतं. बाईंनी मला विश्वासाचा समजून बोलावून घेतलं होतं. निदान सगळं शांतपणे ऐकायला हवं.

''ग्रामीण भागातली मुलं पुढे आली पाहिजेत या ध्येयापोटी म. फुले, शाहू महाराज यांच्या विचारानं प्रेरित होऊन सुरू झालेल्या या शाळेतल्या मुलांची पहिली खरी कसोटी पुढच्या वर्षी लागणार एस.एस.सी.ला! तुमच्या बॅचवर खूप मोठी जबाबदारी आहे.''

खरं तर बाईंच्या तोंडात मला हे सगळे शब्द खूप मोठे वाटायला लागले. प्राचार्य, शिंदे सर, तावडे सर किंवा सावंत सरांनी हाच डायलॉग मारला असता तर तो खरा वाटला असता, कारण ते स्वत: खेड्यापाड्यांतले होते. धडपडत पुढे आले होते. बहुजन समाजात

जन्माला आले होते. टक्केटोणपे खाऊन मोठे झाले होते. पण अग्निहोत्री बाईंचा जन्म कोल्हापूरसारख्या मोठ्या शहरात विद्वान ब्राह्मण घराण्यात झाला होता. त्यांना शाहू महाराज किंवा फुल्यांच्या विचारांशी तादात्म्य असण्याचं कारण नव्हतं. एक शिक्षिका म्हणून त्या चांगल्या होत्या हे खरं; पण खेड्यापाड्यांतली पोरं पुढे आली न आली तरी त्यांचं काय जाणार होतं? बाई बोलत होत्या आणि मला ऐकणं भाग होतं.

''प्राचार्यांच्या तुमच्या बॅचकडून खूप अपेक्षा आहेत. काल मला बोलावलं आणि म्हणाले की, या बॅचमधला मुलगा एस.एस.सी.त संस्कृतमध्ये पहिला यायला हवा. मला शंकरशेठ स्कॉलर हवाय- या बॅचमधून. खेड्यातल्या पोराला शंकरशेठ मिळाली, तर शाळेच्या उद्दिष्टाची ती प्रतीकात्मक पूर्तता आहे असं प्राचार्यांचं म्हणणं आहे.''

बाई आता विषयाकडे येत होत्या. शंकरशेठ स्कॉलरशिपच्या संदर्भात त्या बोलणार होत्या हे मला कळून चुकलं, पण नेमकी अटकळ बांधता येईना.

''प्राचार्यांनी ही जबाबदारी माझ्यावर टाकलीय. विद्यार्थ्यांना शंकरशेठ मिळाली तर तुमची नोकरी लवकर परमनंट होईल असंही ते म्हणाले. पण मला नोकरीपेक्षा त्यांनी टाकलेल्या आव्हानाची जास्त काळजी वाटतेय.''

बाईंच्या डोळ्यांत चिंता होती. मी त्यांना मोठ्यांदा हसत-खिदळत असताना पाहिलं नव्हतं; पण त्यांच्या चेहऱ्यावर कधी चिंताही पाहिली नव्हती. मी उत्स्फूर्तपणे म्हणालो, ''बाई, माझ्याकडून काही होण्यासारखं असेल तर जरूर सांगा. मी अवश्य तुम्हाला मदत करेन!''

''तेवढ्यासाठीच मी तुला बोलावलंय. प्राचार्य शंकरशेठविषयी बोलत होते तेव्हा माझ्या डोळ्यांसमोर तुझा चेहरा येत होता. मला तू शंकरशेठ स्कॉलर झालेलं पाहायचंय. ही आता प्राचार्यांची इच्छा नाही, माझी आकांक्षा आहे. यासाठी आतापासून धडपडावं लागणार आहे. पुढच्या दीड-दोन वर्षांत या स्वप्नासाठीच मला जगायचंय. तुलाही जगायचंय.''

मी भारावून ऐकत होतो. बाईंचा मी लाडका विद्यार्थी होतो. संस्कृतात नेहमी पहिला येत होतो. बाई नेहमी आजूबाजूला हव्याहव्याशा वाटायच्या. पण आता त्यांनी दाखवलेला विश्वास म्हणजे माझ्यावरच्या प्रेमाची खूण होती. बाई बोलत होत्या...

''अर्थात, मी ही जबाबदारी तुझ्यावर टाकतेय. माझ्या परीनं मी तुला मदत करीन, पण ती वर्गातच. बाकीच्यांना जे शिकवीन तेच तुलाही शिकवीन. पण तू स्वतःचा आवाका वाढवला पाहिजेस. पाठांतर वाढवायला हवं. अभ्यास वाढवायला हवा. गृहपाठ चोख केला पाहिजे. प्रत्येक चाचणी वार्षिक परीक्षेच्या गांभीर्यानं द्यायला पाहिजे. थोडक्यात, एकलव्यासारखं मन लावून शिकलं पाहिजे आणि संस्कृतात पहिलं आलं पाहिजे. तीच माझी गुरुदक्षिणा. तुला हे अशक्य नाही. फक्त आतापासून प्रारंभ करायला हवा. माझे आशीर्वाद तुझ्या पाठीशी आहेत. एका अर्थानं प्राचार्यांनी माझ्यापुढे टाकलेलं आव्हान मी तुझ्या हातात टाकतेय आणि निश्चिंत होतेय. विजयी भव!''

मी उठलो. बाईंच्या पायांना स्पर्श केला. ''तुमचे शब्द खरे करण्याचं सामर्थ्य मला द्या.'' बाईंनी माझी पाट थोपटली. मी निरोप घेऊन बाहेर पडलो तेव्हा माझं पूर्ण स्थित्यंतर झालं होतं. अंगावर रोमांच उभे होते. 'शंकरशेठ' या शब्दानं मी भारावून गेलो होतो. १९७५ सालापूर्वी एसएससी (११ वी) परीक्षेत संस्कृत या विषयात प्रथम येणाऱ्याला मिळणारी मानाची शिष्यवृत्ती म्हणजे शंकरशेठ शिष्यवृत्ती. भारताचे पहिले अर्थमंत्री चिंतामणराव देशमुख यांना ती मिळालेली होती. काही जुन्या मराठी चित्रपटात नायकाला शंकरशेठ शिष्यवृत्ती मिळाल्याचं दाखवलं गेलं. सांगलीच्या सिटी हायस्कूलनं या शिष्यवृत्तीवर बरीच वर्षं वर्चस्व गाजवलं होतं. पुढच्या दीड-दोन वर्षांत फक्त एकच लक्ष्य होतं - शंकरशेठ. अर्जुनाला फक्त पक्ष्याचा डोळा दिसत होता आणि एकलव्याला दिसत होते गुरूच्या डोळ्यांतले आदेश. जगण्याला एक नवीन अर्थ आला होता.

मेच्या सुट्टीतला उन्हाळा जीव कातावून टाकत होता. मार्चला एस.एस.सी.ची परीक्षा आटोपून भावपूर्ण निरोप समारंभ झाला आणि शाळेत सात वर्षांपूर्वी जी ट्रंक घेऊन गेलो, तीच ट्रंक घेऊन बाहरे पडलो, गावी आलो. सात वर्षांपूर्वी शाळेत जाण्यापूर्वी लक्ष्मीपुरीतल्या वालावलकरांच्या दुकानाशेजारच्या स्वस्तिक ट्रंक कंपनी नावाच्या दुकानात पत्र्याची ती नवी ट्रंक बाबांनी घेतली होती, त्या नव्या ट्रंकेचं नवंपण केव्हाच हरवलं होतं. कितीतरी रेघोट्या त्यावर उठल्या होत्या. एका बाजूची बारीक कडी आणि त्यावरची क्लिपही निघाली होती. ती ट्रंक घेऊन सात वर्षांनंतर शुक्रवार पेठेतील शाळेची इमारत सोडताना पाय खूप जड झाले होते. यानंतरच्या आयुष्याची दिशा काय राहील याचा अंदाज नव्हता. सात वर्षं घरादारापासून दूर निवासी शाळेत राहताना कधी कधी गावाची आठवण यायची; पण मित्रांच्या समवेत खेळताना, बोलताना, अभ्यास करताना दिवस भराभर पळायचे.

मेच्या सुट्टीनंतर दिवाळीच्या सुट्टीची प्रतीक्षा असायची. दिवाळीनंतर जानेवारीत दहा दिवसांची सुट्टी असायची. त्या सुट्ट्यांच्या प्रतीक्षेत शाळेतले दिवस उडून जात. काही मित्रांना तर गावाची तीव्र आठवण यायची. शाळेतल्या बंदिस्त आयुष्याला जर सुट्टीची हिरवळ नसती, तर बरीच पोरं शाळेतून केव्हाच पळून गेली असती. सुट्टीला किती दिवस राहिले हे मोजायचे प्रत्येकाने विलक्षण मार्ग काढले होते. आठवड्यातून एकदा शाळेत मटण मिळायचं. मांसाहारी पोरं सुट्टीपूर्वी मटणाच्या किती वाट्या राहिल्या यावरून सुट्टी किती दूर किंवा जवळ आहे याचा अंदाज बांधत. काही पोरं दात घासायच्या पावडरीच्या - सुट्टीला जितके दिवस राहिले तितक्या - पुड्या बांधून ठेवत. दररोज एक एक करून पुडी संपवत. जेवढ्या पुड्या शिल्लक तेवढे दिवस सुट्टीला बाकी. पुड्या कमी कमी होत जात तेव्हा आनंदाला पारावार राहत नसे. शेवटच्या आठवड्यात सातेक पुढ्या राहिल्या की, गाईकडे धावणाऱ्या वासरासारखी अवस्था व्हायची. केव्हा एकदा दावं सुटतं असं वाटायचं. काही मुलांनी कॉटजवळच्या भिंतीवर पेन्सिलीने रेघा काढल्या होत्या. ते दररोज एका रेघोटीवर काट मारत. जितक्या रेघा उरत तेवढे दिवस सुट्टीला.

मात्र, या शेवटच्या सुट्टीनंतर या शाळेशी असलेला आमचा संबंध जवळजवळ संपणार होता. कायमचाच. कधी आलो तरी पाहुणे म्हणून येऊ. खरं तर येऊ की नाही कुणास ठाऊक! शाळा सोडण्यापूर्वीचं शेवटचं जेवण आम्ही भोजनगृहात करत होतो. प्राचार्य आले. आम्ही उभे राहिलो. हातांनी खूण केल्यानंतर पुन्हा खाली बसलो. आमचे सगळ्यांचे चेहरे रडवेले झाले होते. प्राचार्यांनी आमचा मूड ओळखला. आम्हाला हसतं करायचं म्हणून ते म्हणाले,

''काय लेको, खुश आहात ना? आजपासून सगळे कैदी तुरुंगातून मुक्त! परत या पिंजऱ्यात यायची शिक्षा नाही.''

''पण सर, आम्हाला हा जेल आणि मुख्य जेलर यांची एवढी सवय झालीय की, या तुरुंगातून बाहेर जावं असं वाटत नाही. इथंच राहायची इच्छा आहे.'' मी म्हणालो.

सगळे खो खो हसले, तरी प्रत्येकाला माझं बोलणं पटलं होतं. सात वर्षं ज्यांची अधूनमधून 'पिंजरा' म्हणून संभावना केली, त्या जागेतून जाताना आत-बाहेर मन हेलावत होतं. बरोबर आमच्या हातात कोणताच अधिकार नव्हता. नाही तर तिथंच राहायचं ठरवलं असतं!

निघण्यापूर्वी एखाद्या वेड्यासारखं शाळाभर फिरून घेतलं. सभागृह, भोजनगृह, पाकगृह, कोठी- प्रत्येक ठिकाणी दोन-दोन मिनिटं थांबून सगळं मनात आणि नजरेत भरून घेतलं. सात वर्षं दररोज सभागृहात जमायचो. सकाळची प्रार्थना व्हायची, प्राचार्यांचा उपदेश व्हायचा. काही वेळा कानउघाडणी व्हायची. एकदा गांधी पुण्यतिथीनिमित्त एका विद्वान वक्त्याचं भाषण सुरू होतं. तेच ते तो पुन:पुन्हा सांगत होता. एवढ्यात बाहेरून अगदी जवळून फुलपाखरू उडत जावं तसं एक हेलिकॉप्टर मोठ्यानं आवाज करत जाताना दिसलं. आमच्यातलं एक पोरगं हेलिकॉप्टर बघायला धावलं. 'विमान विमान' म्हणत बाकीची पोरं धावली. काही ठरावीक बुद्धिमान पोरं सोडल्यास हॉलमध्ये कुणीच उरलं नाही. हेलिकॉप्टर दिसेनासं झाल्यानंतर आम्ही पुन्हा सभागृहात परतलो. प्राचार्यांचा संतापलेला चेहरा सगळं काही सांगून गेला. आम्ही वरमलो. राहिलेलं रटाळ भाषण खाली मान घालून, कान उघडे होते म्हणून जिरवत राहिलो. भाषण संपलं. आभारप्रदर्शन झालं. प्राचार्य प्रमुख पाहुण्यांना घेऊन गेले. आम्हाला तिथंच बसायला सांगितलं. प्रमुख पाहुण्यांना पोहोचवून प्राचार्य परत आले. हातात वेताची काठी होती. जी पोरं हेलिकॉप्टर बघायला उठली त्यांना उभं राहायला सांगितलं. आम्ही उभे राहिलो. प्राचार्यांनी सपासप प्रत्येकाच्या नाजूक हातावर एकेक जोरदार छडी वाजवली आणि ते निघाले. निघण्यापूर्वी 'एक आठवडाभर तुमची दहीवाटी बंद' असं फर्मान काढायला ते विसरले नाहीत. आमच्या प्रत्येकाच्या हातावरचा वळ जायला जवळजवळ तितकाच काळ लागला.

शाळेने विचार आणि आदर्श दिला. 'अधाशासारखे वाचत जा' असं साळुंखे सर सांगायचे. वाचनालयाचा ताबा मिळावा म्हणून मी 'वाचनालय मंत्री' झालो. धडाधड

पुस्तकं वाचून काढली. वि. स. खांडेकर, ना. सी. फडके, चिं. वि. जोशी, रा.ग. गडकरी, आचार्य अत्रे हातात आले तसे संपवले. पुलंची पुस्तकंही वाचली. खरं तर मिळतील ती पुस्तकं वाचली. 'वाचनालय मंत्री' म्हणून माझी मुदत संपली तेव्हा मी संपूर्ण लायब्ररी वाचून काढली होती. तिजोरीची चावी मंत्री म्हणून माझ्याच जवळ असायची, त्याचा पूर्ण फायदा करून घेतला. बाकीच्यांना मात्र आठवड्यात दोन पुस्तकं द्यायचा नियम होता. 'तळे राखी तो पाणी चाखे' हेच खरं.

२ ऑगस्ट १९६९ रोजी शाळेचा प्रथम वर्धापन दिवस होता. जिल्हा परिषदेचे मुख्य कार्यकारी अधिकारी (सीईओ) श्री. शरद काळे प्रमुख पाहुणे म्हणून आले होते. इतर दिवसांसारख्याच दिसणाऱ्या या दिवसानं माझं जीवन आमूलाग्र बदलून टाकलं. शरद काळेंना भाषणासाठी विषय देण्यात आला होता – 'स्पर्धात्मक परीक्षेत महाराष्ट्र मागे का?' डोक्यावरून जाणाऱ्या या विषयावरचं भाषण आम्हाला ऐकावं लागणार होतं.

शरद काळेंच्या फलकावरच्या नावासमोर आय.ए.एस. लिहिलं होतं. कांबळे सरांच्या सुरेख हस्ताक्षरातलं 'शरद काळे, आय.ए.एस.' हे शब्द मनासमोर कुणीतरी बोर्ड टांगल्यासारखे नाचत होते. एवढ्यात 'आले आले' असा गलका झाला. बसल्या बसल्या माना वळवून मागे पाहिलं. 'माना वळवून मागे बघू नका' म्हणून प्राचार्यांनी हजार वेळा सांगूनही, पाहुणे आले की न चुकता सगळे मागे बघायचे. सभामंडपात प्राचार्य आणि त्यांच्याबरोबर सत्तावीस-अठ्ठावीस वर्षं वयाचा एक तरुण येत होता.

हा तरुण प्रमुख पाहुणा असण्याची शक्यता कमी होती. तरीही तो एखाद्या मोठ्या माणसासारखा प्राचार्यांबरोबर बोलत होता आणि प्राचार्य मोठ्या अदबीनं त्याच्याशी बोलत होते. दोघं व्यासपीठाच्या दिशेनं आले. व्यासपीठावर चढले. तोच प्रमुख पाहुणा यात शंका नाही. पण प्रमुख पाहुणा एवढा तरुण कसा?

प्राचार्य बोलायला उठले. त्या तरुणाची नजर आम्हा सगळ्यांवरून फिरत होती. प्राचार्यांनी सुरुवात केली –

''अध्यापक वर्ग आणि विद्यार्थी मित्रहो, आजचा प्रमुख पाहुणा एवढा तरुण कसा, असा प्रश्न तुम्हाला पडला असणार.'' सरांनी खरोखरीच आमच्या मनातली शंका बरोबर हेरली होती. ''पण हा तरुण वयानं तरुण असला, तरी पदानं आणि पदवीनं खूप मोठा आहे. हा तरुण आय.ए.एस. झाला आहे. (पुन्हा माझ्या मनासमोरची ती पाटी हलू लागली.) आय.ए.एस. म्हणजे इंडियन ॲडमिनिस्ट्रेटिव्ह सर्व्हिस किंवा भारतीय प्रशासकीय सेवा. दरवर्षी देशव्यापी स्पर्धेतून काही हाताच्या बोटांवर मोजता येण्यासारखे उमेदवार निवडले जातात आणि त्यांच्या नावासमोर लिहिलं जातं 'आय.ए.एस.' या तरुण वयात संपूर्ण कोल्हापूर जिल्हा परिषदेचा कारभार त्यांच्याकडे आहे. ते तिथले मुख्य कार्यकारी अधिकारी आहेत. महाराष्ट्रात मुलं बुद्धिमान असूनही ती 'आय.ए.एस. परीक्षेत मागे का?' या विषयावर ते आपल्याला चार शब्द ऐकवतील. यांचं नाव शरद काळे. आता

मी त्यांना बोलायची विनंती करतो.''

आमचे सगळ्यांचे डोळे त्या तरुण अधिकाऱ्यावर खिळून राहिले. मुळात अतिशय देखणा, तेज:पुंज, डोळ्यांत बुद्धिमत्तेची झलक, प्रसन्न चेहरा.

तो तरुण संथपणे उठला. बोलायला सुरुवात झाली.

''बालमित्रांनो, आय.ए.एस.होणं काही कठीण नाही. मीही तुमच्यासारखाच होतो- काही वर्षांपूर्वी. परिश्रम आणि दृढनिश्चय असेल तर कुणालाही आय.ए.एस. होता येतं. अगदी तुमच्यातल्या प्रत्येकाला...''

त्याची नजर आमच्यावरून फिरली. प्रत्येकाला तो आपल्यासाठीच बोलतोय असं वाटत होतं. जणू परमेश्वरानंच त्याला दिलेली जादू तो आमच्या सगळ्यांपर्यंत पोहोचवत होता. मी भारावून गेलो होतो. शरद काळेंचा तो सौम्य आणि सोज्ज्वळ चेहरा एक खास संदेश पोहोचवण्यासाठी आमच्यापर्यंत आला होता. कोल्हापूरच्या साठ-सत्तर खेड्यांतली आम्ही पोरं जीव डोळ्यांत आणून, तो काय बोलतोय ते समजण्याचा प्रयत्न करत होतो. तो बोलत राहिला.

''इंग्रजीची बऱ्याच लोकांना भीती वाटते. खेड्यापाड्यांतली मुलं सराव नसल्यानं मागे पडतात. पण आपण इंग्रजीचा बाऊ उगाचच केला आहे. भीती वाटण्यासारखं इंग्रजी भाषेत काही नाही. इंग्रजी म्हणजे काही भूत नव्हे...बरं का!'' आम्ही सगळे जोरजोरात हसायला लागलो.

साधारण अर्धा तास शरद काळे बोलत राहिले. आम्ही ऐकत राहिलो. साध्या सोप्या भाषेत बऱ्याच गोष्टी सांगायचा प्रयत्न केला त्यांनी. भाषणातल्या बहुतेक गोष्टी आम्ही पहिल्यांदाच ऐकत होतो, त्यामुळे फार थोडं कळलं. स्पर्धात्मक परीक्षा, संघ लोकसेवा आयोग, आय.ए.एस., आय.एफ.एस., आय.पी.एस. व्यक्तिमत्त्वाची चाचणी यांसारखे शब्द अनेकदा भाषणात येऊन गेले. भाषण संपलं.

भाषण संपलं, समारंभ संपला, तरी शरद काळे माझ्या नजरेसमोरून हलत नव्हता. त्याचा आवाज सभागृहात मला नेहमी ऐकू यायचा. त्याचा गोरापान चेहरा, नुकतीच फुटलेली मिसरूड, त्यातून बाहेर पडणारे मोजके शब्द. शरद काळेनं मला भारून टाकलं. शरद काळे, आय.ए.एस. हा बोर्ड नजरेसमोरून हलायला तयार नाही. संध्याकाळी अंथरुणावर अंग टाकून डोळे मिटले, तर पुन्हा तेच दृश्य. सभागृह, शरद काळेचं भाषण आणि त्याचे ते जादूई शब्द. 'आय.एस.एस., आय.पी.एस. होणं कठीण नाही... कुणालाही आय.ए.एस. होता येतं. अगदी तुमच्यातल्या प्रत्येकाला...'

या शेवटच्या वाक्याबरोबर पुन्हा तोच फलक माझ्या नजरेसमोर दिसू लागला. थोडं नीट पाहिलं. फलक तोच होता, नाव वेगळं. मी चकित होऊन फलकाजवळ जाऊन पाहू लागलो. अहो आश्चर्यम्! फलकावर माझं नाव होतं. जाता जाता शरद काळेनं चमत्कार केला. माझ्या नावाचा एक फलकही मला देऊन टाकला. माझा विश्वास बसत

नव्हता. खरं तर कुणाचाच विश्वास बसला नसता. मी बोललो असतो तर सगळे हसले असते. हा फलक कुणालाच दाखवणं शक्य नव्हतं. खरं तर मलाही तो स्पष्ट दिसत नव्हता. हवेत तरंगणारा तो फलक फक्त डोळे बंद असतानाच दिसायचा. कधीतरी तो प्रत्यक्षात दिसेल. तो दिवस यावा यासाठी आकाशपाताळ एक करायचं, अभ्यास करायचा, इंग्रजी शिकायचं, सरांचं ऐकायचं, परिश्रम करायचे... एका दमात हजारो प्रतिज्ञा करून टाकल्या. एक नवी चेतना मनाला मिळाली, आयुष्याला एक नवं आव्हान आणि स्वप्न!

शरद काळेनं जाता जाता उधळलेलं काही बियाणं माझ्या मनात रुजलं आणि आय.ए.एस./आय.एफ.एस. व्हायचं माझं स्वप्न मला मिळालं. विचार आणि वयानं अपरिपक्व असूनही शक्य तितकी माहिती मिळवायला सुरुवात केली. गुलबकावलीचं फूल शोधायला निघालेल्या राजपुत्रासारखी अवस्था झाली. कधी कधी जंगलात हरवून जायचो. दिशा सांगणारं कुणीच सापडत नव्हतं. पण मनाशी गाठ पक्की होती. शोधत राहायचं, भटकत राहायचं. कुणी नसेल तर स्वत: शोधायचं. रस्ता नसेल तर बनवायचा एक नवीन रस्ता आणि साकार करायचं स्वप्न.

जातीयवादाशी माझा अगदी प्रत्यक्षात परिचय अचानक झाला. गावातला समाज शांतताप्रिय आहे असं वाटायचं; पण ते संपूर्ण सत्य नव्हतं. ही शांतता एका अर्थानं शोषणाचा विजय होता. शोषित समाज संघर्षाला तयार नव्हता म्हणून ही शांतता होती. खरं तर ही शांतता एक प्रकारची तडजोड होती. हजारो वर्षं कसली ना कसली गुलामगिरीची सवय असलेल्या समाजाचं प्रतीक म्हणजे ही शांतता. शाळेतल्या वाचनानं मला नव्या विचारांचं भांडवल द्यायला सुरुवात केली. महात्मा फुले, आंबेडकर यांच्या विचारांनी जणू मनाची मशागत होत होती. सुप्त जाणिवांना नवी धार मिळत होती. या पार्श्वभूमीवर सुट्टीत गावी गेलो असताना डोळ्यांसमोर घडलेला तो प्रसंग धक्कादायक, तरीही डोळे उघडवणारा ठरला.

जानेवारी-फेब्रुवारीत दोनेक आठवड्यांची सुट्टी असायची. हलकी थंडी आणि स्वच्छ ऊन. सकाळीच चावडीसमोरचा फलक वाचला होता.

'सांगलीतील रिपब्लिक पक्षाचे कार्यकर्ते अकरा वाजता आयु. झेंडे यांच्या नेतृत्वाखाली गावतळ्यात प्रवेश करणार आहेत. गावातील हरिजन समाजही या कार्यक्रमात भाग घेणार आहे.'

त्या वेळी मी नववी-दहावीत होतो. गावातलं तळं मला खूप आवडायचं. चावडीपासून तळ्याला जाणाऱ्या रस्त्यावर दोन्ही बाजूला सुंदर नारळीची झाडं होती. लेकुरवाळ्या आईसारखे या झाडांना नारळ लगडून जायचे. चढ संपल्यानंतर तळं दिसायचं. तळ्याच्या तीन बाजूंना पाणवठा. चौथीकडे पावसाळ्यात पाणी यावं म्हणून बांधलेली मोरी. वेळ मोकळा असला की तळ्यावर येऊन बसणं हा माझा छंद होता. कधी कधी त्यात पाणकोंबडे दिसायचे. पाण्यात गायब व्हायचे, पुन्हा कुठेतरी दिसायचे. तळ्यातलं पाणी

सायंकालीन सूर्यप्रकाशात चमकायचं. चढावरच्या झाडांचं प्रतिबिंब पाण्यात भरून जायचं. पावसाळ्यात चव्हाणच्या माळाकडून प्रचंड पाणलोट यायचा. मोरीतून धबाधब आवाज करत तळं भरायचं. दरवर्षी सगळा गाव पाणी पाहायला तळ्यावर लोटायचा.

अशा या सुंदर तळ्याबाबत मला एक शल्य वाटायचं. या तळ्यावर महार-मांगांना पाणी भरायला बंदी होती. कल्लू, रावसू, मोहन हे माझे सगळे मित्र या समाजातले असल्यानं मला खूप वाईट वाटायचं. गावात या प्रश्नावर कधी भांडणं झाल्याचं आठवत नाही. याचा अर्थ या लोकांना ही परिस्थिती मान्य होती असं नव्हे. पण आर्थिक नाड्या गावातल्या बहुसंख्य जैन-लिंगायत समाजाकडे असल्यानं कुणी विरोध करण्याचा प्रश्नच उद्‌भवत नव्हता. अर्थात, कायदा नेहमीप्रमाणे हरिजनांच्याच बाजूला होता; पण न्याय मात्र त्यांच्या विरुद्ध. गंमत म्हणजे, बहुसंख्य समाजानं स्वत:चं उदाहरण दाखवायला एक गोष्ट मात्र केली होती. तळ्यातून एका पंपानं पाणी काढून तळ्याच्या बाहेरच्या बाजूला काही नळ बसवले होते. या नळांतून हरिजनांनी पाणी प्यायचं. सरकारी कागदपत्रात मात्र हा नळ आणि पंप जनावरांना पाणी प्यायची सोय व्हावी म्हणून बसवण्यात आल्याची नोंद आहे. तसं जर केलं नसतं तर या प्रस्तावाचा खर्च मंजूर झाला नसता. समाजाच्या दुतोंडीपणाचं हे सुंदर उदाहरण होतं. अर्थात, बऱ्याच वेळा हा पंप बंद असायचा, त्यामुळे टाकीत पाणी नसायचं. उन्हाळ्यात तर पंपात पाणीच पोहोचत नसे. म्हणजे जेव्हा पाण्याची जास्तीत जास्त गरज असायची, तेव्हा हरिजनांना पाण्यासाठी वणवण करावी लागत असे. कुणीतरी पाणी देईल म्हणून तासन्‌तास तळ्याकाठी माठ व घागरी घेऊन वाट पाहावी लागायची.

गावातला तो फलक वाचून मला मनस्वी आनंद झाला. अर्थात, हा आनंद व्यक्त करून चालण्यासारखं नव्हतं. त्या फलकानं गावात बऱ्यापैकी अस्वस्थता पसरली. छोटे छोटे घोळके करून गावातले लोक शेवटी 'म्हारांबरोबर आपल्याला पाणी प्यावं लागणार' अशा अर्थाचं बोलत होते. अस्पृश्यतेचा प्रश्न आमच्या गावात नाहीच अशा आविर्भावात जगणाऱ्या गावाला 'एक गाव एक पाणवठा' म्हणजे एक चपराक होती. मी मनातून खूप खुश होतो. गावाचा अहंकार दुखावला होता हे पाहून माझं मन सुखावलं होतं.

अकरा वाजता जवळजवळ तीन-चारशे मंडळी तळ्यावर जमली. बहुतेक मंडळी मनातून नाखुश होती. मी तळ्याच्या काठावर मोक्याची जागा हेरून थांबलो होतो. एका ऐतिहासिक प्रसंगाचा साक्षीदार व्हायचं होतं मला. उद्यापासून कल्लू, रावसू, मी- सगळे मिळून तळ्यातून पाणी पिणार होतो. माझ्या नजरेसमोरचं हे चित्र हलत नव्हतं. जे घडणार होतं त्यामुळे खरं तर माझी अपराधीपणाची भावना नष्ट होणार होती. एका अर्थानं बहुसंख्य समाजाचा प्रतिनिधी या नात्यानं अस्पृश्यतेच्या पापाचा भागीदार मीही होतोच. हे सगळं उद्यापासून बदलणार, एक दु:स्वप्न संपणार!

श्री. झेंडे आणि त्यांचे दोन-तीन निवडक साथीदार गर्दीतून दिसले. त्यांच्याबरोबर

गावातल्या हरिजन वस्तीतले आठ-दहा युवक व दोन-तीन मुली हातात घागरी घेऊन चालले होते. सोबत एक फौजदार आणि एक पोलीस. मंडळी गर्दीतून पुढे सरकली. आजूबाजूचा जमाव जादूची कांडी फिरवल्यासारखा शांत. प्रत्येकाचे डोळे त्या आठ-दहा जणांवर खिळलेले. माझ्या मित्रांपैकी कुणीही झेंडेबरोबर नव्हतं. झेंडे आणि त्यांचे सांगलीतून आलेले साथीदार पँट-शर्ट या शहरी अवतारात होते. गावातल्या हरिजनांकडून म्हणावा तितका प्रतिसाद मिळालेला दिसत_नव्हता. झेंडेनी एक महत्त्वाची चूक केली होती. गावातल्या हरिजनांचा मोठा सहभाग त्याने मिळवायला हवा होता. जी दोन-चार मुलं होती ती सुशिक्षित नव्हती, हा दुसरा दोष. म्हणजे झेंडेनं सुशिक्षित मुलांचा पाठिंबा मिळवण्याचा प्रयत्न केला नव्हता किंवा त्याला त्यात यश आलं नव्हतं. एवढ्या सगळ्या गर्दीतून जाताना गावातली ही पोरं बावरली होती. त्यांच्या चेहऱ्यावरचा घाबरटपणा स्पष्ट दिसत होता. तरीही नेटानं ही पोरं झेंडे आणि त्यांच्या साथीदारांबरोबर जात होती.

"बाबासाहेब आंबेडकर की..." - झेंडे.

"जय!" चिरक्या आवाजात पाठीराखे.

"एक गाव एक पाणवठा..." - झेंडे.

"...झालाच पाहिजे." पाठीराख्यांचा अशक्त आवाज.

गर्दीत थोडंसं तणावाचं वातावरण जाणवत होतं. लोक दंगा करायच्या तयारीनिशी आले होते म्हणणं चुकीचं ठरेल; पण एकमेकांशी बोलता बोलता उभ्या असलेल्या लोकांच्या क्षुब्धपणाला जोर येत होता.

झेंडे अंगात संचारल्यासारखा पुढे पुढे चालत होता. मागून पाठीराखे. आजूबाजूला पसरलेल्या जमावाचं झेंडेला भान नव्हतं. त्याला फक्त तळ्यातलं पाणी दिसत होतं. हजारो वर्षं दबून राहिलेल्या व्यवस्थेविरुद्ध संताप उफाळून आला होता त्याच्या चेहऱ्यावर. लोक स्तंभित होऊन पाहत होते. झेंडे तळ्याच्या काठावर आला. झराझरा पायऱ्या उतरून वाऱ्यासारखा पाण्याजवळ आला. पाण्याजवळ वाकला. ओंजळ भरून पाणी हातात घेतलं आणि घटाघटा प्यायला. पुन्हा ओंजळ 'बाबासाहेब आंबेडकरकी जय...' साथीदार आणि पाठीराखे... सगळे पायऱ्यांवर थांबून ओंजळीनं पाणी पिऊ लागले. चार-आठ घागरी पहिल्यांदाच या चवदार तळ्याला स्पर्श करून सुखावल्या. घागरी तुडुंब भरल्या. आंबेडकरांच्या नामगर्जनेत नहात सगळे वर आले.

कोपऱ्यातल्या एका बाजूला अचानक गलका झाला. एक तरुण हातपाय हलवत काहीतरी बोलत होता. बाकीचे त्याला आवरण्याचा प्रयत्न करत असावेत. म्हणता म्हणता त्या तरुणाच्या आजूबाजूला गर्दी वाढली. कार्यक्रम तर यशस्वी झाला होता. कळत नकळत झेंडे माझा हिरो झाला होता. गावातल्या अनिष्ट प्रथेविरुद्ध परगावातून येऊन त्याने बंड पुकारलं होतं. पाण्याला स्पर्श करून त्याने पहिला प्रतीकात्मक विजय मिळवला होता. 'वारे भीमबहाद्दर...' मी कौतुकाचा वर्षाव करत होतो. मनातल्या मनात...

अचानक त्या तरुणाचा आवाज वाढला. आवाजाबरोबर गर्दी. तावातावानं तो बोलत होता- ''झेंड्याने चूळ भरून पाणी अपवित्र केलं. पाण्यात तो थुंकला. हे पाणी प्यायचं आहे, तोंड धुऊन थुंकण्याचं नाही. सगळी घाण केली. त्याला धडा शिकवायला हवा. तळ्यातलं पाणी प्यायला आमची ना नाही; पण पाण्यात थुंकणं म्हणजे काय...? काय समजतो स्वत:ला...?''

आजूबाजूला गर्दी केलेल्या लोकांना या तरुणाचं म्हणणं पटलं. प्रत्यक्षात झेंडेला चूळ भरून पाण्यात थुंकताना कुणीही पाहिलं नव्हतं. निदान मी तरी पाहिलं नव्हतं. आणि समजा, त्याने भरली असती चूळ, तर त्यात काय झालं? आम्ही तर दररोजच भरत होतो! शाळेतून संध्याकाळी घरी येताना तळ्यात हात-पाय धुऊन... चांगले घसाघसा तोंड धुऊन पाणी परत तळ्यात फेकत होतो. खेळ म्हणून कित्येकदा दगडधोंडे फेकत होतो. कधी तरी हेड्या अण्णू ओरडायचा. मग आम्ही तळ्याच्या दुसऱ्या बाजूला जाऊन दंगामस्ती करत असू.

पण जातीयतेच्या क्षुद्र भावनेनं पीडित झालेल्या माझ्या गावकऱ्यांना निमित्त हवं होतं. ते या तरुणानं पुरवलं. संतापलेल्या लोकांच्या भावनांना या तरुणानं आवाज मिळवून दिला. पाण्याच्या लाटांसारखे लोक पुढे पुढे होऊ लागले. बाह्या सरसावल्या. त्या जमावाला नेतृत्व मिळालं. आता तो तरुण पुढे झाला. जमाव त्याच्या मागे. तो झेंडेच्या दिशेनं सरसावला. झेंडे स्वत:च्या तंद्रीत होता. पाठीराख्यांच्या दुबळ्या आवाजातही त्याला यशोगान ऐकू येत होतं. आंबेडकरांचं, फुल्यांचं स्वप्न एका नव्या गावात साकार झाल्यानं त्याच्या तोंडावर आनंदाचं, उत्साहाचं उधाण आलं होतं. त्याचा काळा, देवीच्या व्रणांनी नटलेला चेहरा चमकत होता. मुखातून हरिनामाचा सारखा गजर चालला होता. 'डॉ. बाबासाहेब की जय... एक गाव एक पाणवठा... झालाच पाहिजे...' आजूबाजूच्या जमावातले तीस-चाळीस लोक तीरासारखे त्याच्यावर तुटून पडले याची त्याला कल्पनाच नव्हती.

क्षणार्धात रंग पालटला. वीस-पंचवीस लोक झेंडेवर कोसळले. कुणी त्याचा शर्ट फाडला, कुणी पँट; कुणी थोबाडीत लगावल्या, कुणी पाठीत लाथा घातल्या; कुणी पायांतल्या चपला हातात घेऊन दाणदाण झेंडेच्या डोक्यात हाणल्या. बहुसंख्य जमाव गंमत बघत होता. 'माजलेल्या खालच्या लोकांना लगेच धडा शिकवता आला यापेक्षा आणखी काय हवं? कायदा शिकवतायत लेकाचे... शहाणे झालेत फार... फार माज आलाय हरामखोरांना... हागंदारीत राहायची लायकी, लेकाचे वाड्यात राहायला पाहताहेत...'

अर्वाच्य शिव्यांनी कान किटून गेले. झेंडेचं रूपांतर चिंध्यांत झालं होतं. झेंडेच्या मागे असलेल्या फौजदारालासुद्धा लोकांनी चोपून काढलं. तो स्वत:चंच संरक्षण करू शकत नव्हता, तेव्हा झेंडेचं रक्षण करण्याचा प्रश्नच नव्हता. आणखी एक पोलीस बरोबर

होता, त्यानं केव्हाच पोबारा केला होता. झेंडे मोठ्या शिकस्तीनं जमावाच्या तडाख्यातून सुटका करून घेण्याचा प्रयत्न करत होता; पण हत्तीच्या पायाखालच्या नारळासारखी त्याची अवस्था झाली होती. एव्हाना झेंडेचे साथीदार आणि पाठीराखे कुठे पळाले याची कुणालाच कल्पना आली नाही. आंबेडकरांचा नादघोष केव्हाच थांबला होता. भरलेल्या घागरी रिकाम्या करून हरिजन युवक केव्हाच बेपत्ता झाले होते. एवढ्यात 'पोलीस आले, पोलीस आले' असा गलका झाला. पोलिसांनी क्षणार्धात जमावाला पांगवलं. एका-दोघांनी झेंडेला ताब्यात घेतलं. 'शिकले सवरलेले तुम्ही कशाला असल्या नादाला लागता...' अशा अर्थाचा उपदेश करत झेंडेला घेऊन चालले होते. मी दगड होऊन सगळं टेकाडावरून पाहत होतो. पोलीस आमच्यावरही खेकसले. मी सुसाट सुटलो. मागे न पाहता घर गाठलं. दुसऱ्या दिवशी हे सगळं पेपरला येणार असं वाटलं. पेपर उत्सुकतेनं पाहिला. या घटनेचा उल्लेखही नव्हता. हजारो-लाखो घटना जगभर घडतात- जंगलात, वाळवंटात, नदीनाल्यात- प्रत्येक घटनेची कोण दखल घेणार? कोण लिहिणार? फक्त माझ्या मनात झेंडेच्या आवाजाचे कित्येक प्रतिध्वनी - 'आंबेडकर की जय...'

या प्रसंगानं मनावर खूप मोठी जखम केली. शाळेत जाणिवांच्या कक्षा विस्तारत होत्या, पण ते ज्ञान चांगलं असूनही पुस्तकी होतं. गावातला हा धडा म्हणजे वास्तव होतं. भीषण वास्तव. गावाच्या माझ्या कल्पनेला जबरदस्त धक्का बसला. प्रतिमेला जोरदार तडा गेला. स्वातंत्र्य आलं, खेड्यापाड्यांतली पोरं शिकू लागली, जनविकास होऊ लागला, अस्पृश्यता निवारण होऊ लागलं वगैरे गोष्टी कितीदा तरी ऐकल्या होत्या. फुले, आंबेडकरांपासून कर्मवीर आणि शाहू महाराजांपर्यंत अनेकांनी समर्थपणे चालवलेली ही सामाजिक चळवळ अजूनही समाजाला पूर्णपणे बदलू शकली नाही, हे झेंडेच्या उदाहरणानं अगदी जळजळीतपणे स्पष्ट केलं. अनेक प्रश्नांचा गोंधळ मनात माजला. आर्थिक आणि सामाजिक विषमता या दोन गोष्टी जोपर्यंत तग धरून आहेत, तोपर्यंत खऱ्या अर्थानं विकास अशक्य, हे लक्षात यायला लागलं.

त्यानंतर एक-दोन वर्षानं असाच दुसरा एक अनुभव. मोठ्या भावाच्या मित्राचं लग्न. भावाबरोबर मदत करायला मीही गेलो. सामान आणणं, सतरंज्या पसरणं, पोती इकडून तिकडे करणं, खांब रोवणं यात होत असेल तेवढी मदत करत होतो. थोड्या वेळानं भाऊ काही कामासाठी दुसरीकडे निघून गेला. तेवढ्यात पाण्यानं भरलेला टँकर आला. आता सगळे मिळून टँकर रिकामा करून घरातले हंडे भरायची तयारी करू लागले. काहींनी घागरी उचलल्या. मीही घागर उचलायला निघालो. उचलणार एवढ्यात पाठीमागून आलेल्या जिन्नापानं माझा हात वरच्यावर धरला.

''पाणी फक्त जैनांनीच भरायचं असतं. हे वापरायचं पाणी नव्हे, जेवायला आणि प्यायला वापरायचं पाणी आहे. त्याला फक्त जैनच हात लावू शकतात...''

कुणीतरी माझ्या पाठीतून आरपार खंजीर खुपसला असावा असं वाटलं. मी चांगला

अंघोळ करून, हरिपाठ म्हणून चांगल्या भावनेनं मदतीला आलो होतो. कसल्याही मोबदल्याशिवाय काम करत होतो, करायला तयार होतो. शिकलो म्हणून गर्व नव्हता. पडेल ते काम करत होतो. मग माझा दोष तरी काय? मी जैन नव्हतो. जिथं लग्न होणार त्या मंडपात वापरलेले वासे आमचेच; पण मी पाणी भरताना मदत करायची नाही. कसलाच तर्क चालायला जागा नाही. मी खजील होऊन मागे झालो. आजूबाजूच्यांनी ऐकून न ऐकल्यासारखं केलं. त्यात माझा जुना वर्गमित्रही होता. तोही काही बोलला नाही. नीट पाहिलं तेव्हा लक्षात आलं, मदत करणारे सगळे जैन होते. महार-मांग सोडाच, मराठा, कोळी, धोबी किंवा सुतार, लोहार या जातीचा एकही माणूस नव्हता. मी फक्त अपवाद होतो. झाल्या प्रकाराने तेही माझ्या ध्यानात आणून दिलं गेलं. मी काहीही करू शकत नव्हतो. मी हळूच तिथून सटकलो.

जातीयतेची ही उतरंड किती गहन आहे याचा हळूहळू प्रत्यय यायला लागला. त्यात दडलेली सोईस्करताही लक्षात आली. महार शेतात कामाला चालतो, त्याच्या हाताने मळणी केली जाते; पण तेच धान्य घरात आल्यानंतर त्याला तो हात लावू शकत नाही. तो अंगणात बसू शकतो, पण घरात प्रवेशाला मज्जाव. पिंपळाच्या कट्ट्यावर बसून टाळ धरू शकतो, पण पांडुरंगाच्या पायावर डोकं ठेवू शकत नाही. पांडुरंगाच्या दारात जातो, पण महावीराच्या तर आसपास फिरकूही शकत नाही. सतरंज्या उचलायला, खांब रोवायला, खड्डे खणायला कुणीही चालतो; मात्र पाणी भरायला आपल्या जातीतलाच माणूस पाहिजे. शोषणालाही इतका रेखीव आकार असू शकतो याचं आश्चर्य आणि वैषम्य वाटायला लागलं.

माझ्या रोजच्या रहाटगाडग्यात ही उदाहरणं दिसत गेल्यानं विचार अधिक स्पष्ट झाले, चेतना मिळत गेली, व्यक्तिमत्त्व घडत गेलं. जातीयतेच्या भयंकर जाणिवेनं मन व्यथित झालं.

कोल्हापुरातलं शाळेतलं जीवन त्या मानानं एकदम वेगळं होतं. तिथे महार, ब्राह्मण, जैन, लिंगायत, मराठे... सगळे एकत्र राहत होतो, एकत्र खात होतो, एकत्र झोपत होतो. भेदभाव औषधालाही नव्हता. शिक्षकांनी कधीही कुणालाही जातीवरून प्राधान्य किंवा त्रास, दोन्हीही दिल्याचं स्मरणात नाही. सगळ्यांसाठी एक नियम आणि गुणवत्तेची कदर. वेगवेगळ्या सांस्कृतिक कार्यक्रमांतून, भाषणांतून सदैव समतेचा संदेश. बरं-वाईट याच्यातला भेद कळायला याची खूप मदत झाली. जातीवर आधारलेल्या मोठेपणापेक्षा कर्मावर आधारित श्रेष्ठता हीच खरी, हे लक्षात आलं. पण दरम्यान कर्णाच्या जीवनावरच्या महापुरुष, मृत्युंजय इत्यादी कादंबऱ्या वाचल्या आणि शेकडो वर्षं चालत आलेल्या जातीयवादाचे अनेक कंगोरे हाती आले. श्री. म. माठे, अण्णाभाऊ साठे, नामदेव ढसाळ, अरुण कांबळे आणि अगणित मराठी दलित लेखक याच काळात डोळ्यांखालून घातले. बाबूराव बागुलांची 'जेव्हा मी जात चोरली होती' आणि नारायण सुर्व्यांचे 'माझे विद्यापीठ'

या सगळ्या लिखणानं मला आमूलाग्र बदलून टाकलं. या सगळ्या लोकांनी केवढं प्रचंड विष पचवलं आहे याची कल्पना आली.

गावातले माझे सगळे मित्र- कल्लू, रावसू, मोहन- तिथल्या तिथे थांबले होते. जातीच्या चिखलात अंतर्बाह्य खितपत पडून होते. कुठून आणायचे नवे आंबेडकर आणि फुले? किती लागतील कर्मवीर आणि गाडगे महाराज? संत एकनाथांपासून आगरकरांपर्यंत पुढारलेल्या समाजात जन्माला आलेल्या लोकांनाही स्वतःच्या समाजात रुजलेल्या कल्पना बदलता आल्या नाहीत. आजही विसाव्या शतकाच्या शेवटच्या दशकाची काही वर्षे उरली असताना समोरच्या व्यक्तीची जात कोणती हे समजल्याशिवाय अनेकांना चैन पडत नाही, याचा अर्थ काय? शाळेतलं आणि शाळेबाहेरचं हे शिक्षण मला सतत घडवत होतं, बंडखोर बनवत होतं. जातीयवादाच्या या राक्षसाला वैयक्तिक जीवनात तरी नष्ट करून टाकायचा संकल्प मी फार लहान वयातच केला तो यामुळेच.

आयुष्याची सुरुवात एका छोट्या गावी केली. प्रयत्नानं म्हणा किंवा नशिबानं, जग पाहायची संधी मिळाली. मी कोल्हापूरला चौथीनंतर गेलो तेव्हा अण्णा म्हणाले होते, 'कशाला पाठवता पोराला परदेशी...? वेळेला माणूस बघायला मिळायचं नाही.' अण्णा गेले तेव्हा त्यांचं दर्शन झालं नाही. त्यांच्या बोलण्याचा अर्थ मला खूप उशिरा कळला. खूप हळहळ वाटली. अतोनात दुःख झालं. पण या दुःखानं मला जेरबंद केलं नाही. एकापाठोपाठ एक शहरामागून शहरं पालथी घातली. गावापासून दूर गेलो. नवी क्षितिजं पाहिली. वेगवेगळी संस्कृती जतन करून ठेवणारे देशाचे प्रांत पाहिले. तसंच देशाच्या सरहद्दी ओलांडून देश-विदेशाच्या लोकांशी मैत्री केली. त्यांच्या भाषांचा अभ्यास केला, त्यांना समजून घेण्याचा प्रयत्न केला. हे सगळं करत असताना गाव दूर असलं तरी गावाचा विसर पडला नाही. तोक्योतल्या सुमिदा किंवा अराकावा नदीला पाहिलं तेव्हा पंचगंगेच्या आठवणीनं अंतःकरण ढवळून निघालं. कुणी टोचून किंवा रागावून बोललं तर क्षणार्धात आईची आठवण आली. मेक्सिकन जेवणातले विविध पदार्थ पाहिले, तर भारतीय खाद्यपदार्थांची आठवण झाली. क्योतो नारा या शहरातील मंदिरं पाहिली, तर सरळ मीनाक्षी मंदिर समोर उभं राहिलं. पदोपदी, जागोजागी मातृभूमी आणि जन्मभूमीची आठवण झाली.

जगाशी मैत्री करावी, नवनवीन क्षितिजं धुंडाळावीत, विमानाच्या पोटात बसून जगाच्या पाठीवरची जंगलं, पर्वत, शहरं, नद्या, लोक पाहावेत असं एका बाजूला वाटत राहिलं. दुसरीकडे गावातलं तळं, चिंच, डांगरभाकरी, शेत मला स्वतःकडे खेचत राहिलं. पंचतारांकित हॉटेल असो किंवा आंतरराष्ट्रीय परिषद, कसलंच वैभव किंवा सुखसोयी माझ्या आणि माझ्याच गावाच्या मध्ये येऊ शकल्या नाहीत. एवढं असूनही सातत्यानं गावात राहण्याचं भाग्य चौथीनंतर मला मिळालं नाही. बी.ए.पर्यंत कोल्हापुरात शिकलो, तेव्हा अधूनमधून गावी जाणं होई. पदव्युत्तर शिक्षणासाठी मुंबईला आलो आणि वर्षातून फक्त दोन-तीनदा

गावी जाणं होऊ लागलं. भारतीय विदेश सेवेत निवड झाली आणि गावाशी आणखीन ताटातूट झाली. जपानला गेलो. दोन बर्षं मातृभूमीचं दर्शन झालं नाही. मन वरचेवर अस्वस्थ व्हायचं. असं मन दोलायमान का होतं हे लक्षात यायला वेळ लागला नाही. स्वत:ला समजणं काही फार सोपी गोष्ट नव्हे. तरी माझ्या मनाचे दोन महत्त्वाचे दुवे असे आहेत- मातीची ओढ आणि क्षितिजाचं वेड. पुढे जात राहायचं, पण मागच्याला विसरायचं नाही हा माझा स्थायीभाव झाला आहे.

प्रवासाचं मला भयंकर वेड आहे. गावाविषयी मला प्रचंड प्रेम आहे. बऱ्याचदा दोन्हींचा मेळ जमत नाही. तरी आयुष्य पुढे जात राहतं. काही वेळा मनाला पीळ पाडणाऱ्या घटना घडतात, जवळची माणसं दुखावली जातात, कधी गैरसमजुतीचं जाळं पसरतं; तरीही जिप्सीला नवनवीन प्रदेश पायांखालून घालायचा असतो. प्रतिकूल परिस्थितीतही देशविदेशभर भ्रमण करणारे अनेक महापुरुष मला सदैव प्रेरणादायक ठरले आहेत. यांतले बरेच लोक आपल्या सगळ्यांच्या इतक्या चांगल्या परिचयाचे आहेत की, त्यांच्या या फिरण्याचं आपल्याला काही महत्त्वच वाटलं नाही. हे महापुरुष देशविदेश फिरले, कारण ते कधीच कोणत्याच विशिष्ट स्थळांना, व्यक्तींना किंवा गावांना मर्यादित अर्थानं बांधील नव्हते. अर्थात, विनाकारण त्यांनी भटकंती केली असं नव्हे. विशिष्ट स्थळकाळ, व्यक्ती यांच्या पलीकडे नेणारं प्रयोजन त्यांना सापडलं होतं. काही सत्याच्या शोधात बाहेर पडले, काही विशिष्ट संदेशाच्या प्रसारार्थ बाहेर पडले, काही शिकायला, तर काही व्यापारानिमित्त. प्रत्येक जण आपापल्या परीनं अर्थपूर्ण जीवन जगत राहिला.

बुद्ध आपल्या बायको-मुलाला सोडून गेला हे खरं, पण त्याच्या मनात त्यांच्याविषयी माया, प्रेम नव्हतं हे काही खरं नव्हे. संपूर्ण जगावर प्रेम करणारा गौतम बुद्ध स्वत:च्या बायको-मुलाविषयी संताप आणि तिरस्कारानं भरला असणं कदापि शक्य नाही. तरीही रात्रीच्या शांत वातावरणात तो त्याची प्रियतमा पत्नी आणि मुलगा राहुल यांना त्यांची झोपमोड न होऊ देता हळूहळू राजगृहातून बाहेर पडला आणि एका नव्या प्रवासाला सुरुवात झाली. बुद्ध रात्री असा न सांगता-सवरता का गेला याचं साधं कारण असं असावं - दिवसा सगळ्यांदेखत बायको-मुलाला सोडणं त्याला शक्य झालं असतं? पत्नीच्या डोळ्यांतलं पाणी आणि पुत्राच्या चेहऱ्यावरचे भाव त्याचे पाश बनले असते आणि कदाचित त्यांच्या आगळ्यावेगळ्या प्रवासाचा सुरुवातीआधीच शेवट झाला असता. घरदार सोडण्यामागे तिरस्कार किंवा द्वेषापेक्षा सार्वत्रिक प्रेमपाशाची भावना ही महापुरुषांची अंत:प्रेरणा असणार. बुद्धाने घर सोडलं, सर्वसंगपरित्याग केला. हजारो योजनांचा प्रवास केला. अभ्यास करून चिंतन केलं. शेकडो लोकांशी वादविवाद केला. ध्यान केलं आणि त्यानंतर त्यांना साक्षात्कार झाला. खऱ्या अर्थानं ते बुद्ध झाले. संपूर्ण मानवी जीवनाला प्रकाशमय करण्याचं सामर्थ्य त्यांना प्राप्त झालं. गौतम घरादाराच्या व्यापातच राहिला असता तर जग बुद्धाला मुकलं असतं.

नामदेव हा महाराष्ट्रातला संत मध्यकाळात पंजाबपर्यंत पोहोचला. त्या काळात दळणवळणाची कसलीही साधनं नव्हती. फक्त पायाची दुचाकी होती. भक्तिसंदेशाच्या प्रसारार्थ नामदेवांचे अभंग मोठ्या दिमाखाने स्थानापन्न झालेत. दिल्लीतले माझे एक वरिष्ठ शीखधर्मीय होते. केवळ नामदेव महाराष्ट्राचे म्हणून ते माझ्याशी आदरानं बोलत, वागत. एका अर्थाने नामदेवांची पुण्याई माझ्या मदतीला येत होती. प्रस्थापित नीतिमूल्यांची पर्वा न करता कालातीत, स्थलातीत झालेल्या या महापुरुषांनी संपूर्ण मानवसमाजच आपला मानला. घराच्या चार भिंतींच्या संरक्षणाची त्यांना आवश्यकता भासली नाही.

ज्ञानेश्वरांना तर अतिशय कोवळ्या वयात भटकंती करावी लागली. संन्याशाची पोरं यासारखी असंख्य अभद्र वचनं ऐकूनही सगळ्या मानवतेवर प्रेम करणारं महाकाव्य त्यांनी लिहिलं. रानामाळातून, कडेकपारीतून भटकावं लागलं. पण प्रेम हा त्यांचा गाभा होता. घरादारातच नव्हे, तर विश्वात स्वधर्मसूर्य दिसावा यासाठी अनंत यातना त्यांना भोगाव्या लागल्या. खऱ्या अर्थानं विश्वबंधुत्वाचा संदेश देणारे ते महाराष्ट्रातले पहिले संत. ‘विश्वचि माझे घर’ ही संकल्पना एवढ्या धिटाईने आणि तीही इतक्या लहानपणी त्यांनी मांडली, याचं आश्चर्य वाटतं.

अर्थात, देशोदेशींच्या सरहद्दी ओलांडून देशाटन करणारे महापुरुष इतिहासात सर्वत्र आढळतात. स्वत:चं संकुचित विश्व सोडून बाहेर पडणारी ही मंडळी कशा ना कशाच्या शोधात होती. मातृभूमीला गुलामीतून मुक्त करण्यासाठी मदत मिळावी म्हणून वेष बदलून मातृभूमी सोडून गेलेले सुभाषचंद्र बोस हे एक असंच प्रभावी व्यक्तिमत्त्व. अनंत अडचणींना तोंड देत जर्मनी, जपान, रशिया अशा अनेक देशांत भटकंती करत आझाद हिंद सेना स्थापन करणाऱ्या सुभाषबाबूंच्या समोर मान झुकल्याशिवाय राहत नाही. मृत्यूचं सावट सदैव आजूबाजूला असूनही त्यांनी कधी त्याची पर्वा केली नाही. जगभर फिरत राहिले; पण मन मात्र मातृभूमीच्या स्वातंत्र्यासाठी झुरत राहिलं.

डॉ. कोटणीस हे युद्धातल्या चिन्यांची सेवा करायला चीनला गेले. महात्मा गांधी नव्या जीवनाच्या शोधात दक्षिण आफ्रिकेत पोहोचले. फाइयान आणि ह्युएनत्संग हे चिनी विद्वान हजारो मैलांचा पायी प्रवास करत शेकडो वर्षांपूर्वी भारतात येऊन पोहोचले. कोलंबसनं खवळलेल्या समुद्राची पर्वा न करता अमेरिकेचा शोध लावला. सिकंदर, नेपोलियन यांनी जग जिंकण्यासाठी पृथ्वी धुंडाळली. आंबेडकर, आनंदीबाई जोशी अध्ययनासाठी सातासमुद्रापलीकडे गेले. ज्याला काही करण्याची इच्छा होती तो थांबला नाही, चालत राहिला. कुणी विद्येसाठी, कुणी भूमीसाठी, कुणी धनासाठी, कुणी मानवतेसाठी. मातृभूमीचा संदेश घेऊन विवेकानंद आयुष्यभर फिरले. मानवतावादाचा संदेश घेऊन रवींद्रनाथ टागोरांनी देशविदेशांना भेटी दिल्या, जगभर मित्र बनवले.

मी प्रथम गाव सोडला तेव्हा फारसं कळण्याचं वय नव्हतं. कोल्हापुरातल्या शाळेनं वाचनाची आवड दिली आणि एका नव्या जगात प्रवेश झाला. नवे पंख मिळाले. नवी

दिशा आणि नवीन डोळे गवसले. अनेकांची भाषणं या दरम्यान ऐकायला मिळाली. सगळेच काही प्रसिद्ध आणि नावाजलेले लोक होते असं नव्हे, तरी प्रत्येकानं काहीतरी नवीन विचार सांगितला. माझ्या संस्कारक्षम मनात बऱ्याचदा तो रुजला. प्रवासाची, नवनवीन पाहण्याची, वेगवेगळ्या लोकांशी बोलण्याची, अनेक गोष्टी आकलन करण्याची इच्छा या काळात निर्माण झाली. भावी काळात मी कसा घडणार होतो याचा पाया इथं घडवला जात होता. लायब्ररीतील पुस्तकांवर मी तुटून पडायला लागलो. नाथ माधव, वि. स. खांडेकर, रणजित देसाई, शिवाजी सावंत, पु. ल. देशपांडे, चिं. वि. जोशी, कोल्हटकर, गोविंदाग्रज, कुसुमाग्रज, पु. शि. रेगे, खानोलकर, ना. सी. फडके, आचार्य अत्रे, जयवंत दळवी या सगळ्यांचा परिचय याच ग्रंथालयात झाला. किती वाचू आणि काय वाचू असं झालं हातं. अधूनमधून चंद्रकांत काकोडकर यांच्या प्रेमकथा, अर्नाळकर यांच्या रहस्यकथाही डोळ्यांखालून गेल्या. बऱ्या-वाईटातला फरकही कळला. जमेल तशी चांगल्या गोष्टींवर नजर केंद्रित झाली.

गावाचा संपर्क सतत राहिला. पत्रं लिहिणं, महिन्यातून एकदा गावी जाणं, मित्रांना भेटणं सुरू होतं. आमच्या शाळेचा जन्म एका विशिष्ट विचारापोटीच झाला होता. खेड्यापाड्यांतील पोरं शिकावीत, केवळ सुविधांच्या आणि पैशाच्या अभावाने खेड्यातील बुद्धिमत्ता मागे राहता कामा नये अशा विचाराने ही शाळा उभी राहिली. ग्रामविकास, बहुजन समाज विकास या गोष्टी सतत ऐकायला मिळाल्या. खेड्यात खरा भारत आहे याची प्रचिती प्रत्येक गावभेटीत यायला लागली. कॉलेजात जायला लागलो तसा गावची लायब्ररी आणि क्रीडामंडळ यांच्या कामात लक्ष घालू लागलो. जरी प्रत्यक्षात या मंडळाचा सभासद नसलो, तरी त्यांना प्रोत्साहन देणं, चांगल्या वक्त्यांना आणि लेखक-कवींना गावी निमंत्रित करणं इत्यादी कामं करायला लागलो. गावात चांगल्या गोष्टी व्हाव्यात, लोक चांगल्या विचारांनी प्रभावित व्हावेत असं मनोमन वाटायचं. या सगळ्या प्रयत्नांना यशही चांगलं मिळालं. बॅ. पी. जी. पाटील, शंकर खंडू पाटील, बाबा कदम, ल. रा. नासिराबादकर, प्रा. र. बा. मंचरकर, प्रा. एम. डी. नलवडे, प्रा. शिवाजीराव भोसले ही आणि इतर कितीतरी मंडळी गावी येऊन गेली. फक्त प्रस्थापितांनाच नव्हे, तर शहरातल्या नवोदित कवी, वक्ते यांनासुद्धा आम्ही पाचारण करू लागलो. आताचे प्रा. विजय देसाई, ॲड. मंगला बडदारे, भूषण गगराणी (सध्या आय.ए.एस.), पानिपतकार विश्वास पाटील, प्रा. तुकाराम पाटील, प्रा. मंगला पाटील-वाळवीकर ही सगळी मित्रमंडळी घेऊन बरेच परिसंवाद, व्याख्यानमाला गावात आयोजित केल्या. रानकवी तांदळेंनासुद्धा नेलं. याचबरोबर गावातल्या गुणी मंडळींच्या सत्काराची जुनी प्रथा सुरू केली. नामवंत गायक दांडेकर आणि गावातल्या दोन पीएच.डी. झालेल्या मंडळींचा गुणगौरव केला. युवकांच्या मदतीनं मुलींच्या शाळेची ओबडधोबड जमीन श्रमदानानं सरळ करून दिली.

अर्थात, हे कार्यक्रम करत असताना सगळ्यांचा पूर्ण पाठिंबा असायचाच असं नाही,

पण यशस्वी कार्यक्रम पाहून विरोध करायचं कुणाचं धाडस व्हायचं नाही. आमच्या कार्यक्रमात राजकारणाचा लवलेश नसल्यामुळे पुढारी मंडळींचा कधी त्रास झाला नाही. उलट, त्यांच्याकडून सक्रिय पाठिंबाच मिळायचा. सुरुवातीला भाषणं वगैरे आयोजित केल्यानंतर काही मूलभूत प्रश्नांना हात घालायचं ठरवलं. अर्थात, यश कितपत मिळेल याची शंका होती. हुंडापद्धत या विषयावर परिसंवाद ठेवला. बहुसंख्य वक्त्यांनी हुंडापद्धतीवर कडाडून हल्ला चढवला. प्रेक्षकांत बऱ्याच स्त्रिया होत्या, त्यांच्याकडून प्रचंड प्रतिसाद मिळाला. अजूनही जिथं बहुसंख्य समाज हुंडाप्रथेचं पालन करतो तिथं निदान ही प्रथा गैर आहे हे सगळ्यांनी मान्य करणं, यालाही बराच अर्थ होता.

आम्ही कुठं जात आहोत? या परिसंवादातून समाजातली वेगवेगळी अंगं घेऊन त्यातील प्रगती आणि अधोगती यांचा आढावा घेण्याचं या परिसंवादाचं उद्दिष्ट पूर्ण सफल झालं. शिक्षण, शेती, राजकारण, चित्रपटजगत या सगळ्या क्षेत्रांवर प्रकाश टाकणारी भाषणं झाली. आत्मपरीक्षण आणि आत्मटीका असं स्वरूप असलेल्या या परिसंवादास चार तास, दीड हजारावर लोक शांत बसले होते. यावरून त्याच्या यशाची कल्पना येते. अर्थात, या सर्व प्रयत्नांचा प्रत्यक्षात जनमानसावर कसा परिणाम होतोय, हे पाहण्याचं कोणतंच साधन आमच्याकडे नव्हतं. पुढच्या काळात घडलेल्या बऱ्याच घटनांनी या परिणामाच्या बऱ्यावाईट अंगांचा परिचय झाला. थोडक्यात, गावाशीच नव्हे, तर पूर्ण पंचक्रोशीशी सदैव संपर्क ठेवून होतो.

माणूस दूर गेला म्हणजे तो आपल्याला विसरला, असं अनेकांना वाटतं. पण ते खरं नसतं. प्रत्येक व्यक्तीचं एक भावविश्व असतं. अनेक स्थळं, व्यक्ती, अनुभव, घटना यांचा त्यात समावेश असतो. कळत नकळत प्रत्येक जण आपल्या भावविश्वातल्या स्थळांना पुन:पुन्हा भेटी द्यायचा प्रयत्न करतो. व्यक्तींना पत्र लिहिण्याचा प्रयत्न करतो. अनुभव आणि आठवणी जपण्याचा प्रयत्न करतो. कित्येकदा स्थळ आणि अंतर यांची मर्यादा असते, तरी हे भावविश्व उत्कटतेनं जगण्याचा प्रयत्न करत असतो. निदान मी तरी केला आहे. जिथं जिथं मी राहिलो ते ते ठिकाण माझ्या भावविश्वाचा भाग बनलं. माझा गाव, कोल्हापूर, मुंबई, दिल्ली, तोक्यो इ.इ. जशी स्थळं, तशाच व्यक्ती. आई-वडील, मित्रमंडळी, संत आणि समाजसुधारक, साहित्यिक आणि निवडक शिक्षक मंडळी यांना माझ्या भावविश्वात खूप मोठं स्थान आहे.

विश्वाची व्याख्या आणि सीमा ठरवणं ही अतिशय अवघड कामगिरी आहे. जीवनात येणाऱ्या सगळ्याच गोष्टी कमी-अधिक फरकानं भावविश्वाचा भाग बनून राहतात. देशविदेशातल्या अनेक जागा आणि व्यक्ती माझ्या भावविश्वात कायमच्या घर करून आहेत.

परदेशात असताना अंतरंगातील ही गावाची ओढ अधिक टोकदार बनते. गावाबरोबरच भारतातल्या अनेक गोष्टींची आठवण येते. जितका काळ मातृभूमीच्या दर्शनाविना अधिक

राहू तितकी तहान अधिक वाढत जाते. नोकरीच्या स्वरूपामुळे मनात असूनही लगेच हिंदुस्थानात येणं शक्य नसतं. त्यामुळे दुधाची तहान ताकावर भागवण्याचा प्रयत्न सुरू राहतो. भारताशी संबंधित जी जी गोष्ट असेल ती ती अधिकाधिक पाहण्याचा, ऐकण्याचा हव्यास राहतो. भारतीय जेवण, भारतीय वर्तमानपत्रं, भारतीय संगीत, भारतातून येणारी पत्रं या सगळ्यां-बरोबर इतर कित्येक वस्तूंचा झरोका करून भारत जगण्याचा प्रयत्न सुरू राहतो.

एरवी मी संगीत फारसं ऐकत नाही. चांगलं संगीत आवडतं, पण सवड कमी असते. परदेशात असताना घरात असो की गाडीत, मराठी किंवा हिंदी संगीत सतत सुरू असतं. सकाळी मॉस्कोत ऑफिसला जाताना तुकोबांचे अभंग ऐकतो. 'वृक्ष वल्ली आम्हा सोयरे वनचरे' या ओळींबरोबर एका संपूर्ण नव्या विश्वात स्थित्यंतर होतं. गाडी लेनीन्सकी प्रॉस्पेक्टवरून जात असते, तरी मला मात्र पंढरीचं दर्शन होतं. 'कुमुदिनी काय जाणे परिमळ' किंवा 'आनंदाचे डोही...' किंवा 'खेळ मांडियेला वाळवंटी काठी' हे अभंग ऐकले की, मॉस्को नदीच्या जागी मला दिसते चंद्रभागा, आणि भरलेल्या पात्राऐवजी दिसतं वाळवंट... त्यात टाळ-मृदंगांच्या संगीतात न्हाऊन निघालेली वारकरी मंडळी. कधी भीमसेन ऐकताना नामाचा गजर दुमदुमायला लागतो. फिल्मी संगीताची वेगळी गंमत. 'मेरे नया सावन भादो' गाणं ऐकलं की, दहा-पंधरा वर्षांपूर्वी कोल्हापुरात मित्रांसमवेत पाहिलेला तो सिनेमा आठवतो; संभाजी, सुभाष, अशोक, रमेश हे माझे मित्र आठवतात. सायकलीवरून सिनेमाला जाऊनही सिनेमा संपल्यानंतर सायकली विसरून घरी आलो. घरी म्हणजे होस्टेलवर. परत आल्यानंतर पुन्हा गडबडीत पलायन. 'एक दिन बिक जायेगा' गाणं ऐकलं की, कोल्हापूरच्या पार्वती टॉकीजमध्ये मैत्रिणीसमवेत पाहिलेला सिनेमा आणि मध्यंतराला घेतलेले कॉर्नफ्लेक्स आठवतात. जणू प्रत्येक गाण्याबरोबर आठवणींची मालिका जोडलेली आहे. अनेक हिंदी गाणी ऐकताना मन सरळ कॉलेजच्या स्नेहसंमेलनात जाऊन पोहोचतं. फुले सदन, केशवराव भोसले नाट्यगृह, रंगीत तालीम, मित्र-मैत्रिणींसोबतचं वडापाव खाणं, भारलेल्या वातावरणात नाटकं पाहणं, गाणी ऐकणं, फिशपाँडची मजा लुटणं... टाळ्यांचा आवाज... डोळ्यांची टक्कर, खोल मनात दाटणारी हुरहुर, जितकं काव्यमय तितकं सत्य. तरीही पालटलेल्या वर्षांबरोबर उरलेल्या केवळ स्मृती.

गाडीत बसल्या बसल्या भारतीय संगीत ऐकणं हा तर आवडता छंद बनलाय. मीरेची भजनं आणि त्यांचा अर्थ मला असाच कळायला लागला. अनुप जलोटामुळे मीरा, गोविंद, तिची वीणा, कृष्णरूपात तल्लीन झालेले तिचे भावुक डोळे आणि तिचा शुभ्रपांढरा वेष... सगळं साक्षात उभं राहतं. या भजनांच्या मदतीनं मला मीरा अधिक कळायला लागली. तिच्या आर्ततेचा अर्थ, तिच्यातल्या विलापनीचं दु:ख आपोआप कळायला लागलं. याउलट, गावात दांडेकरांनी गायलेलं पसायदान लावलं की, मी सरळ गावातल्या विठ्ठल मंदिरात जाऊन पोहोचतो. सळसळणाऱ्या पिंपळपानांना मागे करून पायांतल्या

चपला काढतो आणि भगवंताला अनन्य भावे शरण जातो. डोळे उघडून मूर्तीला प्रदक्षिणा घालतो. मंदिरातल्या सगळ्या फोटोंवर नजर टाकतो. अण्णांच्या फोटोजवळ परत एकदा डोळे बंद करतो. केवढी ताकद असते संगीतात! अख्खं नवीन विश्व उभं करायचं सामर्थ्य आहे त्यात! फुलणाऱ्या पसायदानाबरोबर मनही पाखरासारखं उडत नेवाशाला जाऊन पोहोचतं. तिथल्या मंदिरातल्या त्या खांबासमोर उभं राहावं तर पंचा नेसून सच्चिदानंदबाबा लेखनात मग्न, तर त्यांच्या उजव्या बाजूला प्रखर तेजानं तळपत असूनही आनंदाची चंद्रकिरणं सांडणारं साक्षात ज्ञानोबाचं मुखकमल. हे सगळं आठवून डोळ्यांतून आनंदाश्रू वाहू लागतात.

हिंदी सिनेमा भारतातसुद्धा कमी पाहणारे माझे बरेचसे मित्र परदेशात हिंदी सिनेमा न चुकता शनिवार, रविवार किंवा इतर दिवशीही पाहतात. अर्थातच सिनेमागृहात फार क्वचित पाहायला मिळतो हिंदी सिनेमा. पण घरोघरी व्हीसीआर आल्याने चित्रपट पाहणं आणि त्याद्वारे एका अर्थानं भारतात असल्यासारखं जगणं, भाषेचा अनुभव घेणं जमतं. चित्रपट हे प्रचाराचंच नव्हे, तर संपर्काचं साधन आणि भावनाकेंद्र बनतं. त्याचा प्रत्यय येतो. नवनवे चित्रपट भारतात प्रदर्शित व्हायच्या आधीच बऱ्याचदा परदेशातल्या भारतीयांच्या घरी सीडीद्वारा पोहोचतात. सिनेमातली गाणी, कथा, संवाद, संगीत यांची चर्चा करणं भारतीयांचा (कुठंही असलं तरी) आवडता छंद आहे. हजारो योजनं मायभूमीपासून दूर असूनही कोणती नटी कुठल्या नटाबरोबर फिरतेय, कुणी कुणाशी लग्न केलं आणि कुणी कुणाशी घटस्फोट घेतला याची बित्तंबातमी सर्वांना माहीत असते. भेटीगाठीत चर्चा होते. परदेशात आहोत हे विसरायला लावणारी ही गोष्ट एका अर्थाने विरहावरचं औषध बनते.

थोडंफार संवेदनशील मन असेल तर कधी कधी मातीच्या आठवणीनं मन वेडं होतं. 'मृदगंध' हा शब्द मला खूप आवडतो. त्याचं कारण, फक्त हा शब्द सुंदर आहे म्हणून नव्हे, तर मातीचा वास, तोही पहिल्या पावसानंतरचा, मी कित्येकदा अनुभवला आहे म्हणून. तो कधी गावात रस्त्यावरून वाऱ्यानं बसल्या बसल्या घरी पोहोचवला, कधी पहिल्या वळिवाला माळावर काट्याकुट्यात भटकताना स्वतःला या मृदगंधानं गुरफटून जाताना पाहिलं. सूरपारंब्या खेळताना वडाच्या झाडावर तसेच बसून राहिलो. आजूबाजूला नुकतीच नांगरलेली शेतं आणि त्यातली ढेकळं, मातीचा सुगंध लुटला आणि तो बेभान होऊन वाऱ्याबरोबर जणू सगळ्या जगाला लपेटू लागला. ढेकळांवर पाऊस रपारप आडवातिडवा कोसळत होता आणि प्रत्येक टपोऱ्या थेंबाबरोबर मृदगंध मोकळा होत होता. आम्ही मुग्ध होऊन वडाच्या झाडावरून या सुगंधाचा आस्वाद घेत होतो. आकंठ पीत होतो तो सुगंध!

मातीची ओढ माणसाला का असते, याला काही उत्तर नाही. सुखासमाधानात आणि स्वर्गीय आरामात जीवन जगत भोगवस्तूंचा उपभोग घेत असतानाही मातीची आठवण झाली की भडभडून येतं. स्थल, काल आणि प्रसंग यांचं बंधन तोडून वाऱ्यावर

स्वार व्हावं आणि मातृभूमीचं दर्शन घ्यायला निघावं, हा विचार कित्येकदा येतो. मी स्वत: माझ्याजवळ माझ्या गावातल्या आमच्या शेतातली माती एका कुपीत जपून ठेवतो. जगाच्या पाठीवर कुठंही गेलो, तरी माझी भूमी सतत माझ्या जवळ असते, मला सोबत देते, आधार देते आणि वेळप्रसंगी माझ्या व्यथा ऐकून माझं सांत्वन करते. मातृप्रेमानं प्रेरित होऊन 'ने मजसी ने परत मातृभूमीला, सागरा प्राण तळमळला' या ओळींमधली मातृभूमीची ओढ परदेशस्थ भारतीयाला पदोपदी जाणवते. शेतातली माती जवळ ठेवण्याची माझी ही कल्पना मला गोविंदाग्रजांकडून स्फुरली. राम गणेश गडकरी स्वत:च्या जन्मभूमीतील-नवसारीतील चिमूटभर माती सदैव एका पुडीत घालून स्वत:च्या ट्रंकेत ठेवत असत.

परदेशात ऐहिक सुखं कितीही असली, तरी ज्या देशाशी नाळ बांधलेली आहे त्या भारतातल्या पत्रांची नेहमी प्रतीक्षा असते. खऱ्या अर्थानं ही पत्रं माझ्यातील आणि माझ्या परमप्रिय मातीतील दुवा बनतात. या पत्रांतूनच मला कितीतरी गोष्टी कळाल्या. आनंदाच्या, दु:खाच्या आणि साध्यासुध्या दररोजच्या घडामोडींच्या, ताईच्या मृत्यूची बातमी, सुभाष भातमारेच्या अपघाताची बातमी, एकनाथाचं लग्न, काकूचं आजारपण, शेतीची कोर्टकेस, मित्रांच्या नोकऱ्यांची अदलाबदल, अगदी सगळं सगळं. बऱ्याच वर्षांत न भेटलेल्या मित्राची भेट मिळणं कठीण, पण अचानक खूप जुन्या मित्रांची पत्रं अजूनही येतात आणि तत्काळ मन जुन्या आठवणींत रमतं. गावाकडून बाबांची पत्रं येतात. त्यात पेरणी, पाऊस, पंचगंगेचा पूर, उसाची लागवड, भाताची-जोंधळ्याची रास, डाळिंबाची बाग, सागाच्या झाडांची वाढ, घराचं बांधकाम, यातल्या प्रत्येक गोष्टीबाबत काही ना काही कळतं. पत्र वाचत असताना जगाच्या कुठल्या तरी दूरच्या कोपऱ्यात आहोत याचा विसर पडतो. फडकरी येऊन लांब विळ्यानं कचाकच ऊस कापताहेत, उसाचा पाला आणि पेर बाजूला करताहेत; एका बाजूला वैरणीचा ढीग, तर दुसऱ्या बाजूला उसाची मोळी बनतेय, रांग करून बाकीचे गबाळी उसाच्या मोळ्या ट्रकात किंवा बैलगाडीत फेकताहेत... पायांतल्या चपलांना चिखलाचं लेपन, डोक्यावरचं मुंडासं सरकलंय, हातावर जागोजाग उसाच्या पाल्यानं कापलेल्या खुणा... समाधी लागल्यासारखी ऊसतोड सुरू आहे. तात्यांच्या पत्रानं या सगळ्या गोष्टी डोळ्यांसमोर घडत असल्यासारख्या दिसतात.

'चिठ्ठी आयी है...' नावाची गझ़ल काही वर्षांपूर्वी लोकप्रिय झाली होती. कारण सुरस गायन आणि तितकाच खोल अर्थ. नोकरीत आठ-दहा वर्षं होऊनही आई-बाप, गाव, मित्र आणि देश यांच्या आठवणींचे झटके येतच राहतात. इंग्रजीतल्या होमसिकला मराठी प्रतिशब्द नाही. याचं कारण काय असावं याचा विचार करताना कदाचित गाव, देश सोडून फार काळ परदेशात किंवा दूरदेशी राहणाऱ्या मराठी लोकांची संख्याच कमी, त्यामुळे समूहमनातून अशा संकल्पनेचा उदय झाला नसावा असं वाटतं. विरह, ताटातूट, आठवण या गोष्टी जास्त करून वैयक्तिक भावना, प्रेमभावना, फार तर माहेर-सासर या संदर्भातल्या पारिवारिक भावना व्यक्त करण्यासाठी आपल्याकडे जन्माला आल्या.

फार तर नोकरीनिमित्तानं परगावी जाणाऱ्या माणसालाही या जाणिवा अटळ आहेत; पण तुलनेने परदेशस्थ मराठी माणूस संख्येनं मर्यादित. याउलट इंग्रजांचं उदाहरण. छोटंसं राष्ट्र, सूर्य मावळू नये इतका साम्राज्यविस्तार, हजारो लोक दशदिशांनी साम्राज्यविस्तार आणि साम्राज्यसंरक्षणासाठी घरादारापासून दूर पांगले. सातासमुद्रापार असलेले अनाम भूखंड अंकित करत, राज्य करत, अचानक मागे सोडून आलेल्या मातृभूमीच्या आठवणीने होमसिक होत नसतील तरच नवल! दूर ब्रिटनमध्ये असलेल्या म्हातारी आई, विवाहयोग्य बहीण, तरुण बायको आणि पोरं यांच्या आठवणीनं घराची आठवण व्हावी हे साहजिकच!

आधुनिक काळातील संपर्कसाधनांनी अर्थातच विरहाच्या जुन्या कल्पनांना नवीन रंग दिला आहे. फोन, टेलेक्स, टेलिग्राम, फॅक्स, हवाई पत्र यांनी आवडत्या व्यक्तींशी संपर्क ठेवणं खूप सोपं झालंय. मी जपानमध्ये असताना एका विशिष्ट वेळेस कोल्हापूरला एका मित्राच्या घरी फोन करायचो. आई-वडील, गावातली मित्रमंडळी, नातेवाईक मंडळी तिथं जमलेली असायची. त्या वेळेस इचलकरंजी एक्स्चेंज एस.टी.डी.वर होतं, पण आंतरराष्ट्रीय नेटवर्कवर नव्हतं. जपानमधून नंबर फिरवला की, सरळ विमान कोल्हापुरात उतरल्यासारखं व्हायचं. तत्काळ फोन लागायचा. पलीकडून बाबांचा किंवा आईचा आवाज हृदय पिळवटून टाकायचा. दूरध्वनीची सवय नसलेली माझी आई नेहमी फोनवर 'हॅलो हॅलो'ऐवजी 'ज्ञाना ज्ञाना' म्हणून हाका मारायची आणि काही काळ हरवलेलं माझं विश्व मला अनायासे सापडायचं. तांत्रिक सफाईमुळे फोनवरचा आवाज इतका स्पष्ट की, समोर बसून बोलतोय असं वाटायचं. आईचा आवाज आणि 'कसं... बरं हाय न्हवं?' हे शब्द ऐकले की, डोळ्यांत तरारून पाणी यायचं. 'तब्येत सांभाळून राहा', हा तिचा नेहमीचा सल्ला ऐकताना तिच्या आवाजातला मधासारखा गोडवा पाच-सहा हजार किलोमीटरवरून सरळ माझ्या कानांत साठायचा. काही वेळा काकू, भास्करदादा, एकनाथ, तुकाराम यांच्याशी फोनवर बोलणं झालं की, मध्यंतरीच्या काळात घडलेल्या घटनांची उजळणी आपोआप व्हायची. गावात कुणाचं लग्न झालं, कोण वारलं किंवा कुणाला मुलगा किंवा मुलगी झाली इथपासून बारसं, पंचायत किंवा कारखान्याच्या निवडणुका, नोकरी, आजारपण... सगळ्यांची माहिती दहा-पंधरा मिनिटांत कळायची. जणू काही दूरदेशी राहिल्यानं मध्यंतरी हातातून निसटलेल्या घटना आणि प्रसंगांची एक कॅप्सूल या संवादात मिळायची आणि ताजेपणा यायचा.

तोक्योत असो किंवा मॉस्कोत; भारतात, महाराष्ट्रात, कोल्हापुरात आणि गावात काय चाललंय हे जाणून घ्यायला मन नेहमी अधीर असे. यातूनच शक्य असेल तितकी भारतीय वृत्तपत्रं वाचायची ठरवलं. टाइम्स ऑफ इंडिया, इंडियन एक्स्प्रेस ही इंग्रजी आणि राष्ट्रीय वृत्तपत्रं तर घ्यायचोच, पण मराठी वृत्तपत्र नेहमी मिळावं म्हणून खास धडपड केली. लोकसत्ता, महाराष्ट्र टाइम्स हीच नव्हे, तर इचलकरंजीचं मँचेस्टर वृत्तपत्रही परदेशात मी नियमितपणे घ्यायचा प्रयत्न केला. लोकसत्ता किंवा महाराष्ट्र टाइम्समुळे

महाराष्ट्रातल्या बातम्या कळायच्या, तर मँचेस्टरमुळे माझ्या गावच्या पंचक्रोशीतल्या सगळ्या बातम्या तपशिलासह कळायच्या. एरवी गावी असतो तर हा पेपर वाचला असता किंवा नाही हे वेळेवर अवलंबून असतं; पण परदेशात एकदा पेपर आला की पहिल्यांदा अधाशासारखं वाचून टाकणं ही नित्याचीच बाब झाली. कितीही काम असलं तरी पहिल्यांदा सगळ्या मथळ्यांवर नजर टाकायची.

माणूस स्वभावत:च स्वत:कडे लक्ष जास्त देतो. समूहफोटोत पहिल्यांदा आपला फोटो पाहायला माणूस विसरत नाही. परदेशात असताना स्वत:प्रमाणेच स्वत:च्या देशाकडे, राज्याकडे तसंच जिल्ह्याकडे, गावाकडे जास्त लक्ष जातं. राष्ट्रीय किंवा आंतरराष्ट्रीय पेपर कोणताही असो, मुंबई, पुणे, कोल्हापूर, इचलकरंजी इथल्या बातम्या लक्ष वेधून घेतात. आपला देश, माती आणि माणसं विसरणं किती कठीण असतं हे क्षणोक्षणी जाणवतं. मँचेस्टरमधल्या अगदी सामान्य बातम्यासुद्धा मी मन लावून वाचतो. ढवळी म्हैसाळ रस्ता डांबरीकरण, चव्हाण-तांदळे शुभविवाह, रेडकू चोरून नेऊन कापल्याची फिर्याद, दुधाचा टँकर उलटून नुकसान, गोविंदराव हायस्कूलचे स्नेहसंमेलन, विना जकातीची दारू पकडली, सौंदलग्यात शस्त्रक्रिया शिबिर, कूरचं साहित्य संमेलन, कबनूर सिटीबस रुईस नेण्याची मागणी, लाट येथे भावगीत स्पर्धा, पंचगंगेला पुन्हा पूर यांसारख्या महत्त्वाच्या नसलेल्या बातम्याही मन लावून वाचतो आणि प्रत्येक बातमीबरोबर पंचगंगेचा परिसर, गावाची पंचक्रोशी मनासमोर साक्षात उभी करतो.

'पंचगंगेचा पूर' एवढे शब्द जरी वाचले, तरी कितीतरी चित्रं मनासमोर तरळायला लागतात. तांबूस रंगाच्या पाण्याने दुथडी भरून वाहणारी पंचगंगा माझ्या मानसिकतेचा महत्त्वाचा भाग आहे. तिच्या पाण्यावर पोसलेलं बालपण काही केल्या मनासमोरून जात नाही. पावसाळ्यात एकदोनदा तरी इचलकरंजीचा पूल बुडून जातो आणि मग छातीएवढ्या पाण्यातून किंवा नाव असली तर नावेतून पलीकडे जायचं. एकदा नाव नव्हती तेव्हा अक्कोळे सरांबरोबर नदी पार करून गावी जायचं ठरवलं. धो धो वाहणारी नदी. पट्टीच्या पोहणाऱ्यांचाही थरकाप उडावा. आम्ही निश्चय केला. पन्नास-साठ फुटानंतर पाणी जास्त जास्त जाणवायला लागलं. पायांना जोरदार रेटा जाणवायला लागला. समोर, आजूबाजूला फक्त रौद्रभीषण पाणी. झक मारली आणि हो म्हटलं असं वाटायला लागलं. प्रत्येक पावलागणिक पाण्याचा जोर वाढत होता. मन भीतीनं व्याकूळ व्हायला लागलं. छातीच्याही वर पाणी होतं. एवढा आत्मविश्वास असू नये असं वाटलं. अक्कोळे सरांकडे पाहिलं. त्यांचीही तीच अवस्था होती. त्यांचे काळे-पांढरे केस कपाळावर पसरून चेहऱ्यावरचा भकासपणा सांगत होते. पानांनी अर्धवट किडलेले दात बंद करून माझ्याकडे ते बघत होते. वयानं मोठे असल्यामुळे धीर द्यायचं काम त्यांच्याकडे आलं. दबलेल्या सुरात म्हणाले, ''काळजी करू नको, आपण जाऊ पलीकडे.'' मी शेवटची संधी घ्यायची ठरवली, ''सर, परत जाऊ या. जयसिंगपूरहून गावी जाता येईल.'' सरांना काय करावं

समजेना. निर्णय घेणं त्यांच्या स्वभावात नव्हतं आणि परिस्थिती फारच गंभीर होती. मागे जावं तर त्यांचा भित्रेपणा स्पष्ट झाला असता. पुढे जाण्यात दोघांच्याही जिवाला धोका होता. विचार करत करत आणि एक-दुसऱ्याकडे बघत आम्ही पुढे जात होतो. एवढ्यात सरांना युक्ती सुचली. ''आपण एकमेकांचा हात पकडू आणि दुसऱ्या हातांनी दोन्ही बाजूला पुलाचे रेलिंग पकडू. पाय एकदम न उचलता सरकवत चालू म्हणजे त्रास कमी होईल.'' एका बाजूने दुसऱ्याचा हात पकडला आणि रेलिंग पकडून चालू लागलो. सरांची आयडिया छान होती. पाण्याचा रेटा वाढूनही तितकीशी भीती वाटली नाही. एका बाजूला सरांचा आधार आणि दुसऱ्या बाजूला पुलाच्या रेलिंगचा आधार. सरांच्या चेहऱ्यावरही आनंद होता. परमेश्वराचं स्मरण करत हळूहळू पैलतीर गाठला तेव्हा निःश्वास सोडला. पलीकडे पोहोचल्यानंतर सरांचा आत्मविश्वास खूपच वाढला, ''काय घाबरून गेला होतास तू! मी होतो म्हणून बरं झालं. नाही तर आज काही खरं नव्हतं तुझं.'' पाचच मिनिटांपूर्वीचा सरांचा घाबरलेला चेहरा आठवला आणि हसून म्हणालो, ''खराय सर तुमचं, तुमच्यामुळेच आज वाचलो!''

पंचगंगेला पूर आला म्हटलं की, बोरगाव मार्गे कोल्हापूरला जायला लागायचं. कधी ट्रकमधून, कधी एस.टी.मध्ये बसायचो. आजूबाजूचा एरवीचा बोडका माळ पावसानं दिलेल्या गवती गालिच्यात सुंदर दिसायचा. ट्रकमध्ये बरेच दूधवाले असायचे. त्यांच्या घागरीत डचमळणाऱ्या दुधाचा आवाज ऐकत कोल्हापूरचा टेंबलाईनाका कधी यायचा कळायचं नाही. कोल्हापूरच्या शाळेत असतानाही आम्हाला दरवर्षी पूर बघायला जायची संधी मिळायची. आंबेवाडीच्या पंचगंगा पुलावरून काही पट्टीचे पोहणारे उड्या मारायचे आणि आम्ही सगळे चकित होऊन पाहत राहायचो. कधी कधी नदीतून प्रयाग ते कोल्हापूर महापुरात पोहणाऱ्यांना पाहायला जायचो. त्या प्रचंड ओघावर प्रभुत्व मिळवून सपासप हात चालवत जाणारे हे जलतरणपटू कोणत्याही ऑलिंपिक वीरांपेक्षा कमी नव्हते. संधी मिळाली असती तर ते जरूर चमकले असते. पण कधी कधी साहसामागे दुर्घटनासुद्धा लपलेली असते. कॉलेजला असताना शरीरसौष्ठवात प्रावीण्य मिळवलेला आमचा एक मित्र या वाहत्या पाण्याबरोबर कुठं बेपत्ता झाला याचा कुणालाच थांगपत्ता लागला नाही. पाण्याचं आव्हान केवढं धोकादायक असतं याची पुन्हा एकदा कल्पना आली.

शनिवार पेठेत राजू नावाचा एक अल्सेशियन कुत्रा होता. तोही पंचगंगेच्या पुराच्या पाण्यात पोहायचा. त्याचे फोटो पेपरात यायचे. आमच्या बालवयात राजू कुत्रा खरोखरच एखाद्या हिरोसारखा वाटायचा. गावात पुराचं पाणी हरिजन-वाड्यापर्यंत यायचं. अडादीला जाणाऱ्या रस्त्यावरच्या सगळ्या विहिरी तुडुंब भरून वाहायच्या. आम्ही अंघोळीला जायचो, पण बदलायचे कपडे आणि टॉवेल ठेवायला कोरडी जागाच सापडायची नाही. एखाद्या छोट्याशा झुडपात, दगडावर किंवा आळीपाळीने एकमेकांचे कपडे सांभाळत आम्ही अंघोळी उरकायचो.

या सगळ्या आठवणी गावापासून दूर गेल्यानंतर जास्तच प्रकर्षानं जाणवू लागतात. मातीच्या या वेडानं शरीर कुठंही असलं तरी मन मात्र तिथंच घुटमळत राहतं... त्या मृदगंधात. खूप दिवसांनी आलेली मित्रांची पत्रं म्हणजे एखादं रत्न किंवा मोती सापडल्याचा आनंद देतात. तुकाराम पाटलाचं पत्र सात-आठ वर्षांच्या अंतरानं आलं आणि आनंद गगनात मावेनासा झाला. त्याचा साहित्यिक प्रवास, कविता, कुटुंबविस्तार, प्राध्यापकी, साहित्य संमेलन- सगळं वातावरण... जणू क्षणार्धात मध्यंतरी हातातून निसटलेल्या क्षणांची जलद उजळणी झाली. जणू मैत्रीवरची विसरलेपणाची पुटं उडून गेली. जशी येणारी पत्रं काही ना काही तरंग निर्माण करतात, तशी न येणारी पत्रं किंवा उशिरा येणारी पत्रं काळजी करायला लावतात. रुक्मिणीचं पत्र बऱ्याच दिवसांत नाही म्हटलं की काळीज कुरतडायला सुरुवात होते. बाबांच्या पत्राला उशीर झाला की आईच्या तब्येतीची काळजी वाटायला लागते. अशोक भोईटेचं पत्र येण्याची आशा नाही; पण त्याने कधीतरी पत्र लिहून नोकरी व्यवस्थित चाललीय एवढं लिहावंसं वाटतं. त्याच्या बायको-पोरांची काळजी जरा कमी वाटेल. दुरावलेल्या मैत्रिणींची पत्रं यावीत असं वाटलं, तरी ती येणार कशी?

पत्राविना दूरदेशीचं वास्तव्य अधिक कठीण आणि खडतर झालं असतं. घराकडच्या पत्रांबरोबरच ओढ असते शाळेतल्या आणि महाविद्यालयातल्या मित्रांच्या पत्रांची. या पत्रातला प्रत्येक शब्द महत्त्वाचा वाटतो. प्रत्येक वाक्य मन:पूर्वक वाचलं जातं आणि ही सगळी पत्रं मन ढवळून काढतात. आठवणींचा कल्लोळ उठवतात. जुन्या मित्रांची पत्रं त्यांच्या भोवतालच्या जगाविषयीची माहिती देतात. सुभाषच्या पत्रात त्याच्या बोअरवेलचा प्रकल्प, अपघातानंतरची त्याची प्रगती- एका पयानं पंगू होऊनही दुर्दम्य धाडस, उद्योगीपणा यांच्या जोरावर सतत चाललेली धडपड यांचा प्रत्यय येतो.

सातवेकराची पत्रं साधी, सोपी, निर्मळ. त्याच्या साध्या स्वभावाचं सरळ प्रतिबिंब. नोकरी एके नोकरी आणि दोन पोरींचा सांभाळ करताना आयुष्यात चाललेल्या संघर्षाला, तोचतोचपणाला तोंड देत तो पुढे चाललाय. नोकरी सोडल्यापासून किंवा सुटल्यापासून त्याच्या आयुष्याची खूप परवड झाली. त्याच्या सुंदर स्वभावाला आणि सुंदर अक्षराला तोड नाही. हस्ताक्षर स्पर्धेत त्याला नेहमी बक्षीस मिळायचं. पण काय करायचं फक्त सुंदर अक्षर घेऊन? नोकरी नसेल तर सध्याच्या जगात कोण विचारतं?

दिलीपनं पत्र न लिहिण्याचा निर्णय घेतलाय. आता तो गावी जाऊन मामांचं किराणा मालाचं दुकान चालवतोय. बी.ए. झालेला माझा हा मित्र दुकानात ग्राहकांसाठी पुड्या बांधत बसलाय, ही कल्पनाच असह्य होते. केवढा मानसिक त्रास सहन करत घालवत असेल तो आपलं आयुष्य! त्याच्या दु:खात कोणत्या प्रकारे मदत करता येईल हेही कळत नाही. कधीतरी त्याचं पत्र येईल आणि जीवन जगण्यासारखं काहीतरी सापडलंय असं लिहील अशी खोटी आशा वाटते. दौलत आणि श्रीकांत यांच्या पत्राची वाट बघणं केव्हाच सोडून दिलंय. या जवळच्या मित्रांनी का कुणास ठाऊक, पण कित्येक वर्षं ना

भेटण्याचा प्रयत्न केला, ना पत्र लिहिण्याचा.

अनेक चांगल्या मैत्रिणी असूनही कॉलेज संपल्यानंतर आणि विशेष म्हणजे लग्न झाल्यानंतर पत्रव्यवहार थांबतो. बायकोचा कुणी चांगला मित्र असू शकतो आणि त्याची पत्रं वारंवार येण्यात काही गैर नाही, हे भारतातल्या नवऱ्यांना अजून रुचणार नाही. लग्नानंतर माहेरचाच नव्हे, तर बहुतेक सर्वच नात्यांचा त्याग करायला लावणारी आपली विवाहसंस्था बऱ्यापैकी निर्दय आहे. तरीही चांगल्या मैत्रिणींची कमतरता मला भासली नाही. काही मैत्रिणींनी लग्नानंतर पत्रव्यवहार सोडून दिला, तरी काही वर्षांनंतर पतीचा विश्वास बसल्यानंतर किंवा वाढीस लागल्यानंतर किंवा पोराबाळांना जन्म दिल्यानंतर पुन्हा पत्रव्यवहार करायला सुरुवात केली. पण बहुतेक सर्वच मैत्रिणींच्या पत्रांतून त्यांच्या घुसमटलेपणाची जाणीव होते. मनमोकळेपणानं सर्व विषयांवर विचारांची देवाणघेवाण करणं हे आजही त्यांना शक्य नाही. आयुष्यावर मनापासून भाष्य करण्याचं स्वातंत्र्य त्यांना नाही, हे प्रत्येक पत्रात जाणवतं. खरं तर लग्नानंतर स्वतःची नोकरी असणाऱ्या स्त्रियासुद्धा एकंदरच आयुष्यभर किती कुचंबणा सहन करतात हे पाहताना आश्चर्य वाटतं. कुटुंबाचं, नातेवाइकांचं आणि समाजाचं जबरदस्त जोखड घेऊनच आजही त्यांना जगावं लागतं. बहुतेक मैत्रिणी मोकळेपणानं लिहीत नाहीत. त्यामुळे मोकळेपणानं लिहिण्याचं स्वातंत्र्य मलाही नाही. पोरंबाळं, नवरा, त्याचा व्यवसाय किंवा नोकरी यांच्या पलीकडे भरारी घेऊन आत्मविकासाच्या दिशा शोधणाऱ्या स्त्रिया फारशा दिसत नाहीत. त्यांच्यातलं सत्त्व जणू लग्नाच्या वेदीवर बळी जातं आणि त्यानंतर सुरू होतो एक खडतर प्रवास– न संपणारा.

माझ्या काही मैत्रिणींची मला मनमोकळी पत्रं येतात, नाही असं नव्हे; पण त्याची संख्या खूप कमी आहे. या मैत्रिणींचे नवरे माझे चांगले मित्र आहेत किंवा झालेत. नितीन आणि प्रेरणा मला कोणत्याही विषयांवर काहीही लिहू शकतात, याचं कारण ही मैत्री. नेहमीच्या विषयाबरोबरच मनाला पडणाऱ्या सगळ्या प्रश्नांची चर्चा आम्ही पत्रात करतो. त्यामुळेच आमच्या पत्रात 'तिकडे तुमचं कसं चाललं आहे, आमचं सर्व क्षेम, पाऊसपाणी ठीक आहे' यांसारखी वाक्यं कमी असतात. आशाआकांक्षा, रागलोभ, प्रणय, सुखदुःख या आयुष्यातल्या मुख्य विषयांवर आम्ही दिलखुलास बोलतो–लिहितो. त्यामुळे पत्रलेखन हा उपचार न राहता एकमेकांना समजण्याचं माध्यम बनतं. यातूनच काही वेळा खूप शिकायला मिळतं आणि सगळ्यात महत्त्वाचं म्हणजे, अशा मैत्रीतली सार्थकता पटते. एकमेकांच्या अंतरंगापर्यंत पोहोचणं हे जर मैत्रीचं खरं काम असेल, तर भावनांचा प्रामाणिकपणा पत्रातही उमटलाच पाहिजे. स्वतःच्या खऱ्या भावना पत्रातून प्रकट न करणं म्हणजेसुद्धा फसवणूकच आहे.

माझ्या अशाच एका मैत्रिणीचं मला मुंबईहून पत्र आलं. त्या पत्राबरोबर तिनं आपल्या काही कविता पाठवल्या आणि मला प्रामाणिकपणे प्रतिक्रिया व्यक्त करायला

सांगितल्या. कविता मला आवडल्या नाहीत. ही मैत्रीण महाराष्ट्रातल्या एका नामवंत कवीची सून आहे. माझ्या पत्रात मी सांगितलं की, 'मला तुझ्या कविता फारच बाळबोध आणि भाबड्या वाटतात. रविकिरण मंडळातल्या कवींशी नातं सांगणाऱ्या या कवितेत हजार वेळा हजारो कवितांत आलेल्या त्याच त्या उपमांची पखरण, विरहकवितेतून येणाऱ्या त्याच त्या संकल्पना हे वाचून तुझ्या अंतरंगाचं खरं दर्शन होत नाही. विसाव्या शतकाच्या उत्तरार्धात मुंबईसारख्या बकाल शहरात एक नोकरी असणारी स्त्री म्हणून तुझ्या जीवनात येणारे संघर्ष, झगडे, लोक, भावनांचे उद्रेक असलेली कविता मला पाहायचीय. प्रेमाच्या कविताही अस्सल असू शकतात, पण स्वत:च्या अनुभवाचं नावीन्य त्यात असलं पाहिजे...' वगैरे वगैरे. या पत्राचा परिणाम म्हणजे, आमची तथाकथित मैत्री जवळजवळ संपलीच. खोटं लिहिण्याची-वाचण्याची इतकी सवय झाली की, खरं लिहिणं हाही गुन्हा ठरतो. अनेकदा आपल्या समाजात याचा प्रत्यय येतो.

मारुती आण्णाप्पा कोळी हे नाव कुणाला माहीत असण्याचं कारण नाही; पण माझ्या दहा हजार वस्तीच्या खेड्यात मारुतीचं नाव प्रत्येकाला माहीत आहे. बरेच लोक त्याला जपान मारुती या नावानं ओळखतात आणि गल्लीतले सगळे लोक त्याला याच नावानं बोलावतात. हा मारुती जपानमध्ये साडेचार वर्षं माझ्याबरोबर राहून आला. जपानला माझं पोस्टिंग झाल्यानंतर एक नोकर घरकामासाठी न्यायची भारत सरकारकडून मुभा मिळाली होती. बरोबर कुणाला न्यायचं हे मला समजत नव्हतं. गावी आलो तेव्हा तरातरा ढेंगा टाकत चालणाऱ्या मारुतीला पाहिलं आणि मनात निवड पक्की केली; मारुतीला जपानला घेऊन जायचं.

घरासमोर मारुतीचं देऊळ म्हणून त्याचं नाव मारुती ठेवलेलं. मारुतीला धरून सगळे सहा भाऊ. मोठा तम्मा सगळं घर बघायचा, कारण वडील अतिशय भोळसर. सकाळी वैरण घेऊन जायचे. त्यानंतर घरासमोरच्या कट्ट्यावरून मारुतीकडे किंवा समोरच्या आकाशाकडे किंवा येणाऱ्या-जाणाऱ्या लोकांकडे पाहत बसून राहत. त्यांचा काळा कुळकुळीत चेहरा आणि डोक्यावर बांधलेलं मुंडासं त्यांना चांगलं शोभून दिसे. वडिलांच्या मानाने मारुतीची आई हुशार. घर सांभाळून सहा पोरांचं जमेल तसं शिक्षण केलं. काही शिकली, काही नाही. पण सगळ्यांना लिहिता-वाचता येऊ लागलं. दोन पोरं स्पिनिंग मिलमध्ये पुढाऱ्यांचे पाय धरून कामाला लागली. एका पोराला वर्गीकृत जमातीच्या दाखल्याचा फायदा मिळून वीज मंडळात नोकरी लागली., एकासाठी बँकेत कॅज्युअल म्हणून चिकटवण्याची खटपट सुरू होती, तर आणखी एकाला पोलीस बनवण्याचे प्रयत्न चालू होते. तम्मा कमी शिकलेला असूनही गावातल्या सगळ्या पुढाऱ्यांशी संपर्क ठेवून होता. बोलण्यात अतिशय बेरकी, व्यवहारात धोरणी. सगळ्या भावांवर त्याची चांगलीच जरब होती.

मारुती खूप उडाणटप्पूपणा करतो म्हणून तम्मा नेहमी तक्रार करायचा. मी गावी

गेलो तेव्हा मी मारुतीला पाहिलं आणि त्याचे कितीतरी गुण माझ्या लक्षात आले. तसं गल्लीतच वाढलेल्या मारुतीला चांगलाच ओळखत होतो. पण आता मी वेगळ्याच चाचण्या घेत त्याच्याकडे पाहत होतो. माझ्यापेक्षा तो वयानं सात-आठ वर्षांनी लहान. मला माझ्याबरोबर अशा नोकराला न्यायचं होतं की, जो नव्या वातावरणात बावरून जाणार नाही, बुद्धीनं तल्लख आहे, कमी शिकलेला असला तरी नवनव्या गोष्टी शिकायची तयारी आहे आणि मुख्य म्हणजे, मी विश्वास ठेवू शकेन, संपूर्ण घर सोडून निर्धास्त राहू शकेन.

माझ्या गावातल्या अल्प वास्तव्यात मला मारुतीला पाहता आलं. अनेक लोक दिल्लीतूनही माझ्याबरोबर यायला तयार होते. पण मला कुणीतरी माझ्या गावातलाच मुलगा पाहिजे होता. मारुतीला बोलावून घेतलं. मला स्वत:ला विदेश सेवेत निवड होईपर्यंत अनेक वर्षांचा अभ्यास आणि परिश्रम करून सगळ्यात कठीण परीक्षेला तोंड द्यावं लागलं होतं; पण मारुतीची जपानला घेऊन जायची निवड मी आधीच केली होती. गावातल्या आमच्या घरातल्या सोफ्यात मी घेतलेली त्याची मुलाखत म्हणजे जगातली सगळ्यात छोटी मुलाखत होती.

''काय मारुती, जपानला येणार का माझ्याबरोबर?'' - मी.

''साहेब, जपानला काय, पण तुम्ही सांगाल तिथं यायची तयारी आहे.'' - मारुती.

''बघ हं, तिकडे आई-वडिलांपासून, घरापासून दूर तीन वर्षं राहावं लागेल. मधेच पळून येता येणार नाही.''

''त्यात काय घाबरायचं साहेब. तुम्ही बरोबर आहातच ना...!'' त्याच्या आवाजात अधीरेपणा आणि उत्साह होता.

''मग जा तर, तुझ्या घरच्यांची परवानगी घे. पुढच्या सोमवारी निघायचं.''

''ठीक आहे'' म्हणत मारुती वेशीच्या दिशेनं धावत सुटला. त्याच्या अनवाणी पायांतून उडणारी धूळ तो गुडी ओलांडून परत जाईपर्यंत दिसत होती. जपानला आपण जाणार ही बातमी आई-वडिलांना सांगायला तो घरी पळाला होता. त्याच्या धावण्यात त्याचा सगळा उत्साह, आनंद, बेफामपणा स्फोट झाल्यासारखा दिसत होता. कालपर्यंत बिनकामाचा म्हणून गल्लीभर भटकणारा मारुती पुढच्या आठवड्यात जपानला जाणार या गोष्टीवर त्याच्या घरातल्यांचा विश्वास बसायला तयार नव्हता. तम्मा आणि त्याची आई मला भेटायला आले.

''मारुतीला घिऊन जाणार हाईस व्हय? कशाला जातुस बाबा त्या दूरदेसाला? हितंच का ऱ्हात नाहीस पुण्यामुंबईपत्तूर...?''

मारुतीची आई म्हणाली तसं मला हसू आलं. खरं तर जशी माझी आई तशीच मारुतीची आई. दोघींनाही जपान कुठं आहे हे नकाशावर सांगूनसुद्धा समजलं नसतं. नकाशा समजायलासुद्धा जगाची मूलभूत माहिती असावी लागते. मारुतीच्या आईच्या आवाजात काळजी होती हे खरं, पण माझ्याबरोबर पोराला पाठवायला तसा तिचा विरोध

असण्याचं काहीच कारण नव्हतं. नाहीतरी पोरगं गावात बिनकामाचं फिरत राहणं म्हणजे आई-बाबांच्या डोक्याला तापच. मारुतीच्या आईची थोडी गंमत करायची म्हणून म्हणालो, ''हे बघा काकू, मारुतीला पाठवायचं नसेल तर सांगा, म्हणजे मला दुसऱ्या कुणाला तरी नेता येईल.''

काकूला वाटलं की, हातात आलेली संधी जाणार. ती समजावणीच्या सुरात म्हणाली, ''तसं न्हवं! न्हेतोस तर न्हे, खरं यवड्या लांब जाणार म्हंजे जिवावर धोंडा आल्यासारखं वाटतंय...''

''काकू, काळजी करण्यासारखं काही नाही. तिकडे खाईल, पिईल, आरामात राहील. सरकारी खर्चानं विमानानं जपानला जाईल. त्याला काय कमी असणार आहे! चार पैसेपण कमवून आणेल.'' मी काकूला आधार देणारी गोष्ट बोललो.

''तरी बी लांब ते लांबच की! काय झालं बिलं तर काय लगेच यायला होणार? माणूस जवळ असलं की निदान बोलावता तरी येतं!'' काकूला माझ्याकडून सगळं वदवून घ्यायचं होतं. पण मी थोडी गंमत करायचं म्हणून ठरवून म्हणालो,

''काकू, पोरगं दिल्लीत असलं तर किती वेळ लागतो गावात यायला, माहीत आहे?''

''मला काय माहीत बाबा! तूच सांग.''

''छत्तीस तास लागतात. म्हणजे जवळजवळ दोन दिवस आणि एक रात्र सलग आगगाडीत बसावं लागतं. तेच जपानहून यायचं तर विमानानं फक्त आठ तासांत मुंबई आणि मुंबईहून दहा तासांत गाव. मग सांग बघू, पोरगं दूर चाललं का जवळ?''

काकूला मी काय सांगत होतो कळालं की नाही माहीत नाही; पण मी तिच्या जिवावरचा धोंडा हलका करायचा प्रयत्न करत होतो. हे मात्र लक्षात आलं. ती म्हणाली, ''हे बघ, तसलं आमाला काय कळत न्हाई. तिकडं सगळं व्यवस्थित असणार न्हवं? आजारी बिजारी पडला तर काय करायचं? वक्ताला कोण बरोबर असणार? तू हाईस म्हणून काय वाटत न्हाई, तरीबी...''

तिला अजूनही सगळी खात्री वाटत नव्हती. माझ्यावरचा विश्वास आणि पोरावरचं प्रेम, या दोन टोकांत ती अडकली होती. अधांतरी लोंबत होती. आता जास्त ताणून धरण्यात अर्थ नव्हता. मी म्हणालो, ''हे बघ काकू, मारुती माझ्याबरोबर जातोय, तेव्हा त्याची सगळी जबाबदारी माझी. तुमच्यापासून दूर साता समुद्रापलीकडे तो राहील, पण राजासारखा राहील. त्याची मी भावासारखी काळजी घेईन, आजारपणात आईसारखी काळजी घेईन आणि मुख्य म्हणजे नियमित पत्र लिहीन. मनात काही आणू नका. मारुती आजपासून आमचा झाला म्हणून समजा. मन निवांत ठेवा. तुमच्या मारुतीचं सोनं होईल. त्याला माझ्याबरोबर जाऊ द्या...''

मारुतीच्या आईला जोरात रडू कोसळलं. तीन-चार मिनिटं ती रडत राहिली. हे रडणं आवश्यक होतं. मनमोकळं करण्यासाठी ती रडली. तिला खात्री झाली, पोरगं दूर

जातंय, पण त्यात काळजी करण्यासारखं काही नाही. थोड्या वेळानं ती उठली. माझ्याजवळ आली. दोन्ही हात गालांवर फिरवून नंतर स्वत:च्या कानांजवळ नेऊन बोटं मोडली. कडाकड बोटांचा आवाज आला. डोळे पुसले आणि म्हणाली, ''औक्षवंत हो बाबा...'' मारुती धुळीचे फोफाटे उडवत गेला, त्याच रस्त्यावर त्याची आई संथ पावलांनी चालत होती. मनाची अस्वस्थता तिच्या चालीत उतरली होती. मारुतीला बरोबर नेण्याचा पासपोर्ट मला मिळाला होता.

मारुतीला घेऊन मी दिल्लीला आलो. जपानला जायला निघण्यापूर्वी त्याचा पासपोर्ट, व्हिसा आणि बाकीच्या गोष्टींची पूर्तता करायला लागणार होती. मारुतीला पहिल्यांदाच या निमित्तानं मुंबई आणि दिल्ली बघायला मिळाली होती. दिल्लीत विदेश मंत्रालयाच्या होस्टेलमध्ये मी राहत होतो. माझ्याबरोबरीनं त्याचाही जागोजागी जोरदार सत्कार झाला. प्रत्येक ठिकाणी हारतुरे, नारळ, शाल आणि भेटवस्तू यांचा माझ्याप्रमाणे मारुतीवरही वर्षाव झाला. कुमार विद्या मंदिर, सोसायटी, हायस्कूल, विठ्ठल मंदिर- प्रत्येक ठिकाणच्या सत्कारात मारुतीचंही गुणगाण गायलं गेलं. गावातले दोन सुपुत्र पहिल्यांदाच परदेशी चालले याचा अनेकांना आनंद होत होता. कालपर्यंत खाकी चड्डी आणि मळकट पांढरा शर्ट घालून गावभर ढेंगा टाकत फिरणारा मारुती या कौतुकाच्या वर्षावात भिजून जात होता. 'पोराचं भाग्य निघालं, परदेशात जायची संधी मिळतेय' असं काही जण कौतुकानं, तर काही जण थोड्या असूयेनं म्हणत होते; आणि मारुती हुरळून जात होता. कदाचित साता समुद्रापलीकडचं जीवन त्याच्या कल्पनेनं तो चितारत असणार. सुंदर रस्ते, छान छान कपडे घातलेले लोक, उंच उंच इमारती, अत्याधुनिक सुखसोयी, समुद्र, पर्वत आणि वेगवेगळे देश यांच्यावरून सहज उडत जाणारं विमान, हे सगळं त्याच्या डोळ्यांपुढे चमकत असणार! गावातून निघायच्या आधीचे दिवस मारुती अगदी चोवीस तास माझ्या मागेपुढे करत होता. साहेबांची काळजी घ्यायचं काम आपल्याकडे आहे, असं तो सगळ्यांना सांगत होता. अर्थात, त्याचा आत्मविश्वास वाढायला या सगळ्या गोष्टींची मदतच होईल म्हणून मीही त्याला उत्तेजन दिलं. सगळ्या गावात रातोरात मारुती हिरो झाला होता. त्याला सगळेच नव्या दृष्टिकोनातून बघत होते. जणू काही दिवसांत मारुतीचा संपूर्ण कायाकल्प झाला होता. गावकऱ्यांशी कानडीतून बोलता बोलता मधूनच इंग्रजी शब्द वापरून भाव मारत होता. 'यस, नो, ओके' या शब्दांची बेसुमार उधळण करून गल्लीतल्या सगळ्यांची करमणूक करत होता.

मारुतीला घेऊन मी दिल्लीला पोहोचलो. वाटेत त्याला मी जपानमध्ये कसं वागायचं याच्या सूचना देत होतो. घरात येणाऱ्या लोकांशी कसं वागायचं, फोन कसा घ्यायचा, ओळख नसणाऱ्या लोकांशी कसं वागायचं... सगळं सगळं सांगणं भाग होतं. कोल्हापूरच्या पलीकडे कधीही न गेलेल्या मारुतीला दिल्ली हेच एक नवं विश्व होतं, नवा देश होता. दिल्लीत मी विदेश मंत्रालयाच्या होस्टेलमध्ये राहत होतो. जरी नोकरांसाठी वेगळ्या क्वार्टर्सची

सोय होती, तरी मी त्याला माझ्याच फ्लॅटमध्ये थांबवून घेतलं. मारुतीला सुरुवातीपासूनच एकटेपणा वाटू नये याची मी दक्षता घ्यायची ठरवली. जिथं आम्ही राहायला होतो त्या कर्झन रोडचा आसपासचा भाग मारुतीला दाखवला. होस्टेलमध्ये मेस असल्यानं तिथेच जाऊन जेवण घ्यायला सांगितलं. मी सकाळी त्याला छोटी-मोठी कामं सांगून जात असे आणि संध्याकाळी ऑफिसमधून परत येऊन त्याची चौकशी करत असे. आम्हाला गावाकडून येऊन एक-दोन दिवस झाले होते आणि जपानला जायचा दोनएक आठवड्यांचा अवधी होता. मारुतीचा पासपोर्ट, व्हिसा आणि बाकीची बरीच कागदपत्रं तयार व्हायची होती. त्यामुळे मी सकाळी नऊ वाजता निघून संध्याकाळी सात वाजता परत यायचो.

दरम्यानच्या काळात मारुतीच्या अवस्थेची मला कल्पनाच नव्हती. दोन वेळची खाण्याची सोय आहे, झोपायला बिछाना आहे, सकाळ-संध्याकाळ मी त्याच्याशी गप्पा मारतो, समजावून सांगतो, थोडीफार इंग्रजी वाक्यं बोलायला लावतो, यावरून त्याचा वेळ मजेत जात असेल असं मला वाटायचं. पण प्रत्यक्षात असं नव्हतं.

तिसऱ्या दिवशी मी ऑफिसमधून आलो तर मारुती जरा उदास चेहरा करून बसला होता. मी म्हणालो,

''काय झालं रे? असा मर्तिकासारखा चेहरा करून का बसलास?''

''साहेब, अंग खूप दुखायला लागलंय.'' मारुती उत्तरला.

''अरे, पण असं एका जागी बसून कसं चालेल! जरा खाली जात जा. लोकांशी बोलत जा. गप्पा मारत जा.''

''खाली तर जाऊन आलो बऱ्याच वेळा, पण प्रत्येक वेळी जाऊन यायचं म्हणजे खूप त्रास होतो...''

त्याला मधेच थांबवत मी म्हणालो,

''त्रास होतो? कसला त्रास? दोन वेळा खायचं, त्यानंतर भटकायचं, लोकांशी गप्पा मारायच्या, यात त्रास कसला?''

''तसं नव्हे साहेब! पाच-सहा वेळा खाली-वर करायचं म्हणजे अंग दुखणारच..''

तो काय म्हणतोय मला समजेना. मी थोडा चिडलोच. म्हणालो,

''अरे बाबा, तुला इथं काहीही काम नाही. दोन-चार वेळा खाली जायचं तेही लिफ्टनं. आता तुला कसला त्रास होतोय मला समजत नाही.''

''साहेब, मी लिफ्टनं जात नाही. जात नाही म्हणजे, कसं जायचं माहीतच नाही. एकदा आत गेलो तर लिफ्ट सुरूही होईना आणि दारही उघडेना. मी खूप घाबरलो. त्यामुळे आता सहा मजले प्रत्येक वेळी चालत जातो, चालत येतो. दिवसातून दहा-बारा फेऱ्या होतात...''

आता कुठे माझ्या डोक्यात प्रकाश पडला. म्हणजे आल्यापासून मारुतीने लिफ्टचा वापर केला नव्हता. बिचारा जिन्यावरून प्रत्येक वेळेस सहा मजले चढ-उतार करत होता.

त्याचे पाय आणि अंग त्यामुळे दुखत होते. त्याच्या भोळेपणाचं मला हसू आलं. त्याला मी लिफ्टजवळ घेऊन गेलो आणि तिचा वापर कसा करायचा ते शिकवलं. नंतर मी मारुतीला घेऊन जेवायला गेलो आणि गावाकडच्या गप्पा मारत जेवण संपवलं.

कालचा तो प्रसंग मागे टाकून मी पुन्हा कामाला लागलो. थोड्या वेळात बरीच कामं पूर्ण करायची होती. म्हणून मारुतीसाठी माझ्याकडे बराच कमी वेळ असायचा. तरीही सकाळी-संध्याकाळी वेळ काढून त्याच्याशी गप्पा मारायचो. त्याला विदेश सेवेतल्या वेगवेगळ्या गोष्टींबद्दल सांगायचो. थोडंफार इंग्रजी शिकवायचो. माझ्या परीनं त्याला मदत करायचा प्रयत्न करत होतो.

गावाकडून आल्यानंतर पाचव्या दिवशी मी ऑफिसला जायची तयारी केली. मारुतीला दिवसभर करायच्या छोट्या-मोठ्या कामांची माहिती दिली आणि होस्टेल सोडलं. शेजारच्या एशिया हाऊसमध्ये थोडं काम होतं म्हणून तिथं पोहोचलो. तिथं अर्धाएक तास लागला. तिथून ऑफिसला जाण्यासाठी निघालो, तेवढ्यात काही कागदपत्रं होस्टेलवर विसरल्याचं लक्षात येऊन परत होस्टेलवर आलो. फ्लॅटचं दार उघडलं. पॅसेजमधून टेबलाजवळ आलो. टेबलाचा कप्पा उघडणार एवढ्यात टेबलावरच्या एका चिट्ठीकडे लक्ष गेलं. चिट्ठी उचलली. मारुतीचं अक्षर होतं. वाचायला लागलो-

''आदरणीय साहेब,

मला माफ करा. माझ्याकडून खूप मोठी चूक झाली. माझा दिल्लीत जीव करमत नाही. तुम्ही मला खूप चांगली वागणूक दिली. सकाळ-संध्याकाळ माझ्याशी बोलून मला शिकवण्याचा प्रयत्न केला. पण मला इथे करमत नाही. सारखी आऊची आणि गावाची आठवण येते, म्हणून मी गावाकडे जात आहे. तुमच्या कपाटातल्या पैशातून मी अडीचशे रुपये घेतले आहेत. हे पैसे मी, तुम्ही गावाकडे आल्यानंतर देईन किंवा तुमच्या घरात तात्या किंवा भास्कर यांच्याकडे परत करीन. मला तुम्ही माफ करा. जपानला जायचं म्हणून गाव सोडलं, पण मला ते झेपणार नाही. आमची जागा गावातच. मी तिथंच भाजी-भाकरी खाऊन राहीन. तुम्ही मात्र मला माफ करा. तुम्हाला मी खूप त्रास दिला. तुमचे उपकार मी कधी विसरू शकणार नाही.

तुमचा नम्र,

मारुती'

मारुतीच्या या पत्रानं मला धक्काच बसला. क्षणभर काय करावं सुचेना. आता सगळी कागदपत्रं तयार झाली होती. पुढच्या आठवड्यात आम्हाला जपानला जायचं होतं. दोन-चार दिवसांत मारुतीचा भाऊ तम्मा, नामूदादा वगैरे येणार होते, मारुतीला आणि मला निरोप द्यायला. पण त्यापूर्वीच मारुती गावी जायला निघाला होता. मी भांबावलो. पण क्षणभरच. मला मारुतीचा राग येण्याऐवजी काळजी वाटू लागली. हा गावी पोहोचेल तरी कसा? दिल्लीचीही फारशी माहिती नाही. हा स्टेशनपर्यंत कसा

जाईल? तिथून ट्रेन कशी पकडेल? वाटेत कुणी लुबाडलं तर काय होईल? त्याच्या जिवाला काही बरंवाईट झालं तर जबाबदारी माझ्यावरच येईल. मुंबईत कसा तरी पोहोचेल, पण तिथून गावी कसा जाईल?

या प्रश्नांचं मोहोळ उठलं आणि मी ठरवलं की, मारुतीला स्टेशनवर गाठायचा. एक-दोन दिवस थांबवून ट्रेनचं रिझर्व्हेशन करून त्याला व्यवस्थित पाठवायचा. मुंबईत कुणाला तरी सांगून पुढे पाठवायची त्याची व्यवस्था करायची.

तुफान वेगानं मी दरवाजा बंद केला. जिन्यावरून सुसाट पळत खाली आलो. लिफ्टचीही वाट पाहणं चुकीचं होतं. मेसमध्ये जाऊन थोकेलालला बरोबर घेतलं. रस्त्यावरची दिसेल ती रिक्षा पकडली आणि नवी दिल्ली स्टेशनला दामटायला सांगितली. रिक्षात बसलो तरी खूप काळजी वाटू लागली. मारुती आतापर्यंत कुठल्या तरी गाडीत बसून निघून गेला असेल का? त्याने तिकीट काढलं असेल का? मुळात तो रेल्वे स्टेशनपर्यंत नीट पोहोचला असेल का? मन थोडसं भयाकुल झालं होतं.

नवी दिल्ली स्टेशन आलं. पहिल्यांदा तिकीट खिडकीत जाऊन पाहिलं. तो नव्हता. नंतर धाडधाड प्लॅटफॉर्मवर आलो. नव्हता. जिना ओलांडून दुसऱ्या प्लॅटफॉर्मवर. एका बाजूने मी, तर दुसऱ्या बाजूने थोकेलाल शोधत होतो. त्यानंतर तिसरा-चौथा करत पाचव्या प्लॅटफॉर्मवर आलो. मी पुरता घामाघूम झालो होतो. असं टेन्शन अगदी यू.पी.एस.सी.च्या परीक्षेतही आलं नव्हतं. पाचव्या प्लॅटफॉर्मवर एका बाजूने शोधत चाललो. गर्दी प्रचंड होती. कुणाच्या पेटीवर, कुणाच्या सामानावर, कुणाच्या होल्डॉलवर पाय ठेवत मी धावत होतो. नजर चोहोबाजूला फिरवत चाललो होतो. मारुती सापडेल ही आशाही संपत चालली होती आणि त्याबरोबर मनातली काळजी वाढत होती. अगदी शेवटचा डबा लागतो तिथं आलो. सगळीकडे नजर टाकून परतणार तेवढ्यात दूर अंतरावर ओळखीची पिशवी दिसली. मारुतीचीच पिशवी. वर पाहिलं, मारुती उभा होता. मुंबईकडे जाणारी कोणतीही गाडी घ्यायला तयार होता. आरक्षित नसलेल्या डब्यासमोर उभा होता. मी 'मारुती' म्हणून जोरात हाक मारली. तो थोडा बिचकलाच. साहेब आपल्याला एवढ्यात गाठतील असं त्याला वाटलं नव्हतं आणि तो सापडेल अशी मला खात्री नव्हती. खरं तर नेहमीप्रमाणे संध्याकाळी ऑफिस संपवून मी परत आलो असतो तर तोपर्यंत मारुती कदाचित बडोद्यापर्यंत पोहोचला असता. अर्थातच गाडी व्यवस्थित घेतली असती तरच.

मी मारुतीच्या दिशेनं चालू लागलो. सात-आठ फुटांवर आलो, तर मारुतीच्या चेहऱ्यावरचे केविलवाणे भाव माझ्या लक्षात आले. त्याचा चेहरा रडवेला झाला होता. मी जवळ पोहोचलो तर मारुती चक्क खाली बसला. प्लॅटफॉर्मवर दोन्ही हातांनी तोंड झाकून ढसाढसा रडायला लागला. मी त्याला समजावून सांगू लागलो तरी थांबेचना. शेवटी तो माझ्या पायांवर कोसळला आणि माफी मागू लागला.

''साहेब, माफ करा, माझ्याकडून खूप मोठी चूक झाली... तुम्हाला मी फसवलं.'' आजूबाजूचे सगळे लोक आमच्याकडे पाहत होते. मला विचित्र वाटत होतं. मी मारुतीला म्हटलं, ''ऊठ आता, तुला माफ केलं. पण माफ करायचा प्रश्नच येत नाही. कारण तू कोणतीच चूक केली नाहीस.''

मारुतीला वाटलं, मी खूप रागावलो असेन म्हणून तो मनातून घाबरला होता. एकाच गावचे आणि जवळच्या गल्लीतले असल्यामुळे त्याला खूप अपराधीपण जाणवत होतं. मी रागावलो नाही हे त्याला सांगितल्याने त्याला धीर आला होता. मी म्हणालो,

''हे बघ मारुती, मी काय सांगतो ते नीट ऐक. तुझ्या इच्छेविरुद्ध तुला जपानला नेण्याची माझी इच्छा नाही. पण तू गावी व्यवस्थित पोहोचावास एवढी माझी इच्छा जरूर आहे. तुला दिल्लीला आणल्यामुळे तुला व्यवस्थित परत पोहोचवणं हेही माझं काम आहे. नाही तर सगळे मला जबाबदार धरतील.''

मारुती लक्ष देऊन ऐकत होता. कदाचित मी सक्तीने त्याला परत नेईन अशा समजुतीत तो असावा. तरीही मी काय म्हणतो त्याच्यावर त्याचा पूर्ण विश्वास नसावा. तुझं तिकीट आपण परत देऊ. त्यात घाबरण्यासारखं काही नाही. आपण रांगेत उभं राहून उद्याचं किंवा परवाचं रिझर्व्हेशन करू. रिझर्व्हेशन केल्यानंतर झोपायची जागा मिळेल, म्हणजे प्रवासात त्रास होणार नाही. तुझा विश्वास बसणार नाही म्हणून आताच तिकीट काढू आणि ते तिकीट तुझ्याकडे देतो. शक्यतो परवाचं काढू, म्हणजे तुला एक-दोन दिवस विचार करता येईल.''

''नको साहेब, उद्याचंच काढू या. मला लवकर जायचंय...''

''ठीक आहे, उद्याचंच काढू. घे पिशवी आणि चल.''

मारुतीनं पिशवी उचलली. आम्ही रांगेत उभं राहून दुसऱ्या दिवशीचं आरक्षित तिकीट घेतलं. तिकीट मारुतीकडे दिलं. त्याला ते व्यवस्थित ठेवायला सांगितलं. मारुतीला ते पटलं. रस्त्यात थांबून मुंबईला फोन केला. मित्रांना सांगितलं, 'मारुतीला मुंबईत उतरल्यानंतर कोल्हापूरच्या गाडीत बसवून द्या.' त्यांनी ते मान्य केलं. आम्ही होस्टेलवर परतलो.

त्या दिवशी मी ऑफिसला गेलो नाही. मारुतीचं दुसऱ्या दिवशीचं तिकीट काढण्यामागे माझे दोन उद्देश होते. एक, तो व्यवस्थित पोहोचेल याची दक्षता घेणं आणि दोन, उद्यापर्यंतच्या वेळेत पुन्हा एकदा, गावी जाण्याचा निर्णय घेऊन तो केवढी मोठी चूक करत आहे याची त्याला कल्पना देणं आणि शक्य असेल तर सौम्यपणे त्याच्या मनपरिवर्तनाचा प्रयत्न करणं. त्याच्याजवळ तिकीट घेऊन दिलं होतं, त्यामुळे त्याला माझ्या हेतूबद्दल कोणतीही शंका नव्हती; आणि कोणत्याही परिस्थितीत मारुतीवर सक्ती न करण्याचा निश्चय मी केला होता. कारण त्याचा कुणालाच फायदा होणार नव्हता. खरं तर हिंदुस्थानातच हा अनुभव आला म्हणून बरं झालं. जपानला पोहोचल्यानंतर हे प्रकरण महागात पडलं असतं. तरीही मारुतीला तो कोणती चूक करत आहे हे समजावून

सांगणं भाग होतं. आयुष्यात आलेली एक अशी संधी तो सोडणार होता की, जी हजारोंमध्ये एखाद्यालाच मिळते. शिवाय त्याने चूक केली होती, पण ही चूक त्याला समजली तर तो ती सुधारणार नाही कशावरून? मला ती संधी मारुतीला द्यायची होती.

त्या दिवशी मी तीन-चार तास त्याच्याशी बोलत होतो. तो मन लावून ऐकत होता. अधूनमधून 'हां, हूं, ठीक आहे' अशी त्रोटक उत्तरं देत होता. मी सांगत होतो,

''मारुती, तू परत गावी चाललास याच्यात तसं गैर काहीच नव्हे. शिक्षणासाठी, नोकरीनिमित्त कित्येक वर्षं घराबाहेर राहून मला अधूनमधून गावी जाण्याचे झटके येतात. पण तू आज जो निर्णय घेणार आहेस तो यापेक्षा वेगळा आहे. जीवनात संधी एकदाच येते आणि गेलेली संधी कितीही प्रयत्न केला तरी परत येत नाही. त्यामुळे जे काही ठरवायचं ते विचार करून ठरव. जपानला माझ्याबरोबर आलास तर तुझ्याच आयुष्याचं कल्याण होईल. नवीन देश पाहायला मिळेल, चार पैसे कमवता येतील, आई-वडिलांसाठी काही करता येईल. नाही तरी तू गावात उनाडक्याच करतो आहेस. आता तुला काम मिळेल. दाबात राहशील. विमानाने प्रवास करायला मिळेल. पण या सर्वांपेक्षा महत्त्वाचं म्हणजे, तुझ्या आयुष्याला वळण मिळेल, नवी दिशा मिळेल. अजून विचार कर आणि निर्णय घे. दुसरं म्हणजे, आता तू परत गावात जाशील तर गावातले लोक तुला काय म्हणतील? पहिल्यांदा, मारुती दिल्लीतूनच पळून आला म्हणतील. दुसरं, गावात तुझे किती सत्कार झाले ते आठव. सगळ्यांना वाटलं, मारुती नाव काढणार, जपानला जाणार! किती हार तुझ्या गळ्यात पडले ते आठव. गावात जाशील तर सगळे लोक हसतील. कुणाच्या डोळ्यात डोळे घालून बोलण्याची ताकद तुझ्यात असणार नाही. मुख्य म्हणजे, सगळे तुला पळपुटा मारुती म्हणून ओळखतील. विचार कर. तम्मा आणि आऊला काय वाटेल? आपला भाऊ, आपला मुलगा परत पळून आला याचं केवढं दु:ख होईल त्यांना. त्यांच्या तुझ्याबद्दल काही अपेक्षा आहेत. त्या पूर्ण न करता तू परत गेलास तर त्यांना काय वाटेल?

''अजूनही संधी आहे. विचार करून ठरव. हवं तर गावी जा. सगळ्यांना भेट, दोन दिवस राहा आणि मग परत ये. मी तुझी वाट पाहतो. कारण गावात राहणं तुला अशक्य होईल. प्रत्येक जण विचारेल, मारुती परत का आलास? खरं तर आयुष्यभर हा प्रश्न तुझी पाठ सोडणार नाही. मित्रांना काय सांगशील? गजेंद्रगडकर साहेबांना काय सांगशील? तुला तोंड दाखवायला जागा राहणार नाही. बस्स! समजावून सांगायचं काम माझं, बाकी निर्णय तुझा...''

मारुती म्हणाला, ''साहेब, तुम्ही म्हणता ते सगळं पटतंय मला, तरी गाव, आऊ, आप्पा, आण्णा या सगळ्यांना सोडून राहणं शक्य नाही. सारखी आठवण येते. आजपर्यंत गाव सोडून राहिलो नाही. इथून पुढंही कधी मी गाव सोडून राहणार नाही. गावात सगळ्यांना सांगून त्यांची क्षमा मागेन. माणसानं अंथरूण बघून पाय पसरावं म्हणतात.

आमची लायकी, अक्कलपण गावातच. तिथंच जगायचं, तिथंच मरायचं. माझा निर्णय पक्का, मी उद्या गावी जाणार... मला माफ करा...''

दुसऱ्या दिवशी मारुतीला स्टेशनवर सोडलं. गाडीत बसवलं. जाता जाता त्याला पुन्हा सगळ्या गोष्टींची कल्पना दिली. त्याचा गावी जाण्याचा निश्चय झाला होता. निरोप घेऊन परत होस्टेलवर आलो. पुढे काय करायचं याचा विचार करू लागलो. मारुती परत गेल्याने माझ्या सगळ्या कार्यक्रमात बदल करणं क्रमप्राप्त होतं. आता कुठल्या नवीन मुलाला गडी म्हणून शोधायचं म्हणजे काही आठवडे गेले असते. मारुतीचे पासपोर्ट वगैरे तयार झाले होते. आता ते कॅन्सल करावं की काय? पण मला कुठंतरी वाटत होतं की, मारुती परत येणार. मारुती गावात गेल्यानंतर काय होईल याचं चित्र माझ्याशीच मी कित्येकदा चितारत होतो.

खरं तर गावात जायच्या आधी इचलकरंजी बसस्थानकावरच त्याला गावातले काही लोक भेटतील आणि ते आश्चर्यचकित होऊन विचारतील, 'अरे मारुती, तू इकडे कसा, जपानला जाणार होतास ना?' मारुती या प्रश्नाचं काय उत्तर देईल याचा मला अंदाज करता येईना. तो कसलं निमित्त सांगेल? मला दिल्लीत करमत नव्हतं म्हणून परत आलो असं म्हणेल? गावाची आठवण आली म्हणून परत आलो म्हणेल? साहेब रागावले म्हणून परत आलो म्हणेल? मारुती खोटं बोलणं शक्य नाही एवढं मला माहीत होतं. लोकलज्जेस्तव तो परत येईल असं वाटत होतं. विशेषत: तो ज्यांना खूप मानतो त्या स्टेट बँकेतल्या गजेंद्रगडकर साहेबांकडे गेल्यानंतर ते त्याला समजावून सांगतील त्याच्या भाषेत आणि पुन्हा त्याला तयार करतील. गजेंद्रगडकर म्हणतील, 'अरे वेड्या, घे बॅग आणि चल दिल्लीला. हवं तर मीसुद्धा येतो.' विचार करून ठरवलं, मारुतीची कागदपत्रं कॅन्सल करायची नाहीत. फक्त जपानचं प्रस्थान एक आठवड्यानं पुढं ढकलायचं. मारुती आठ दिवसांत जर परत आला नाही तर त्याचे कागदपत्र कॅन्सल करायचे आणि मग निघायचं. नोकराची आवश्यकताच नाही, पण मारुती परत येणार...!

मारुती गेला आणि त्याच्या तिसऱ्या दिवशी त्याचा भाऊ तम्मा, नामूदादा, मामा वगैरे सगळे दिल्लीला पोहोचले. अर्थातच मारुतीने गावाकडे पलायन केले याची त्यांना काहीच कल्पना नव्हती. कारण मारुती अजून तिथे पोहोचला नव्हता. ते येतील तेव्हा त्यांना काय उत्तर द्यायचं ते मी ठरवून टाकलं होतं. 'मारुतीला बसून कंटाळा आला तेव्हा दोन दिवसाच्या प्रवासासाठी आग्रा, जयपूर वगैरे भागात माझ्या मित्रांबरोबर पाठवलं.' अशी थाप त्यांना मारली. मी थापेबाज नसल्यानं त्यांचा विश्वास बसला. एक-दोन दिवसांत कोल्हापूरहून तार किंवा फोन येईल आणि मारुती परत येईल या आशेवर मी तग धरून होतो. दोन दिवस हे नाटक करून जर यशस्वी झालो नाही, तर मोकळेपणानं सगळं सांगून टाकायचं, असा माझा विचार होता. जसजसा वेळ जात होता तसतशी मला काळजी वाटत होती. आपला अंदाज साफ चुकणार तर नाही ना, अशी शंकेची

पाल मनात चुकचुकायची. आपण उगाचच खोटं बोललो असं वाटायचं. सरळ सांगून मोकळे झालो असतो तर बरं झालं असतं, असंही वाटत होतं. पण आता चक्रव्यूहातून सुटणं शक्य नव्हतं. तो दिवस पार पडला. फोन नाही, काही नाही. मी प्रतीक्षा करत होतो. आज संध्याकाळपर्यंत निरोप आला नाही तर सगळं संपलं, असं वाटायला लागलं. दुपारी चार वाजता रिसेप्शनवर उभा असताना पोस्टमन आला आणि माझ्या हातात त्यानं तार ठेवली. गजेंद्रगडकरांची तार होती – 'Reaching Delhi Tomorrow with Maruti.' माझ्या मनावरचं सगळं दडपण उतरलं. स्वत:ला शाबासकी दिली. डोळ्यांतून अश्रू घरंगळले.

वर येऊन मी सगळ्यांना सांगितलं, ''मारुतीच्या गाडीला थोडा उशीर होणार आहे. तो आजच्या ऐवजी उद्या येईल.'' सगळ्यांना काय झालं याचं कुतूहल होतं, पण मी थोडंसं नाटक वाढवायचं ठरवून म्हणालो, ''त्याची गाडी वाटेत बिघडली. दुरुस्त व्हायला बराच उशीर होईल. आजच्या ऐवजी उद्या येईल. काही काळजी करायचं कारण नाही. माझे मित्र बरोबर आहेत.''

काहीतरी गडबड आहे असं सगळ्यांना वाटलं, पण कुणीच विचारायचं धाडस केलं नाही. माझ्या ते पथ्यावर पडलं.

दुसऱ्या दिवशी दुपारी मारुती आणि गजेंद्रगडकर आले तेव्हा त्यांना मी बाहेरच गाठलं. झालेल्या गोष्टीची वाच्यता करू नका, तुम्ही आताच मुंबईहून येताहात असं सांगू. मारुती तासभर खालीच थांबेल आणि नंतर वर येईल. नाही तर मारुतीला तम्माचा मार बसण्याची शक्यता नाकारता येत नाही. दोघं वेगवेगळ्या वेळेस वेगवेगळ्या दिशेनं आले आहेत हे त्यांना कळालं तर आश्चर्य वाटणार नाही.

योजना ठरल्याप्रमाणे पार पडली. मारुती गावी जाऊन आला याची कुणालाच कल्पना नव्हती. मारुतीला निरोप द्यायला आलो असं गजेंद्रगडकरांनी सांगितलं. आम्हाला त्यापुढच्या आठवड्यात दिल्लीला त्या वेळच्या पालम विमानतळावर निरोप देऊन ते परतले. मारुतीच्या दिल्ली ते लाट या पलायनाची कल्पना त्यांना गावात गेल्यानंतरच आली असणार! आम्ही सगळ्यांनी ते रहस्य अगदी शिताफीनं दिल्लीत सांभाळलं एवढं मात्र खरं!

ते नाटक जरी तिथंच संपलं, तरी मारुती गावी गेल्यानंतर नेमकं काय झालं आणि त्याचं हृदयपरिवर्तन कसं झालं हे रहस्य समजून घ्यायची माझी इच्छा होती. तोक्योला जाणाऱ्या विमानात बसल्यानंतर मारुतीनं ती कहाणी सांगितली आणि माझी हसून हसून पुरेवाट झाली. मारुतीही या हसण्यात सामील झाला. मारुतीनं सांगितलेली कथा अशी होती–

''जेव्हा मुंबईमार्गे इचलकरंजीला पोहोचलो तेव्हा रात्रीचे अकरा वाजले होते. गावी जाणारी शेवटची बस केव्हाच निघून गेली होती. मी रिक्षा केली आणि चार मैलांचं

अंतर कापून वीसएक मिनिटांत गावी पोहोचलो. गावात रात्री दहानंतर कुणीही रिक्षानं आला तर काहीतरी नक्कीच गंभीर मामला असणार असं सगळ्यांना वाटतं. रिक्षा गावात आली आणि दिल्लीपासून इचलकरंजीपर्यंत घडलेल्या विचारांची उजळणी केली. साहेबांनी दिल्लीत जे सांगितलं त्याची आठवण यायला लागली. गावातले सगळे लोक कुतूहलानं कोण आलं हे पाहण्याचा प्रयत्न करत होते आणि मी मात्र सीटवर मागे बसून कुणाला चेहरा दिसणार नाही याची दक्षता घेत होतो. उद्याची सकाळ उजाडल्यानंतर लोकांना कसं भेटायचं याचा काही निर्णय करता येईना. पण त्याआधी घरातल्यांना तोंड द्यायला हवं होतं. कुणाकुणाला आणि कसं तोंड द्यायचं हे समजत नव्हतं. रिक्षा थांबली. घर आलं हातं. रिक्षा थांबताच झोपायच्या तयारीला लागलेले भाऊ, अण्णा, रावसू– सगळे बाहेर आले. रिक्षावाल्याचे पैसे देऊन त्याला पाठवेपर्यंत सगळ्यांनी माझ्या भोवती गराडा घातला. शेजारचे लोक, मगदूम, बिरनाळे आणि अर्धी गल्ली जमली. बॅग घेऊन कुणाशी न बोलता मी घरात घुसलो, तशी सगळी गर्दी माझ्या पाठोपाठ घरात घुसली. 'मारुती आला, मारुती आला. का आला कुणास ठाऊक?' अशा आशयाची कुजबुज चालली होती. कट्टा चढून वर आलो. तिथं अण्णांचं झोपायचं घोंगडं होतं. त्यावर बसलो. आऊ पाणी घेऊन आली. म्हणाली, 'पतुर नाही काय नाही, आगंतुक कसा आलास रे मारुती?'

'थोडं काम होतं...' मी चाचपडत बोललो. कुठल्या तरी चांगल्या निमित्ताच्या शोधात होतो. आजूबाजूची सगळी गर्दी जणू माझ्या तोंडाकडे टक लावून बघत होती.

''कसलं काम काढलंस रे? जाऊन पाच-सहा दिवस झालं नाहीत तवर...'' शेजारचा रावसू बोलला. माझा अभिमान दुखावला. रावसूला सदैव मला चिडवण्यासाठी काही ना काही निमित्त हवं असतं. तो फक्त संधीची वाट पाहत असतो. पण मी नाही भीत त्याला. 'साहेबांचं अर्जंट काम होतं कलेक्टरकडं, म्हणून मला खास दिल्लीसनं पाठवून दिल्यात. उद्या काम करणार आणि रात्रीच्या गाडीनं परत दिल्लीला सुटणार...' माझ्या नकळत मी बोलून गेलो. जणू दिल्लीत परतणार ही गोष्ट आता पक्कीच झाली. मनात नसूनसुद्धा बोलून गेलो, त्याला सगळे साक्षीदार होते. साहेबांच्या कामानिमित्त आलो खास दिल्लीहून, त्यामुळे सगळ्यांना कौतुक वाटलं. मनोमन मी खजील झालो होतो. साहेबांनी निघण्यापूर्वी सांगितलेली प्रत्येक गोष्ट खरी होत होती.

सगळ्या गर्दीत तम्मा दिसला नाही तेव्हा आऊला विचारलं. तम्मा कालच दिल्लीला गेल्याचं तिनं सांगितलं आणि माझ्या काळजात गोळा उठला. तिकडे दिल्लीत आज गोंधळ उडाला असणार आणि साहेबांना या सगळ्या प्रसंगाला तोंड द्यावं लागणार याचं मला खूप वाईट वाटलं. दोन दिवसांच्या प्रवासानं थकलो होतो; पण विचारांनी डोक्यात थैमान मांडलं. अशा परिस्थितीत गावात थांबणं कठीण आहे. प्रत्येक जण जणू फाडून खायला उठलाय. प्रत्येकाच्या नजरेत मी आता जपानला जाणारा माणूस आहे. इथं मला थांबवून घ्यायला कुणीच तयार नाही. तम्मा दिल्लीला गेलाय त्यामुळे आईला इथं आलोय हे

म्हणण्याचं धाडस झालं नाही. आईच्या हातची भाजीभाकरी खाऊन साहेबांच्या घरापर्यंत गेलो. जाताना रस्त्यात तीन-चार माणसं भेटली. मी इथं कसा, हा प्रश्न सगळ्यांना पडलेला दिसला. सगळ्या गावात जणू मी जपानला गेल्याची बातमी पसरली होती. साहेबांच्या घरातही सगळ्यांना आश्चर्य वाटलं. पण साहेबांनी अर्जंट कामासाठी पाठवलंय अशी थाप मारली, ती पचली.

रात्रभर झोप आली नाही. सकाळी सगळ्या गावाला काय सांगायचं आणि कसं सामोरं जायचं? मी लाजेनं चार वाजता उठलो. बॅग उघडलीच नव्हती. ती उचलली आणि अण्णाच्या मोटारसायकलनं कोल्हापूरला जायला निघालो. कोल्हापुरात गजेंद्रगडकरांचा शेवटचा सल्ला घ्यायचा आणि काय ते ठरवायचं असा विचार होता.

दरवाजा ठोठावला. गजेंद्रगडकरांनी दार उघडलं. त्यांच्या तोंडात टूथब्रश होता. माझ्याकडे पाहिलं आणि ब्रशसह तोंडाचा चंबू करून तसंच पाहत राहिले. थोड्या वेळानं तोंडातून ब्रश काढून म्हणाले, 'मारुती तू? काय, कुणीकडून उगवलास?' मी काही न बोलता आत गेलो. गजेंद्रगडकरांच्या बायकोनं चहाच्या कपासह प्रवेश केला. गजेंद्रगडकरांना आणि वहिनींना मी सगळी कहाणी सांगितली. तेव्हा ते डोकं धरूनच बसले. थोड्या वेळानं उठले तेव्हा ते चिडले होते, 'अरे गाढवा, तुझी अक्कल काय ××× खायला गेली होती काय? तुला लाज नाही वाटत मूर्खा? कसं वागावं, काय वागावं? किती सांगितलं, सगळं फुकट!' ते पुन्हा गप्प झाले. कसला तरी विचार करत होते. मी काही बोलण्याचा प्रश्नच नव्हता. त्यांनी निर्णय करायचा आणि तो मी मानायचा, असंच ठरलं होतं. मला इथंच कोल्हापुरात नोकरी मिळाली तर बरं होईल असं वाटत होतं. गावही जवळ आणि तोंडही दाखवायला नको गाववाल्यांना.

गजेंद्रगडकर बायकोवर गरजले, 'ऐकलंस का? लवकर नाष्टा दे. माझे कपडे तयार कर. बॅग भर. तासाभरात मी मारुतीला घेऊन निघणार आहे. आम्ही चाललो. दिल्लीवर स्वारी करायला...' मी केविलवाण्या डोळ्यांनी त्यांच्याकडे बघतच राहिलो. माझ्यावरही कडाडले, 'बघतोस काय खुळचटासारखा. जा, अंघोळ कर आणि स्वच्छ हो. नऊला घर सोडायचंय.' त्यांनी निर्णय घेतलाच होता. त्याप्रमाणे नऊ वाजता घर सोडलं. रिक्षा केली. वाटेत पोस्टासमोर थांबलो. साहेबांना तार पाठवली. उद्यापर्यंत येतो म्हणून. तिथून सरळ बस स्टँड. मुंबईची मिळेल ती गाडी पकडली. जागा मिळाली, न मिळाली; मुंबईत उतरलो. तिथून सरळ मुंबई सेंट्रल. मिळेल ती ट्रेन घेतली आणि विना रिझर्व्हेशन दिल्लीला पोहोचलो.''

बिचाऱ्या गजेंद्रगडकरांना या वयात संपूर्ण प्रवास उभं राहून करावा लागला. त्यांच्या आवडीची इंग्रजी कादंबरी वाचत जवळजवळ वीस तास ते उभे होते.

त्यानंतर मारुतीला कसलीच अडचण आली नाही. जपानमध्ये फावल्या वेळात मी त्याच्याबरोबर बसून त्याला इंग्रजी शिकवू लागलो. थोडं थोडं इंग्रजी बोलू लागला.

त्यानंतर त्याला टेलिफोनवर बोलायला शिकवलं. थोड्याच दिवसांत तो सफाईनं टेलिफोनवर उत्तरं देऊ लागला. टेबल लावणं, जेवण तयार करणं, पाहुण्यांना ड्रिंक्स या सगळ्या गोष्टी मारुती दोन-तीन महिन्यांत चांगलाच शिकला. सूटबूट घालायला लागला. गावातला लुकडा देह मागे टाकून तो केव्हाच रुबाबदार दिसायला लागला. मी त्याला जपानी शिकायच्या शाळेत घातलं. तो जपानी थोडंसं लिहायला आणि बऱ्यापैकी बोलायला शिकला. थोडक्यात, हां हां म्हणता मारुती बदलला. गावातला मारुती आणि नवीन मारुती यांच्यात ओळखू न येण्याइतपत बदल झाला.

पुणे विद्यापीठाचे समाजशास्त्र विभागाचे प्रा. धनागरे यांनी आमच्या घरी तोक्योत भेट दिली तेव्हा साहजिकच मारुतीबद्दल विचारलं. जेव्हा मी त्यांना मारुतीची सर्व कथा सांगितली, तेव्हा ते म्हणाले, ''समाजशास्त्रीयदृष्ट्या मारुतीत झालेला हा बदल अभ्यासण्यासारखा आहे.''

मी सुरुवातीला मारुतीचं निरीक्षण करत होतो. त्याच्यातल्या प्रत्येक बदलाची मनातल्या मनात नोंद ठेवत होतो. मारुती आत्मविश्वासानं सगळा बाजार करत होता. नवनवीन मित्रमैत्रिणी जोडत होता. कोपऱ्यातल्या दुकानदाराशी मनमोकळेपणे जपानी भाषेत गप्पा मारत होता. दिल्लीतूनच गावी पळून जाऊ पाहणारा मारुती तो हाच का, असा प्रश्न पडत होता. अधूनमधून एखाद्या जपानी मित्राला किंवा मैत्रिणीला घरी जेवायला बोलावत होता. जपानी मित्रांशी टेलिफोनवर गप्पा मारत होता. थोडक्यात, एका अगदी छोट्या खेड्यातून आलेला मारुती पूर्णपणे जपानी बनला होता. अगदी थोड्या कालावधीतच.

मारुतीला जपान खूपच मानवला. तिथल्या चार वर्षांच्या वास्तव्यात त्याचं वजन २७ किलोंनी वाढलं. चार वर्षांनंतर तो एकटाच मुंबईला परतला. मुंबईत विमानतळावर काही लोकांना सांगून त्याचं स्वागत करण्याची व्यवस्था मी केली होती. पण मारुती इतका बदलला होता की, त्याला न्यायला आलेले लोक त्याला ओळखू शकले नाहीत. कारण ते शोधत होते चार वर्षांपूर्वी पाहिलेल्या एका साध्यासुध्या गावातून आलेल्या मारुतीला. पण तो मारुती केव्हाच हरवून गेला होता. काळाने नवीन पुटं, नवीन व्यक्तिमत्त्व त्याच्या तोक्योच्या वास्तव्यात त्याला दिली होती. सुटाबुटातला धिप्पाड मारुती त्यांच्या समोरून विमानतळाबाहेर पडला, पण त्यांना तो ओळखू आला नाही. त्याने सरळ एक टॅक्सी केली आणि तो आपल्या घरी पोहोचला.

मारुती आता गावात मजेत राहतो. जिथून तो आला तिथे तो परतला. अर्थात, त्याने बराच पैसा कमावला. त्याच्या जोरावर थोडीशी जमीन घेतली. छोटं टुमदार घर हवेशीर माळावर बांधलं. एक व्हॅन विकत घेतली. लोक आणि सामान त्यातून वाहून न्यायचं काम करतो. सुरुवातीला गावात राहणं कठीण गेलं. पंचतारांकित जीवनातून बिनडांबराच्या साध्या रस्त्यावर येताना त्याला त्रास झाला. घरात संडास नाही, सुंदर बाथरूम नाही, सोफा किंवा कार्पेट नाही, या वस्तुस्थितीने त्याला हादरवून टाकलं. गावात

त्याची पूर्वीची प्रतिमा नष्ट होऊन तो आता 'जपानी मारुती' या नावाने ओळखला जातो. त्याच्याविषयी सगळ्यांना कौतुक वाटतं आणि त्याला परत गावी यावं लागलं याचं काही लोकांना वाईटही वाटतं. जपानविषयी कोणतीही शंका लोकांना असेल तर ते मारुतीला विचारतात आणि मारुतीही त्यांना आपल्या परीनं उत्तरं देत असतो.

वसतिगृहात राहत असताना गुंजाळकाका नावाचे मुख्य आचारी स्वयंपाक-घराचा कारभार सांभाळत. हे गुंजाळकाका किंवा तु. भा. गुंजाळ पूर्वी सैन्यात होते, म्हणजे आचारी म्हणूनच. थोडक्यात, लष्कराच्या भाकऱ्या भाजायचे आणि आम्हा शाळकरी मुलांना ते युद्धाच्या गोष्टी सांगायचे. गुंजाळकाका सांगत त्यातलं कितपत खरं होतं हे विचारण्याचं धाडस आमच्यात नव्हतं. त्यांनी सांगितलेल्या युद्धाच्या गोष्टी खऱ्या हे मानण्याकडेच आमचा कल असे. ते सैन्यात फक्त आचारी होते हा विचारच कधी मनात यायचा नाही. मारुतीला प्रश्न विचारण्यासाठी आजूबाजूच्या भागातून येणाऱ्या लोकांना पाहूनही असंच वाटतं. पण त्यांचं कुतूहल शमत असेल तर काय हरकत आहे? शेवटी त्याने जपानमध्ये चार वर्षं काढली हेही सत्य आहे आणि कुणी सांगावं, त्याने जपान ज्या दृष्टिकोनातून पाहिला त्या दृष्टिकोनातून तो मलाही दिसला नसेल.

मारुती आता लग्न होऊन गावात सुखाचा संसार करतो आहे. अधूनमधून लोक त्याला जपानी भाषा कशी असते हे विचारतात आणि तो जपानी भाषेतली वाक्यं फेकतो आणि सगळे मंत्रमुग्ध होऊन ऐकतात. कदाचित हेच असेल त्याच्या जपान भेटीचं प्रयोजन. मी दिल्लीत मारुतीला नेलं तेव्हा नुकतीच मारुती सुझुकी गाडी रस्त्यावर यायला सुरुवात झाली होती. माझ्या उत्तरेतल्या मित्रांना 'मारुती' हे नाव अपरिचित नसलं तरी सरावाचं नव्हतं. ते मला गमतीनं म्हणायचे, 'You are taking Maruti to the land of Suzuki,' (तू मारुतीला सुझुकीच्या देशात घेऊन चालला आहेस.) जपानमध्ये पाहिलं तर सुझुकी हे नाव इतकं प्रसिद्ध आहे की, सगळ्यात जास्त लोकांचं आडनाव सुझुकी आहे. मारुतीला जपानमध्ये मी सांगत असे, 'मारुती, एक ध्यानात ठेव. सगळं काही कर, पण मारुती-सुझुकी असा जॉईंट व्हेंचर (संयुक्त उद्योग) सुरू करू नकोस.' अर्थात, आजूबाजूला बसक्या नाकाच्या, छोट्या डोळ्यांच्या नाजूकपणे चालणाऱ्या आणि मंजूळ बोलणाऱ्या जपानी मुली इतक्या असूनही मारुती सुखरूप परतला ही त्याच्या मातीची आणि आईवरच्या त्याच्या प्रेमाची खूण आहे. मारुती आपल्या नजरेखाली फळावा, फुलावा हे त्याच्या आईचं स्वप्न पूर्ण करण्यासाठी स्वदेशी कन्येशी विवाह करून साठा उत्तराची कहाणी सुफळ संपूर्ण करण्याच्या प्रयत्नास मारुतीने आता स्वतःस वाहून घेतलं आहे.

जपान आणि त्यात घालवलेली चार वर्षं एखाद्या परीसारखी त्याच्या मनासमोर तरंगत असतील आणि पुन्हा स्वप्नासारखी अंतर्धान पावत असतील.

मारुतीला चार वर्षं जपानला नेऊन काही चूक तर केली नाही ना, असं कधी कधी

मला वाटतं. त्याच्या साध्याभोळ्या आयुष्यात अचानक जपानची चार वर्षं आली आणि अचानक नाहीशी झाली. या चार वर्षांत त्यानं जे पाहिलं, केलं, ऐकलं, वाचलं त्यात आणि त्याच्या गावातल्या जीवनात असलेल्या अंतरानं तो सुखी असेल असं वाटत नाही. कुणीतरी जादूच्या नगरीत सोडावं, तिथलं सगळं ऐश्वर्य उपभोगल्यानंतर आणि जादू संपल्यानंतर अचानक भूतलावर पाय लागावेत आणि काटे टोचावेत असं तर त्याला वाटत नसेल? जपानच्या वास्तव्याचा त्याच्या मानसिकतेवर काय परिणाम झाला असेल हे समजणं कठीण आहे. तम्माच्या बोलण्यावरून सुरुवातीला गावातल्या जीवनाशी एकरूप होणं त्याला कठीण गेलं असावं असं वाटतंय. तो गावात सुखात राहिला तर छानच आहे; पण अधूनमधून जपानी जीवनाची दृश्यं त्याला मातीच्या ढेकळांवर आणि चिखल माखलेल्या पायांवर दिसत असतील, तर या अवस्थेला मीच जबाबदार नाही का? धनागरे म्हणाले ते खरं होतं, मारुतीत झालेला हा बदल अभ्यासण्यासारखा आहे. प्रा. धनागरे कदाचित समाजशास्त्राच्या दृष्टिकोनातून बोलले असण्याची शक्यता आहे. पण मला वाटतं, मानसशास्त्रीय दृष्ट्याही मारुतीचा अभ्यास करणं गरजेचं आहे...

'कलेक्टरच्या परीक्षेला बसतोस होय? बस, बसणार असलास तर. पण ते काय आपलं काम नव्हे. पुण्या-मुंबईतल्या पोरांनी नाही तर दाक्षिणात्यांना जमणाऱ्या त्या गोष्टी. आपण काय तरी दुसरं केलेलं बरं!' अशी प्रतिक्रिया बऱ्याच जणांनी स्पर्धा परीक्षांबाबत व्यक्त केल्यामुळे मी स्पर्धा परीक्षेला प्रयत्न करतोय हे लोकांना सांगायचंच बंद केलं. अर्थात, अशा प्रतिक्रियेमुळे माझ्या मनात तात्पुरती नाराजी उत्पन्न झाली, तरी मी नाउमेद मुळीच झालो नाही. रात्री अंथरुणावर पडल्यानंतर कधीमधी मन निराशेच्या गर्तेत जायचं तेव्हा मला माझी महाराष्ट्र लोकसेवा आयोगापुढची मुलाखत आठवायची. मुलाखत संपली आणि मी उठायला लागलो तेव्हा मला थांबायला सांगून त्या वेळचे आयोगाचे अध्यक्ष के. जी. देशमुख म्हणाले, 'तू आय.ए.एस.ला का प्रयत्न करत नाहीस? तुझा जन्म डेप्युटी कलेक्टर होण्यासाठी झालेला नाही. You are carved for something better. यापेक्षाही काही चांगलं करण्यासाठी आणि बनण्यासाठी तुझा जन्म झालाय.'

हे उद्गार आठवताच माझी सगळी मरगळ संपायची. नव्या दमानं अभ्यासाला सुरुवात करायची उमेद मला मिळायची आणि कोणत्याही परिस्थितीत केंद्रीय लोकसेवा आयोगाच्या अखिल भारतीय स्पर्धा परीक्षेत यश मिळवायचा माझा निश्चय पक्का व्हायचा.

आयएएस ही परीक्षा म्हणजे भारतीय स्पर्धा परीक्षेतल्या सर्व सेवांमधला मुकुटमणी! ही स्पर्धा परीक्षा मुळात जगातली सर्वांत कठीण शासकीय सेवा परीक्षा. यात खूप वरचे गुण मिळालेले शंभरएक उमेदवार आयएएस साठी पात्र ठरतात.

मी ज्या वेळी नागरी स्पर्धा परीक्षांना बसायचा विचार केला तेव्हा सुदैवानं कोठारी

मिशनच्या रिपोर्टची अंमजबजावणी होऊन तीन वर्षं झाली होती आणि मराठीतून आय.ए.एस./आय.एफ.एस. या परीक्षांना बसू देण्याचा निर्णय ऐतिहासिक होता. या देशाच्या भवितव्यावर त्याचा किती चांगला परिणाम झाला याचं मोजमाप आताच करणं शक्य नाही. बी.ए. किंवा एम.ए.ला मराठी भाषा नसूनही मराठी माध्यम घेण्याचा माझा विचार होता. पण हा विचार त्या काळात, म्हणजे १९८२ साली मी अमलात आणू शकलो नाही याचं कारण, इंग्रजीविषयी प्रेम नसून, मराठीत चांगल्या पुस्तकांचा अभाव हे होतं. पुरोगामी म्हणून गणली जाणारी मराठी भाषा विसाव्या शतकातल्या वास्तवापासून किती दूर होती याची जाणीव मला पहिल्यांदा झाली आणि मराठीची मिजास मिरवून तिच्यातूनच सगळा शिक्षणक्रम व्हायला हवा असा टेंभा मिरवूनही प्रत्यक्षात त्या दृष्टीनं पुस्तकं किंवा अभ्यासक्रम न बनवणाऱ्या साहित्यिकांचा आणि विद्वानांचा मला राग आला. नंतरच्या काळात असे प्रयत्न व्हायला लागले, पण ते विद्वानांकडून नव्हे, तर प्रादेशिक माध्यमे झाल्याने पुस्तके छापण्यात फायदा आहे असे विचार करणाऱ्या प्रकाशकांकडून. परिणामत: चांगली पुस्तकं आजही कमी आहेत आणि त्यामुळे बुद्धिमत्ता असूनही, कष्ट करण्याची इच्छा असूनही मराठी पोरं-पोरी प्रशासन परीक्षेत मागे पडतात. मग प्रशासनात महाराष्ट्रीय मागे का? म्हणून ओरडत बसायचं. आमचा कोल्हापूरचा मित्र भूषण गगराणी हा राष्ट्रीय पातळीवर तिसरा आला, तेही मराठी माध्यमच घेऊन. पण अजूनही त्याचं श्रेय जातं भूषणला, मराठी पुस्तकांना नाही. भूषणला आणि माझ्या असंख्य मराठी मित्रांना मराठी घेताना केवढा त्रास होतो त्याची आजही कल्पना करणं अशक्य आहे. याशिवाय एका यशस्वी उमेदवारामागे दहा अयशस्वी उमेदवार आहेत आणि त्याची जबाबदारी मी मराठी भाषेच्या सेवेची धुरा सांभाळणाऱ्या समस्त पंडित आणि विद्वानांना देतो. गंमत म्हणजे, आजही आय.ए.एस./आय.एफ.एस.ची लेखी परीक्षाच नव्हे, तर तोंडी परीक्षा किंवा मुलाखतही मराठी भाषेत देता येते, याची किती मराठी मान्यवरांना कल्पना आहे?

मी जेव्हा मराठी माध्यम घेऊन केंद्रीय लोकसेवा आयोगाची परीक्षा द्यायची ठरवलं, तेव्हा मुंबई-पुणे आणि कोल्हापूरमधली पुस्तकांची सगळी दुकानं धुंडाळली. जवळजवळ एक आठवडाभर मुंबईत भटकल्यानंतर या परीक्षेचा नाद सोडून द्यावा असाही विचार काही काळ मनात आला. मुळात स्पर्धा परीक्षांबाबत मराठीत पुस्तकंच कमी. त्यातही दर्जेदार पुस्तकं सापडायलाच तयार नाहीत. छापलेली सगळी पुस्तकं गाईड टाईप, स्वस्त कागदावर छापलेली आणि पैसे कमवायचे या उद्देशाने लिहिलेली. सामान्य ज्ञानावरची चांगली पुस्तकं मिळायला तयार नाहीत आणि सगळ्यात कहर म्हणजे, विज्ञान आणि तंत्रज्ञान यातल्या इंग्रजी शब्दांना ना प्रतिशब्द आहेत, ना आधुनिक घडामोडींची मराठी भाषातज्ज्ञांना कल्पना! १९५०-६० नंतर विज्ञानाच्या क्षेत्रात घडलेल्या आंतरराष्ट्रीय प्रगतीविषयी मराठीत उपलब्ध असलेलं लिखाण मला फारसं मिळालं नाही. कदाचित

माझ्या आजूबाजूला याची माहिती असणारे विद्वान नव्हते. खेड्यातून आय.ए.एस./ आय.एफ.एस. व्हायचं या उमेदीनं बाहेर पडून मी मुंबईपर्यंत आलो, पण माझी पूर्ण निराशा झाली, नाउमेद झालो.

इंग्रजी माध्यम घेऊन परीक्षा देण्याचा मी निर्णय घेतला तेव्हा माझ्या मनात फारशी उभारी नव्हतीच. मुंबईतलं वातावरण मला तेवढं आवडलं नाही. याउलट, कोल्हापुरातला परिसर अभ्यासाला अधिक पोषक. कुणाकडेही केव्हाही जावं, मार्गदर्शन घ्यावं. पण युद्धावर आलेल्या सैनिकांसारखी माझी अवस्था होती. आता मागे जाणं शक्य नव्हतं. आजपर्यंतच्या जीवनाचं लक्ष्य बनलेल्या स्पर्धा परीक्षांना तोंड न देता परत जाऊन जगण्यात अर्थ नव्हता. मी कोल्हापुरात असतानाच स्पर्धा परीक्षेची इंग्रजी पुस्तकं वाचायला सुरुवात केली होती आणि त्याचा फायदाही झाला होता. अर्थात, मार्गदर्शन कुणाचंच नव्हतं. इनामदार नावाच्या सरांनी पोलीस विद्यार्थी मित्रमंडळातर्फे स्पर्धा परीक्षेसाठी वर्ग सुरू केले, पण ते लगेच बंद पडले. माझ्या आठवणीप्रमाणे – 'Coup D'etal' हा शब्द मी तिथं शिकलो. खरं तर शब्द म्हणण्यापेक्षा या शब्दाचा उच्चार. इंग्रजी पुस्तकांचा शोध सुरू केल्यानंतर लक्षात आलं की, या पुस्तकांच्या किमती न परवडणाऱ्या आहेत. खरं तर मला होस्टेल मोफत होतं, स्कॉलरशिप होती आणि गावातून जेवणाचा डबा येत होता. तरीही दिवस हलाखीत जायचे. थोडेफार कपडे घेतले की स्कॉलरशिप उडून जायची. इंग्रजी पुस्तकं घ्यायची कशी? मी त्या वेळचे मुख्यमंत्री शंकरराव चव्हाण यांना एक पत्र लिहिलं–

प्रिय मुख्यमंत्री महोदय,

मी खेड्यातला एक विद्यार्थी सध्या कोल्हापूरच्या शहाजी कॉलेजात बी.ए. करतोय. आय.ए.एस./आय.एफ.एस. व्हायचं या विचारानं झपाटून मी अभ्यास सुरू केलाय. पण या विषयावर मराठी पुस्तकं नाहीत आणि इंग्रजी पुस्तकं खूप महागडी आहेत. मला माझी स्वप्नपूर्ती करण्यासाठी पुस्तकं तरी देण्यात यावीत किंवा पुस्तकांसाठी आर्थिक मदत देण्यात यावी. तसंच महाराष्ट्र सरकारनं खेड्यातून येणाऱ्या मराठी विद्यार्थ्यांना आय.ए.एस.च्या मार्गदर्शनासाठी एक संस्था उघडावी आणि त्यात प्रशिक्षण द्यावे.

आपला नम्र,

हे पत्र ७६ साली लिहिलं तेव्हा देशात आणीबाणी होती. मी द्वितीय वर्ष बी.ए. करत होतो. शंकरराव चव्हाणांकडून मला उत्तर अपेक्षित नव्हतं. खरं तर उत्तराच्या अपेक्षेनं हे पत्र लिहिलंच नव्हतं.

पण पंधराएक दिवसांत वसतिगृहाचे सुपरिन्टेंडंट शिंदे यांनी बोलावून घेतलं आणि एक शासकीय लखोटा हातात दिला. उलटा करून पाहिला. मुख्यमंत्र्यांचं कार्यालय. लखोटा उघडला. मुख्यमंत्र्यांनी कलेक्टरला लिहिलेल्या पत्राची ती प्रत होती. मुख्यमंत्र्यांनी

माझ्या पत्राचा संदर्भ देऊन कलेक्टरांना माझ्या अभ्यासासाठी लागणाऱ्या मदतीची चौकशी करण्याचे आदेश दिले होते आणि त्याची एक प्रत माहितीसाठी मला पाठवली होती.

आठएक दिवसांत कलेक्टर कचेरी कोल्हापूरमधून मला एक पत्र आलं. त्या पत्रात त्यांनी मला माझ्या पालकांच्या एकूण उत्पन्नाचा तपशील विचारला. या माहितीच्या आधारे ते मला मदत किती लागेल याचा अंदाज बांधणार होते. माझ्या पालकांचे उत्पन्न विचारणं कदाचित ठीक होतं; पण माझं उत्पन्न? कशी तरी जगायला मदत करणाऱ्या शिष्यवृत्तीला उत्पन्न मानणाऱ्या कलेक्टर कचेरीचं मला हसू आलं. पालकांच्या उत्पन्नासाठी सात-बाराचे उतारे आणणं आवश्यक होतं. माझ्या अभ्यासातून गावाकडे जाऊन त्यांच्यासाठी सात-बारा आणण्याची कल्पना मला आवडली नाही. मुख्य म्हणजे, माझ्या गरजेकडे पाहण्याचा त्यांचा दृष्टिकोन मला आवडला नाही. कलेक्टरने बोलवून मला विचारलं असतं तर त्यांना मी कसली मदत हवीय ते सांगितलं असतं. मी म्हणालो असतो, मला पैसे नकोत, वर्षभर मला लागणारी पुस्तकं पुरवायची जबाबदारी घ्या, पैसे तुम्ही परस्पर पुस्तकालयाला द्या. मी तुम्हाला फक्त पुस्तकांची नावं सांगेन. कलेक्टर कचेरीत जाऊन कलेक्टरांना भेटून सगळं सांगण्याची इच्छा होती, पण धाडस झालं नाही. पंधरा दिवसांनी पुन्हा कलेक्टर कचेरीतून पत्र आलं. पत्राचा मजकूर असा होता-

'आमचे या आधीचे पत्र मिळाले असेलच. त्यात आम्ही तुमच्या उत्पन्नाविषयी माहिती मागितली होती. सदरची माहिती पंधरा दिवसांत न आल्यास आपणास कोणत्याही मदतीची आवश्यकता नाही असे समजून तसा अहवाल मुख्यमंत्र्यांच्या कार्यालयास पाठवण्यात येईल याची नोंद घ्यावी.'

हे पत्र नसून नोटीस होती. त्या पत्रात प्रशासनाचा दंभ होता. त्याला आव्हान देण्याची ताकद माझ्यात नव्हती. पण मला खूप चीड आली. मी कलेक्टरांना, आपल्या मदतीची आवश्यकता नाही, योग्य तो अहवाल मुख्यमंत्र्यांना पाठवावा, अशा आशयाचं पत्र लिहिलं आणि तो अध्याय संपवला.

त्यानंतर काही दिवसांनी कॉलेजमध्ये मधल्या सुट्टीत बागेतून भटकत असताना समोरून कुणीतरी हाक मारली. डोळ्यांवर ऊन येत होतं. नीट पाहिलं तर श्रीपतराव बोंद्रे हे आमचे संस्थाध्यक्ष मला बोलावत होते. त्यांच्याबरोबर व्ही. शांतारामही होते. श्रीपतरावांचं गुलाबाच्या बागेवर अतिशय प्रेम. आमच्या कॉलेजच्या बागेत जवळजवळ साठ-सत्तर प्रकारचे गुलाब होते आणि अधूनमधून श्रीपतराव स्वत: बागेची देखरेख करायला जायचे. ते मला चांगलं ओळखत असले, तरी अचानक बागेतून हाक देतील अशी आशा नव्हती. त्यांनी हाताने पुन्हा एकदा बोलावल्याची खूण केली आणि मी त्यांच्याकडे गेलो. त्यांना आणि व्ही. शांताराम यांना मी नमस्कार केला. श्रीपतरावांनी शांतारामना माझी ओळख करून दिली – 'हा आमच्या कॉलेजचं भूषण आहे.' व्ही. शांताराम माझ्याकडे कुतूहलानं पाहत होते. मला अजूनही बोंद्रेंनी का बोलावलं याचा उलगडा होईना.

''तू शंकररावांना पत्र लिहिलंस म्हणे...'' श्रीपतराव म्हणाले.

मी वरमलो. काय बोलावं सुचेना. साहेबांना कसं कळालं असेल? मी तर बोललो नव्हतो कुणालाच. त्या दिवशी कलेक्टरांना पत्र लिहिल्यानंतर तो अध्याय संपवला होता. पण साहेबांना कोण बोललं असेल?

मी तत...पप... करायला लागलो. साहेब मला थांबवून बोलू लागले, ''अरे, परवा मुंबईत मुख्यमंत्र्यांची भेट झाली तर ते म्हणाले, हे बहुधा तुमच्या कॉलेजातलं पोरगं पत्र लिहितंय आणि तुम्हाला पत्ता नाही...!''

मी पटकन म्हणालो, ''साहेब, माझी चूक झाली. मी तुम्हाला सांगायला हवं होतं.'' श्रीपतराव आमदार होते आणि त्यांची मुख्यमंत्र्यांशी भेट होत असेल आणि त्यात मुख्यमंत्री माझ्या पत्राचा उल्लेख करतील याची मला तिळमात्र कल्पना नव्हती. ''पण इथून पुढे काही पाहिजे असेल तर पहिल्यांदा मला सांगत जा... म्हणजे तुला मुख्यमंत्र्यांपर्यंत जाण्याची पाळीच येणार नाही...''

बोंद्रेंच्या चेहऱ्यावर राग नव्हता. मिष्कीलपणा होता, मदतीची इच्छा होती. मी संधी साधून म्हटलं, ''साहेब, मला पुस्तकं हवी आहेत. कॉलेजच्या लायब्ररीतून एका वेळेस दोन पुस्तकांचं बंधन आहे. मला हवी तेवढी पुस्तकं घेण्याची परवानगी हवीय. काही नवीन पुस्तकंही कॉलेजनं घ्यायला हवीत, म्हणजे मला वाचायला मिळतील...''

''तुला हवी तितकी पुस्तकं मिळतील. नवी पुस्तकं हवी असतील तर प्राचार्यांना किंवा लायब्ररीयनला सांग. ते खरेदी करतील.''

माझा आनंद गगनात मावेना. आता मला शर्टचे पैसे पुस्तकावर खर्च करण्याची गरज नव्हती. त्यानंतर मला कॉलेजमध्ये पुस्तकांची ददात कधीच भासली नाही. प्राचार्यांनी मला लागणाऱ्या महाविद्यालयीन पुस्तकांचा एक संच आधीच दिला होता. पण यानंतर मला पाहिजे तितकी पुस्तकं मिळू लागली. एकाच प्रश्नाकडे पाहण्याचा बोंद्रेसाहेबांचा दृष्टिकोन आणि कलेक्टर कचेरीतल्या कारकून आणि अधिकाऱ्यांचा दृष्टिकोन यात केवढा फरक आहे, ही गोष्ट माझ्या लक्षात आली. बोंद्रेसाहेबांनी तत्काळ व्यावहारिक उपाय शोधून काढला आणि त्याच्या अंमलबजावणीसाठी स्वत: पावलं उचलली. याउलट, कलेक्टर कचेरीनंही पावलं उचलली, पण मी माझं तोंड आणि माझी केस फाईल बंद करण्यासाठी. सामान्य माणूस नेहमीच सरकारी कार्यालयांना घाबरून असतो यात काही चूक नाही.

स्पर्धात्मक परीक्षेसाठी विषय निवडणं ही माझ्या बाबतीत मोठी अवघड गोष्ट बनून गेली. इंग्रजीत मी बी.ए. केलेलं असलं, तरी संपूर्ण शिक्षण मराठी माध्यमातून झालं असल्यानं, इंग्रजीत शिवाजी विद्यापीठात प्रथम वर्गात येऊनही हा विषय आय.ए.एस.ला घेण्यात अर्थ नाही हे मी समजून चुकलो. त्यामुळे मी दुसऱ्या विषयांच्या शोधाला लागलो. सक्तीच्या विषयात इंग्रजी, सामान्य ज्ञान आणि एक भारतीय भाषा (मराठी) यांचा समावेश

होता. ऐच्छिक विषयात पंचवीस-तीस विषय होते. खूप विचार करून मी ऐच्छिकसाठी समाजशास्त्र आणि मराठी या विषयांची निवड केली. शाळेनंतर माझा समाजशास्त्र आणि मराठी या विषयांचा अभ्यासच नव्हता. इतिहासाची आवड होती, पण त्यातल्या सनावळींची नेहमीच भीती वाटत होती. समाजशास्त्र हा विषय निवडताना आजपर्यंत काय शिकलो यापेक्षा आयुष्यात आजपर्यंत काय पाहिलं, भोगलं हा निकष लावून पाहिला. समाजशास्त्राचा अभ्यासक्रम चाळून बघितला, तर ग्रामीण समाज, नागरी समाज, औद्योगिक व सामाजिक बदल, सामाजिक सुधारणा, शहरीकरण, आदिवासी समाज यासंबंधीची प्रकरणं पाहून या सगळ्या गोष्टी आपण जवळून पाहिल्या आहेत हे लक्षात आलं. पुस्तकी ज्ञानापेक्षा प्रत्यक्ष ज्ञान महत्त्वाचं हे कित्येकदा ऐकलं होतं. त्यामुळे ठरवलं की, जे पाहिलं, अनुभवलं, भोगलं त्याच्या आधारावर समाजशास्त्राची उत्तरपत्रिका लिहायची.

पुस्तकं वाचायची ती या ज्ञानाला पूरक इंग्रजी शब्दांची माहिती व्हावी म्हणून किंवा एखाद्या सामाजिक घटनेला अथवा प्रक्रियेला लेखक काय नाव देतात ते समजावं म्हणून. मी दुसरा विषय मराठी निवडला. मराठीचा अभ्यास प्री-डिग्रीनंतर केला नव्हता. पण आजवर केलेलं मराठीचं वाचन कधीतरी उपयोगात आणण्याची आवश्यकता होती. स्पर्धा परीक्षा ही त्यासाठी सर्वश्रेष्ठ संधी होती. शाळेत वाचलेल्या नाथमाधवांच्या कादंबऱ्या, बालवयात गावातल्या विठ्ठल मंदिरात सर्वांबरोबर पारायणानिमित्त वाचलेली ज्ञानेश्वरी, कॉलेजात झपाटल्यासारखे वाचलेले आरती प्रभू, सुर्वे, ग्रेस, रेगे आणि वेगवेगळ्या अवस्थेत हातातून सरकलेले खांडेकर, फडके, पु. ल. इत्यादी इत्यादी या सगळ्यांची परीक्षा कधीच झाली नव्हती. माझ्या परीनं मी कुठल्याही बंधनाशिवाय या सगळ्याचं वाचन केलं होतं. ते परीक्षेसाठी किंवा मार्कांसाठी नव्हतं म्हणूनच अधिक पक्कं होतं. नकळत बांधलेली ही शिदोरी मला माझ्या आयुष्यातल्या सगळ्यात मोठ्या परीक्षेत उपयोगी पडणार होती. माझं मराठीत प्रावीण्य नाही, नव्हतं; पण ज्यांचं आहे ते थोडेच आय.ए.एस. व्हायला येतील? तेव्हा मराठीतल्या दिग्गजांकडून पाडाव होण्याची शक्यता नव्हती. जरी परीक्षेचं माध्यम इंग्रजी असलं तरी मराठीचा पेपर मराठीतच लिहिण्याची आवश्यकता होती. म्हणजे तेवढंच इंग्रजी माध्यमाचं जोखड हलकं.

विषयांच्या या निवडीबरोबर माझी बाकीची रणनीतीही मी ठरवली. आजपर्यंत ढोबळ वाचन खूप झालं असल्यानं सामान्य ज्ञानाचा पेपर सोडून बाकीच्या पेपर्ससाठी अभ्यासक्रमापुरतं सखोल अभ्यासाचं धोरण आखलं. काही प्रकरणांपुरता अभ्यास न करता सगळ्या अभ्यासक्रमांवर जोर देऊन तपशीलवार नोट्स तयार केल्या. वस्तुनिष्ठ अशा प्राथमिक परीक्षेत मी उत्तीर्ण झालो आणि माझ्या आकांक्षा उंचावल्या. जे प्राथमिक चाचणीत म्हणजे आय.ए.एस.च्या पहिल्या टप्प्यात पास होतात त्यांना मार्गदर्शनासाठी राज्य सरकारची प्रशासकीय प्रशिक्षण संस्था दाखल करून घेते आणि प्रशिक्षण देते. मीही या संस्थेत दाखल झालो. या संस्थेत शिकवणारे कुणीही आय.ए.एस. झालेले

नव्हते. गंमत म्हणजे, पाहुणे म्हणून येणारे लोकही आय.ए.एस. नसत. अर्थात, त्यामुळे काही फारसं बिघडतं असं नव्हे; पण जे आय.ए.एस. झाले ते कसे झाले, त्यांनी कसा अभ्यास केला, याबाबत ऐकून थोड्याफार व्यावहारिक सूचना मिळाल्या असत्या. या सगळ्यात फक्त एकमेव अपवाद तो म्हणजे आयपीएस आणि आयएएस असलेले श्रीकांत जिचकार. श्रीकांत जिचकार हे एक बहुआयामी व्यक्तिमत्त्व होतं. एमबीबीएस, एमडी, एलएल.बी, एलएल.एम, एमबीए, बिझिनेस ॲडमिनिस्ट्रेशन पासून त्यांनी ४२ विद्यापीठांच्या वेगवेगळ्या परीक्षा दिल्या आणि त्यापैकी २८ परीक्षांमध्ये त्यांनी सुवर्णपदक आणि इतर परीक्षांमध्ये प्रथम वर्ग मिळवला होता. विद्यापीठाची सर्वात मोठी पदवी डी.लिट. ही त्यांनी संस्कृत या विषयात मिळवली. भारतातील सगळ्यात जास्त शिक्षित व्यक्ती म्हणून त्यांचं नाव घेतलं जात असे. त्यांच्या वैयक्तिक ग्रंथालयात सुमारे ५२००० पुस्तकं होती. ते आमच्याशी बोलले आणि पेपर कसा लिहावा याबाबत त्यांनी काही फार चांगल्या, साध्या-सोप्या, पण परिणामकारक सूचना दिल्या. त्या सूचना मी माझ्या परीनं बदल करून राबवल्या आणि बहुधा त्यांचा मला परीक्षेत फायदाच झाला असणार. मुख्य लेखी परीक्षेत पास झाल्याचं मी गावी असताना कळलं आणि माझ्या आनंदाला उधाण आलं. अर्थात, हा आनंद कुणाला बोलून दाखवण्याची सोय नव्हती, कारण 'पोरगं कलेक्टरच्या परीक्षेला बसलंय म्हणे...' यात कौतुकापेक्षा चेष्टेचा भाग अधिक असायचा. अर्थात, मला कुणी तसं बोललेलं आठवत नाही. पण खेड्यापाड्यांतली पोरं कलेक्टरची परीक्षा देऊ शकतात यावर फारसा कुणाचा विश्वास नव्हता. पास व्हायची तर गोष्टच वेगळी.

राज्य प्रशासकीय प्रशिक्षण संस्थेचा लाभ मला झाला नाही असं नव्हे. मुंबईसारख्या ठिकाणी निवाऱ्याची जागा, खायची सोय याबरोबरच दरमहा साठ रुपये शिष्यवृत्ती म्हणजे माझ्या दृष्टीने पर्वणी होती. मुख्य म्हणजे, अभ्यास करायला जागा मिळाली होती, तीही हक्काची. काशीकर हे प्राचार्य राज्यशास्त्राचे प्राध्यापक होते आणि चांगलं शिकवायचे. पण प्रशासकीय सेवेच्या त्यांच्या अनुभवाबद्दल कुणालाच माहिती नव्हती. मात्र, मराठीसाठी असलेल्या विजया राजाध्यक्ष म्हणजे तिथला खरा आनंद होता. माझ्या आयुष्यात मराठी साहित्य मी खूप कमी शिकलो; पण विजया राजाध्यक्षांच्या शिकवण्यात आम्ही तीन-चार विद्यार्थी डुंबून जायचो. बाकीचे बरेचसे इकडचे तिकडचे प्राध्यापक यायचे, पण स्वत:च्या अभ्यासावर भिस्त ठेवणंच सोईस्कर होतं.

जरी अभ्यासाची आणि झोपेची जागा मिळाली असली, तरी संध्याकाळच्या वेळेस पाठीमागच्या झुणका-भाकर स्टॉलमधला कोलाहल, भांड्यांचा आवाज आणि गटारीचा वास आमच्या खोलीच्या वातावरणात पूर्ण मिसळून गेलेला असायचा. तरीही चार महिन्यांच्या अभ्यासाचा तो काळ निवांत होता. अभ्यासाव्यतिरिक्त दुसरी चिंता नसायची. दुपारी बारा वाजता वर्ग संपले की, जेवून तीन-चार तास ताणून द्यायचो. त्यानंतर पाच-सहाला अभ्यास सुरू करायचा ते रात्री एक-दोन वाजेपर्यंत. मध्ये फक्त आठ वाजता जेवायला

बाहेर पडायचो. सकाळी नेहमी उशिरा उठायचो. प्रातर्विधी आणि नाश्ता गडबडीत आटोपून कसेतरी क्लासमध्ये जायचो. त्यानंतरचे चार तास म्हणजे आमच्या बहुमूल्य वेळेची अधिकृत हेळसांड होती; पण इलाज नव्हता.

मध्यंतरीच्या काळात महाराष्ट्र लोकसेवा आयोगाच्या परीक्षेत मी पहिला आलो आणि पुण्यात डेप्युटी कलेक्टर म्हणून रुजू झालो. रुजू होऊन काही दिवसांनी गावी गेलो. एव्हाना लेखी परीक्षेचा निकाल लागला होता, पण माझ्या निकालाबाबत काहीच कळलं नव्हतं. घास हातातून निसटणार की काय? मी साशंक मनानं पुण्यात आलो. ऑफिसमध्ये निकालाबाबत कुणाला काही कळलं का ते विचारलं. कुणाला काहीच माहीत नव्हतं. मी सहज डाक चाळली, तर त्यात तो टेलिग्राम होता– 'एप्रिलच्या अमुक तारखेला दिल्लीला शहाजहान रस्त्यावरील केंद्रीय लोकसेवा आयोगाच्या धोलपूर भवनमध्ये मुलाखतीस या.' मी तीरासारखा त्या वेळचे पुण्याचे कलेक्टर नंदलाल यांच्याकडे गेलो. म्हटलं, ''सर, मला थोडीशी रजा हवी आहे.''

कामातून डिस्टर्ब झाल्यामुळे त्रासल्यासारखा चेहरा करून ते म्हणाले,

''What for? अभी तो छुट्टीसे आये हो!''

''Sir, I have passed the main exam of UPSC. मला इंटरव्ह्यूला बोलावलंय. पण मला तयारीसाठी सुट्टी हवीय, एक-दोन आठवड्याची.''

साहेब काय बोलतील अंदाज नव्हता, पण त्यांचा चेहरा बदलला होता. ते खोट्या रागात म्हणाले, ''आजपासून तुला पाहिजे तेवढी सुट्टी घे मुलाखतीपर्यंत. तू आय.ए.एस. होणार त्याचं थोडं तरी श्रेय मला मिळू दे. जा पळ!''

मी 'थँक यू' म्हणून सुटलो. मुंबईत प्रशासकीय प्रशिक्षण संस्थेत सगळ्यांना भेटायचं, त्यानंतर अभ्यासासाठी अज्ञातवासात जायचं ठरवलं. मुख्य म्हणजे, दिल्लीला काही दिवस आधी जायचं आणि परीक्षेपूर्वी तिथंच शांतपणे अभ्यास करायचा.

प्रशासकीय संस्थेनं मुलाखतीचं तंत्र शिकवण्यासाठी दोन दिवसाचं प्रशिक्षण ठरवलं होतं. त्यात एक प्रत्यक्षात मुलाखत घेऊन ती नंतर टेपद्वारे टी.व्ही.वर पाहून स्वत:मधल्या चुका दुरुस्त करण्याचा कार्यक्रम होता. स्वत:ची मुलाखत टी.व्ही.वर परत पाहण्यासारखी शिक्षा नाही. बोलणं, मुद्रा, हावभाव या सगळ्या गोष्टी पाहून आपलं बोलणं किती अपरिपक्व, किती वरवरचं आहे याची जाणीव झाली. गरजेपेक्षा जास्त हावभाव करतो हे लक्षात आलं. इंग्रजी बोलणं कठीण जातंय याचीही जाणीव झाली. स्वत:ची मुलाखत स्क्रीनवर पाहिल्यानंतर खरं तर थोडंसं उदास व्हायला झालं.

पण मी पुन्हा जोरात तयारीला लागलो. अभ्यासाची रूपरेखा तयार केली. सामान्य ज्ञान, संभाषण कला, ऐच्छिक विषयांची उजळणी, शाळा-कॉलेजात केलेल्या विषयांची धावती उजळणी, त्या वेळचे बहुचर्चित विषय या सगळ्यांच्या थोडक्यात नोट्स काढल्या. तत्कालीन विषयासंबंधी विचार व्यक्त करताना निश्चित मत मांडायचं ठरवून स्वत:ची

मतं निश्चित केली. असं मत व्यक्त करायला लागणारी वैचारिक बैठक मनात पक्की केली. ही मतं पक्की करताना व्यक्तिमत्त्वातले सकारात्मक गुण दिसले पाहिजेत अशी खूणगाठ मनाशी बांधली. पूर्वग्रहांपासून मुक्त, वस्तुनिष्ठपणे आणि साध्या-सोप्या शब्दांत आपले विचार मांडायचं ठरवलं. कोल्हापूरला कटांबळे सरांनी ताबडतोब 'इंग्रजी साहित्याचा इतिहास' हे माझ्या आवडत्या विषयाचं पुस्तक पाठवण्याची व्यवस्था केली. पंगू सरांनी मला वेळ कमी असणार हे ओळखून माझ्यासाठी नोट्स काढून द्यायची तयारी दर्शवली आणि मला कोल्हापूरला यायला वेळ नसल्यास स्वत: एक दिवसासाठी पुणे किंवा जरूर तर मुंबईपर्यंत येण्याची तयारी दाखवली. सुदैवाने मला वेळ मिळाला आणि कोल्हापुरास जाऊन एक पूर्ण दिवस सरांशी माझ्या पदवी परीक्षेसाठी पूर्वी केलेल्या अभ्यासाची जलद उजळणी केली. या उजळणीनंतर माझा आत्मविश्वास दुणावला. कॉलेजातले शिक्षक कॉलेज सोडल्यानंतरही आपल्यावर पूर्वीचंच प्रेम राखून आहेत याचाही मनस्वी आनंद वाटला.

दिल्लीला गेलो तरी कुणाकडे उतरायचं हा प्रश्न होता. पांडुरंग कोठारीनं महाला प्रदीप नावाच्या गुजरातच्या एका खासदाराच्या नावे एक चिठ्ठी दिली होती. प्रदीप तोरणेनं त्याच्या काकांचा जनकपुरीतला पत्ता दिला होता. कोसळणाऱ्या पावसात रात्री बारा वाजता दिल्लीत पोहोचलो. टॅक्सी करून नॉर्थ अॅव्हेन्यूत आलो. पंधरा मिनिटांनी घराचं दार उघडलं. महालांचा नोकर, मी झोपेतून उठवलं म्हणून माझ्यावर नाराज झालेला दिसला. मोठ्या नाखुशीनं त्यानं मला घरात घेतलं. दुसऱ्या दिवसापासून मुलाखतीपर्यंतचे पाच-सहा दिवस पूर्ण अभ्यासाला वाहून घ्यायचं ठरवलं. पण खासदारांच्या घरी येणाऱ्या पाहुण्यांमुळे मी अगदी हैराण झालो. दोन दिवसांनंतर तोरणेचा चुलतभाऊ प्रशांतच्या ओळखीनं महाराष्ट्र सदनात राहण्याची सोय झाली. त्यानंतरच्या तीन-चार दिवसांत जितका होईल तितका अभ्यास केला. उजळणी केली. मुलाखतीच्या एक दिवस आधी माझी मुलाखतीसाठी पूर्ण तयारी झाली होती. आदल्या दिवशी जवळजवळ पूर्ण विश्रांती घेतली.

पांढरा शर्ट, काळी पँट, चप्पल अशा साध्या वेषात मी दुपारी एक वाजता केंद्रीय लोकसेवा आयोगाच्या शहाजहान मार्गावरील धोलपूर हाऊसमध्ये प्रवेश केला आणि माझ्या लक्षात आलं की, सगळ्या उमेदवारांनी पायांत बूट घातलेले आहेत. त्यावरचं पॉलिश चमकत होतं. माझ्या पायांत मात्र चपला होत्या. एखाद्या बाणासारखं मन भूतकाळात मागे गेलं. चौथीनंतर पहिल्यांदा कोल्हापुरात तात्यांबरोबर आलो तेव्हा पाय अनवाणी होते. कोल्हापूरच्या डांबरी रस्त्यांवर पायांना चटाचट चटके बसत होते. शहरातली बाकीची पोरं चपला घालून फिरत होती. भूतकाळातल्या त्या आठवणीनं मी क्षणभर उदास झालो; पण उदास होण्याची ती वेळ नव्हती. लढाईच्या शेवटच्या टप्प्यात तुटकं शिरस्त्राण आहे म्हणून चिंता करण्यात काय अर्थ? लढाई जिंकणं हे तलवारीपेक्षा मनाच्या तयारीवर

अवलंबून असतं. मनात सामर्थ्य असेल तर साधे हातही तलवारीसारखे चालतील. महात्मा फुले पुण्यात ड्यूक साहेबांना भेटायला आले तेव्हा त्यांच्या अंगावर घोंगडी आणि पायांत फाटक्या वहाणाच होत्या ना? त्या विचारानं माझ्यात दहा हत्तीचं बळ आलं. मनात तात्पुरती शिरलेली उदासी पाचोळ्यासारखी दूर उडाली. चपलांवरचं लक्ष उडालं आणि पुढे होणाऱ्या मुलाखतीवर लक्ष केंद्रित केलं. मन चलबिचल झालेल्या त्या क्षणी फुले माझ्या मदतीला आले.

मुलाखतीसाठी माझं नाव पुकारलं गेलं आणि धडधडत्या अंत:करणानं मी त्या खोलीत प्रवेश केला. समोरच्या अर्धवर्तुळाकार टेबलाच्या पलीकडे बसलेल्या मुलाखत समितीला मी भारतीय पद्धतीने नमस्कार केला आणि बसल्या बसल्या माझ्यावर प्रश्नांची सरबत्ती सुरू झाली.

''आजचं वर्तमानपत्र तुम्ही वाचलं असेल! त्यात इंदिराजी परदेश दौऱ्यावर जाणार असं वृत्त आहे... कोणत्या देशांना त्या भेट देणार आहेत?'' मधल्या खुर्चीनं विचारलं.

सकाळीच पेपर वाचला होता. त्यातली इंदिरा गांधींची परदेश भेटीची बातमीही वाचली होती. मी पटकन सांगितलं,

''श्रीमती गांधी स्कँडेव्हियन देशांना भेटी देणार आहेत...''

''स्कँडेव्हियन देश कोणते...?'' प्रतिप्रश्न.

''नॉर्वे, स्वीडन आणि...'' माझी गाडी अडली. तिसऱ्या देशाचं नाव माहीत असूनही आठवेना. स्मरणशक्तीला ताण देण्याचा पूर्ण प्रयत्न करूनही जमेना. निराशेची सूक्ष्म लहर मनात उठली. हातात आलेली संधी जातेय की काय असं वाटलं. वेळ वाया न घालवता मी उत्तरलो, ''मला आठवत नाही तिसऱ्या देशाचं नाव... माफ करा.''

''तिसरा देश म्हणजे डेन्मार्क...'' त्यांच्यापैकी एक मदतीला धावला.

''बरं आहे. आता पुढचा प्रश्न. मार्गारेट थॅचरने मध्यावधी निवडणुका जाहीर केल्या याचं कारण काय?''

''निवडणुका घेण्याचं मुख्य कारण म्हणजे, फॉकलंड बेटांच्या युद्धात ब्रिटनला मिळालेलं यश. या यशामुळे मार्गारेट थॅचरची प्रतिमा ब्रिटनमध्ये खूप उजळली आहे. या गोष्टीचा फायदा मिळावा म्हणून त्यांनी मध्यावधी निवडणुका घ्यायचं जाहीर केलं...'' मी आत्मविश्वासानं बोललो.

''आणखी काही कारण आहे का...? अंतर्गत... एखादं खास कारण असावं असं वाटत नाही का तुम्हाला?''

''दुसरं काही कारण असेल तर मला माहीत नाही.'' प्रामाणिकपणाचं धोरण राबवायचं ठरवून बोललो.

''तुमचं पहिलं नाव बरंच लांबलचक आहे. याचा काही अर्थ आहे का?'' मुलाखतकारांमध्ये असलेली एकमेव महिला प्रतिनिधी प्रश्न विचारायला सरसावली आणि

प्रश्न ऐकून माझी कळी खुलली. परराष्ट्राविषयीच्या प्रश्नात ना मला रुची होती, ना ते माझं क्षेत्र होतं. पण माझ्या नावाविषयीचा प्रश्न आला आणि यापुढे आपण मुलाखत जिंकणार असं माझ्या मनानं मला सांगितलं. प्रश्नांचा रोख यापुढे महाराष्ट्रावर आणि त्यातही आपल्या परिचित क्षेत्रावर ठेवायचा आणि त्या दृष्टीने उत्तरांची योजना करायची, असं धोरण आखून मी म्हणालो,

''माझं पहिलं नाव ज्ञानेश्वर. महाराष्ट्रातल्या तेराव्या शतकातल्या एका महान संताचं नाव असून ते संतकवी म्हणूनही ओळखले जातात. महाराष्ट्रातल्या भक्तिपंथाचा पाया त्यांनी रोवला आणि त्यातूनच मोठी संतपरंपरा निर्माण झाली...'' मी मुद्दामच तपशीलवार सांगू लागलो. विचार असा की, मुद्द्याला धरून जेवढं बोलता येईल तेवढं बोलायचं, म्हणजे वेळही जाईल आणि आपल्या आवाक्याबाहेरचे अवघड प्रश्नही विचारले जाणार नाहीत.

''या संतपरंपरेबद्दल थोडं सांगाल का...?'' त्या महिलेनं पुन्हा हा प्रश्न विचारला आणि आपल्याला माहीत असणाऱ्या विषयाकडे आपण मुलाखतीचा ओघ वळवला आहे हे माझ्या लक्षात आलं. ही संधी सोडायची नाही असा मनात निश्चयच केला.

''संतपरंपरा तशी ज्ञानदेवांचे मोठे बंधू निवृत्तिनाथांपासून सुरू होते आणि पुढे कित्येक शतके चालू राहते. या संतांनी पारंपरिक रूढी, परंपरा याविरुद्ध संपूर्ण संघर्ष केला आणि मराठी जनतेला सामाजिक समतेचा संदेश दिला. ज्ञानदेवांप्रमाणे नामदेव, एकनाथ, तुकाराम, जनाबाई, गोराकुंभार, चोखामेळा इत्यादी संत प्रसिद्ध असून, प्रत्येकाचं स्वतंत्र कार्य आणि कर्तृत्व आहे. ज्ञानेश्वरांनी सामान्य लोकांना समजेल अशा पद्धतीने गीतेचं मराठीत विश्लेषण केलं. तुकाराम महाराजांनी लोकांना समजेल अशा शब्दांत जीवनाचं सार समजावून सांगितलं...'' मी शक्य तितक्या तपशिलात जाऊन सांगू लागलो.

''बरं. समजा, एखाद्या आदिवासी भागात तुमचं पोस्टिंग झालं, तर तिथल्या विकासात कोणत्या गोष्टींना प्राधान्य द्याल?'' पुढचा प्रश्न.

''सर्वप्रथम शिक्षण. आजही आदिवासी समाज राष्ट्रीय प्रवाहात सामील झाला नाही याचं कारण त्यांच्यातल्या शिक्षणाचा अभाव. प्रत्येक गावात नसेना, निदान पंचक्रोशीत तरी एखादी शाळा झाली तरी बरीच जागृती येईल...''

''पण लोक शाळेत येणार कसे? त्यांचं आरोग्य, गरिबी वगैरे गोष्टी केव्हा बघणार?'' मला थोडासा घोटाळ्यात टाकण्याचा प्रयत्न.

''आरोग्य सेवेला मी शिक्षणानंतर प्राधान्य देतो. एकदा मूलभूत शिक्षण दिल्यानं तरी आपोआप आरोग्यविषयक जाणिवा वाढतील. अंधश्रद्धा जाऊन आधुनिक विज्ञानावर आधारित औषधोपचार घ्यायला लोक तयार होतील. मूलभूत शिक्षणानंतर धंदेशिक्षण देण्याच्या दृष्टीने प्रयत्न करीन. एवढं झाल्यानंतर तिथे रस्ते, बँका आणि इतर सोयी निर्माण करण्याचा प्रयत्न करीन...''

"श्रीयुत मुळे, तुमचं बहुतेक शिक्षण खेड्यात किंवा ग्रामीण भागात झालं. गेल्या चाळीस वर्षांत खेड्यांचा विकास कितपत झाला असं तुम्हाला वाटतं...?" पुन्हा प्रश्न.

"स्वातंत्र्यानंतर चाळीस वर्षांत खेड्यांची थोडीफार प्रगती झाली आहे, पण जितकी व्हायला पाहिजे होती तितकी झाली नाही." - मी.

"म्हणजे काय नेमकं?"

"म्हणजे असं की, चाळीस वर्षांत शिक्षणप्रसार वाढला. सध्याच्या माहिती-युगात लोकांच्या अपेक्षा वाढल्या. शहराबरोबर नसेना का, पण थोड्याबहुत मूलभूत गरजा भागल्या पाहिजेत असं लोकांना वाटू लागलं. प्रत्यक्षात मात्र आजही बहुसंख्य खेड्यांना साधं प्यायचं पाणी उपलब्ध नाही. रोजगार, साक्षरता, सर्वांना आरोग्य या गोष्टी तर दूरच राहोत..."

"याचा अर्थ लोकशाही असफल झाली असं वाटतं का तुम्हाला?" कात्रीत टाकणारा प्रश्न.

"मुळीच नव्हे. भारतासारख्या विविध जातिधर्मपंथांनी भरलेल्या देशात लोकशाहीशिवाय पर्याय नाही. पण सध्याची लोकशाही परिणामकारक होण्यासाठी अनेक सुधारणांची आवश्यकता आहे. मघाशी म्हटल्याप्रमाणे ग्रामीण लोकांच्या फक्त अपेक्षाच वाढल्या आहेत असं नव्हे, तर या अपेक्षांमुळे आपल्यावर अन्याय होतो आहे याची जाणीव खेड्यातल्या जनतेला होऊ लागली आहे. आपलं प्रतिनिधित्व देशाच्या प्रशासनात पुरेसं नाही, अशी रास्त भावना ग्रामीण भागांत पसरली आहे."

"बरं. तुमचा जिल्हा कशासाठी प्रसिद्ध आहे?"

"कोल्हापूर हे मुख्यत: सहकारी संस्था, गूळ, चपला आणि कुस्ती या गोष्टींसाठी ओळखलं जातं. अनेक प्रकारच्या लोककलांना मानाचं स्थान असल्यानं कोल्हापूरला कलापूर असंही म्हटलं जातं. जवळजवळ सर्व मराठी चित्रपटांची निर्मिती कोल्हापुरात होते. सामाजिक सुधारणांची मुहूर्तमेढ रोवणारे शाहू छत्रपती हे कोल्हापूरचे राजे होते..."

मी अजून बरंच काही सांगणार होतो, पण मुलाखत मंडळाच्या अध्यक्षांनी मानेनंच मला पुरे म्हणून सांगितलं. आता मुलाखत संपली असं सगळ्यांच्या चेहऱ्यावरून माझ्या लक्षात आलं. मी मुलाखत कशी दिली याची मात्र कोणतीच प्रतिक्रिया मुलाखत मंडळाच्या सदस्यांच्या किंवा अध्यक्षांच्या चेहऱ्यावर नव्हती. मी उठलो. सगळ्यांना नम्रपणे नमस्कार केला आणि पाठ वळवून दरवाजाबाहेर आलो. मागे काही कुजबुज झाली, पण नेमकं काय झालं याचा अंदाज बांधता आला नाही. साधारण वीस-एकवीस मिनिटांची ही मुलाखत. पण माझं मूल्यमापन मुलाखत समिती कसं करेल याबाबत मला अजिबात कल्पना करता येत नव्हती. कधी वाटायचं मुलाखत चांगली झाली; कधी वाटायचं प्रश्न इतके साधे विचारले, पण आपण उत्तरं अजून चांगली देऊ शकलो असतो. मनाचा हा गोंधळ सुरूच राहिला. मुलाखतीनंतरची राम मनोहर लोहिया इस्पितळातली शारीरिक

तपासणी आटोपून मी पुण्याला डेप्युटी कलेक्टर म्हणून रुजू झालो.

सगळे मला 'इंटरव्ह्यू कसा झाला, कसा झाला?' म्हणून विचारत होते आणि मी 'बरा झाला' असं उत्तर देऊन जास्त बोलायचं टाळत होतो. डेप्युटी कलेक्टर कामात रस घेऊन पुढे चालत राहावं असा संकल्प मी केला. यश मिळेल असं वाटायचं, पण आय.ए.एस.च्या परीक्षेचा बाऊ एवढा की, खात्री नव्हतीच.

तीनेक आठवड्यांनी मी निवासी उपजिल्हाधिकारी शिवाजीराव पाटील यांच्या केबिनमध्ये बसलो असताना फोन खणखणला. शिवाजीरावांचा फोन असल्यानं आपण कशाला उचला म्हणून मी गप्पच बसलो. बेल खणखणत राहिली, तेव्हा रिसीव्हर उचलला.

''पाटील साहेब नाहीत केबिनमध्ये...'' मी बोललो.

''अरे भाई, मुझे मि. मुळेसे बात करना है... मैं बेंजामिन बोल रहा हूँ'' बेंजामिन हे हवेलीचे उपजिल्हाधिकारी होते.

''हां, मैं मुळे बोल रहा हूँ... कहिए साब, क्या हुक्म है?'' मी माझ्या कमावलेल्या हिंदीत बोललो... आय.ए.एस.च्या उच्चकुळीत असलेला बेंजामिन मला फोन करेल असं स्वप्नातदेखील वाटलं नव्हतं.

''भई, कॉंग्रॅच्युलेशन्स! तुम्हारा नाम सिविल सर्विस के लिस्ट में आया है. आज के अखबार में रिजल्ट है...'' बेंजामिनच्या आवाजात एक प्रकारची एक्साइटमेंट होती.

''सच?'' माझा स्वत:वर विश्वास बसत नव्हता. खात्री करून घ्यायची म्हणून मी विचारलं. तसा मला खूप आनंद झाला होता.

''तो क्या मैं झूठ बोलता हूँ? आके देखो यहाँ. लिस्ट है मेरे पास. और सुनो, तुम्हारा नाम काफी ऊपर है. आय.ए.एस./आय.एफ.एस., जो माँगोगे सो मिलेगा.'' बेंजामिन खुशीत येऊन बोलला. आपल्या जातकुळीत तो माझं स्वागत करत होता.

बेंजामिन आयुष्यभर माझ्या लक्षात राहील. त्याने जी बातमी सांगितली ती बातमी ऐकण्यासाठी जिवाची केवढी परवड केली होती! ना खाण्याकडे लक्ष होतं ना शरीराकडे. स्कॉलरशिपचे पगाराचे सगळे पैसे पुस्तकाला जायचे आणि खाण्या-पिण्यावर कपात करावी लागायची. बेंजामिनचे मी बातमीबद्दल आभार मानले आणि फोन ठेवून डोकं गच्च धरून बसलो. डोळ्यांत पाणी तरारलं. आयुष्याचा सगळा पट एखाद्या चित्रपटासारखा डोळ्यांसमोरून सरकू लागला. आई-बाप, गाव, कोल्हापूरची शाळा, अध्यापक वर्ग, शहाजी कॉलेज, मित्र-मैत्रिणी, मुंबई या गोष्टी तर आठवल्याच. मला वाटलं फुले, शाहूमहाराज, आंबेडकर यांचं स्वप्न मर्यादित अर्थानं साकार झालं. त्यांच्या संस्कारात तयार झालेला मी, यापुढे देशाच्या प्रशासनात काम करणार. जरूर त्यांचा आत्मा स्वर्गात सुखावला असणार. मी १९७५ साली शंकरशेठ मिळवली तेव्हा बऱ्याच वर्षांनी ती शिष्यवृत्ती कोल्हापूरला मिळाली होती. तेही बहुजन समाजातल्या विद्यार्थ्याला. आताही तसंच. आय.ए.एस./आय.एफ.एस.मध्ये कोल्हापूरच्या ग्रामीण भागातून कित्येक वर्षांनंतर

माझी निवड झाली होती. कोल्हापूरनं माझ्यावर प्रचंड प्रेम केलं होतं. आमच्या कॉलेजचे संस्थापक श्रीपतराव बोंद्रे मला दोन-तीनदा म्हणाले होते, 'तू कलेक्टरची परीक्षा पास झालास तर तुझी हत्तीवरून मिरवणूक काढणार.' त्यांच्या आवाजात प्रेम आणि अभिमान, दोन्ही भरलेले असायचे.

मी नागरी परीक्षा पास झाल्यानंतर बोंद्रेंनी माझी हत्तीवरून मिरवणूक काढली नाही, पण २५ ऑगस्ट १९८३ रोजी भारताचे माजी उपपंतप्रधान आणि महाराष्ट्राचे अग्रणी नेते कै. यशवंतराव चव्हाण यांच्या हस्ते माझा जो दसरा चौकात प्रचंड सत्कार झाला, त्याला तोड नाही. मुख्यमंत्री वसंतदादा पाटलांसह जवळजवळ वीस मंत्री या समारंभाला उपस्थित होते आणि सत्कारानंतर वेळेचं बंधन न घालता बोलण्याची मुभा मला देण्यात आली. माझ्या दहा मिनिटांच्या भाषणात मी माझ्या यशाचंच नव्हे, तर त्या वेळपर्यंतच्या आयुष्याचं सार सांगितलं.

शाहू महाराज, म. फुले यांच्या विचारांतून स्फूर्ती घेऊन तयार झालेल्या, लोकांनी निर्माण केलेल्या संस्थांतून शिकण्याचं भाग्य मला मिळालं. मी ज्या शाळेत शिकलो ती शाळा खेड्यापाड्यात शिक्षणानं वंचित होऊन बुद्धिमान मुलं मागे पडू नयेत म्हणून सुरू झाली. त्या शाळेनं जर दहाव्या वर्षात मला टिपून कोल्हापुरात आणलं नसतं आणि ज्ञानगंगेचा लाभ मिळाला नसता, तर मी माळावर गुरांमागे धावत बसलो असतो किंवा शेत खुरपत, नांगरत बसलो असतो किंवा वाडवडिलांसारखं शिलाईचं मशीन चालवत आयुष्य घालवलं असतं. पण कोल्हापूरनं माझा कायाकल्प केला. समाज मोठा करायचा असेल तर माणसं पेरा, या शाहू महाराजांच्या संदेशातून प्रेरणा घेऊन त्या वेळचे जिल्हा परिषदेचे उपाध्यक्ष बाळासाहेब माने आणि अध्यक्ष दिनकरराव यादव यांनी ही शाळा काढली आणि ध्येयवादी शिक्षकांची या निवासी शाळेत नेमणूक केली. या ध्येयवादी शिक्षकांनी जे संस्कार दिले, तेही समाजबदलाचे, सामाजिक समतेचे आणि राष्ट्रबांधणीचे. शाळा संपल्यावर कॉलेजनं मला दत्तक घेतलं. शालिनी पॅलेसच्या राजप्रासादात एका शिंप्याच्या मुलाला राजपुत्रासारखी वागणूक मिळाली. माझ्या गुणांची कदर केली गेली, माझ्या पैशाची नव्हे. पैसा माझ्याकडे कधी नव्हताच. कॉलेजनं पुस्तकं दिली, शिष्यवृत्त्या दिल्या, फुकट होस्टेल दिलं, मानसन्मान दिला. पण या सर्वांपलीकडे जाऊन माझ्यात असलेल्या स्फुलिंगाला चेतवण्याचं काम केलं. संस्थाचालकांनी जातीनं लक्ष घालून अभ्यासावर देखरेख ठेवली.कोल्हापुरातला एक सामान्य मुलगा दिल्लीवर झेंडा फडकावणार याची माझ्यापेक्षा माझ्या प्राध्यापकांना, संस्थाचालकांना खात्री होती. आम्ही आठवीत गेल्यानंतर १९७१ साली, म्हणजे एस.एस.सी.ला तीन वर्ष असताना शाळेच्या प्राचार्यांनी १९७५ ची शंकरशेठ शिष्यवृत्ती आमच्या शाळेला मिळणार असं घोषित केलं आणि शंकरशेठ १९७५ साली माझ्याद्वारे शाळेला मिळाली. कॉलेजच्या संस्थाचालकांनी, मी नागरी परीक्षेत यश मिळवावं म्हणून सगळ्या सवलती कित्येक वर्षांपासून दिल्या आणि

आज परिणामत: मला स्पर्धात्मक परीक्षेत यश मिळून समाजसेवेची आणि पर्यायाने देशसेवेची अमूल्य संधी मिळाली आहे.

''माझं यश माझं नसून फुले, आंबेडकर, शाहू महाराज, भाऊराव पाटील, वि. रा. शिंदे यांच्या विचारांचं यश आहे. ते ज्या तत्त्वांसाठी आयुष्यभर झिजले, त्यांचा हा विजय आहे. या विजयाचं सगळं श्रेय जिवंत रसरशीत विचारांनी संपन्न अशा या कोल्हापूरच्या मातीला आहे. या मातीत रुजलेल्या समतेच्या विचारांनी पेटून माझ्यासारख्या अजाण बालकाला खेड्यातून उचलून आणून, जिवापाड प्रेम करून मला मोठं केलेल्या माझ्या अध्यापक-अध्यापिकांना आहे. मी फक्त तुकारामांनी सांगितल्याप्रमाणे 'फोडिले भांडार धन्याचा तो माल, मी तो हमाल भार वाहे' असा हमाल आहे.

''कोल्हापूरच्या जिवंत मातीत जन्माला आल्यानं मी जगभर कुठेही असलो तरी या मातीला विसरणार नाही अशी प्रतिज्ञा करतो, शपथ घेतो. ज्या विचारांनी मला मोठं केलं त्यांच्या पालनासाठी मी आजन्म प्रयत्न करीन. ज्या जनसामान्यांचा मी प्रतिनिधी आहे त्यांच्यासाठी माझ्या ऑफिसची आणि घराची कवाडं सदैव खुली असतील असं वचन देतो. जो विश्वास आणि प्रेम कोल्हापूरच्या आणि महाराष्ट्राच्या जनतेनं माझ्यावर दाखवला आहे त्याला तडा जाईल अशी कोणतीही वागणूक माझ्याकडून होणार नाही यासाठी मी प्रयत्नशील राहीन. महाराष्ट्रातल्या संतांनी आणि समाजसुधारकांनी ज्या विचारांना आयुष्य वाहिलं, ते प्रत्यक्षात आणण्यात कोणतीही कुचराई करणार नाही. बुद्धीनं आणि शरीरानं प्रशासनात या विचाराचं प्राबल्य वाढावं यासाठी कष्ट करीन. कोल्हापूरच्या मातीला आणि सामाजिक समतेच्या विचारधारेला शतश: वंदन करून भाषण संपवतो. धन्यवाद!''

माझ्या मनाच्या एका छोट्या कोपऱ्यात आठवणींची एक छोटी कुपी पडून आहे. जेव्हा कधी संधी मिळेल तेव्हा ती कुपी मी तळहातावर ठेवतो. दुसऱ्या हातानं कुपीच्या टोपणावरची धूळ साफ करतो आणि टोपणावर कोरलेल्या अक्षरांचा हाताला स्पर्श आणि डोळ्यांना दर्शन होतं. धौरा. धौरा या उत्तर प्रदेशातल्या उन्नाव जिल्ह्यात शांतपणे पडून असलेल्या खेड्याचा आणि माझा संबंध येण्याचा प्रश्नच नव्हता. तरीही प्रशिक्षणाचा भाग म्हणून बाकीच्या सेवांमधल्या तीन अधिकाऱ्यां-बरोबर या खेड्यात मी पंधरा दिवस राहिलो. इतकं साधं गाव मी पूर्वी पाहिलं नव्हतं. गावात अपवादानेसुद्धा श्रीमंत दिसू नयेत? एकही पक्कं घर दिसलं नाही. सगळ्या गावात तलाठी सोडल्यास एकही पैसेवाला दिसला नाही. आम्हाला त्या गावात एक सामाजिक, आर्थिक सर्व्हे करायचा होता. त्यानिमित्त जवळजवळ गावातल्या चौथाई घरात तरी जाणं झालं. लोक गरीब, पण प्रेमळ होते. सगळी घरं मातीची. सिमेंटचा अजून पत्ता नव्हता. गल्लीबोळातून उघडी-नागडी पोरं अनवाणी पायानं फिरताना पाहून मला माझ्या बालपणाची आठवण व्हायची.

आज कित्येक वर्षं झाली तरी धौरा मला आठवतं. आम्ही राहत असलेलं गेस्ट हाऊस, तिथून आडवातिडवा जाणारा पाण्याचा बंधारा, हिरवी शेतं, जीपच्या आकाराची सर्व्हिस मोटार आणि तिच्या अंगाखांद्यावर सगळीकडून लोंबकळणारे लोक, अगदी साधे लोक.

आम्ही त्या गावातल्या एका कामसू आणि धट्टयाकट्टया पण गरीब युवकाला कुठल्या तरी विकास योजनेखाली नोकरी लावण्याचा किंवा कर्ज उपलब्ध करून देण्याचा आटोकाट प्रयत्न केला. आम्ही ध्येयवादी होतो, स्वप्नाळू होतो... प्रथम श्रेणीचे अधिकारी होतो. पण याहून महत्त्वाचं म्हणजे, आम्ही अज्ञानी होतो... सरकारी यंत्रणा नोकरशाही आणि तिचं विलंबकौशल्य याबाबत आम्ही अनभिज्ञ होतो. तिथल्या वास्तव्यात त्याचं काम व्हावं म्हणून पराकाष्ठेचा प्रयत्न करूनही त्याचं काम लवकर होणार नाही याचा निघण्यापूर्वीच अंदाज आला होता. आम्ही धौरा सोडल्यानंतर तरी त्याचं काम झालं असेल का, याची मला शंका वाटते. आम्ही मात्र त्याला मदत करायच्या नावाखाली त्याला खोटी आशा दाखवली याबद्दल खूप वाईट वाटलं.

आम्ही गेल्यानंतर त्याच्याशी तलाठ्यानं बोलणंसुद्धा बंद केलं असेल! तो युवक आमच्याबद्दल काय बोलत असेल? कदाचित त्याच्या संथ आयुष्यात दगड टाकून अनेक लाटा निर्माण केल्या. आता त्याचं जीवन पूर्ववत झालं असेल का? की वाढलेल्या आकांक्षांचं ओझं घेऊन तो वेडा झाला असेल?

त्या छोट्याशा गावात आमच्या अल्प वास्तव्यात अनेक घटना घडल्या. म्हटल्या तर क्षुल्लक, म्हटल्या तर महत्त्वाच्या. तलाठ्याबरोबर एकदा आम्ही शेजारच्या तालुक्यासारख्या गावी गेलो होतो. तिथे रस्त्यावरच्या एका दुकाना-समोरच्या बाकड्यावर बसून चहा पीत होतो. आमच्या समोरच्या रस्त्यावरून एक मोठाल्या मिशीचा बंदूकधारी गृहस्थ समोर आला आणि सरळ त्याने आमच्याबरोबर असलेल्या तलाठ्याच्या कपाळावर बंदूक धरली. आम्ही प्रथम श्रेणीचे चार अधिकारी, देशाच्या सर्वोच्च सेवांमध्ये रुजू व्हायला सज्ज झालेले, पण आमच्या तोंडचं पाणी पळालं. चहाचा कप जिथल्या तिथे ठेवून आम्ही उभे राहिलो. पळालो तर फुकटचे मरू या भीतीनं जीव मुठीत घेऊन कडमडत उभे होतो.

''कौन हैं ये लौंडे?'' मूछवाल्यानं तलाठ्याला विचारलं.

''साब ये आय.ए.एस. अफसर हैं, कलेक्टरकी इम्तहान पास कर चुके हैं...'' घाबरत तलाठी म्हणाला.

''यहाँ किसलिए आये हैं?'' बंदूक तशीच कपाळावर.

''साब, वो... वो... ट्रेनिंग के लिए आए है!'' थरथरणारा तलाठी.

''अच्छा सुनो, वो कर्जे के लिए फारम दिये थे उसका क्या हुआ?''

''साब, वो तो... वो लोग तो कर्जा नहीं ले पायेंगे... वो तो जमीदार है...यह योजना तो सिर्फ निरक्षरों के लिए है...'' तलाठी कसाबसा म्हणाला.

"क्या बोले हरामजादे...!" बंदुकीने तलाठ्याची मान मागे रेटली.

"कुछ नहीं साब... कुछ नहीं, मिल जाएगा कर्जा... सबको मिल जाएगा."

"कब तक?" अरेरावी कायम. बंदूक तशीच. गर्भगळीत तलाठी.

"जल्दी हो जाएगा साब... बहुत जल्दी..." – तलाठी.

"कब तक...?" पुन्हा आवाजातला जोर वाढला.

"दस दिन में साब... हो जाएगा!" दीनवाणा आवाज. घामेजला तलाठी.

"याद रख पटवारी के बो! दस दिन में पैसा नहीं मिलेगा तो लोग तुम्हें देखने नहर में जायेंगे... समझे...?"

त्याने हिसक्याने बंदूक काढली. चालायला लागला. आम्ही मोठ्यानं सुस्कारा सोडला. एवढ्यात तो गरकन मागे वळून पुन्हा आमच्याजवळ आला. आम्ही देशाचे सेवक, तेही प्रथम श्रेणीचे... पण सगळ्यांना मायबाप आठवले. तुच्छतेनं आमच्याकडे नजर टाकून तलाठ्याजवळ गेला. अधिकारवाणीनं तो तलाठ्यावर गरजला, "इन लौंडों को अच्छा ट्रेनिंग देना. देश का भविष्य यही सम्हालेंगे." दाणदाण पाय आपटत तो निघून गेला.

ग्रामीण जीवनातली ही वस्तुस्थिती डोळे उघडायला लावणारी होती. एका अर्थानं तलाठ्यापेक्षा बंदूकवाल्या माणसानं आम्हाला खऱ्या परिस्थितीची जाणीव करून दिली. ग्रामीण विकास हा वाटतो तितका सोपा विषय नव्हे, हेही या निमित्तानं कळलं. तलाठी त्यानंतर सुन्न झाल्यासारखा वागत होता. कुठल्याही परिस्थितीत बंदूकवाल्याच्या सगळ्या जमीदार दोस्तांना अनाथ, बेघर आणि बेकार यांच्यासाठी असलेल्या योजनांचा फायदा देण्याशिवाय गत्यंतर नव्हतं. आधीच गरिबीनं पिचलेल्या या गावात सरकारी यंत्रणा कशी राबवली जाते याचं साक्षात दर्शन त्या दिवशी झालं. आमचा अर्धा राहिलेला चहाचा कप परत उचलण्याचं धाडससुद्धा आम्हाला झालं नाही. त्या दुकानातून आम्ही काढता पाय घेतला.

या पार्श्वभूमीवर आम्ही ज्या युवकाला मदत करायाला निघालो होतो त्याचं काम होणं कठीण. दोन जमीनदारांच्या सह्या, शिफारस कागदपत्रांची पूर्तता, तालुक्याच्या ठिकाणाला खेटे या सगळ्या गोष्टी त्याला जमणंच अशक्य. त्याच्या मातीच्या पडक्या घरात तो, त्याची बायको आणि पोरं जशी दिसली त्याच अवस्थेत मरेपर्यंत राहणार. विकास आणि लोकशाही कदाचित गावात येईल, गल्लीबोळातून फिरेल; पण त्याच्या घरात कशी शिरणार?

धौरा माझ्या लक्षात राहिलं त्याचं आणखी एक कारण म्हणजे, तिथले लोक हजारो वर्षांचं दारिद्र्य सहन करूनही किती आनंदी दिसत होते! आम्ही ज्या ज्या घरात गेलो, तिथं आमचं आनंदानं स्वागत झालं, बसायचा आग्रह झाला आणि अगदी अट्टहासानं चहाचा कप दिला गेला. दारिद्र्यातही जगण्याची ईर्ष्या, कसल्याही दुःखांना सामोरं जाण्याची

ताकद आणि एक अपूर्व तेज वृद्धांपासून ते उघड्या-नागड्या फिरणाऱ्या पोरांपर्यंत सगळ्यांच्या चेहऱ्यावर दिसत होतं. हे तेज आलं कुठून? हजारो वर्षांच्या भारतीय संस्कृतीचा परिपाक म्हणायचा, जीवन जगण्याची अदम्य इच्छा म्हणायची, की येईल त्या प्रसंगाला जमेल तसं सामोरं जाण्याच्या हिंदू तत्त्वज्ञानाचं प्रतीक समजायचं?

धौरा गावात आणखी दोन व्यक्ती खास लक्षात राहिल्या. एक सुशिक्षित वेडा आणि एक नागबाबा. हा सुशिक्षित वेडा त्याच्या घरासमोरच्या व्हरांड्यात सकाळपासून रात्रीपर्यंत चकरा मारायचा. येणाऱ्या-जाणाऱ्यांशी बोलायचा, शिव्या घालायचा, बोलवायचा. एक दिवस आम्ही त्याच्या घरासमोरून जात होतो, तर तलाठ्यानं भरभर चालायला सांगितलं. कारण विचारलं तर म्हणाला, ''यहाँ वो पागल है ना, वह आपका समय बरबाद करेगा!'' एवढ्यात त्या वेड्याला आम्ही दिसलो आणि तो आम्हाला उद्देशून आरडाओरडा करू लागला.

''वो बाबू लोग, आओ हमारे घरकी चाय पीके जावो, ना मत कहना. देखना, मैं बहुत अच्छी चाय बनाता हूँ! जाना मत. नहीं तो मैं शिकायत करूँगा आप सब लोगों की. आपको नौकरी से निकाल दूँगा. इंदिरा गांधी, नेहरू, लालबहादूर सबको बताऊँगा. आप लोग सरकारी होके गरीब के घर की चाय नहीं पिते हैं. मैं शिकायत करूँगा...''

लगबगीत चालणाऱ्या आणि आम्हाला पळायला लावणाऱ्या तलाठ्याला मी थांबवलं. तो वेडा जे काही बोलत होता त्याने माझी उत्सुकता चाळवली गेली. तो कदाचित वेळ वाया घालवेल, पण त्याच्याकडे बोलण्यासारखं आणि आपल्याला ऐकण्यासारखं काहीतरी निश्चित आहे असं मला वाटायला लागलं.

''यहाँ थोडा रुकना है'' म्हणून माझा निश्चय मी जाहीर केला, तेव्हा माझे मित्र आणि आदरणीय तलाठीसाहेब यांना थांबण्याशिवाय कोणताच पर्याय नव्हता. आम्ही वळलो आणि त्या वेड्याच्या घराच्या कुंपणात शिरायला लागलो, तेव्हा तलाठी हळूच म्हणाला, ''साब, यहाँ वक्त बरबाद मत करना, इस पागल को तो बकने की बहुत आदत है!'' मी तलाठ्याचं ऐकून न ऐकल्यासारखं केलं. त्या वेड्याला भेटायला मी उत्सुक होतो. काहीतरी नवं बघायला आणि ऐकायला मिळणार याची मला खात्री होती. कोणताही माणूस सहजासहजी वेडा बनत नाही, तर समाज त्याला वेडा बनवतो, हेही मला सत्तारच्या अनुभवानं कळलं होतं. दुसरं म्हणजे, वेडं बनायला काही ना काही खोल मानसिक आघात तरी होणं आवश्यक आहे किंवा मन फारच संवेदनशील असलं पाहिजे, हेही मागच्या थोड्याफार अनुभवानं माझ्या लक्षात आलं होतं.

वेड्याच्या घरासमोरच्या कुंपणाचा अर्धवट उघडलेला दरवाजा अधिक उघडून आत प्रवेश केला. त्या तुटक्या दरवाजापासून व्हरांड्यापर्यंत तीस-चाळीस फुटांच्या छोट्या पायवाटेवरून दोन्ही बाजूला पाहिलं तेव्हा लक्षात आलं की, कधी काळी इथं कुणीतरी मोठ्या काळजीनं आणि कष्टानं फुलवलेली बाग असणार. काही झुडपांचा आणि स्वबळावर

उभ्या असलेल्या फुलझाडांचा अपवाद सोडला, तर ती बाग पूर्ण उजाड झाली होती. काळजीपूर्वक पसरलेली माती आणि बागेला विटांच्या रांगांनी दिलेला मनमोहक आकार अजूनही मनात भरत होता. पण कित्येक वर्षांत या बागेतल्या मातीला किंवा तिथल्या झाडांना मायेचा स्पर्श झालेला नसावा! कुठे असेल तो माळी? कुणाच्या स्पर्शानं फुलली असेल ती बाग पूर्वी? कुणाचे नाजूक पण अनवाणी पाय फिरले असतील इथं? कोणत्या मायाळू डोळ्यांनी केलं असेल कौतुक इथल्या प्रत्येक नवीन पानाफुलांचं आणि रोपांचं? तांबूस जमिनीच्या उदरातून बाहेर पडताना अचानक वात्सल्यपूर्ण डोळ्यांची दृष्टभेट झाली असेल तेव्हा काय वाटलं असेल त्या पहिल्या तृणपात्याला?

व्हरांड्याच्या दोन पायऱ्या चढून वर आलो तेव्हा तो समोरच स्वागताला उभा होता. त्याच्या चेहऱ्यावरचा आनंद ओळखू येत होता. वेडेपणाची लहर त्याच्या डोळ्यांतून सहज दिसून येत होती. आम्ही तिथल्या वेताच्या खुर्च्यांवर बसलो. मी वेड्याकडे पाहिलं. त्याचे कपडे अगदी व्यवस्थित होते. जणू काही कुठल्या तरी कार्यक्रमाला जायला तयार झाल्यासारखे. गंमत म्हणजे, त्याने टायसुद्धा लावला होता. व्यवस्थित भांग पाडून केस चापूनचोपून बसवले होते. गोरापान प्रशस्त चेहरा, उंचीपुरी शरीरयष्टी आणि बत्तीस-तेहतीस वय. चांगल्या कुळातून आला असणार यात शंका नाही.

''बैठिये साब, अच्छा किया आप आ गये, नहीं तो मैं डी.जी. पुलीस को कंप्लेंट कर देता, आप सब लोगों की। अभी तो गये हैं वह जीपसे। मेरी तो स्पेशल लाइन है कानपूर, लखनौ और दिल्ली से। कह दे तो अभी बुलाऊँ डी.जी. साब को? नहीं तो जाने दो, बहुत काम होता है इन लोगों को। आजकल वैसे भी उन्होंने आना कम कर दिया है। लेकिन मैं कलेक्टर साब को कह दूँगा, फिर तो आपकी छुट्टी हो जाएगी। आप भी तो आय.ए.एस. बनोगे, कलेक्टर बनोगे, सेक्रेटरी साहब बनोगे, फौरन जावोगे। फिर देश की तरक्की होगी... हा...हा...हा...।''

फक्त त्याचे शेवटचे हा...हा...हा... सोडल्यास हा माणूस वेडा वाटतच नाही. त्या शेवटच्या हा...हा...मध्ये उपहास होता, चीड होती, की असहायता? की त्याच्या वेडेपणाची झलक? त्याच्या अप टू डेट कपड्यावर माझं लक्ष पुन्हा एकदा गेलं. त्याच्या तुलनेत आमचे कपडेही गबाळे वाटत होते. पायांत बूट घालून तो तयार होता. ते बूटही व्यवस्थित पॉलिश केलेले. हा वेडा कसा? या विचाराबरोबरच लक्ष त्याच्या पँटवर गेलं. वरपासून खालपर्यंत व्यवस्थित कपडे घातलेल्या या गृहस्थाच्या पँटची बटणं खालीवर झाली होती. त्याच्या हा...हा...हा...सारखीच त्याची ही बटणं त्याच्या विचित्रपणाची... वेगळेपणाची आणि पर्यायानं वेडेपणाची खूण. तो बोलत होता, आम्ही ऐकत होतो.

''क्या लेंगे आप? चाय, कॉफी, ठंडा या गरम...! हमारे घर में कोई शरमाने की जरुरत नहीं। आपका ही घर है। बाबू लोग शहर से आते हैं तो इस घर की शोभा बढती है। मेरी माँ इतनी अच्छी चाय बनाती है, किसीभी फाइव्ह स्टार में नहीं मिलेगी...।''

त्याने आईचा उल्लेख केला म्हणजे त्याची आई आत असणार. कशी असेल त्याची आई? कशी सांभाळत असेल ती एवढ्या मोठ्या पण वेड्या मुलाला?

''अभी आएगी मेरी माँ और आप सब लोगों को देखके वह बहुत खुश हो जाएगी। उसको घर में रौनक अच्छी लगती है। पता नहीं वह अभी तक क्यों नही आयी। लेकिन कोई घबराने की बात नहीं है... मैं अभी फोन करूँगा चीफ मिनिस्टर को... मेरी तो डायरेक्ट लाईन है...। हॅलो, हॅलो, यह चीफ मिनिस्टर का बंगला है, साब तो घर में नहीं है। बहुत जनसेवा में व्यस्त रहते हैं... रुकिये, मैं तो प्राइम मिनिस्टर से बात करता हूँ... मॅडमऽऽऽ मॅडम... हॅलो, हॅलो, अरे पी.ए. साहब, मॅडम को लगाइए, बहुत अर्जंट मॅटर है...। मेरी मम्मी घर नहीं लौटी है... घर में मेहमान आये हैं... उनको चाय पिलानी है। जल्दी भेजिए मेरे मम्मी को... वो बहुत अच्छी है...। क्या मिसेस गांधी दौरे पे गयी हैं...? कोई बात नहीं, मैं अभी डी.जी. या आय.जी.से बात करूँगा...। हॅलो हॅलो, आय.जी. साब! मेरी माँ अभी तक घर नहीं आयी। पता नहीं उसको क्या हो गया। उसने जल्दी घर आने का वादा किया था। ढुँढिये आप उसको, साथ पार्टी में जाना है। मैं तैयार होकर कभी से इंतजार कर रहा हूँ उसका...। जल्दी भेज दीजिए मेरी माँ को। मैं डरपोक नहीं हूँ। मैं रोऊंगा नहीं... उं...उं...उं... माँ, माँ...''

तो जोरात रडायला लागला, किंचाळायला लागला. आजूबाजूचे लोक जमा होतील असं वाटलं, पण कुणीही घराबाहेर डोकावूनसुद्धा पाहिलं नाही. कदाचित हे दररोजचंच असावं. त्याच्या वेडेपणाच्या अनेक खुणा आता लक्षात येत होत्या. फोन करताना तो फक्त हातवारेच करत होता; पण तरीही सराईतपणा लक्षात येत होता. कधी काळी त्याने फोन वापरला असणार यात शंका नाही. या गावात फोनच्या ताराही नाहीत, मग याला कुणी शिकवलं इतकं सगळं बोलायला? केव्हा झाला असेल वेडा आणि का? वेडा रडायचा थांबला आणि आमच्याकडे रोखून पाहू लागला. भीतीची एक सूक्ष्म लहर आरपार गेली.

''आप लोगों ने मेरी माँ को कहीं छुपाया है? बताइए, क्यों छुपाया है, कलेक्टर साब ने बोला था वह वापस आ रही है। फिर अब तक क्यों नहीं आयी। मेरी माँ को वापस करो... मैं आपको नहीं छोडूंगा, जब तक आप मेरी माँ... वह बहुत अच्छी है... वह सब की सेवा करती है। सब से प्यार करती है... गरिबों को मुक्त में दवा देती है... वह गरिबों को बहुत चाहती है। आप उसको छोड दो... छोड दो। नहीं तो मैं आपको नहीं छोडूंगा... मार डालूंगा मैं आपको, आपका... खून पी जाऊँगा...।''

त्याचा आवाज वाढला. आमच्या मनातली भीती वाढू लागली. तो वेडा होता यात शंका नाही. तलाठी चुळबुळ करू लागला. इथून चला असे डोळ्यांनी इशारे करू लागला. मलाही त्या वेड्याची भीती वाटत होती; पण भीतीबरोबरच त्याच्या आईला नेमकं काय झालं हे जाणून घ्यायची प्रबळ इच्छा मनात होती. वेडा अगदी जवळ येऊन जोरजोरात

हातवारे करून बोलत होता. त्याचा चेहरा कधी केविलवाणा, तर कधी आक्रमक वाटत होता. पण त्याच्या बोलण्याचे सूत्र एकच होतं, त्याची आई...

"मैंने सब लोगों को बताया... कोई भी मेरी माँ को ढूँढ नहीं सकता...! कलेक्टर, चीफ मिनिस्टर, प्राईम मिनिस्टर, सब कहते हैं की कारवाई जारी है...। ये देखिए सब की चिठ्ठीयाँ। एक दिन तो डी.आय.जी. का आय.जी. बन गया, लेकिन मेरी माँ मुझे नहीं मिली। मुझे पता है आप सब लोग भी यही कहोगे की सब ठीक होगा। क्यूँ, कहोगे ना? यही कहोगे ना?" वेडा माझ्या जवळ आला आणि सरळ दोन्ही हात माझ्या गळ्याच्या दिशेनं पुढे केले.

निमिषार्धात मी उडी मारली, व्हरांड्यातून बागेत आणि बागेतून रस्त्यावर. माझे सहकारी आणि तलाठी माझ्या आधीच सटकले होते. व्हरांड्याच्या पायऱ्यावर येऊन वेडा जोरजोरात कोकलत होता, "भाग गये साले...! हा..ऽऽ हा..ऽऽ हां। मेरी माँ को कोई नहीं ढूँढ सकता... आय.जी., चीफ मिनिस्टर, प्राईम मिनिस्टर...सब झूठ बोलते हैं... डायरेक्ट लाईन पे आके बात करने को डरते हैं... डरपोक हैं... सब डरपोक हैं...। सबने मिला के मेरी माँ को मार डाला...। मार डाला मेरी माँ को... माँऽऽ माँऽऽ माँ...।"

त्याच्या किंकाळ्यांनी आसमंत भरून गेला होता. मोठ्या आवाजात तो रडत होता, ओरडत होता. आजूबाजूचे लोक काहीच न घडल्यासारखे रस्त्यावरून जात-येत होते. त्याच्या त्या लहान मुलासारख्या आक्रंदनाने मी अस्वस्थ झालो. जत्रेत हरवलेल्या मुलाने 'आई, आई' करून टाहो फोडावा तसा तो रडत होता, पण कुणाचंच लक्ष नव्हतं त्याच्याकडे! कदाचित त्याची आई कुठे आहे याचा कुणालाच पत्ता नसावा किंवा तिला परत आणणं शक्य नसावं. ती मेली असेल, की तिला कुणी मारलं असेल? मुलगा वेडा झाला म्हणून तर नसेल ना त्याची आई त्याला सोडून गेली? की आई सोडून गेली म्हणून हा मुलगा वेडा झाला असेल? काही केल्या त्या वेड्याचे ते ओरडणे माझ्या कानांतून जाईना. त्याच्या आयुष्याचं रहस्य जाणणं भाग होतं. तलाठी आधीच माझ्यावर नाराज होता. त्याला विचारणं शक्य नव्हतं.

संध्याकाळचं जेवण झाल्यानंतर डाक बंगल्यातल्या नोकरानं आमचे बिछाने लावले. माझ्या कानांत त्या वेड्याच्या ओरडण्याचे प्रतिध्वनी अजून घुमत होते. कदाचित प्रवेशद्वाराच्या नोकराला त्या वेड्याविषयी विचारावं म्हणून, माझे सहकारी झोपल्यानंतर मी उठलो. हळूच बाहेर पडलो. रात्रीचे साडेदहा वाजले होते. भयंकर काळोख, चार-पाच किलोमीटरवरचा गावही अंधारात पूर्ण विरघळून गेला होता. कुठेतरी एखादा दिवा दिसत होता, पण तोही धूसर. रस्त्यावर पूर्ण सामसूम. अपरात्री लुटालूट होण्याचे प्रकार. त्यामुळे रात्री कुणीच प्रवास करत नाही रस्त्यावर. डाकबंगल्याच्या प्रशस्त आवारातली प्रचंड झाडंही गुपचूप बसली होती. अंधारानं जणू पहारा करण्यासाठी बसवल्यासारखे ते सगळे वृक्ष शांत दबा धरून जिथल्या तिथे पाय रोवून उभे होते. ती स्मशानशांतता मनात

भीतीची थंडगार वीज निर्माण करत होती. फरशीवरचा माझ्या चपलांचा आवाज जणू ढोल बडवत असल्यासारखा भासत होत होता. म्हाताऱ्या नोकराची खोली डाव्या बाजूच्या कोपऱ्यात प्रवेशद्वारा-जवळ होती. जावं की न जावं असा विचार करत असतानाच उजवीकडे नजर गेली. कोपऱ्यात छोटीशी धुनी पेटवून कुणीतरी बसलं होतं. घाबरून मी गारठलो. मागे वळलो आणि डाकबंगल्याच्या दिशेनं मागं फिरणार एवढ्यात मागून आवाज झाला.

''अरे साबजी, क्या हो गया? आइये, कुछ देर ठंडी में हात-पाँव गरम कर दीजिए।'' म्हाताऱ्या गोपाळचाच आवाज होता. मी थांबलो. थंडीपासून बचाव करण्यासाठी गोपाळनं डोळ्यांपर्यंत शाल गुंडाळली होती. सुरुवातीला पाहिलं तेव्हा धुनीच्या ज्वालांमागे त्याचं फक्त डोकं मला दिसलं होतं. कसली तरी विचित्र प्रतिमा नजरेसमोर येऊन माझी घाबरगुंडी उडाली होती.

त्या छोट्या शेकोटीजवळ जाऊन बसलो. गोपाळच्या चेहऱ्यावर भीती दिसत नव्हती. या क्षणी त्याला जगातल्या कोणत्याच गोष्टीत रस नव्हता. त्याने मला हातपाय शेकायला बसवून घेतलं खरं, पण माझ्याकडून काही ऐकण्यातही त्याला रस नसावा. नाही तर समोरच्या ज्वालांकडे तो असा गोठलेल्या नजरेनं पाहत बसला नसता.

बोचरी थंडी आणि भयाण शांतता, समोर गोपाळ होता की त्याचं भूत? काहीतरी बोलणं भाग होतं.

''किती वर्षं झाली इथं काम करायला लागून...?'' मी त्याला बोलतं केलं.

''गांधीजींचा खून झाला त्या वर्षापासून... एक इरिगेशन इन्स्पेक्टर तलावात बुडून मरत होता त्याचा वाचवला. दुसऱ्या दिवसापासून नोकरीला लावलं त्यानं. त्या दिवशी संध्याकाळी खूप इच्छा होती, पण तेवढं नशिबात पाहिजे ना।'' म्हातारा गांधीजींवरच्या प्रेमानं भरला होता.

''गोपालजी, आपको एक पूछना था...'' मी वेळ वाया जात असल्यासारखा गडबडीत बोललो, ''वह जो पागल आदमी है ना, उसके बारे में जानना था. मतलब, क्या हो गया उसको? कहाँ गयी है उसकी माँ? क्यूँ बन गया वह पागल?''

''अरे बाबूजी! उस बेचारी की कहानी सुनके आप क्या करोगे? वह पागल नहीं है... जमाने ने बना दिया उसको पागल... अब कुछ नहीं रहा... बेचारा... कितनी अच्छी थी उसकी माँ... और जिसको आप पागल बोल रहे हो, यह बहुत होनहार लडका था... क्या था, क्या हो गया...!''

''गोपालजी, मुझे जरूर सुनाइये उसकी कहानी, मैं बहुत उत्सुक हूँ जानने के लिए, क्या किया जमाने ने उसके साथ?''

थरथरत्या आवाजात गोपालनं ती मन गोठवणारी कहाणी सांगितली.

कानपूरमध्ये मेडिकल कॉलेजात सरोज नावाची एक मुलगी अभ्यास करत होती.

मुलगी खानदानी घराण्यातली, गर्भश्रीमंत आणि सोन्याचा चमचा तोंडात घेऊन जन्माला आलेली. आई-वडील अगदी सुशिक्षित आणि त्या काळात वडिलांची बॅरिस्टरी. तिला घरचं सगळं वातावरण आवडायचं, पण तिला श्रीमंतीचा वीट आला होता. गांधी आणि नेहरूंच्या विचारानं ती प्रभावित झाली होती. वडील नव्या विचारांचे होते, त्यामुळे मुलीनं खूप शिकावं अशी त्यांची इच्छा होती. वडिलांनी वकिलीत खूप पैसा मिळवला; पण 'चले जाव'च्या चळवळीत वडिलांनी वकिली सोडली नाही याचा तिला अत्यंत राग. वडिलांना परंपरागत ठाकूरकीचा अभिमान. त्यामुळे आपोआप जातपात आली. सरोज अभ्यासू आणि संवेदनशील असल्यानं तिला सगळ्या गोष्टी तिच्या मैत्रिणींच्या मानानं फार लवकर कळायला लागल्या. गांधीजींच्या 'खेड्याकडे चला' या आज्ञेचा तिच्या मनावर इतका परिणाम झाला की, शालेय शिक्षण संपताच तिनं एकदम घर सोडून पळून जाण्याचा निश्चय केला. वडिलांनी तिला स्टेशनवरून पकडून आणलं, बेदम चोप दिला आणि पुन्हा असं न करण्याची धमकी दिली. त्याचा तिच्या मनावर काहीच परिणाम झाला नाही; पण तिच्या काळजीनं सरोजच्या आईची तब्येत एकदम खालावली आणि आईला तिने, मी घरातून पळून जाणार नाही, असं वचन दिलं.

लोकांची सेवा करायचं व्रत पत्करल्याने तिने मेडिकल कॉलेज निवडलं. कॉलेजमध्ये ती एकटीच मुलगी. बॅरिस्टर साहेबांची मुलगी म्हणून सगळे तिच्याकडे अदबीनं पाहायचे. पण तिला ते आवडायचं नाही. वडिलांच्या सावलीत वाढण्यासाठी तिचा जन्म झाला नव्हता. आजूबाजूची गरिबी पाहून तिला दुःख व्हायचं आणि त्याच वेळी ऐषोरामात राहणाऱ्या आपल्या वडिलांच्या ऐश्वर्याचा तिला वीट यायचा. कॉलेजमधील बहुसंख्य मुलंही चांगल्या घरातली, म्हणजे श्रीमंत आई-बापांची. पण तिला या सगळ्याचा उबग यायचा. आपणसुद्धा यांच्यासारखेच होऊ याची तिला सदैव भीती वाटायची. ती एका बाजूला मेडिकलचा अभ्यास करत होती, तर दुसऱ्या बाजूला कुणी आपल्या विचाराचा भेटतो का, याचा शोध घेत होती. अशा वेळी तिला डॉ. नरेंद्रकुमार भेटले आणि तो क्षण तिच्या जीवनातला सगळ्यात मोठा बदल घडवणारा ठरला.

प्रॅक्टिकल्स करून ती मेन गेटमधून बाहेर पडत होती. तेवढ्यात डावीकडून आवाज आला, 'माफ करा, थोडी मदत कराल का?' त्या आवाजात केवढी जादू होती! सौम्य आणि तरीही समर्थ. सरोज थांबली. अगदी साध्या वेषातला एक गृहस्थ बाजूलाच बेहोष पडलेल्या एका म्हाताऱ्याला उचलण्याचा प्रयत्न करत होता. सरोजमधली परोपकारी वृत्ती जागी झाली. तिने पटकन मदतीचा हात पुढे केला. त्या म्हाताऱ्याची काठी, खाली पडलेले पैसे, चिलीम तिने उचलली आणि त्या गृहस्थाला मदत करत दोघांनी म्हाताऱ्याला इमर्जन्सी वॉर्डमध्ये आणलं. त्या गृहस्थाला पाहताच बाकीचे डॉक्टर्स गोळा झाले. पण तो गृहस्थ स्वतः सगळ्या गोष्टी करू लागला. म्हाताऱ्याची तपासणी, इंजेक्शन, त्याला वॉर्डमध्ये नेणं आणि तो ठीक होईपर्यंत त्याची सेवा. तिला वाटलं, तो म्हातारा त्या

गृहस्थाचा नक्कीच कुणीतरी नातेवाईक असावा.

पण तो सिनियर रेसिडेंट डॉ. नरेंद्रकुमार आहे हे तिला जेव्हा कळलं, तेव्हा ती सरळ त्याच्या प्रेमातच पडली. काहीतरी जगायला आवश्यक असणारं निमित्त तिला मिळालं. त्याच्याशी तिने अगदी जाणीवपूर्वक मैत्री वाढवली. जसजसं त्याच्याविषयी तिला अधिकाधिक कळू लागलं, तसतसं तिचा त्याच्याविषयीचा आदर वाढत गेला. डॉ. नरेंद्र स्वकष्टानं मोठा झाला होता. आई-वडील शेतीकाम करणारे, तेही मुख्यत: दुसऱ्यांच्या शेतात. नरेंद्र मोठा झाला. स्थानिक शिक्षकांच्या मदतीने आठवीनंतर शेजारच्या शहरात गेला. अर्धवेळ नोकरी करत शाळा पूर्ण केली आणि स्वबळावर मेडिकल कॉलेजात प्रवेश मिळवला. तिथेही जिद्दीने अभ्यास करून गोल्ड मेडल मिळवलं.

सरोजनं नरेंद्रबरोबर लग्न करत असल्याचा निर्णय आई-वडिलांना सांगितला तेव्हा त्यांना धक्का बसला. आपली मुलगी वेगळी आहे हे त्यांना माहीत होतं; पण ती खालच्या जातीतल्या मुलाबरोबर लग्न करतेय ही गोष्ट त्यांच्या मनाला न पटणारी. त्यांनी सर्व उपाय करून पाहिले. नरेंद्रला धमकी दिली. सरोजला समजावून सांगितलं. वडील आपलं ऐकेपर्यंत आपण लग्न करणार नाही, हा सरोजचा निश्चय. शेवटी चार वर्षांनंतर वडिलांनी मरण्याआधी लग्नाला संमती दिली.

लग्न झाल्यानंतर डॉ. नरेंद्रबरोबर त्याच्या खेडेगावात जाऊन जनसेवा करण्याचं स्वप्न प्रत्यक्षात आणायला ती उतावीळ झाली होती. लग्न झालं तेव्हा जीवनातला सगळ्यात मोठा आनंद सरोजला झाला. ती बुद्धिमान होती. डॉक्टरीण झाली होती. आणि त्याहूनही, सगळ्या कानपुरात तिच्याइतकी तेजस्वी आणि सुंदर मुलगी शोधूनही सापडली नसती. लग्नाबाबत बॅरिस्टरसाहेबांचे अनेक प्लॅन होते. मोठ्या झगमगाटात लग्न झालं पाहिजे असा त्यांचा निश्चय होता; पण झालं मात्र साध्या पद्धतीनं. सरोजनं डॉ. नरेंद्रशी लग्न केलं. आता तिला कुणाचीच पर्वा नव्हती.

पण कधी कधी परमेश्वरसुद्धा पक्षपातीपणा करतो. मांडलेला डाव कुणीतरी लाथेनं उधळावा तसं झालं. गावी परतायची तयारी सुरू असतानाच भरधाव ट्रक अंगावर जाऊन डॉ. नरेंद्र जागीच मरण पावला. सरोजच्या स्वप्नांच्या ताजमहालाला अनपेक्षित सुरुंग लागला. धारदार तलवारीनं कुणीतरी आपले तुकडे करून टाकावेत असं तिला वाटलं. वाटलं, पण ते क्षणभरच. ती पुन्हा सावरली. नरेंद्र गेला म्हणून ती आणि तिचं कार्य थांबणार नव्हतं. नरेंद्र तिच्या पोटात आपली खूण ठेवून गेला होता. तिने दु:ख गुंडाळलं, मन मोठं केलं आणि थोड्याफार सामानानिशी ती येऊन पोहोचली, तिच्या नवऱ्याच्या गावात. रस्त्यावरचे खाचखळगे अनुभवत आणि समोरच्या न संपणाऱ्या रस्त्याकडे पाहत असताना जणू आपण अनभिज्ञ भविष्यात प्रवेश करतोय असंच तिला वाटलं. पण नरेंद्रचं स्मरण करताच तिला सगळा रस्ताच परिचयाचा वाटू लागला. संध्याकाळचे सात वाजले. गाडीला अचानक ब्रेक लागला. मोडक्या खिडकीतून तिनं पाहिलं. समोर

साक्षात तिचं स्वप्न उभं होतं, त्या बोर्डाच्या रूपानं. बोर्डवर लिहिलं होतं – गाव : धौरा, लोकसंख्या : १७००.

ती गाडीतून खाली उतरली. समोरचा अंधार कापत गाडी निघून गेली आणि अचानक अंधाराच्या अजगराने तिला गिळून टाकलं. आपल्या एकाकीपणाची जाणीव त्या क्षणी तिला तीव्रतेनं झाली. विद्युल्लता चमकावी तशी नरेंद्रची एकसारखी आठवण येऊ लागली. यापुढचा रस्ता तिला एकटीनंच चालावा लागणार! पहिल्यांदाच तिला हातातल्या बॅगेचं ओझं जाणवलं. पन्नास फुटांवर कंदिलाच्या मंद प्रकाशात बिस्किटं, गोळ्या, चहापूड विकणाऱ्या वाण्याला तिनं 'नरेंद्रचं घर कुठलं?' असं विचारलं तेव्हा त्या वाण्याची तारांबळ उडाली. त्याने 'मी येतो दाखवायला' म्हटलं. दुकानाच्या फळ्या बंद केल्या आणि सरोजबरोबर निघाला. नरेंद्रबद्दल गावातल्या प्रत्येकाला केवढा अभिमान होता आणि त्याच्या जाण्यानं सगळ्यांना केवढं दुःख झालं होतं याचा प्रत्यय तिला वाण्याच्या बोलण्यातून आला. नरेंद्रच्या आठवणी काढून त्याच्या डोळ्यांत अश्रूंची धार लागली. ते नरेंद्रच्या घराजवळ आले. तिथल्या मातीला नरेंद्रच्या पावलांचा स्पर्श झाला असणार या कल्पनेनंच तिच्या अंगावर रोमांच उभे राहिले.

दार उघडण्याचा करकर आवाज. तिने वाण्याला नमस्कार केला. दरवाजा आतून बंद केला आणि इतका वेळ आवरून ठेवलेलं तिचं मन बेभान झालं. सगळे बांध तुटून गेले. एखाद्या लहान बाळासारखा तिने हंबरडा फोडला. इतके दिवस मन मारून ती गप्प होती. दुःखाचा यत्किंचितही मागमूस जगाला दिसता कामा नये असा तिचा अट्टहास होता. आपण रडत आयुष्य काढावं, ही कल्पना नरेंद्रला आवडणार नाही या भावनेनं तिनं स्वतःला आवरलं होतं. पण त्या क्षणी या सगळ्या गोष्टी ती विसरून गेली.

आपलं आयुष्य तुटलेल्या पतंगासारखं फरफटत चाललं आहे, मागे-पुढे शेकडो मैल कुणीही नसलेल्या वाळवंटातून आपण एकटे चाललो आहोत, अशी एकाकीपणाची जाणीव तिच्यावर ढगासारखी दाटून राहिली. पण अचानक कुणीतरी तिला स्पर्श केला. त्या मंद स्पर्शानं तिच्या अंगांगावर कळ्या उमलल्या. पिकायला घातलेल्या आंब्यांचा सुगंध अचानक इकडेतिकडे दरवळावा तसं तिला वाटलं. तिच्या पोटातलं सोनुलं मंद हालचाल करत होतं.

दुसऱ्या दिवशी सूर्यनारायणानं तिला उठवलं. डोळे उघडून तिने दूरवरच्या शेतांपलीकडचं शिवालय आणि त्याच्या शिखरावरून सगळ्या गावाला प्रकाशाची अंघोळ घालणारा लालभडक सूर्य पाहिला. शिवालय आणि सूर्यदर्शन तिला नव्या जीवनाचा शकून वाटला. तिनं जोमानं आयुष्याची पुनर्बांधणी केली. आपलं जीवन समाजसेवेला वाहिलं. तिच्या डॉक्टरकीची तिला खूप मदत झाली. सकाळपासून रात्रीपर्यंत तिच्याकडे गावातल्या आजारी माणसांची गर्दी व्हायची. तिने गावात छोटं इस्पितळ व्हावं म्हणून प्रयत्न सुरू केले. मुलांना आई-वडिलांनी शाळेत घालावं म्हणून आग्रह धरू लागली. गावातल्या लोकांचं प्रेम चांगलंच

संपादन केलं. फावल्या वेळात तिनं अंगणात बाग फुलवायला सुरुवात केली. विटांची छान रांग लावून त्यामध्ये लाल मातीचा भराव टाकला. वेगवेगळ्या प्रकारची रोपं आणून लावली. कामानिमित्त कानपूर-लखनौला जाणं झालं तर तिथून नवनवीन झाडं आणायचा शौक तिने लावून घेतला. तीन-चार वर्षांत तिने गावात आमूलाग्र बदल घडवला. शिक्षणाची आणि आरोग्याची जाणीव निर्माण केली. विनोदही आता तीन वर्षांचा झाला. अंगणातली आणि तिच्या आयुष्यातली बाग तिला पुन्हा एकदा फुललेली दिसली. कधी कधी ती दुपारी खिडकीतून बागेत दुडुदुडु चालणाऱ्या विनोदकडे पाहायची. त्याचं धारदार नाक, पाणीदार डोळे यात तिला नरेंद्रचं दर्शन व्हायचं.

त्या दिवशी विनोदचा सातवा वाढदिवस होता. संध्याकाळी चार-पाचच्या सुमारास कानपूरला जायचं, रात्री तिकडेच एका मित्राकडे राहायचं आणि सकाळी परत यायचं असा कार्यक्रम होता. वाढदिवसाला कानपूरला न्यायचं सरोजनं मान्य केलं होतं.

संध्याकाळी जायला थोडा उशीरच झाला. साडेपाच-सहाच्या सुमारास अचानक एक जीप भरधाव येऊन घरासमोर थांबली. गडबडीनं त्यातून काही माणसं उतरली. 'बाईसाहेब लवकर चला, शेजारच्या गावात एक बाळंतीण अडली आहे... चला, नाही तर ती मरून जाईल.' म्हणून केविलवाणे सांगू लागली.

सरोजनं क्षणार्धात निश्चय केला. आपली बॅग घेतली. विनोदचा पापा घेऊन म्हणाली, 'आता येते हं! मग आपण जायचं कानपूरला.' विनोद आईवर नाराज झाला. तरीसुद्धा आईला जाणं भाग आहे असं समजून तो गप्प बसला.

तास-दोन तास झाले... रात्र झाली तरी आई आली नाही, तसा सात वर्षांचा विनोद कासावीस झाला. रामूकाकाने सर्वत्र विचारून पाहिलं. शेजारच्या गावात चौकशी केली, पण काही खबर मिळेना म्हणून शेवटी चालत जाऊन त्याने पोलीस चौकीत खबर दिली.

पोलीस आले. तपासाची चक्रं फिरली. शोधाशोध झाली. पोलीस आले म्हणजे आईचा शोध निश्चित लागेल अशी विनोदला खात्री होती; पण सरोज परत आली नाही. काही दिवसांनी जीपचा तपास लागला. दोन-चार लोकांना अटक झाली, वर्तमानपत्रात काहीबाही लिहून आलं; पण सरोजचा शोध काही लागला नाही.

''सरोजचं नेमकं काय झालं?'' मी न राहवून गोपाळला विचारलं.

गावात लोक अनेक तर्कवितर्क करतात. तिचे कुणाबरोबर तरी प्रेमसंबंध होते. त्याच्याबरोबर ती पळाली अशी अफवा ती बेपत्ता झाल्यानंतर पसरवण्याचा प्रयत्न झाला. पण गावात कुणीच यावर विश्वास ठेवत नाहीत. खरी गोष्ट वेगळीच असावी.

सरोजसारखी देखणी आणि सुंदर स्त्री सगळ्या इलाख्यात शोधून सापडली नसती. तिला जाळ्यात ओढण्याचा प्रयत्न गावातले आणि शेजारच्या गावातले प्रतिष्ठित गुंड लोक सदैव करत होते. या सगळ्यांना जुमानण्याइतकी सरोज कच्ची नव्हती. त्या दिवशी संध्याकाळी बाळंतीण अडली आहे असा कांगावा करत आलेले लोक म्हणजे या प्रतिष्ठित गुंडांचे

दूत होते. अडलेल्या-नडलेल्यांच्या मदतीला जायच्या सरोजच्या स्वभावामुळे ती पटकन तयार झाली आणि त्यांच्याबरोबर गेली. ते लोक तयारीनिशी आले होते.

जीपने गाव सोडताच आणखी काही लोक वाटेत चढले. वीस-पंचवीस मैलावरच्या जंगलात नेऊन तिचे डोळे बांधण्यात आले. तिच्यावर गुंडांनी आळीपाळीने बलात्कार केला. त्यानंतर तिचा खून करून तिच्या देहाची विल्हेवाट लावण्यात आली.

केस झाली. गावातल्या लोकांनी मामलेदार कचेरीवर मोर्चा नेला. काही लोकांना अटक झाली. गावकऱ्यांना हायसं वाटलं. पुन्हा त्यांची सुटका झाली. पैशापुढे कुणाचं काहीच चालत नाही. गावकऱ्यांनी मुख्यमंत्र्यांना पत्र लिहिलं. तपासाची आश्वासनं मिळाली. चौकशीचं नाटक झालं. गावकऱ्यांनी प्रधानमंत्र्यांना लिहिलं. कालांतरानं लोक विसरू लागले. पुढारी आणि प्रतिष्ठित गुंड यांची मैत्री होती. गुंड मोकाट फिरू लागले. पुन्हा एकदा आयुष्य आणि काळ पुढे सरकू लागला.

विनोदला मात्र आपली आई येणार याची खात्री होती. आई परत येणार आणि आपल्याला घेऊन कानपूरला जाणार म्हणून तो सदैव तयार होऊन बसतो. त्या घटनेला आता पंचवीस वर्षं झाली, पण विनोदची प्रतीक्षा संपली नाही. तो अजूनही सूटबूट घालून सदैव कुठेतरी निघायचं असल्यासारखा दिसतो. अंगणातली उजाड झालेली बाग त्याला अजून दिसलेली नाही.

विनोदचा जीवनप्रवास तिथेच कुंठला. जीवनप्रवास कुंठतो त्याला अनेक कारणं असतात. अनेकदा व्यक्ती स्वत:च स्वत:वर मर्यादा घालते आणि जिथल्या तिथं थांबते. माझे अनेक मित्र गावातच थांबले. आपल्या गावात किंवा शहरात ओळखीचे लोक, मित्रमंडळी, ओळखीची ठिकाणं आणि परिचयाचं वातावरण असतं. या सर्वांतून येणारी सुरक्षितता माणसाला सुखावह वाटते आणि ती सुरक्षितताच माणसाला कधी कधी जिथल्या तिथं थांबवते. मला मात्र या सुरक्षिततेत एक प्रकारची अस्वस्थता येते. म्हणून तर मी संधी शोधत होतो कोल्हापूर सोडण्याची. मुंबईची वाट पकडण्याची...

'मी मुंबईत कसा पोहोचलो?' असं कधी कधी मित्र विचारतात.

'परदेशात जायची संधी खेड्यातल्या पोरांना मिळणं कठीण. तेव्हा निदान मुंबईला तरी जरूर जा. मुंबईत जे शिकाल ते इतरत्र शिकायला मिळणार नाही.' कॉलेजात असताना प्राचार्य आम्हाला आवर्जून असं सांगायचे. एकदा नव्हे, अनेकदा. ते मुंबईच्या एल्फिन्स्टनमधून आमच्या कॉलेजला डेप्युटेशनवर आले होते. सातारा जिल्ह्यातील एका खेड्यात जन्म घेऊन मुंबईपर्यंत त्यांनी धडक मारली होती. त्यांच्या तोंडून सॉक्रेटिस क्लबला जेव्हा इंग्रजी वाक्यं सुटायची, तेव्हा त्या खणखणीत वाणीनं कान तृप्त व्हायचे. संधी मिळेल तेव्हा ते सांगायचे, 'ज्ञानेश्वर, बी.ए.नंतर कोल्हापूर सोडायचं. मुंबई म्हणजे अथांग समुद्र आहे. तिथं माणसाला स्वत:ची किंमत कळते. आपण खूप बुद्धिमान, श्रीमंत, गरीब, शिकलेली असा जर कुणाला गर्व असेल, तर त्यानं मुंबईला जरूर

जावं. तिथं तुमच्यापेक्षा कितीतरी बुद्धिमान, कितीतरी श्रीमंत, कितीतरी गरीब आणि कितीतरी उच्चशिक्षित लोक भेटतील. ज्यांना जग म्हणजे काय पाहायचं असेल त्यांनी मुंबईला जावं.'

त्यांच्या या सांगण्याचा माझ्या मनावर परिणाम होत होता. तशातच माझ्या वाचनातून मुंबईचा परिचय सदैव होत होता आणि त्या शहराबद्दलचं कुतूहल वाढत होतं. मधु मंगेशांचं 'माहीमची खाडी', अरुण साधूंचं 'मुंबई दिनांक' आणि व. पु. काळेंच्या कथा आणि दररोजची वर्तमानपत्रं या सर्वांमधून मुंबईचं एक चित्र माझ्या मनात आकार घेत होतं.

बी.ए.ची परीक्षा दिल्यानंतर जीवनात अचानक एक पोकळी निर्माण झाली. केंद्रीय लोकसेवा आयोगाच्या नागरी परीक्षा देऊन आय.ए.एस., आय.एफ.एस. व्हायचं माझं स्वप्न अजून मूर्त झालं नव्हतं. स्वत:च्या पंखामधली ताकद किती आहे याचा अंदाज येत नव्हता. वसंतात फुललेल्या झाडावर अचानक शिशिरानं हमला करावा आणि पानगळीला सुरुवात होऊन झाड ओडकंबोडकं व्हायला लागावं तसं मनाचं झालं. मार्गदर्शन नक्की कुणाचं घ्यावं याचा बोध होत नव्हता. कोल्हापुराने अंगाखांद्यावर खेळवलं, कौतुकाचा वर्षाव केला, शिष्यवृत्त्यांची खैरात केली, मानसन्मान केला. पण पुढे काय, याचं उत्तर कुणाकडेच नव्हतं. पंगू सरांकडे सल्ला घ्यायला गेलो. 'तुझं आय.ए.एस.चं स्वप्न सोडू नको' असं त्यांनी सांगितलं. कटांबळे सरांनी 'समोरचं क्षितिज तुला बोलावतंय, अनेक प्रकारच्या संधी उपलब्ध आहेत, पदव्युत्तर परीक्षेचा मार्ग आहे, स्पर्धा परीक्षा आहेत.' इ.

गावी आई-वडिलांकडे सल्ला मागण्याचा प्रश्नच नव्हता. वडील म्हणाले असते, 'काय करायचं ते तुझं तू ठरव. आम्हाला काही कळत नाही. शिकायचं असेल तर शीक, नोकरी करायची असेल तर नोकरी कर.' आई म्हणाली असती, 'बस्स झालं कोल्हापूर. अकरा वर्सं झाली, आता गावात येऊन आमच्याजवळ ऱ्हा.'

मित्रमंडळींचं मनोगत जाणण्यात अर्थ नव्हता. ते माझ्यापेक्षा जास्तच गोंधळलेले होते. या सगळ्या पार्श्वभूमीवर प्राचार्यांचा देवळातल्या घंटीसारखा खणखणीत आवाज माझ्या कानांत सदैव घुमत होता- 'मुंबईला जा म्हणजे स्वत:ची किंमत कळेल. तिथे काहीही न करता बेकार म्हणून जरी वेळ घालवला, तरी कोल्हापूरच्या दहापट शिकशील.'

मुंबईला जाण्याचा निश्चय केला. पण त्यामुळे प्रश्न सुटले नाहीत. बी.ए. होऊनही, मुंबईत जायचं तर राहायचं कुठं? जेवायचं कुठं? कुठल्या कॉलेजात किंवा इन्स्टिट्यूटमध्ये प्रवेश घ्यायचा? प्रश्न न संपणारे... पण एकदा निश्चय केल्यानंतर मागे हटण्याचा प्रश्न नव्हता. मागे जायला तर जागाच नव्हती. मुंबईत परिचयाचं कुणीच नव्हतं... नात्यातलं कुणी नव्हतं... मित्रही कुणीच नव्हता. साहित्यातून अनेकदा वाचलेली, वर्तमानपत्रातून ओळख झालेली, मित्रमंडळींकडून वर्णनं ऐकलेली अशी विशाल बहुरंगी, बहुढंगी मुंबई; पण तिथं माझं कुणीच नव्हतं. एक कोटी वस्तीच्या शहरात परिचयाचा, माझ्या ओळखीचा एकही चेहरा नव्हता. त्याआधीचा कोणताच उन्हाळा मला इतका तीव्र व भेदक वाटला

नव्हता. रखरखतं ऊन, फुफाट्याचा निर्मनुष्य रस्ता, अनवाणी पाय आणि दिशाहीन...
ना सावली ना ढग...

अज्ञात भविष्याची भीती मला छळत होती. गावात बसून वर्तमानपत्रं चाळत होतो.
काही माहिती मिळेल म्हणून सगळ्या जाहिराती वाचत होतो. मुंबईच्या टाटा समाज विज्ञान
संस्था आणि श्रमविज्ञान संस्था यांच्याविषयी मी कधी तरी संजय खांडेकरकडून ऐकलं
होतं. त्यांची जाहिरात आल्यानंतर तुला सांगतो, असं संजयनं म्हटलं असलं, तरी तो
केव्हाच विसरून गेला असणार! पण योगायोगानं एक दिवस श्रमविज्ञान संस्थेची जाहिरात
दिसली. मी ताबडतोब अर्ज पाठवला. मुलाखत आणि लेखी परीक्षेसाठी निमंत्रण आलं.
लगेच कोल्हापूरला जाणं भाग होतं. तिकीट, मुंबईतील राहायची व्यवस्था इ. संबंधी तयारी
करणं आवश्यक होतं.

पण कोल्हापूरचं होस्टेल परीक्षा संपल्यानंतर सोडावं लागलं होतं. माझं कोल्हापूर
म्हणून सगळ्यांना मी अभिमानानं सांगायचो, त्या कोल्हापुरात मी किती परका होतो
हे त्या वेळी प्रकर्षानं जाणवलं. अर्थात, राहायला जागा मिळणं कठीण नव्हतं. इतके
सगळे प्राध्यापक... मित्र, कुणाकडेही व्यवस्था झाली असती. पंगू सर, घारगे सर, कुणीही
नाही म्हटलं नसतं. पण या सर्वांकडे जाण्याचं टाळलं. परीक्षा उद्या सकाळी मंबईत, तरी
मी आज गावातच होतो. दुपार झाली आणि मी मुंबईला जाण्याचा निश्चय घरात जाहीर
केला. तीन वाजता आवश्यक कपडे घेऊन गाव सोडला. साडेपाचला कोल्हापुरात सरळ
अशोक भोईटेच्या घरी गेलो. कधीही घरात न सापडणारा अशोक घरात होता, हा मला
मोठा शुभशकुन वाटला.

अशोकला मी बाजूला घेतलं. ''उद्या सकाळी नऊ वाजता मुंबईत माझी प्रवेश परीक्षा
आहे. माझ्याकडे मुंबईला जायचं तिकीट नाही. तिथे गेल्यानंतर कुठे राहायचं माहीत नाही.
लेखी परीक्षेनंतर निकाल लागण्यासाठी आणि त्यानंतर मुलाखतीसाठी काही दिवस राहावं
लागेल. बाहेर हॉटेलात राहण्याइतके पैसे नाहीत. मुख्य म्हणजे, त्या शहराची खूप भीती
वाटतेय. त्या शहरात माझ्या ओळखीचं कुणीच नाही.'' मी रडकुंडीला येऊन एका दमात
सांगितलं. माझ्या अंधाऱ्या भविष्याची भुतं माझ्या नजरेसमोर नाचत होती.

''अरे ज्ञान्या, हा अशोक आहे ना! काही काळजी करायचं कारण नाही आणि
तू सगळ्या जगाला शहाणपणा सांगत फिरतोस आणि स्वत: रडत बसतोस होय? चल,
निघू या.''

घरात न सांगता नेहमीप्रमाणे अशोक बाहेर पडला. दिसली ती रिक्षा उभी केली.
कासार गल्लीतल्या एका अंधाऱ्या बोळातील एका अंधाऱ्या घरासमोर उतरलो. रस्त्यावर
दिवाही नव्हता. अंधारात जिना चढताना, असलंच भविष्य वाट्याला येणार नाही ना?
असा विचार मनात चमकून गेला.

जिना चढून गेलो तर तिथे दोन खोल्यांचं एक घर. एका उंच तरतरीत नाकाच्या

माणसानं आमचं स्वागत केलं. ''भाऊ, हा ज्ञानेश्वर मुळे म्हणजे कोल्हापूर जिल्ह्याचं भूषण आहे. सगळ्या महाराष्ट्रभर वक्तृत्व स्पर्धा गाजवल्या आहेत. विद्यापीठात पहिला आलाय आणि मुख्य म्हणजे, ब्राह्मणेतर समाजातला पहिला शंकरशेठ स्कॉलर आहे.'' अशोक बोलत होता आणि माझी स्तुती ऐकून मला एकदम ओशाळल्यासारखं झालं होतं. पण भाऊंच्या चेहऱ्यावर खूप आनंद दाटला होता. त्यांनी अगत्यानं 'बसा बसा' म्हटलं. अशोक बोलत होता, ''भाऊ, ज्ञानेश्वरची उद्या सकाळी मुंबईत परीक्षा आहे. आज रात्री आठच्या आधी त्याला एस.टी.पकडावी लागेल. तिथं त्याची राहायची व्यवस्था नाही. तुम्ही अजितला एक चिठ्ठी द्या.''

भाऊ, म्हणजे दत्तात्रय बेलवलकरांनी थरथरत्या हातांनी पत्र लिहिलं. पत्र लिहिल्यानंतर आग्रहानं चहा पाजला. जितके भाऊ उंच तितक्याच आईसाहेब गिड्ड्या. त्या चवदार चहानं माझ्या मुंबईच्या प्रवासाची सुरुवात झाली. तिथून भाऊंचे आणि आईसाहेबांचे आशीर्वाद घेऊन निघालो. रिक्षा खाली वाट पाहत होती. रिक्षात बसून सरळ एस.टी. स्टँड गाठलं. डेपोत जाऊन अशोकनं ओळखीचे ड्रायव्हर-कंडक्टर शोधून काढले. मुंबईसाठी माझ्या सीटचं आरक्षण झालं. मधल्या पंधरा मिनिटांत कँटीनमध्ये जाऊन मिसळपाव खाल्ला. शेवेचे तुकडे माझ्या दाताखाली करकरत होते आणि अशोक मुंबईत उतरल्यानंतर वरळीपर्यंत कसं पोहोचायचं याच्या सूचना देत होता. मिसळपाव संपवले आणि अशोकनं मला सरळ एस.टी.कडे नेलं. समोर सरकारी नोकरांसाठी आरक्षित असलेल्या सीटवर बसवून म्हणाला, ''ज्ञान्या, जा बेधडक आणि मार टक्कर. आमचं आयुष्य इथंच कोल्हापुरात कारकुनीच्या डबक्यात सडून जाणार. च्यायला, तुम्ही तरी मोठं व्हा. जा फुढं आणि जग जिंका.'' अशोकनं त्याच्या हातातला माझा हात दाबला, ''काही काळजी करू नकोस... सगळं ठीक होईल... ऑल द बेस्ट...'' माझं गलबललेलं मन कसंतरी आवरून बसलो. खिशात शंभर रुपयाची नोट असल्याची हातानंच खात्री करून घेतली. कराडनंतर सीटवर सरळ आडवा झालो.

जूनचा पहिला आठवडा होता तो. दिवस अगदी ढगाळ. गाडीनं चेंबूर ओलांडलं. पाऊस खूपच पडत होता. झाकलेल्या खिडकीवरून बाहेरच्या बाजूला थेंब गोळा व्हायचे. हळूहळू स्वत:ची लकेर निर्माण करायचे आणि वाऱ्याच्या झोतानं झर्रकन मागे पळून जायचे. त्यांची जागा लगेच नवे थेंब घेत. तो खेळ पाहताना अचानक लहानपणीच्या पावसाळ्यातलं पागोळ्यातून पडणारं पाणी आठवलं. पागोळ्यातून पडणाऱ्या पाण्यातून बुडबुडे तयार व्हायचे. पावसाच्या पाण्यावर स्वार होऊन हे बुडबुडे अंगणातून वेशीच्या बाजूला वाहायचे. घरातून नजरेनंच आम्ही त्यांचा पाठलाग करत असू. कळायच्या आधीच ते बुडबुडे फुटून जात. मग नव्या बुडबुड्यांच्या मागे नजर, तेही तसेच वाहत जाणार... आपणही या थेंबांसारखे किंजवा बुडबुड्यासारखे, नियती जिथे सरकवेल तिथे सरकायचं... उताराच्या दिशेनं वाहायचं.

गाडीने कचकन ब्रेक दाबला. दादर टी.टी.ला माझी बॅग घेऊन उतरलो. पहिल्यांदाच छत्री नाही याची जाणीव झाली. बॅग सांभाळत आसऱ्यासाठी शेडखाली धावलो. सकाळचे साडेसहा वाजले असावेत. मुंबई जागी होऊन इकडेतिकडे पळत होती. कुणी बससाठी पळत होतं, कुणी लोकलसाठी. हातगाड्या घेऊन काही लोक धावत होते. लहान पोरं 'चाय, चाय' म्हणून किटली घेऊन चकरा मारत होती. 'टॅक्सी चाहिए, टॅक्सी चाहिए' म्हणून काळसर रापट चेहऱ्यांचे ड्रायव्हर विचारणा करत होते. त्या महानगराच्या त्या दर्शनाने मी खिन्न झालो. एकाकीपणाची एक सूक्ष्म जाणीव मनाला अस्वस्थ करू लागली. प्लास्टरच्या छपरावरून ओघळणारं पाणी फूटपाथवर पडत होतं. ना बुडबुडा, ना थेंब. एखादी काच उंचावरून पडावी आणि तिचे तुकडे बाजूला विखरावेत तसं पाण्याचं दगडावर आपटणं, फुटणं आणि चहूबाजूला पसरणं. नंतर सोयीप्रमाणे गटारात, दगडांच्या फटीत, लोखंडी जाळीत मुरून जाणं. या शहरात नवीन येणाऱ्याचं असंच तर होत नसेल?

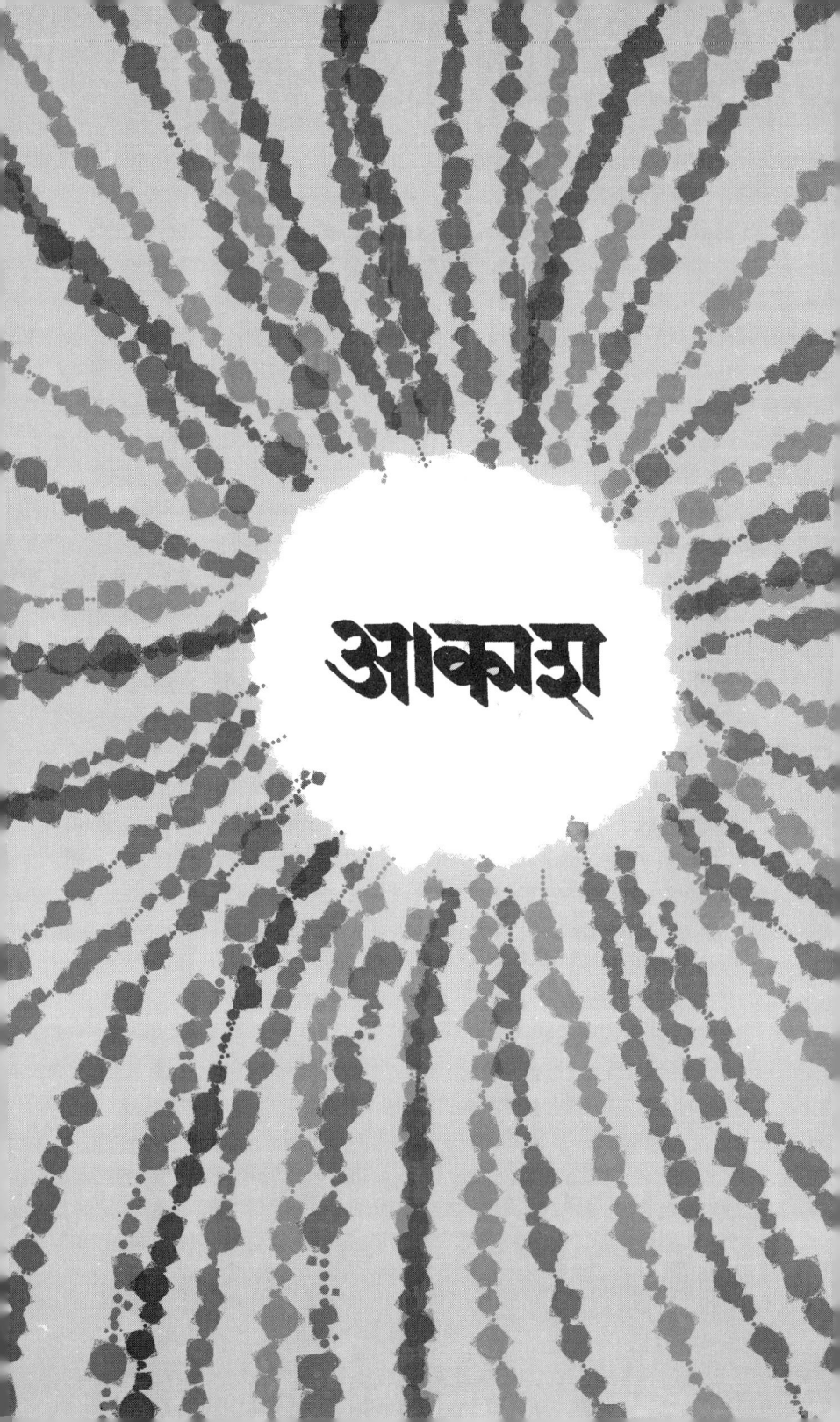

आकाश

आकाश

एप्रिल म्हणजे जपानमध्ये साकुराचे दिवस. थंडीचं साम्राज्य संपून हळूहळू वातावरणात ऊब यायला लागते. एम्बसीच्या बाहेर काचेतून नजर टाकली तर तोक्योच्या आणि तेही मध्यवर्ती तोक्यो भागात आपण आहोत यावर विश्वास बसू नये इतकी शांतता. त्या वर्षी साकुरा थोडा लवकरच फुलला होता. सगळ्या जपानभर – घरात एखादं बाळ जन्माला यायच्या आधी जसं औत्सुक्य आणि प्रतीक्षा असते – तशीच साकुरा कधी फुलणार यासंबंधी चर्चा उत्साहात सुरू होते. भारतात जसा मान्सून जूनच्या पहिल्या आठवड्यात केरळला स्पर्श करून नंतरच्या एक-दीड महिन्यात हळूहळू उत्तरेकडे पसरत जातो, तशीच साकुराची फुलं पहिल्यांदा दक्षिण जपानच्या नागासाकी वगैरे शहरात फुलायला सुरू होऊन हळूहळू उत्तरेकडे आपली कृपादृष्टी वळवतात. एप्रिल महिन्यात साकुरा या शब्दाइतका बाकी कुठल्याच शब्दांचा वापर जपानमध्ये होत नसेल.

२१ एप्रिल १९८८ रोजी मी ऑफिसात बसून नुकत्याच संपून गेलेल्या चेरी ब्लॉसमचा (साकुरा बहर) विचार करत होतो. काम नव्हतं असं नव्हे. त्या आधीचे दोन आठवडे अभूतपूर्व उत्साहाचे, आनंदाचे आणि तितकेच धावपळीत गेले होते. शंभर-सव्वाशे कलाकार, प्रसिद्ध नर्तक, गायक भारतातून आले होते. याच सुमारास बाहेर साकुरा उत्सव सुरू होता. एरवी नीरव शांतता पांघरून बसणारा एम्बसीसमोरचा रस्ता म्हणजे जत्रा झाली होती. तोक्योतली भारतीय एम्बसी अतिशय नयनरम्य ठिकाणी आहे. सम्राटाच्या प्रासादाबाहेर तटबंदी आहे. ही तटबंदी आपल्याकडच्या किल्ल्यासारखी उंचच उंच आणि जरब बसवणारी नाही. जपानी बोन्साइमधला संयम इथल्या स्थापत्यात आहे. एम्बसी आणि खंदक यात एक छोटा रस्ता आणि बाग आहे. या बागेत साकुराची शेकडो झाडं आहेत. रांगेनं फुललेली ही झाडं पाहावीत तर राजप्रासादावर

निसर्गानं चढवलेला पुष्पहार असावा असं वाटतं.

खिडकीतून दिसणाऱ्या साकुराच्या झाडांकडे पाहत बसलो होतो. साकुराचा बहर आणि भारत महोत्सवाचा उद्‌घाटन सोहळा जवळजवळ एकाच वेगात संपला. जपानमध्ये वसंताची सुरुवात साकुरा बहरण्याने होते. भारतात या वेळी आंब्यांना मोहोर येत असणार. लालचुटूक कोवळी पानं फुटत असणार. आंब्याची आठवण मला सरळ गावात नेत होती. माळावरच्या शेतात मन सूरपारंब्या खेळत होतं. समोर साकुराची झाडं पुन्हा एकदा निष्पर्ण झाली होती. जीव वेडावून टाकणारी मैफल अचानक संपावी तसं एकाकीपण समोरच्या रस्त्याला आलं होतं. जपानी कवी मानवी जीवनाचं क्षणभंगुरत्व सांगण्यासाठी साकुराच्या फुलांची उपमा देतात.

टेलिफोनच्या घंटीनं माझी तंद्री मोडली. रिसीव्हर उचलला.

''सर, नागोयाहून कोजी हयाशी नावाचा गृहस्थ तुमच्याशी बोलू इच्छितोय.'' पी.ए.चा आवाज.

''कोण आहेत हे गृहस्थ? माझा तर परिचय नाही. कसल्या संदर्भात बोलायचंय?'' नाखुशीनेच मी म्हणालो.

''सर, तो फक्त नाव सांगतोय, बाकी तुमच्याशीच बोलायचंय म्हणतोय. तुम्ही मीटिंगमध्ये आहात म्हणून सांगू का?'' माझा रोख पाहून पी.ए. म्हणाला.

''नो, नो, जोडून दे मला. मला त्याच्याशी बोलायचंय.'' सकाळपासून काहीतरी वेगळं घडावं असं मला वाटत होतं. मरगळ झटकून मी बसलो. फोनमध्ये हयाशी नावाच्या कधीही न पाहिलेल्या, न ऐकलेल्या व्यक्तीचा आवाज ऐकण्यासाठी कान टवकारले.

''मोशी मोशी (जपानी भाषेत हॅलो), माझं नाव हयाशी कोजी. मी नागोया-शेजारच्या एका गावातून बोलतोय. आपल्याशी बोलायची संधी मिळतेय याचा खूप आनंद वाटतोय. हाजिमेमाश्ते. (भेटून आनंद वाटला.)''

फक्त जपानी भाषेत बोलणाऱ्या या गृहस्थाच्या आवाजावरून बऱ्याच गोष्टी माझ्या लक्षात आल्या. हा गृहस्थ साठीच्या पुढचा असावा, इंग्रजीचं ज्ञान शून्य असावं, चांगल्या कुटुंबातला असावा, वगैरे वगैरे. इतक्या आदरानं आणि नम्रतेनं बोलतोय म्हणजे काहीतरी काम असावं. पण कसलं काम? भारतात जाण्यासाठी व्हिसा? नेमका अंदाज येईना.

''हाजिमेमाश्ते. मी आपली काय मदत करू शकतो?'' जपानी भाषेतला जितका नम्रपणा जिभेवर आणता येईल तितका आणून मी विचारलं.

''मला आपली भेट घ्यायची आहे. माझं वय आहे ७९ वर्षं. मी खूप थकलोय. पण मला फक्त एकदा आपली भेट घेऊ द्या. केव्हा मरेन सांगता येत नाही. त्यापूर्वी एकदा भेट होणं आवश्यक आहे. मी केव्हा भेटू शकतो आपल्याला? नाही म्हणू नका!'' एका

दमात म्हातारा बोलून गेला.

त्याच्या आवाजातल्या अजिजीनं मी शरमिंदा झालो. आता अधिक चौकशी करणंही बरं नाही, असं माझं मन मला सांगू लागलं. पण हा माणूस कशासाठी माझी भेट मागतोय याचा काहीच सुगावा लागू देत नाहीये.

''पण आपण कुठल्या कामाबाबत माझी भेट घेऊ इच्छिताय... एवढं सांगितलंत तर बरं होईल. म्हणजे निदान मला तयारी तरी करता येईल.'' मी थोडासा चाचरतच म्हणालो.

''आपल्याला कसलीही तयारी वगैरे करण्याची आवश्यकता नाही. पहिल्या भेटीत मी फक्त माझी कथा सांगेन. तुम्ही फक्त ऐकून घेतलंत तरी माझ्यावर उपकार होतील. मला फक्त माझ्या जिवावरचं ओझं हलकं करायचंय. एम्बसीत तुम्हीच फक्त मदत कराल असं वाटतं. नाही म्हणू नका. मग मी केव्हा येऊ? तुम्ही सांगाल तेव्हा येईन. तुमच्या कामात अडचण करण्याची माझी इच्छा नाही. फक्त वीसेक मिनिटं तुमच्याशी बोलेन.'' म्हाताऱ्याचा आधीच घोगरा आवाज आणखीनच कातर झाल्याचं जाणवत होतं... त्याच्या भावना अनावर होत होत्या. आता अधिक ताणण्यात अर्थ नव्हता.

''सोमवारी अकरा वाजता या.'' माझ्या नकळत मी बोलून गेलो.

''हो. आणखी एक, तुमची परवानगी असेल तर माझी बायको माझ्याबरोबर येईल. माझी दृष्टी थोडी अंधूक आहे आणि कानांनीही कमी ऐकू येतं. ती सोबतीला असेल तर थोडं बरं वाटतं.''

''काही हरकत नाही.''

''दोऽमो अरिगातो. थँक्यू व्हेरी मच.'' म्हातारा पहिल्यांदाच इंग्रजीचा वापर करत होता.

फोन ठेवल्यानंतरही सकाळच्या हलक्या पावसात साकुराच्या झाडावरून पडलेल्या पाकळ्या न्याहाळत बराच वेळ बसून राहिलो. म्हाताऱ्याचे शब्द कानांत घुमत होते – 'मला फक्त माझ्या जिवावरचं ओझं हलकं करायचंय.' त्या दिवशी कामात काही केल्या लक्षच लागलं नाही. कसातरी दिवस गुंडाळून घरी आलो.

मधला आठवडा अगदी बेचैनीत गेला. म्हातारा काही पिच्छा सोडत नव्हता. ज्या माणसाला आयुष्यात कधीही पाहिलं नाही, त्या माणसाविषयी मी इतका विचार का करत होतो? म्हातारा नेमकं मला काय सांगेल? आणि मलाच का? जपानमध्ये आल्याला तीन वर्षं होऊन आता चौथं लागलं, आताच का? प्रश्नांचं मोहोळ माझ्या मनात उठत होतं. बेचैनी वाढत होती. त्या दोन-चार दिवसांत मला धड जेवणही गेलं नाही. कुठल्याही कामात लक्ष लागत नव्हतं. रविवारी दुपारी थोडा वेळ वामकुक्षी करायचो, पण तीही केली नाही. गाडी घेतली आणि दिशाहीन भटकत राहिलो. हाराजुकूचं पथनाट्य, गिझाचा गजबजलेला बाजार, सम्राटाच्या बागेतले अदबीनं वेगवेगळ्या आकारांत

उभे असलेले मत्सू (पाईन) वृक्ष यांपैकी कुणीच मला आकृष्ट करू शकत नव्हतं. शिजुकूपर्यंत चक्कर मारून मधल्या रस्त्यानं अवोयामाहून घरी परतलो. पुस्तकात मन रमवायचा प्रयत्न केला, पण व्यर्थ! म्हाताऱ्यानं जणू मला झपाटून टाकलं होतं. त्याचा कातर आवाज कानांत निनादत होता. लहानपणी गावात दवंडी पिटून गेल्यानंतरही दवंडीवाल्याचा आवाज अस्पष्ट होत दुसऱ्या गल्लीतून आणि त्यानंतर तिसऱ्या... असा बराच वेळ ऐकू यायचा. म्हाताऱ्यानं अशीच काही जादू माझ्यावर केली होती. थांबून थांबून त्याचा आवाज ऐकू येत होता. 'जिवावरचं ओझं हलकं करायचंय!'

सोमवारी सकाळी मी बाकी कुठलीच अपॉइंटमेंट किंवा मीटिंग ठेवली नव्हती. त्या दिवशी मी क्लबमध्येसुद्धा गेलो नाही. म्हातारा चुकून लवकर आला तर काय करायचं. मी खोलीत नाही म्हणून परत जायला नको. रिसेप्शनिस्ट, पीए, सगळ्यांना 'म्हातारा–म्हातारी अकरा वाजता येणार, त्यांच्या प्रवेशात कसलीही आडकाठी आणू नका' म्हणून बजावून ठेवलं. मी स्वत: फायलींच्या ढिगाऱ्याला हातही न लावता खिडकीकडे नजर ठेवून बसलो. बाहेरच्या सूर्यप्रकाशात खंदकातलं सोनेरी पाणी चमकत होतं. खंदकाच्या दोन्ही बाजूने व्यवस्थित वाढलेली हिरवळ, माळ्यानं किती मायेनं तिला वाढवलंय हे सांगण्यासाठी मंद वाऱ्याबरोबर डुलत होती.

एवढ्यात मुख्य दरवाजामधून हालचाल जाणवली. एक जपानी जोडपं एम्बसीत प्रवेश करत होतं. मुख्य प्रवेशद्वारातून आत आल्यानंतर नेमकं कुणीकडे जावं त्यांना समजत नव्हतं. एम्बसीच्या इमारतीकडे थोड्याशा भांबावल्या नजरेनं पाहत होतं. त्यांना रिसेप्शनचा बोर्ड दिसला असावा. उसन्या अवसानानं ते रिसेप्शनच्या दिशेनं चालू लागले.

मुख्य दरवाजातून आत प्रवेश केल्याबरोबरच मी ओळखलं की, हेच ते जोडपं. मिस्टर हयाशी सुटाबुटासह संपूर्ण पाश्चात्त्य सरंजामात, तर त्याची बायको पायांतल्या चपलांसह नखशिखांत जपानी पोशाखात.

इंटरकॉमवर रिसेप्शनिस्टला या जोडप्याला आत पाठवण्याविषयी सूचना दिली. पीए त्यांना आणायला रिसेप्शनिस्टपर्यंत गेला. एरवी भेटायला येणाऱ्या लोकांपेक्षा एकदम भिन्न असं हे जोडपं सगळ्यांच्या नजरा वेधून घेत होतं. एम्बसीतील भारतीय आणि जपानी तेवढ्याच कौतुकानं आणि औत्सुक्यानं त्यांच्याकडे पाहत होते आणि मी स्वत: हे लोक काय सांगणार, बोलणार याविषयीचे आडाखे बांधत खुर्चीत चुळबुळ करत होतो.

श्री आणि श्रीमती हयाशींनी माझ्या खोलीच्या दारात येऊन जपानी पद्धतीप्रमाणे ''ओजामा इताशिमास्ते'' (कामात व्यत्यय आणतोय बरं का...) असं म्हणत माफी मागतच खोलीत प्रवेश कला.

''दोऽ इताशिमास्ते, दोऽ झो.'' (व्यत्यय कसला? या ना, बसा.) – मी.

जोडपं थोडंसं अवघडूनच खुर्चीवर बसलं. एम्बसीतल्या अधिकाऱ्याला भेटायची त्यांची पहिलीच वेळ असावी. ते दोघं कावरेबावरे होऊन कशी सुरुवात करावी याचा विचार करत होते. श्री. हयाशी खरोखरच वयाच्या ओझ्यानं वाकला होता. तरीही त्याच्या चेहऱ्यावर घरंदाजपणाची छाया होती. चेहऱ्यावर सुरकुत्यांचं जाळं पसरलेलं असलं, तरी सुखवस्तू घरातून आला असणार यात शंका नाही. निळसर सूट, किमती सिल्कचा टाय, डोक्यावर हॅट, डोळ्यांवर चष्मा, एका हातात काठी... एकंदरीत व्यक्तिमत्त्व प्रभावशाली होतं. जपान्यांच्या तुलनेत नाक थोडंसं धारदार, रंग काळसर आणि उंचही होता. त्यामानाने श्रीमती हयाशी पूर्णपणे जपानी होती. हिरव्या रंगाचा पारंपरिक किमोनो, तिची पाठीमागे बांधलेली ओवी (गाठ), पायांमध्ये जपानी पद्धतीचेच पांढरे मोजे आणि झोरी (जपानी सँडल्स), केस नीटनेटके बसवलेले. श्री आणि श्रीमती हयाशी, दोघांच्या पाश्चिमात्य आणि पौर्वात्य कपड्यातला फरक जाणवण्यासारखा होता. बहुतेक जपानी जोडपी, त्यातल्या त्यात जुन्या पिढीतली, औपचारिक किंवा अतिमहत्त्वाच्या समारंभात पेहराव करतात तसाच त्यांचा पेहराव होता.

श्री. हयाशीला थोडं कमी दिसत असावं. संकोचून जवळजवळ अबोल बसलेल्या जोडप्याला आपणच बोलतं करायचं ठरवलं.

''एम्बसीत तुमचं स्वागत असो. मागच्या आठवड्यात तुमच्याशी फोनवर बोलल्यापासून, कधी एकदा तुमची भेट होईल असं वाटत होतं. बरं झालं एकदाचा आजचा दिवस उजाडला.''

''आम्हालाही खूप बरं वाटलं तुमची भेट घ्यायची संधी मिळाली म्हणून!'' म्हाताऱ्याचा खुललेला चेहरा आनंदानं भरून गेला होता. तुम्ही एवढ्या लवकर भेटीची वेळ द्याल असं वाटलं नव्हतं. तुम्ही सगळे फार कामात असता. वेळ काढल्याबद्दल कुठल्या शब्दात आभार व्यक्त करावेत हेच समजत नाही.''

औपचारिक बोलणं हा जपानी माणसाचा स्वभाव आहे. जगात कदाचित इतकी सुंदर औपचारिक अभिव्यक्ती दुसऱ्या भाषेत असण्याची शक्यता फार कमी. मराठी भाषेत तर 'आभारी आहे' म्हणायलासुद्धा संकोच वाटतो. त्याऐवजी 'थँक यू' म्हणणं सोपं आणि सरळ वाटतं. जपानीत मात्र तासन्तास औपचारिक बोलत राहण्याची पद्धत आहे. त्यामुळे साध्या संभाषणातसुद्धा मुद्द्यावर यायला जपानी माणूस पाच-दहा मिनिटं लावणारच, म्हणूनच श्री. हयाशीला मी मधेच थांबवलं.

''ते सगळं सोडून द्या. पण माझ्याकडे काय काम काढलं ते तरी सांगा.''

हयाशीनं बायकोकडे पाहिलं. दोघांपैकी कुणी बोलावं याचा ते विचार करत होते. दोघंही एकमेकांना बोलण्यासाठी खुणावत होते. शेवटी म्हाताऱ्यानंच सुरुवात केली. ''ही एक खूप लांबलचक गोष्ट आहे आणि तुम्हाला सांगणं गरजेचं आहे. तुम्हालाच, कारण तुम्ही भारतीय आहात. गेल्या दोन पिढ्या आम्ही एक ओझं घेऊन जगत

आहोत. आम्ही मरण्यापूर्वी हे ओझं कुणाकडे तरी द्यायला हवं, नाही तर आम्ही निवांतपणे मरू नाही शकणार!''

मला कसलाच बोध होत नव्हता. उत्सुकता शिगेला पोहोचली होती आणि रहस्य काही केल्या उलगडत नव्हतं. म्हाताऱ्याचं बोलणं मी कानांत प्राण आणून ऐकत होतो.

''नागोयापासून जवळच आमचं गाव आहे. या गावात आमचं वडिलार्जित घरदार होतं, इथंच आम्ही वाढलो. सावकारी आणि स्थावर-जंगम मिळकतीचा खरेदी-विक्री आणि दलाली हा आमचा पिढ्यान्‌पिढ्याचा धंदा. माझे वडीलही सावकारी करायचे आणि आमचा धंदाही चांगलाच चालायचा...''

कहाणी हळूहळू रंग घेत चालली होती. म्हातारा हरवून गेला होता. म्हातारी एखाद्या चित्रासारखी शेजारी बसून होती.

''सावकारीच्या या धंद्यात अनेक प्रकारच्या लोकांशी संबंध यायचा. १९२० च्या आसपास असाच एक गृहस्थ आमच्या वडिलांकडे आला. हा गृहस्थ कर्जात गळ्यापर्यंत बुडाला होता. त्याला आणखी पैशांची गरज होती. कधी काळी वैभव भोगलेल्या या माणसाला सहा महिन्यांच्या मुदतीनं वडिलांनी पैसे दिले. सहा महिन्यांनंतर हा गृहस्थ पुन्हा आला. त्याच्याकडे परत द्यायला पैसे नव्हते. त्याने पैसे परत करता आले नाहीत म्हणून दु:ख व्यक्त केलं. नंतर स्वत:जवळची एक छोटी पिशवी पुढे करून म्हणाला, 'तुमचे उपकार मी कधीच विसरणार नाही. तुम्ही दिलेलं कर्ज लवकरात लवकर फेडण्याचा मी प्रयत्न करेन. पण तूर्त या पिशवीतल्या वस्तू तुमच्याकडे ठेवा. या वस्तू तुमच्याकडून मागून घेईन. मात्र, या वस्तू जपून ठेवा.' इतकं बोलून तो गृहस्थ निघून गेला तो कायमचा. नंतर आपलं गावही सोडून निघून गेला. कदाचित, दैवानं साथ दिली नसावी. त्या वस्तू न्यायला तो कधी तरी परत येईल असा विश्वास वडिलांना वाटायचा. पण...''

''पण काय? तो परत आला की नाही?'' गोष्ट आता मलाही रंजक वाटू लागली होती.

''नाही, तो कधीच परतला नाही. त्या वस्तू वडिलांकडेच राहिल्या. तो कधीतरी परत येईल आणि त्याच्या वस्तू आपण परत करू अशी वडिलांना खात्री वाटायची. वडिलांनी त्या वस्तू प्राणपणाने जपून ठेवल्या... वय होत गेलं तशी वडिलांना या वस्तू ठेवून घेतल्याची बोचणी लागायला लागली. त्यांनी आपलं मुद्दलही नको होतं, पण या वस्तू, ही ठेव, परत करायची होती.''

''पण कसल्या वस्तू होत्या त्या? सोनं-नाणं? दागिने? हिरे-मोती...'' कुतूहलपूर्वक मी विचारलं.

''यातलं काहीच नव्हतं. पण तिकडे आपण नंतर वळू. तर सांगायचं म्हणजे, वडिलांनी मृत्युशय्येवर असताना मला जवळ बोलवलं. ती पिशवी हातात दिली आणि सांगितलं, 'पोरा, या वस्तूंच्या खऱ्या मालकाची मी आयुष्यभर वाट पाहिली. लाखमोलाच्या

या वस्तू ज्याच्या त्याला दिल्या असत्या तर माझा आत्मा शांत झाला असता. पोरा, हे ओझं मी तुझ्या झोळीत टाकून चाललोय. ज्याची असेल त्याला ही देऊन टाक. चुकीच्या व्यक्तीकडे या वस्तू जाता कामा नयेत.' इतकं बोलून वडिलांनी प्राण सोडला.''

म्हाताऱ्याचा आवाज घोगरा झाला. त्याला थोडा थकवाही आला असावा. भूतकाळात गेलेल्या म्हाताऱ्याला मधेच बोलून थांबवण्याइतकं धाडस माझ्यात नव्हतं. स्वत:च्या वडिलांचा मृत्यू तो पुन्हा एकदा प्रत्यक्षात अनुभवत होता. मी फक्त प्रेक्षक होतो, की नाटकातलं माझं एक पात्र, हे मात्र मलाच समजत नव्हतं.

एक दीर्घ उसासा सोडून म्हातारा पुन्हा बोलू लागला, ''त्या वेळेस मी चाळिशीत होतो. बापाने दिलेली ठेव म्हणजे बापाची शेवटची खूणच होती. बापाचे शेवटचे शब्द, शेवटचा क्षण आणि आमच्या मनातील बापाची शेवटची आठवण हे सगळं त्या पिशवीसंदर्भात होतं.''

''काय मिळालं त्या पिशवीत? प्लीज, आता मात्र सांगून टाका.'' म्हातारा मुद्दाम गोष्ट लांबवतोय की काय, असं वाटून त्याच्या बोलण्यात व्यत्यय आणून मी बोलून गेलो. संपूर्ण आठवडा मी केवढ्या अस्वस्थतेत घालवला होता आणि हा म्हातारा मात्र तसाच! जणू मी काय बोलत होतो हे त्याला ऐकूच येत नव्हतं.

अचानक त्याच्या चेहऱ्यात बदल झाला. त्याने बायकोकडे पाहिलं. 'कुठं आहे?' अशा अर्थाचा आविर्भाव केला. चित्र हललं. बायकोनं हाताशेजारच्या खुर्चीत ठेवलेली पिशवी, जणू काचेची अतिमौल्यवान वस्तू उचलावी त्याप्रमाणे उचलली आणि नवऱ्याकडे सुपूर्द केली. तिच्या चेहऱ्यावरचा आदर आणि आदब नजरेत भरण्यासारखा होता. कासवी नजरेनंच पिल्लांना दूध पाजते म्हणतात. म्हातारीही तशाच वात्सल्यानं त्या पिशवीकडे पाहत होती. उत्कंठेनं मला वेड लागणार की काय असं वाटत होतं. जादूगाराच्या पोतडीसारखी त्या पिशवीवर माझी नजर खिळून गेली होती.

''हीच ती पिशवी!'' म्हाताऱ्यानं पिशवी समोरच्या टीपॉयवर ठेवली. उघडली. आतून एक गोठोडं काढलं. हे ते मूळचं गोठोडं असणर. आतल्या वस्तूंचा अनादर व्हायला नको म्हणून गाठोड्याचं सत्तर वर्षांपूर्वीचं फडकंसुद्धा बदललं नसावं! साधं फडकं दूर करताच आत रेशमी रुमालात गाठ मारलेला गठ्ठा होता. त्या गठ्ठ्याची गाठ सोडवायलासुद्धा म्हाताऱ्याला कष्ट पडत असावेत! थोड्या प्रयासानं एकदाची गाठ सुटली.

आतल्या वस्तू म्हाताऱ्याने बाहेर काढल्या. एक एक वस्तू काळजीपूर्वक काढून समोरच्या टीपॉयवर ठेवली. माझी खुर्ची सोडून टीपॉयजवळ येऊन मी केव्हा उभा राहिलो, तेही मला समजलं नाही. दोन फोटो कॅबिनेट साइझचे, एका बाजूला जपानी आणि दुसऱ्या बाजूला (बहुधा) बंगाली भाषेत कवितेसारख्या ओळी लिहिलेला एक कागद, एक कसल्याशा दगडांच्या मण्याने बनवलेला हार. बस्स इतकंच.

''या सगळ्या वस्तूंचा टागोरांशी संबंध आहे.'' म्हातारा पुन्हा बोलता झाला.

टीपॉयवर इतका वेळ वाकून उभा असलेला मी झटक्यासरशी ताठ झालो. म्हाताऱ्याच्या गोष्टीत पुन्हा सामील झालो. ''१९१६ साली टागोरांनी पहिल्यांदा जपानला भेट दिली. टागोर त्या वेळेस चव्वेचाळीस वर्षांचे होते. त्या भेटी-दरम्यानच्या या वस्तू आहेत. हे दोन त्या भेटीतले टागोरांचे मूळ फोटो आहेत. ही कविता टागोरांच्या जपान भेटीत टागोरांनी स्वत:च्या हस्ताक्षरात लिहिलीय. शेजारी कवितेचा जपानीत टागोरांच्या मित्राने अनुवाद केलाय. हा हार टागोरांनी भेटवस्तू म्हणून त्या वेळेस कुणाला तरी दिला असणार. या वस्तू जवळजवळ दोन पिढ्या आमच्या घरात राहिल्या. पण आम्ही फक्त विश्वस्त होतो आणि आहोत. यांचा मूळ मालक जिवंत नसणार आणि असलाच तरी तो कधीच या वस्तू परत न्यायला येईल असं वाटत नाही. आम्ही धंदेवाईक मंडळी. या वस्तूंचं ऐतिहासिक, सांस्कृतिक महत्त्व आम्हाला पूर्ण कळतही नाही. वडिलांच्या शब्दाखातर या सगळ्या वस्तू जिवापाड जतन केल्या. आमचा शेवटचा प्रवास केव्हा सुरू होईल याची खात्री नाही. हे ओझं आता असह्य झालंय. ज्याच्या त्याला वस्तू पोहोचवायचं अवघड वचन बापाला मरत्या क्षणाला दिलंय. ही वचनपूर्ती व्हायची काही खात्री दिसत नाही.'' म्हातारा भावनाविवश होऊन बोलत होता. मी गदगदून ऐकत होतो. म्हातारी आधीसारखीच तटस्थ.

''पुढं काय करायचं याचा विचार गेल्या काही महिन्यांत गंभीरपणे करत होतो. एक-दोन आठवड्यांपूर्वी भारत महोत्सवाबाबतची बातमी वृत्तपत्रात होती. बातमी वाचता वाचता अचानक डोक्यात प्रकाश पडला. आमचा हा दीर्घ शोध- या वस्तूंचा मालक शोधण्याचा- लवकर संपणार याची खात्री झाली. बातमीखाली तुमचं नाव दिलेलं होतं. माहितीसाठी संपर्क साधा. तुम्हाला जपानी भाषा येते याचाही बातमीत उल्लेख होता. ती बातमी म्हणजे परमेश्वरी साक्षात्कार होता. आम्ही धाडस करून तुमच्या नावापुढे दिलेला टेलिफोन क्रमांक फिरवला.''

त्यानंतर काय घडलं याला आम्ही सगळेच साक्षीदार होतो. तरीही म्हातारा या वस्तूंचं नेमकं काय करणार आहे याचा मला उलगडा होत नव्हता. या वस्तूंचा मालक मी आहे असं तर म्हाताऱ्याला वाटत नाही ना? तसं असेल तर त्याला निराश व्हावं लागेल. या वस्तू पाहायला मिळताहेत हेच माझं भाग्य! या वस्तूंना स्वीकारायची माझी लायकी नाही. म्हाताऱ्याचं ओझं माझं व्हावं असं मला बिलकूल वाटत नव्हतं. मी विचारात पडल्याचं म्हाताऱ्याच्या लक्षात आलं. तो त्वरित माझ्या मदतीला धावला.

''त्या बातमीमुळे या वस्तूंची खरी मालकी टागोरांच्या जन्मभूमीकडे, कर्मभूमीकडे जाते हे आमच्या लक्षात आलं. या वस्तू सुखरूप भारतात जाव्यात, भारतात एखाद्या प्रसिद्ध विद्यापीठात किंवा म्युझियममध्ये या वस्तू भावी पिढ्यांसाठी सुरक्षित ठेवाव्यात आणि यात तुमचा हातभार लागावा, अशी आमची प्रार्थना आहे.''

आमच्या दोघांच्याही उरांवरचं ओझं एकदम हलकं झालं. म्हाताऱ्याच्या डोळ्यांतून पाणी वाहत होतं. म्हातारी मुसमुसून रडत होती. मी मंत्रमुग्ध झाल्यासारखा उभा होतो– पूर्णपणे शब्दविहीन. भानावर आलो तेव्हा एक नवीन उत्साह माझ्या संपूर्ण शरीरात संचारला. आता बोलायची पाळी माझी होती.

''हयाशीसान, तुमची काळजी संपली म्हणून समजा. या वस्तू भारतात जातील. भारत सरकार यांचा सन्मानपूर्वक स्वीकार करेल आणि भारतात एखाद्या नामवंत संस्थेत या वस्तू अनंत काळापर्यंत ठेवल्या जातील. हा दोन देशांतील हार्दिक अनुबंध आहे, सांस्कृतिक वारसा आहे. याची योग्य कदर होईल याची मी स्वत: खात्री देतो.''

त्या दिवशी हयाशीसानने मला पूर्ण व्यापून टाकलं. संचारलेल्या अवस्थेतच मी राजदूत आणि बाकीच्या अधिकाऱ्यांना हा प्रसंग सांगितला. हयाशीसानच्या वस्तू कोणत्याही परिस्थितीत भारतात चांगल्या पद्धतीने न्यायच्या, हे सगळ्यांना मान्य करायला लावलं. भारताशी संपर्क साधून सांस्कृतिक खात्यातर्फे कलकत्त्याच्या इंडियन म्युझियममध्ये या वस्तू ठेवायचं पक्कं केलं.

एम्बसीत एका खास समारंभात राजदूतांनी या वस्तूंचा भारत सरकारच्या वतीनं स्वीकार केला. शांतिनिकेतनमध्ये वास्तव्य करून टागोरांच्या साहित्यकृतींचे दहापेक्षा अधिक खंड जपानी भाषेत प्रसिद्ध केलेल्या जपानी प्राध्यापक काझुओ अझुमा यांनी त्या वस्तूंचं ऐतिहासिक आणि सांस्कृतिक महत्त्व सांगितलं आहे. या वस्तूंमुळे टागोरांच्या पहिल्या जपान भेटीवर अधिक प्रकाश पडेल यात संदेह नाही. कार्यक्रमाच्या वेळेस हयाशी दांपत्याचा सत्कार करण्यात आला. भावनावेगाने त्यांना अश्रू आवरेनात. जणू स्वत:च्या पोटच्या गोळ्याचा ते निरोप घेत होते.

त्याच दरम्यान जपानमधलं माझं पोस्टिंग संपलं आणि राजदूतांनी मला या वस्तू भारतात घेऊन जाण्याबद्दल सांगितलं. परतीच्या विमान-प्रवासात या वस्तू छातीशी धरून आणताना इतर प्रवाशांना, मी पहिल्यांदाच विमान-प्रवास करत असणार असं वाटलं. पण त्या गाठोड्याचं खरं मूल्य फक्त मीच ओळखून होतो.

प्रत्येकाच्या जीवनात काही प्रवास अवर्णनीय ठरतात. काही चित्तथरारक, तर काही जीवघेणे. स्वत:चे प्रवास माणसाला आठवतात. अगदी बारीकसारीक गोष्टींसह. पण इतरांच्या यात्रा, दगदग आणि त्यामागे दडलेला अर्थ क्वचितच लक्षात येतो. मी तात्या आणि काकू (आई-वडील) यांची तोक्योच्या मरीना एअरपोर्टवर वाट पाहत होतो, तेव्हा असेच काहीसे विचार माझ्या मनात घोळत होते. ते त्यांच्या प्रवासासंबंधी. अगदी आमच्या लाट या गावापासून ते तोक्योपर्यंत त्यांनी केलेल्या प्रवासाबाबत आणि शेवटी तो क्षण आला, त्यांच्या आगमनाचा ...

विमानाच्या दारातून एरोब्रिजवर पाय पडताच का कुणास ठाऊक, माझी नजर काकूंच्या पायांवर थांबली. आजूबाजूला असणाऱ्या सुटाबुटातल्या आणि उंची

पायमोज्यातल्या पायांपेक्षा काकूंचे पाय वेगळे होते. नऊवारी पातळ, तेही साधं, त्यावर साधा ब्लाऊज (ज्याला गावात झंपर म्हणतात) आणि पायात कोल्हापूरच्या ग्रामीण अशा कातडी चपला. काकूंबरोबर तात्याही उतरले. डोक्यावर पांढरी टोपी, पांढरं धोतर आणि पायात नुकतेच (म्हणजे विमानात पाय ठेवण्यापूर्वी) घेतलेले नवीन मोजे व साधे बूट. पहिल्यांदाच त्यांनी जॅकेटही घातलं होतं.

१९८५ चा एप्रिल महिना. तोक्योचा आंतरराष्ट्रीय विमानतळ नरीता. काही महिन्यांपूर्वी तात्या-काकूंना जपानला यायचं आमंत्रण दिलं आणि जपानमधला साकुरा बहरण्याचा मोसम संपायच्या आधी येण्याचा आग्रह धरला. कमी खर्चाचं म्हणून हाँगकाँग मार्गे येणाऱ्या विमानाचं तिकीट काढलं. हाँगकाँगमध्ये मित्राकडे थांबण्याची व्यवस्था केली. त्या मित्राला देवनागरीतून काही मराठी शब्द आणि वाक्यं लिहून पाठवली. हाँगकाँगमध्ये एअर इंडियाच्या रेखा कुलकर्णींना सांगून विमानतळावर उतरल्यानंतर त्यांना काहीही अडचण येणार नाही यासाठी काळजी घेण्याची विनंती केली. तिथे त्यांना फारसा त्रास झाला नाही. फक्त तात्यांची ज्ञानेश्वरी पाहून कस्टम अधिकाऱ्यांनी 'हे नेमकं काय?' असा प्रश्न विचारला. त्यांनी समजावून सांगायचा प्रयत्न केला; पण ते काही लवकर समजावून देऊ शकले नाहीत. पुन्हा समजावून सांगण्याचा प्रयत्न केला. कोणत्या भाषेत कुणास ठाऊक! शेवटी त्यांनी नमस्काराचा आविर्भाव करून दाखवताच कस्टम अधिकाऱ्यांनी, हे काही तरी धार्मिक पुस्तक असावं असं समजून घेतलं आणि त्यांची सुटका केली.

तात्या आणि काकूंना विमानातून उतरताना पाहिलं आणि का कुणास ठाऊक, मला भडभडून आलं. त्या तिथे तोक्यो या जपानच्या राजधानीच्या शहरातल्या आंतरराष्ट्रीय विमानतळावर माझे आई-वडील येतील आणि त्यांच्या स्वागतासाठी भारताचा प्रतिनिधी म्हणून जपानमध्ये काम करणारा त्यांचा मुलगा, मी, त्यांचं स्वागत करायला सुटाबुटात जाईन, याची मी स्वत:च कल्पना करू शकलो नसतो. अवघ्या दोन-तीन वर्षांत आयुष्य केवढं बदलून गेलं होतं! ८२ सालापर्यंत पूर्णपणे मराठी असलेली माझी ओळख, १९८३ साली विदेशी सेवेत रुजू झाल्यानंतर आरपार बदलली. बोलण्याची भाषा मराठीऐवजी इंग्रजी झाली. कोल्हापूर-सोलापूर, उस्मानाबाद-औरंगाबाद ऐवजी बरोबरच्या मित्रमंडळींमध्ये कुणी पंजाबचा, तर कुणी मिझोरामचा, तर कुणी जम्मु आणि काश्मीरचा, अशा भारतातल्या सर्व प्रांतांतील मित्रांच्या गराड्यात कामकाजाला प्रारंभ झाला. मराठी या प्रादेशिक जाणिवेतून भारतीय या राष्ट्रीय जाणिवेकडे प्रवास सुरू झाला. गावाकडच्या सवंगड्यांऐवजी आंतरराष्ट्रीय सवंगडी आले. मराठी पुस्तकांऐवजी इंग्रजी पुस्तकंच वारंवार डोळ्यांत भिडू लागली. गाव, तालुका, जिल्हा आणि राज्य या पलीकडे माझ्या कक्षा पोहोचल्या.

जपानमध्ये ८४ साली मी भारताचा मुत्सद्दी म्हणून पोहोचलो तेव्हा पंचवीस वर्षांचा

होतो. भारताचा प्रतिनिधी म्हणजे स्वत:ची प्रादेशिक आयडेंटिटी संपते असं नव्हे, पण तिथं सर्वव्यापक स्वरूप संपून त्याहीपेक्षा विशाल अशी भारतीय ओळख आहे हे स्वत:ला पटतं. कळत नकळत प्रादेशिक अस्मितेतल्या अकारण गर्वभावाला एक सौम्य स्वरूप येतं. महाराष्ट्र दगडधोंड्यांचा देश आहे आणि तो प्रिय आहे; पण त्यापेक्षा निसर्गसौंदर्यात केरळ श्रेष्ठ हे मन मानतं. मराठी भाषा छानच, पण त्याचबरोबर हिंदीही आवडायला लागली आणि जपानमध्ये वर्ष-दीड वर्षं राहिल्यानंतर जपानीही चांगली लिहिता, वाचता आणि बोलता येऊ लागली.

तात्या आणि काकू आले तेव्हा मी त्यांचा पुत्र आहे ही जाणीव एका बाजूला, तर दुसऱ्या बाजूला मी संपूर्ण भारताचा प्रतिनिधी, अशी दोन मजेदार चित्रं माझ्या मनात उमटली. तात्या आणि काकू तिथंच थांबले- आपल्या गावात. मी मात्र हजारो किलोमीटरचं अंतर ओलांडून इथे जपानमध्ये आलो. शिक्षण, जिद्द, परिश्रम आणि सतत नव्या दिशा शोधण्याचा अट्टहास यामुळे मी इथपर्यंत येऊ शकलो. आणि आता माझे तात्या आणि काकू मला भेटण्यासाठी विमान-प्रवास करत माझ्यापर्यंत येऊन पोहोचले. मनात पाठीमागे निघून गेलेल्या संपूर्ण कालक्रमाचं चित्र उमटलं असणार. मानवी जीवन कसं आणि कोणत्या वळणावर उभं राहतं याचा स्वत:लाही अंदाज कसा येत नाही, असा प्रश्न त्या वेळी माझ्या मनात आला.

तात्यांच्या हातातली, खांद्याला अडकवलेली खाकी पिशवी मी घेतली. मी पुढे आणि तात्या आणि काकू माझ्या मागोमाग चालू लागले. दोन पिढ्यांचे प्रतिनिधी एकाच वेळी केवढे वेगळे दिसले मला. तात्या आणि काकू अगदी साध्या वेषातले गावाकडचे आणि मी तिथलाच, पण तिथला न राहिलेला. त्यांचे कपडे, त्यांचे विचार - माझे कपडे, माझे विचार. त्या क्षणाला मी मनातल्या मनात तुलना करत राहिलो- एकाच वेळी अनेक गोष्टींची. लहानपणी एक वेळ अशी होती की, पंचक्रोशीपलीकडचं सगळं केवढं दूर वाटायचं. पूर्वेला शेतापल्याडचं हेरवाड, पश्चिमेला शिरदवाड, इचलकरंजी, दक्षिणेला कर्नाटकातील चिकोडी तालुक्याचे बोरगाव आणि उत्तरेला नदीपल्याडचे शिरढोण ही पंचक्रोशी म्हणजेच माझं सगळं विश्व होतं. या विश्वापलीकडे फक्त सांगली जिल्ह्यातलं मामांचं गाव आरग आणि शिरढोणजवळचं मावसमामांचं गाव नांदणी, एवढंच ठाऊक होतं. कारण तिथं उन्हाळ्याच्या सुट्टीत जाणं व्हायचं. गावच्या माळावर उभं राहिलं की, बाहुबलीच्या आसपासच्या डोंगररांगा दिसायच्या. त्या निळ्या डोंगररांगा म्हणजेच हिमालय, असं माझ्या बालमनाला वाटायचं. तिथपर्यंत कधीतरी जाता येईल का, हा प्रश्न मात्र मी कुणालाच विचारण्याचं धाडस केलं नव्हतं. आता मात्र त्या बाहुबलीच्या डोंगराला ओलांडून खूप खूप म्हणजे खूपच दूर आलो होतो, इथपर्यंत. जपानची राजधानी तोक्योपर्यंत. एवढंच नव्हे, तर पाचवीला कोल्हापूरला निवासी शाळेत घालताना ज्यांचा जीव चिमणीसारखा छोटा झाला असणार, ते माझे आई-

वडील आता तोक्योला मला भेटायला आले होते.

लहानपणची लेझीम आठवली. खेळता खेळता लेझीमवाले अचानक स्वतःभोवती एक फेरी मारतात आणि लेझीमवरून उडी मारतात, दोन्ही एकाच वेळी. फार गंमत वाटायची ते बघताना. काय सुंदर लकेर! तात्या आणि काकू यांचं इथं या विमानतळावर स्वागत करताना ती लकेर आठवते. वाटतं, आयुष्य लेझीमसारखं आहे. अचानक सुंदर लकेर घेतं आणि मग तात्या आणि काकू विमानातून उतरताना पाहून मन भरून येतं. हमसून हमसून रडावंसं वाटतं.

इमिग्रेशनच्या काउंटरवर आलो आणि तात्या-काकू यांचे पासपोर्ट बाहेर काढले. तिथंही मला गंमत वाटली. पासपोर्ट शब्द कॉलेजमध्ये असतानासुद्धा कधी आपला वाटला नाही. किंबहुना, या शब्दाशी आपलं काही देणंघेणं आहे असं स्वप्नातसुद्धा वाटलं नाही. आता तात्या-काकू हेही पासपोर्टधारक होते; एवढंच नव्हे, तर हाँगकाँग विमानतळ आणि मुंबई विमानतळावरच्या अधिकाऱ्यांचे शिक्केही त्या पासपोर्टवर होते. तात्यांच्या फोटोखाली त्यांची नेहमीची इंग्रजीमधली स्वाक्षरी होती. तात्यांचं शिक्षण सातवीपर्यंत, पण स्वाक्षरी ते नेहमी इंग्रजीत का करत आले, हा प्रश्न कित्येक वर्षं मी विचारायचं म्हणतोय, पण ते राहूनच गेलं.

तात्यांचा पासपोर्ट अधिकाऱ्यांकडे दिला आणि सहज मी काकूचा पासपोर्ट उघडला. का कुणास ठाऊक, तिच्या फोटोत मला पुढे येणाऱ्या वृद्धापकाळाची पहिली सूचना दिसली. वाटलं, काळ झपाट्यानं बदलतोय, पुढं जातोय आणि वयाचे तपशील निसर्ग चेहऱ्यावर जोडतोय. काकूच्या फोटोवरून सहज नजर फोटोखाली गेली आणि माझ्या पोटात गोळा उठला. तिथं स्वाक्षरी नव्हती, तिथं होता डाव्या हाताचा अंगठ्याचा शाईतला ठसा. अंगठ्याचा ठसा, त्यावरची रेषा, त्याचा लंबगोलाकार शाईचा निळा रंग. खोल कुणीतरी खंजीर खुपसतंय असं वाटलं.

त्या अंगठ्यापाठीमागे उभ्या असलेल्या माझ्या आईचा- काकूचा- संपूर्ण जीवनपट शोषित भारतीय स्त्रीचा प्रातिनिधिक जीवनपट आहे हे मला प्रकर्षानं जाणवलं. माझ्या डोळ्यांसमोर काकू येते ती महाकाव्यातून दिसणाऱ्या आईपेक्षा खूप वेगळी. तिनं प्रेम करण्यात कसर केली असं नव्हे, किंबहुना आयुष्यात कष्टाशिवाय काहीच केलं नाही. मला जी आई नजरेसमोर येते, ती फक्त काम करताना दिसते. सकाळी लवकर उठावं, तर ती गायब झालेली असायची. उठून पाहावं तर गोठ्यात शेण काढताना किंवा धार काढताना दिसायची. त्याआधी कडबा आणणं, तो तोडून म्हशींना घालणं, त्यानंतर अंघोळीसाठी पाणी तापवणं, डोळे धुरानं भरून जाणं, तापलेलं पाणी बादलीत काढणं... संयुक्त कुटुंबातली सगळी ओझी बहुधा स्त्रियांनीच वाहायची. पुरुषांना गरम पाणी हवं, चहा तयार हवा, अंघोळीला कपडे हवेत, बाहेर निघावं तर जागच्या जागी चपलाही हव्यात. काकू मला दिसायची ती अशा कामात, सदैव कामात. कधी एखाद्या वेळेस

दुपारी किंवा संध्याकाळी शेजारपाजारच्या बायकांबरोबर बसून गप्पा मारताना दिसली की बरं वाटायचं. पण असं दृश्य दुर्मिळच.

काकू दिवस-रात्र कामात असायची. आम्हाला आमचं दूध, दही, लोणी, तूप हे सगळं मिळायचं. स्वत:कडे लक्ष द्यायलाही कामातून तिला सवड व्हायची नाही. मग ती भाकऱ्या थापटत असताना मागून जाऊन तिच्या गळ्याला मिठी मारायचो, रडण्याचं नाटक करायचो. मग ती कधी प्रेमानं, तर कधी रागानं, तर कधी संतापानं 'काय पाहिजे?' म्हणून विचारायची. उत्तर द्यायच्या आतच स्वत: उठून कपाटातल्या डब्यातलं लोणी आणि समोरच्या गरम भाकरीची चतकोर हातात द्यायची. त्या गरम भाकरीवर तो लोण्याचा गोळा विरघळायला सुरू व्हायचा. मग फार छान लागायची ती भाकरी. मजेदार दिवस होते आमचे. मात्र, काकूचं कसं होतं तिचं तिलाच माहीत.

तळ्यातून पाणी आणणं, ही काही साधी गोष्ट नव्हती. आता नळाचं पाणी आल्यानं या गोष्टींचं महत्त्व तर वाटणंच शक्य नाही. पण संयुक्त कुटुंबातील पंधरा-वीस जणांना लागणारं पाणी म्हणजे दोन घागरी घेऊन तळ्याकडे कमीत कमी दहा-बारा फेऱ्या. काखेत आणि डोक्यावर दोन मोठ्या घागरी घेतल्यानंतर तळ्यापासून प्रवास केवढा लांब वाटत असेल! याशिवाय शेतातली कामं, पेरण्या, धान्य वाळवणं, खोडवी वेचणं ही सगळी कामं अधूनमधून होतीच.

आम्ही मुलं मोठी होत गेलो तसा तिच्या कामात फारसा फरक पडला असं नव्हे. आम्ही चुलत आणि सख्ख्या भावांचे जेवणाचे डबे कोल्हापूरला एस.टी.नं पाठवणं हा कार्यक्रम जवळजवळ दहा-बारा वर्षं चालला होता. एस.टी.तले डबे हरवतात म्हणून एकदा आम्ही गावातल्या काही लोकांसमवेत सायकलीनं डबे पाठवायला सुरुवात केली. या व्यवस्थेत सकाळी साडेपाचला डबा तयार ठेवावा लागे. म्हणजे कामातून सुटका नाही. जे काकूचं तेच आक्काचं आणि तेच ताईचं. जीवन म्हणजे कामाचं रहाटगाडगं.

काकूच्या डाव्या अंगठ्याचा ठसा पाहिला आणि हे सगळं मला आठवलं. त्याचबरोबर हेही आठवलं की, लहानपणी आमच्या सोप्यात काही कागदपत्रं पाहायला मिळायची. त्या कागदपत्रांत स.नि.डा.हा.अं. असं संक्षिप्त रूप असायचं. नंतर त्याचं पूर्ण स्वरूप सही निशाणी, डाव्या हाताचा अंगठा असं कळलं तेव्हा गंमत वाटली. ज्यांना लिहिता-वाचता येत नाही त्यांच्यासाठी डाव्या हाताचा अंगठा ही सही किंवा निशाणी हे लक्षात आलं. कारखान्याचं उसाचं बिल असो की सोसायटीचा डिव्हिडंड, अण्णा गेल्यानंतर आक्कालाही अंगठा लावावा लागे. गावात अनेक लोक अशिक्षित होते, त्यामुळे अंगठ्याच्या ठशाचं विशेष वाटलं नव्हतं. शाळेत शिकत असताना सावकारांनी लिहिलेलं, पूर्वी अंगठ्याच्या निशाणीच्या जोरावर गरीब जनतेचं केवढं शोषण त्या काळात केलं, हे वाचनात आलं आणि या अंगठ्याच्या ठशाची खरी ओळख पटत गेली.

या अंगठ्यानं ग्रामीण समाजाला पंगू बनवलं आणि त्यातही स्त्रीला पंगूच नव्हे, तर

सर्वार्थानं अपंग बनवलं. माझ्या आईचं संपूर्ण जीवन परावलंबनात गेलं हे माझ्या आज लक्षात येतं. कुणाच्याही आधाराशिवाय, सोबतीशिवाय किंवा मदतीशिवाय ती स्वत:च्या गावाची हद्द ओलांडून गेली नाही. माहेरी जायचं तरीसुद्धा एकटं जाणं शक्य नाही, कारण एस.टी.चे बोर्ड कोण आणि कसे वाचणार? अशिक्षितपणा म्हणजे व्यर्थता. जीवन स्वत:साठी नसतं, तर ते कुटुंबासाठी, समाजासाठी, मुलाबाळांसाठी असतं हे खरं; पण या सर्वांआधी ते स्वत:साठी असतं. एक व्यर्थता काकूच्या संपूर्ण जीवनाला ग्रासून गेली आहे ही जाणीव मला झाली, तिच्या डाव्या हाताच्या अंगठ्याची खूण पासपोर्टवर पाहिली तेव्हा.

मला लाजही वाटली माझी. आईला साक्षर करावं असं मला नेहमी वाटायचं. सुट्टीत गावी गेल्यानंतर एक-एक अक्षर जरी शिकवलं असतं तरी साधंसुधं वाचण्याइतपत मराठी तिला आलं असतं असं वाटतं. पण याबाबत माझा आळस आणि या कामाबाबतचा तळमळीचा अभाव हेच कारणीभूत असावं. किंबहुना तिच्या प्रश्नांची झळ स्वत:ला पोहोचलेली नाही या स्वार्थभावनेनंच तिला साक्षर करण्याचं साधं काम माझ्याकडून झालं नाही, असं मला राहून राहून वाटतं. आता तर तिला चष्मा लागला आणि म्हातारपण तिच्या मागे हात धुऊन लागलं आहे.

काकू आपल्या जीवनाचं मूल्यांकन कसं करत असेल माहीत नाही. खरं तर मूल्यांकन करत असेल की नाही, हाच प्रश्न आहे. पण का करत नसणार? ती अडाणी आहे याचा अर्थ हा नव्हे की, तिला मूल्यांकन हा शब्द आणि त्याचा अर्थ माहीतच नसणार. प्रत्येक व्यक्ती आपल्या आयुष्याचा नेमका अर्थ काय आहे, आपला प्रवास कसा झाला आणि आपण कुठं आलो या प्रवासात याची मनोमन तपासणी करत असतो. एक दिवस मी विचारणार आहे तिला, काय वाटतं तुला स्वत:च्या जीवनाविषयी? कितपत आनंद, कितपत दु:ख मिळालं तुला?

या प्रश्नाचं नेमकं उत्तर ती कसं देईल मला माहीत नाही; पण मला अंदाज करता येतो, ती काय म्हणेल त्याचा. ती म्हणेल, 'काय बाबा, कशाला विचारतोस हे सगळं? आमचं सगळं आयुष्य कस्पटासारखं गेलं आणि उरलेलं तसंच जाणार. किती हाल खाल्लं आमी! आटवतंय तुला? आट-आट दहा-दहा खेपा घागरी पानी तळ्यापास्नं आनायचं दररोज. तुमचं डबं बांधायचं. चार म्हशींच्या धारी काडायच्या...' बोलता बोलता तिच्या डोळ्यांत पाणी येणार. आपलं मौल्यवान आयुष्य संपूर्णपणे वाया गेलं अशा जाणिवेनं कुठंतरी तिचं मन ठणकत असणार वेदनांनी. मुख्य म्हणजे, ती जवळजवळ कस्पटासारखी जगली या तिच्या मूल्यांकनात अतिशयोक्ती काहीही नाही किंवा तिळमात्रही खोटेपणा नाही. गंमत म्हणजे, या परिस्थितीत तिचा दोष कोणताच नाही. अर्थात, मला आणि माझ्या भावंडांना शिकलं-सवरलं करण्याचं श्रेय काकू-तात्यांनाच जातं. त्यामुळे त्यांच्या वेदना कमी होत नाहीत.

काकूच्या जीवनाची शोकान्तिका त्या पिढीतल्या सगळ्या निरक्षर स्त्रियांची आहे यात मला तिळमात्र शंका वाटत नाही. स्वत:च्या जीवनाचं विश्लेषण करून काहीतरी नवीन करून दाखवावं, स्वत:चा उद्धार करून घ्यावा, जीवनानं पुढे केलेल्या सगळ्या आनंदाचा आस्वाद घ्यावा आणि काही प्रमाणात का होईना, स्वत:च्या दैवाचे सुकाणू स्वत: हाती घ्यावेत यासाठी लागणारी मूलभूत मानसिकता देण्याची दानत आपल्या जाती, वर्ण यांच्यात दुभंगलेल्या समाजात नव्हती, ही वस्तुस्थिती आहे. विसाव्या शतकात जन्मूनही काकूला सोळाव्या-सतराव्या शतकातलं जीवन जगावं लागलं. कारण तिच्या पिढीला मुक्तपणे शिक्षणाची संधी मिळाली नाही, ही वस्तुस्थिती आहे. काकू तशी हुशार, कामात दक्ष, अतिशय कार्यक्षम, जेवणात सुगरण आणि निरीक्षण जबरदस्त असलेली. पण काय करायचं या सगळ्या गुणांचं? एक शिक्षण असतं तर काकूचं जीवन केवढं वेगळं झालं असतं या विचारानं कधी कधी माझ्या जिवाचा थरकाप उडतो. मग तिच्या जिवाची तगमग होत असणार यात शंका कसली?

आपल्या जीवनाला ती कस्पट मानते, कारण ती कस्पटासारखं दिशाहीन झाल्याचं तिला जाणवत असणार. तेराव्या वर्षी लग्न झाल्यानंतर 'दिल्या घरी तू सुखी रहा' हा आई-वडिलांचा फर्मानासारखा संदेश घेऊन ती आमच्या घरी आली असणार आणि मग सुरू झालं असणार घाणीला जुंपलेल्या बैलाचं आयुष्य. किती फिरलं तरी तिथंच. तरी बरं, तिचं लग्न चांगल्या घरात झालं. पण याचा अर्थ जाच नव्हता असा होत नाही. नवरा, सासू-सासरे, मुलंबाळं यांची अनिर्बंध सेवा म्हणजे एक प्रकारचा जाचच. मला ती आनंदात दिसायची थोडीफार, माहेरी जाताना. मग हाही आनंद हळूहळू कमी झाला. आजोळची आर्थिक परिस्थिती खालावली. मिरज तालुक्यातील पूर्व भागातील दुष्काळानं तो भाग वैराण झाला. एक दिवस आजी गेली आणि एक दिवस आजोबा. तिचा भावनिक आधार संपला. तिच्या सुखाचं निधान, तिचं माहेर, तिथं आई-वडील आहेत ही एकमेव आनंदाची संकल्पना. ते शेवटचं आनंदनिधान संपलं आणि काकू झुरू लागली. भावाचा मोठा परिवार, त्यातही मुलींची संख्या अधिक, व्यवहारातली चालूगिरी माहीत नसल्यानं मागे पडलेला भाऊ आणि या सगळ्यांचं भयंकर आर्थिक हलाखीत पर्यवसान. माहेरी जायचं तरी कशासाठी, या प्रश्नानं ती त्यानंतर पछाडली असणार. त्यानंतर किंवा त्याबरोबर येत राहिलेलं- येत राहणारं म्हातारपण. केस पांढरे केव्हा झाले हेही तिला समजलं नसणार. मग शिक्षणानंतर मुलंबाळं उडून जातील वेगवेगळ्या दिशांनी आणि आपल्याबरोबर असेल निष्फळतेचं ओझं, ते तरी तिला कसं कळणार? कोण सांगणार?

मी तर वयाच्या अकराव्या वर्षी गाव सोडलं. शिक्षणाचं निमित्त. पण गाव सोडलं ते कायमचंच. मला ती कल्पना तेव्हा नव्हती. काकूला ती होती किंवा नाही कुणास ठाऊक? त्यानंतर, म्हणजे १९६९ नंतर आजपर्यंत म्हणजे तीस वर्षांहूनही अधिक काळ मी बाहेरच आहे. गावाला भेट देणं पाहुण्यासारखं. गाव व माझ्यातलं मानसिक अंतर

कमी झालेलं नसलं तरी शारीरिक जवळिकीला एक विशिष्ट मर्यादेपलीकडे कोणता अर्थ आहे? काकू या मानसिक जवळिकीचा नेमका कोणता अर्थ लावत असेल? मी गाव सोडल्यानंतर किंवा त्याच्या आसपास नामूदादा अकरावी (त्या वेळची मॅट्रिक) झाला आणि तोही कोल्हापूरच्या कृषी महाविद्यालयात शिकायला गेला. वसतिगृहात राहू लागला. आमच्या या सगळ्या पिढीला वसतिगृहात वाढलेली पिढी म्हणता येईल इतकी आम्हा सगळ्यांची संख्या होईल. त्यानंतर नामूदादा पदव्युत्तर शिक्षणासाठी गुजरातला गेला. मग नोकरीची आवश्यकता. या दरम्यान लग्न. मग नोकरीनिमित्त गुजरातमध्ये सात-आठ वर्षं. गावी तो नेहमीच जातो, आजही जातो, शेती करतो आणि माझ्यापेक्षाही तो गावाच्या जवळ आहे. पण लग्न, मुलंबाळं, नोकरी या जबाबदारीतून किती वाटलं तरी तो पूर्णवेळ काकूजवळ राहू शकत नाही.

राहता राहिली रुक्की. तिचं नाव रुक्मिणी, पण लहानपणापासून आम्ही सगळ्यांनी तिची रुक्की करून टाकलेली. काळीसावळी, नाकीडोळी तरतरीत अशी रुक्की गावात राहिली. तिचं कॉलेज शिक्षण सुरू व्हायच्या वेळेसच एका चुलत भावाच्या आंतरजातीय प्रेमविवाहाचं प्रकरण गावात गाजत होतं. तिला त्याचा सगळ्यात जास्त त्रास झाला. पारंपरिक व्यवस्थेच्या वरवंट्याखाली स्वत:चं अस्तित्व नाकारणाऱ्या समाजात काकू आणि रुक्की राहत होत्या. समाजातल्या कलुषित वातावरणामुळे रुक्कीचं लग्न लवकर करावं असा दबाव चारी बाजूंनी वाढला. कॉलेजला जाता-येता अनेकदा तिच्यावर शिव्यांचा आणि चेष्टेचा वर्षाव झाला. काकूचा जीव तगमगायला लागला. काकूचं सगळं आयुष्य तगमगण्यात गेलं आणि अजूनही जात आहे. रुक्कीचं लग्न जमलं. झालं. तीही पंख घेऊन सासरी गेली आणि सर्वार्थानं काकू एकटी झाली. स्वत:शी संवाद किती साधू शकते एखादी व्यक्ती? काकूला तर वाचण्या-लिहिण्याचं सुख नाही. शेजाऱ्यापाजाऱ्यांशी गप्पा मारणं- तेल्याची आक्काताई, गड्यापाची शिरमा, चव्हाणांची छबा या तिच्या गप्पा-मैत्रिणी. रुक्की अधूनमधून काकूला भेटते आणि मग दोघी भरभरून रडून घेतात.

अशी ही माझी काकू, तात्यांबरोबर तोक्यो एअरपोर्टमध्ये तिच्या मधल्या पोराला भेटायला येऊन पोहोचते या भावनेनंच माझ्या मनामध्ये आनंदाश्रू तरळले. तिच्या नऊवारी पातळाचा, तिच्या कोल्हापुरी चपलांचा, तिच्या साध्या मेणावरच्या कुंकवाचा, तिच्या सौंदर्यहीन आणि प्रसाधनरहित चेहऱ्याचा मला अभिमान वाटला. वाटलं, हा क्षण हाच तिच्या जीवनातला विरेचनाचा क्षण आहे. या क्षणाने घेतला आहे सूड, एका निमिषार्धात तिच्या आजवरच्या जीवनातल्या सगळ्या दु:खांचा, तगमगण्याचा, सहन करण्याचा, तीळतीळ तुटण्याचा आणि नवरा, मुलं, एकत्रित कुटुंबासाठी जीवनाचा स्वाहा करण्याचा.

आजूबाजूची मंडळी काकू-तात्यांकडे वेगवेगळ्या नजरेनं पाहत होती. कुणी तिच्या नऊवारी साडीकडे, विशेषत: तिनं ज्या पद्धतीनं कासोटा नेसला आहे त्याकडे, पाहत

होतं. कुणी तिच्या साध्या कोल्हापुरी चपलांकडे टक लावून पाहत होतं. सुटाबुटात, स्कर्ट आणि कोटांत, शर्ट आणि पँटमध्ये आपले देह दडवू पाहणाऱ्या किंवा दाखवू पाहणाऱ्या सगळ्या लोकांना तात्या-काकूंचं तिथलं अस्तित्व विस्मयकारक वाटत होतं. त्यातही विमानाच्या तोंडापर्यंत त्यांना घ्यायला कुणीतरी सुटाबुटातला तरुण मुलगा येतोय, याचंही त्यांना आश्चर्य वाटलं असणार. तात्या म्हणजे कुणीतरी पुढारी आणि काकू म्हणजे त्यांची अशिक्षित बायको, असंही त्यांना वाटलं असणार.

मला मात्र वेगळंच वाटलं होतं. शिक्षणाबद्दल कृतज्ञता वाटत होती. केवळ शिक्षणाच्या बळावर आपण इथे येऊन पोहोचलो या जाणिवेनं भरलेलं मन सांगत होतं, शिक्षणासारखं मुक्तीचं साधन नाही. केवळ शिक्षणामुळे मी इथं आलो आणि त्यामुळेच माझे आई-वडीलही इथं आले. तात्या-काकू मग दोन-अडीच महिने तोक्यात राहिले. मी ऑफिसला जायचो. मारुती त्यांना घेऊन वेगवेगळ्या ठिकाणी फिरायचा. तात्यांना प्रचंड कुतूहल होतं आणि ते मोडक्या-तोडक्या मराठी-हिंदी-इंग्रजीतून जपानी लोकांशी बोलण्याचा प्रयत्न करायचे. मारुतीनं जपानी भाषेवर थोडंफार वर्चस्व प्रस्थापित केलं होतं. मी संध्याकाळी ऑफिसमधून घरी आल्यानंतर तात्यांकडून, त्या दिवसात काय-काय पाहिलं याचं मजेदार वर्णन ऐकायला मिळायचं. काकू मात्र चालून चालून थकायची. तिच्या कॉमेंट्स एकवाक्यी, पण ऐकण्यासारख्या असायच्या - 'काय कळतंय व्हय आम्हाला! त्यवड्या उंचीवरनं कधी कायच बघितलं नव्हतं. जमिनीखालनं धावणारी आगगाडी बगितली' वगैरे वगैरे. तिची सगळी निरीक्षणं आणि लहान बालकाच्या निरीक्षणात कसलाच फरक नाही. ती जगाकडे टकमक करून लहान पोर जसं बघतं तसंच बघते आहे. एवढं वय होऊनही तिचं सगळं विश्व अजूनही नवंनवं आहे. तिला प्रत्येक गोष्टीचं नवल वाटतं, कौतुक वाटतं. तिच्या परीनं ती ते अनुभवते आणि तिची निरीक्षणंही अनुभवाचं गाठोडं असतं.

याउलट तात्यांचा उत्साह अमाप, कुतूहलही अमाप! थकणं त्यांना अजिबात माहीत नाही. बाहेर काहीतरी पाहायला जायचं म्हणजे दोन मिनिटांत ते तयार होऊन बसायचे. मग आम्ही सगळे तयार होईपर्यंत ते दिवाणखान्यात हेलपाटे घालायचे. मग सगळे मिळून जिन्याच्या पायऱ्या उतरून खाली आलो की, ते चालून गाडीच्या मागच्या दरवाज्याजवळ जाऊन थांबायचे. मग काकू थबकत थबकत, हळूहळू येईपर्यंत थोडी प्रतीक्षा.

तात्या-काकूंनी जपानमध्ये माझ्या पहिल्यावहिल्या नवीन गाडीची पुष्पगंधानं पूजा केली, आरती केली आणि मी नारळ फोडला. तोक्योचं शिंजुक नावाचं उपनगर, त्यातला निशिशिंजुकू हा भाग, तिथली रोझ गार्डन नावाची इमारत... त्या इमारतीच्या तळमजल्यावर तात्या-काकू हे माझ्या आकाशी रंगाची निस्सान सनी गाडीची पूजा करताहेत हे दृश्य माझ्या मनात खोलवर रुजलं आहे.

माझं चारचाकी वाहनाचं स्वप्न कधी नव्हतंच. गावात ओसरीला टेकलेल्या देऊमामानं

एकदा लहानपणी मशिनवर लहान मुलीचा फ्रॉक शिवणाऱ्या अण्णांना 'जनार्दन अण्णा... घरात एवढी पोरं झाली, एखादी ॲम्बॅसिडर न्हाई तर फियाट घ्या...' असं म्हटलेलं मला आठवतंय. पण म्हणजे नेमकं काय घ्यायचं हे काही माझ्या लक्षात आलं नव्हतं. अण्णांनी मशिनवरून मान वर केली. डावा हात तसाच सुईजवळच्या कपड्यावर तर्जनी आणि अंगठा विभागून त्याखाली कपडा तसाच दाबून ठेवला. उजवा हात उजवीकडच्या छोट्या चक्रावर थांबवला. त्यांच्या चेहऱ्यावर थोडं आश्चर्य, थोडं स्मित झळकलं, 'देवाप्पा... तुझा ट्रॅक्टर बरा, आमचं यंतर बरं... काय? सुई, दोरा, अंगुस्तान, चिंध्यापती महाराज की जय... हीच आमची संपदा!' उजव्या हातांनी चक्र फिरवलं. खाली दोन्ही पायांनी शिलाई यंत्र चालवू लागले आणि देऊमामा अस्तित्वात नसल्यासारखे आनंदानं अण्णा गुणगुणू लागले, 'माझे माहेर पंढरी... आहे भिवरेच्या तीरी... आऽऽऽ माझे माहेर पंढरीऽऽऽ' त्यांच्या चेहऱ्यावरचा आनंद व त्याखालचं निरामय तेज मला जसंच्या तसं आठवतं.

त्या अण्णांनी माझी जपानी गाडी पाहिली असती तर थाप मारली असती माझ्या पाठीवर आणि बोलले असते, 'वारे बहाद्दरा ज्ञानबा! घराण्याचं नाव काढलंस...' मग त्यांना अश्रू आवरले नसते. कुठला तरी अभंग गुणगुणत राहिले असते ते... 'विठू माझा लेकुरवाळा... संगे गोपाळांचा मेळा...' अण्णा म्हणजे माझ्या जीवनातलं एक सुंदर कोडं. एकत्रित कुटुंबातल्या गुंतावळ्यातील समाधानाचं प्रतीक. ते गेले तेव्हा माझ्या मनातल्या सरोवरातलं एक फूल कायमचं हिरमुसलं.

माझा जपानी गाडीपर्यंतचा प्रवासही बऱ्यापैकी खडकाळ आणि चिखलानं भरलेला. स्वेच्छेनं पळण्याच्या शर्यतीत असूनही धावपट्टीच्या मागे खूप दूर मुद्दाम उभं करण्याची शिक्षा मिळावी तसा प्रारंभ. मग शर्यत सुरू झाल्यानंतर पहिल्यांदा बाकीच्यांना गाठायचं, जीव तोडून पळत राहायचं, त्यानंतर त्यांना मागे टाकायचं, पळत राहायचं. थकायचं नाही, पळतच राहायचं. जितकं दिसतं तितकं हे सगळं सोपं नाही याचा अनुभव मी स्वत: घेतला आहे.

विदेशात जाण्यापूर्वी प्रत्येकाला गाडी चालवण्याचा परवाना घेऊन जाण्याची सूचना विदेशी मंत्रालयाने दिली होतीच. पण गाडीच्या मालकीची संकल्पना कधीच मनात नसल्याने वाहन चालवायचा परवाना घ्यावा किंवा गाडी शिकावी अशी त्यापूर्वी इच्छाही झाली नव्हती आणि परिस्थितीही नव्हती. सायकल हे आपलं वाहन. त्याला इंधन लागत नाही हे केवढं महत्त्वाचं. स्वत:चे पाय हे इंधन आणि पाय तर अपघात सोडल्यास सदैव आपल्यालाच असतात चिकटलेले. मी तर मोटरसायकलसुद्धा शिकलो नव्हतो. त्या वेळेपर्यंत घरी मोटरसायकल नव्हती. तीस-चाळीस वर्षांची जुनी सायकल, हर्क्युलस कंपनीची. मग मी कॉलेजमध्ये शिष्यवृत्तीतून रॅलीची नवी सायकल सव्वाचारशे रुपयांना घेतली. तिचं नाव ठेवलं लैला. ऊठबस विनातक्रार पळत राहणारी माझी लैला माझ्या सगळ्या मित्रमैत्रिणींच्या परिचयाची झाली होती.

सायकल ते गाडी हा प्रवास मधल्या मोटरसायकल या यंत्राला न स्पर्शता झाला. जपानमध्ये जाऊन गाडी चालवायला शिकू असं ठरवून जपानमध्ये आलो तेव्हा तिथल्या वाहन चालक या संकल्पनेच्या तडाख्याने मी हादरलोच. किती वेळ लागेल, यापेक्षा किती खर्च येईल गाडी शिकायला? हा माझा पहिला प्रश्न होता. खर्चाची भीती बाळगण्याची सवयच झालेली आपल्याला. आपल्या वयासमोर चार शून्यं लावायची. तेवढ्या येनची तयारी ठेवायची... तेही कमीत कमी तेवढा खर्च येणारच, माझ्या जपानी शाळेतील कोरियन मित्रानं सांगितलं आणि मी हबकलोच! मनातल्या मनात हिशेब केला. माझं वय २६... त्यावर चार शून्य २६००००. मनातल्या मनात त्यासमोर येन २६०,०००... पण मोठ्यानं मी तो आकडा वाचला. दोन लाख साठ हजार येन. भारतीय रुपये किती? ऐंशी हजार रुपये. आता काय करावं, कुठं पळून जावं? भारतात तीस-चाळीस रुपयांत... अगदीच ब्लॅकने घेतले तर दोन-तीनशे रुपये पडले असते. माझा चेहराच पडला. एवढी मौल्यवान(?) माहिती मला कुणीच कशी दिली नाही भारतात? खरं तर मलाही ते इतकं महत्त्वाचं वाटलं नाही. मग मी भारतातून वाहन चालक परवाना मिळवण्यासाठी आकाशपाताळ एक करायचं ठरवलं. अनेकांना फोन केले. अनेकांना पत्रं लिहिली. सगळ्यांनी सांगितलं, प्रत्यक्षात इथं यावं लागेल... दुसऱ्या जुन्या तारखेचं लायसेन्स मिळणं शक्य नाही. जपानच्या नियमानुसार लायसेन्स जपानमध्ये येण्यापूर्वी कमीत कमी तीन महिने आधी जारी केलं जाणं आवश्यक होतं. माझं तर डोकंच फिरलं. त्या काळी (१९८४ साली) ऐंशी हजाराला फार मोठी किंमत होती. कारखान्याची साखर एक रुपया ८५ पैसे किलो होती. कोल्हापूरपर्यंतचं तिकीट दोन रुपये पंधरा पैसे होतं आणि वीस पैशाला चहाचा कप मिळत होता. आपण का नाही घेतलं लायसेन्स जपानला जाण्यापूर्वी? या माझ्या प्रश्नांची उत्तरं अनेक मिळाली मला; पण त्यातल्या कुणातही माझे ऐंशी हजार रुपये वाचवण्याचं सामर्थ्य नव्हतं.

'तू मूर्ख आहेस. गाडी भारतातच शिकायला हवी होती.'

'पैसे दिले असतेस तर पाहिजे तेवढी लायसेन्स पाहिजे त्या तारखेची मिळाली असती.'

'पूर्वनियोजन हवं होतं. गाडी चालवायला येत नाही तर विदेश सेवेत जायचं कशाला?'

एकंदरीत काय, तर गाडी जपानमध्ये शिकण्याशिवाय पर्याय नव्हता. मग मी जपानमध्ये लायसेन्स मिळवणं कसं शक्य होईल याचा अभ्यास सुरू केला. लवकरच हे कळलं की, जगातली सगळ्यात कठीण आणि जटिल अशी परवाना व्यवस्था जपानमध्ये आहे. या परवाना व्यवस्थेत कमीत कमी चाळीस तास प्रशिक्षण घेतल्याचं मान्यवर संस्थेचं प्रमाणपत्र, लेखी परीक्षा, कंपाऊंडच्या आतली वाहन परीक्षा आणि मग आम रस्त्यावर गाडी चालवण्याची परीक्षा, या गोष्टी आवश्यक होत्या. हे आव्हान चक्रव्यूहाच्या आव्हानापेक्षा मोठं होतं. चौकशी केली तेव्हा कळलं की, दूतावासातील कोणाही अधिकाऱ्याकडे

किंवा कर्मचाऱ्याकडे जपानमध्ये बनवलेलं लायसेन्स नव्हतं. सगळ्यांकडे भारतात किंवा अन्यत्र बनवलेलं लायसेन्स होतं. बळीचा बकरा मीच होतो. अज्ञान साक्षरांची पाठ सोडत नाही हे पुन्हा एकदा या निमित्तानं मी अनुभवलं. पण कोणत्याही परिस्थितीत जपानी लायसेन्स घेऊन तोक्योच्या गजबजलेल्या रस्त्यावरून गाडी चालवायचीच, हा निर्धारही मनाशी पक्का केला. म्हटलं तर अतिशय साधा, म्हटलं तर अतिशय खडूस, अशा या ओबुचीच्या गाडीत माझं प्रशिक्षण सुरू झालं. प्रत्येक तासाचे मी त्याला २५०० येन (जवळजवळ ८५० रुपये) द्यायचो. (एक तास ५० मिनिटांचा.) तो मला न्यायला यायचा गोतांदा स्टेशनवर. मी तिथं सबवेनं पोहोचायचो. मग त्याच्या गाडीत बसून आम्ही प्रशिक्षणासाठी खास बनवलेल्या कंपाऊंडमध्ये जायचो. तिथं तो शिकवायचा. त्याच्या गाडीला दोन ब्रेक होते. त्यामुळे गाडी थांबवणं सोपं जायचं त्याला. मी चुका करत करत शिकायला लागलो. मधेच तो खेकसायचा, मधेच चुचकारायचा, मधेच कौतुक करायचा. दीड महिन्यानंतर आणि जवळजवळ अडीच लाख येन (ऐंशी हजार रुपये) खर्च केल्यानंतर मी लेखी परीक्षेला हजर झालो. ओबुचीनं मला दिलेल्या पुस्तकांचा चांगला अभ्यास केल्यानं मी परीक्षेत पास झालो. त्यानंतर आठ दिवसांनी मला कंपाऊंड टेस्टसाठी बोलावलं. कुंपणातल्या वाहन चालकाच्या या परीक्षेत पास होईन अशी अपेक्षा होती, पण मी नापास झालो.

एवढे पैसे, एवढा वेळ खर्चून परीक्षा दिली आणि मी नापास झालो याचा मला प्रचंड राग आला आणि दु:खही झालं. ज्या शाळेत मी जपानी भाषा शिकायला जात होतो, तिथल्या शिक्षकांवर मी माझा राग काढला.

कसली आली आहे ही लायसेन्सची पद्धत? एवढा पैसा खर्च करूनही नापास करून टाकलं मला. आयुष्यात पहिल्यांदा नापास व्हायची पाळी आली माझ्यावर जपानमध्ये येऊन! आठवीत असताना सहामाहीला चित्रकलेच्या परीक्षेत कांबळे सरांनी एकदा नापास केलं एवढंच. पण त्या वेळेस नामदेव सुतार, मांडवकर, मुळीक आणि विलास साळोखे सोडल्यास सगळेच नापास झाले होते. कांबळे सरांनी, मुलं चित्रकलेला विशेष महत्त्व देत नाहीत, हे ओळखून मुद्दाम सगळ्यांना नापास केलं होतं.

माझ्या जपानी शिक्षिकांनी माझी समजूत काढली, ''मुले, सान गामात शिते कुदासाई! निहोंजीन मी ओनाजी देस.'' (श्री. मुळे, थंड डोक्याने घ्या या सगळ्या गोष्टी. जपानी माणसाचेही असेच हाल होतात.) मला तर रडायलाच आलं आणि मी रडलोही. पण मनात निर्धार केला, 'काही झालं तरी, सालं हे जपानी लायसेन्स सोडायचं नाही.'

पुन्हा प्रशिक्षणाचे काही तास, ओबुचीचा चेहरा पाहायलाही मला आवडलं नसतं. (मला तो म्हणजे शोषणकर्ता आणि स्वत: शोषित आहोत असं वाटायला लागलं होतं.) जपानी लोकांनी हा सगळा डाव पैशांसाठी केला आहे असं मला वाटायचं. पण तसं नव्हतं हे कळायला फार उशीर लागला असंही नव्हे.

नंतर पुन्हा एकदा कंपाऊंड टेस्टमध्ये नापास होण्याचं दुर्भाग्य माझ्या नशिबात होतं. तेही भोगलं आणि त्यानंतरच्या परीक्षेत मात्र मी पास झालो. त्यानंतर रस्त्यावरची टेस्ट. त्यातही पास झालो. यू.पी.एस.सी.च्या परीक्षेतून विदेश सेवेत निवड झाल्यानंतर जेवढा आनंद झाला होता, तेवढा आनंद मला एका ड्रायव्हिंग लायसेन्सने दिला होता.

भारतीय राजदूतावासात जपानमधली परीक्षा देऊन तिथलं लायसेन्स मिळवणारा मी पहिला भारतीय! बाकीच्या दूतावासात चौकशी केली, तेव्हा मला तिथंही कुणी माझ्यासारखा विचित्र माणूस आढळला नाही. जपानमध्ये जोपर्यंत योग्य लायसेन्स नाही आणि जोपर्यंत गाडी ठेवण्याची जागा नाही, तोपर्यंत गाडी विकत घेता येत नाही. माझं गाडीचं स्वप्न जवळ येत चाललं होतं. जागा होती, गाडी घेण्यासाठी हव्या असलेल्या रकमेची बँक ऑफ इंडियाच्या तोक्यो शाखेतून तजवीज केली होती. फार काय, गाडीची नोंदणी करून चार महिने झाले होते. थोडक्यात, नवरी सोडून लग्नाची पूर्ण तयारी होती. नवरी बिचारी जपानी वाहन मंत्रालयानं घालून दिलेल्या कडक चौकटीतून कधी माझी लेखी, कधी तोंडी, तर कधी रस्त्यावर परीक्षा घेत होती. मी केवढे अपमान सहन केले तेही साध्या चार इंच बाय चार इंचच्या प्लास्टिक तुकड्यासाठी. पण तो प्लास्टिकचा तुकडा केवढा मौल्यवान होता! त्यासाठी मी पैसे खर्च केले म्हणून नव्हे, तर या निमित्तानं जपानी व्यवस्था काय आहे ते समजलं म्हणून. तिथं पैसे देऊन लायसेन्स नाही. त्यामुळेच बेदरकार वाहन चालकाकडून होणारे बेजबाबदार अपघात नाहीत. वाहनांच्या संख्येच्या तुलनेत जपानमध्ये अपघातांची संख्या नगण्य आहे याचं कारण, तिथं प्रत्येक जण प्रशिक्षित वाहन-चालक आहे. जरा तुमची गाडी द्या, तास-दोन तास शिकून येतो म्हणत पन्हाळ्यापर्यंत गाडी पळवणं तिथं शक्य नाही. तिथं लायसेन्सची किंमत प्रचंड महागडी असली, तरी त्याहून किमती आणि मौल्यवान आहे मानवी जीवन! आपल्याकडे सगळे नियम असूनही, लायसेन्स कुणालाही मिळू शकतं. पैसे असतील तर ते घरी चालत येतं. ओळख असेल तर ते पळत येतं. लायसेन्सलाही किंमत नाही, तर मानवी जीवनाची काय बिशाद? ते तर दिवसागणिक स्वस्तच होत आहे. आता तर शंभर कोटी. काही लाख बळी गेले, तर कुणाला दुःख कसलं?

घराबाहेर पडल्याशिवाय माणसाला आयुष्याचा अर्थही कळत नाही आणि आयुष्याची गंमतही कळत नाही. पक्ष्याला घरट्याबाहेर पडल्याशिवाय आकाशाची कल्पना येत नाही. बेडकाला विहिरीबाहेर पडल्याशिवाय जग समजत नाही. मी गावात राहिलो असतो तर फारसं बिघडलं असतं असं नव्हे, पण बाहेर पडल्यानं माझ्यात अंतर्बाह्य बदल झाला यात शंका नाही. पहिल्यांदाच कळलं की, काळ अनंत आहे, पृथ्वी अफाट आहे आणि कर्तृत्ववान माणसाला कसल्याही सीमा नाहीत. वेगवेगळ्या संस्कृतीतली वैशिष्ट्यं कळाली. भाषा, धर्म, कला यांचा परिचय झाला. लहानपणी पहाटे पहाटे गावात वासुदेव यायचा. धूसर प्रकाशात त्याला पाहताना खूप कुतूहल वाटायचं. कुठून आला

असेल? असा प्रश्न पडायचा. त्याचं गाव, त्याचं फिरणं, त्याचं बोलणं या साऱ्यांविषयी अप्रूप वाटायचं. गाव सोडल्यानंतर ही अपूर्वाई कमी झाली, कक्षा विस्तारत गेल्या, ज्ञानात भर पडली, नित्य नव्या गोष्टी ध्यानात यायला लागल्या.

पण जे मी खऱ्या अर्थानं शिकलो असं वाटतं, हे याहून वेगळं आहे. आपल्याकडे बालपणापासून सहिष्णुतेचे धडे दिले जातात, पण प्रत्यक्षात आचार वेगळा दिसतो. उदाहरणार्थ, जातिभेद पाळू नका असं आमच्या गावी प्राथमिक शाळेत शिकवलं जायचं; पण आमच्या शाळेत शिक्षक स्वत: या जातिभेदांपासून मुक्त नव्हते. जैन, लिंगायत शिक्षकांच्या घरी महार किंवा मांग जातीचे शिक्षक मांडीला मांडी लावून जेवायला बसले असतील, ही कल्पनासुद्धा त्या काळात अशक्य होती. आजही हे कितपत शक्य आहे सांगणं कठीण. शिक्षकांचं राहू द्या, आमच्या स्वत:च्या घरात महार-मांगांना आमच्या लहानपणी मुक्तप्रवेश नव्हता. नामूदादाच्या लग्नात, म्हणजे १९७७ साली कॉलेजच्या दुसऱ्या वर्षात असताना माझ्या अशोक, रमेश वगैरे मागासवर्गीय मित्रांना घेऊन मी गावी गेलो. आमच्या घरात कुणी बोललं नाही, पण काही शेजाऱ्यांनी या गोष्टीविषयी नाराजी व्यक्त केली. आपल्या समाजात जातिभेद किती खोलवर रुजला आहे याची कल्पना आली, तेव्हा संधी मिळताच जातिभेदावर हल्ला करण्याची गरज आहे, ही खूणगाठसुद्धा मनाशी बांधली.

गावाबाहेर पडल्यानं दोन गोष्टी शिकता आल्या. एक म्हणजे, माणूस मुळात एक आहे आणि माणसामाणसात कसलाच फरक नाही ही महत्त्वाची गोष्ट. भारतापुरतं बोलायचं झालं तर, अतिपूर्वेकडच्या आसाम-मेघालयपासून पश्चिमेकडच्या गुजरात, राजस्थानपर्यंत आणि दक्षिणेकडच्या तामिळनाडू-केरळपासून उत्तरेकडच्या उत्तरप्रदेश किंवा काश्मीरपर्यंत माणूस मुळात सारखाच आहे. त्याच्या भावभावना, त्याचे विकार, विलास सगळीकडे सारखेच आहेत. काही वेळा या भावभावना, विकार, विलासांचे आविष्कार बदलतात आणि म्हणून आपल्याला काही ठिकाणचे लोक वेगळे वाटतात. पण आनंद, क्रोध, दु:ख, समाधान, प्रेम या भावना सर्वत्र त्याच आहेत. जगात बाहेरही परिस्थिती वेगळी नाही. आर्क्टिक महासागराच्या जवळ गोठलेल्या बर्फात आयुष्य कंठणारे लोक असोत किंवा मागासलेल्या आशिया-आफ्रिकेतील लोक असोत, भावना सगळ्यांच्या त्याच असतात. स्वत:च्या नेहमीच्या परिसीमांच्या बाहेर पडल्यानंतर लक्षात येणारी पहिली गोष्ट म्हणजे माणूस इथूनतिथून सगळीकडे सारखाच आहे.

माणूस सारखा आहे हे लक्षात आल्यानंतर दुसरी गोष्ट याबरोबरच ध्यानात येते, ती म्हणजे, माणसांमधील किंवा वेगवेगळ्या जनसमूहातलं साम्य आणि परस्परावलंबित्व. जगाच्या कोपऱ्यात एकमेकांना न जाणता ओळखता येणारी माणसंदेखील एकमेकांवर अवलंबून असतात. एवढंच नव्हे, तर बऱ्याचदा जगण्या-मरण्याच्या प्रश्नांपर्यंत दूरवर असलेल्या लोकांवरचं अवलंबित्व विश्वास बसू नये इतकं जबरदस्त असतं. रशियानं

भारतातून चहाची आयात थांबवली, तर चहाच्या मळ्यांचे मालक उत्पादनाला खीळ घालतील आणि चहामळ्यावर काम करणारे हजारो मजूर बेकार होतील. ब्राझील, कोलंबिया आणि दक्षिण भारतातील लोकांनी जर कॉफीचं उत्पादन केलं नाही, तर जगभर कोट्यवधी लोकांना त्यांच्या आवडीची गरम कॉफी सकाळ-संध्याकाळ पिता येणं शक्य होणार नाही. ज्या जपाननं आपल्या अकल्पित तंत्रज्ञान आणि व्यवस्थापन कौशल्यानं संपूर्ण जगभर आर्थिक सत्ता गाजवायला सुरुवात केली, तो जपान देश बाकीच्या देशांच्या ऋणाचा धनी प्रत्येक क्षेत्रात आहे. भाषा आणि लिपी हा प्रत्येक जनसमूहाच्या प्रगतीचा निर्देशांक आहे. जपाननं चिनी चित्रलिपी जशीच्या तशी आयात केली. कालांतरानं तीत फरक पडला, पण मूळ चित्रलिपी चीनचीच.

जपाननं परदेशाकडून ज्या वस्तू आयात केल्या त्यांची यादी करणं कठीण आहे. जपानी भातशेती आपल्याला ऐकून माहीत आहे; पण मुळात भात भारतातून अनेक देशांमार्गे जपानला गेला, ही गोष्ट किती लोकांना माहीत आहे? भाताचं जाऊ द्या. भातानं फक्त माणसाच्या शरीराचं संवर्धन होतं. ज्याने मनाचं संवर्धन होतं त्या धर्माचं घ्या. जपाननं सहाव्या शतकात ज्या बौद्ध धर्माचा चीन- कोरियामार्गे स्वीकार केला, तो बौद्ध धर्म भारतात उगम पावला. शासन पद्धतच नव्हे, तर नोकरशाहीच्या वेगवेगळ्या गणवेषापर्यंत जपानने चीनचं अनुकरण केलं. अलीकडच्या काळात बंदूक बनवण्याची कला, औषधांची माहिती, कागद बनवण्याची कला, कागद बनवण्याची प्रक्रिया या सगळ्या गोष्टी जपान वेगवेगळ्या विदेशी राष्ट्रांकडून शिकला.

दुसऱ्या महायुद्धानंतर जपानचा जो विकास झाला त्यात जपानइतकाच अमेरिकेचा हात आहे. अमेरिका आणि इतर युरोपीय देशांनी सढळ हातांनी जपानच्या विकासाला, तंत्रज्ञानाची निर्यात करून मदत केली. सांगायचा मुद्दा म्हणजे, जग आणि त्यातली सगळी राष्ट्रं परस्परावलंबी आहेत. जपान आज प्रगतीच्या शिखरावर असल्यानं हे परावलंबित्व संपलं असं नव्हे, उलट वाढलं आहे. जसं तेल, नैसर्गिक गॅस, खनिज संपत्ती, स्टील बनवण्यासाठी लागणारं पोलाद या सगळ्या गोष्टी, जपानच्या गरजेपैकी सरासरी ९५% त्यांना बाहेरून आयात कराव्या लागतात. आज संपूर्ण जगात असं एकही राष्ट्र नाही, जे दुसऱ्यावर अवलंबून नाही. अमेरिकेतल्या बहुसंख्य शास्त्रीय आणि महत्त्वाच्या तंत्रज्ञानाच्या संस्थांमध्ये महत्त्वाच्या पदावर काम करणाऱ्या भारतीयांची संख्या बरीच मोठी आहे. ब्रिटनमध्ये हजारो भारतीय डॉक्टर ब्रिटिश लोकांची सेवा करत आहेत. भारतानं आपले अनेक उद्योगधंदे, मग ते पोलाद असो किंवा वीज उत्पादन असो, रशियाच्या मदतीनं बांधले आहेत. ॲनी बेझंट ही आयरिश होती, बाबर मध्य आशियातून आला आणि खुद्द आर्य आर्क्टिक प्रदेशातून आले असं म्हटलं जातं. थोडक्यात, जगातले सगळे लोक एकमेकांसारखे आहेत. एवढंच नव्हे, तर एकमेकांवर अवलंबून आहेत, एकमेकांशी संबंधित आहेत.

एकदा माणसामाणसांतलं परस्परावलंबन ही बाब कळायला लागली की, आपोआप देश, धर्म, भाषा, जात यावरून मनातल्या मनात होणारं वर्गीकरण थांबतं. मी जगात जिथं जिथं गेलो तिथं तिथं लोकांशी मैत्री सहज जुळली. कारण मला या माणसांत आणि माझ्यात कोणताच फरक आढळला नाही. जात, देश, धर्म यांचे पापुद्रे आपण समजतो त्या मानाने फारच ठिसूळ आहेत. पण हे समजण्यासाठी प्रथम जातीबाहेर, धर्माबाहेर, देशाबाहेर पाहायला शिकलं पाहिजे. खिडकी उघडल्याशिवाय घराबाहेरचं दिसत नाही. तसंच जात, धर्म, भाषा यांचं आहे. परंपरांचा अभिमान असणं ही गोष्ट वेगळी, पण वेगळेपण म्हणजेच सगळं मानणारी परंपरा संपवायला हवी. पण आपल्याकडील बऱ्याच परंपरांनी आपल्याला लुळंपांगळं बनवलं. समुद्रपर्यटन वर्ज्य करायला सांगून माणसातल्या पौरुषार्थाला अपंग करून टाकणाऱ्या प्रथा आपण स्वीकारल्या कशा, हा भेडसावून टाकणारा प्रश्न आहे. कधी काळी याच भारतभूमीतून दर्यावर्दी लोकांनी स्वसंस्कृतीचा प्रसार दूरपर्यंत केला. जावा, बाली, सुमात्रापर्यंत ध्वजा फडकावली, हे आपण विसरून कसे गेलो? समुद्रपर्यटन वर्ज्य करायला सांगणं म्हणजे स्वत:चे कान-डोळे छाटणं आणि मनाची कवाडं पूर्णपणे बंद करणं नव्हे का? स्वधर्माबाबतचा आंधळा अभिमान हा असाच एक अडथळा आहे. एका बाजूला हिंदू धर्म सहिष्णू म्हणायचं आणि आपणच धर्मवेड्या लोकांनी जातीपातीचं बीज पेरून त्याच्या विषारी पिकाचा समाजाला बळी बनवलं. थोडक्यात, धर्माच्या नावाखाली अधर्माचार हा अनेकांचा धर्म बनला आणि माणसामाणसांतली तेढ वाढत गेली.

प्रत्येक देशाची एक स्वतंत्र संस्कृती असते. तिच्या विकासात तिथल्या स्थानिक हवामानाचा आणि भौतिक परिस्थितीचा फार मोठा हात असतो. यामुळे स्थानिक परंपरा, रीतिरिवाज आपण समजून घेतल्या नाहीत, तर खऱ्या अर्थाने आपल्या व्यक्तिमत्त्वात सुधारणा होणं शक्य नाही. या विविधतेत जगाचं सौंदर्य दडलं आहे. काही वेळा आपल्या पूर्वग्रहदूषित वृत्तीमुळे माणूस दुसऱ्याची संस्कृती समजून घेण्यात अयशस्वी ठरतो. पण 'देश तसा वेष' ही आपल्याकडची म्हण अमलात आणली तर कसलीच अडचण येणार नाही.

'देश तसा वेष' या साध्या म्हणीचंच घ्या. भारतातच उत्तरेत जायचं म्हटल्यानंतर उबदार कपडे घेतल्याशिवाय चालत नाही. स्थानिक वातावरणाविषयीचं अज्ञान आणि स्वत:च्या देश-परिस्थितीविषयीचा दुराभिमान माणसाला केवढा क्लेशकारक ठरतो, हे मी स्वत: अनुभवलं आहे. विदेश सेवेत निवड झाल्यानंतर मसुरीला प्रशिक्षणासाठी जायची आज्ञा झाली. मसुरी हे थंड हवेचं ठिकाण, हे पाठ्यपुस्तकात वाचून माहीत होतं. पण थंडी असून केवढी असणार म्हणून मी दिल्लीत एक पूर्ण बाह्यांचं स्वेटर घेतलं आणि स्वत:वर खुश होऊन मसुरीत प्रवेश केला. खरं तर डेहराडूनपासूनच थंडीला सुरुवात झाली होती. पण थंडी मनाला आणि शरीराला सुखावह वाटणारी होती. ऑगस्ट

म्हणजे तशी खरी थंडी नव्हे, पण तरीही मसुरीत उतरताच थंडीचा प्रभाव जाणवू लागला. थंडीत पेन्शनरांनी सकाळच्या फिरण्यात किंवा मुलींनी सौंदर्य आणि फॅशन दाखवण्यासाठी स्वेटर घालायचे असतात, अशी माझी भाबडी समजूत होती. थंडी असून असून किती असणार आणि एखाद्या स्वेटरच्या आधारावर सहज थंडीला तोंड देऊ, हा माझा मराठी आत्मविश्वास मसुरीत पोहोचल्यानंतर लगेच कोसळला.

संध्याकाळ झाली तशी सहस्र सुया टोचाव्यात तशी ती जीवघेणी थंडी अंगभर छळू लागली. तशातच माझ्या खोलीतील दुसऱ्या सोबत्यानं माझं स्वेटर पाहून, हे लोकरीचं स्वेटर नाही तर ॲक्रॅलिकचं आहे; दिसायला छान, पण यात थंडी आवरणं केवळ अशक्य, असं जाहीर केलं तेव्हा तर माझ्या तोंडचं पाणी पळालं. पण ही गोष्ट तेवढ्यावरच थांबली नाही. एकापाठोपाठ एक अनेक धक्के मला मिळाले. माझ्या पायांतले मोजे थंडीचे शत्रू नसून दोस्त होते असं या सोबत्यानं सांगितलं. तुझे बूटसुद्धा मजबूत नाहीत आणि थंडीत तुला जरूर दगा देतील, असं भाकीत त्यानं केलं आणि थंडगार झालेल्या माझ्या पायांतून वीज गेल्यासारखं झालं.

रात्र झाली. ॲकॅडमीनं दिलेला रग आणि मी बरोबर आणलेली सोलापुरी चादर अंगावर घेऊन पडलो तरी काही केल्या अंगातील हुडहुडी संपेना. परमेश्वराची आठवण झाली. पानिपतावर हजारो मराठे युद्धात या कडाक्याच्या थंडीत दगावल्याचं वाचलं होतं, त्याची आठवण झाली. नेपोलियनची रशियातली हारसुद्धा थंडीमुळे झाली होती. त्या रात्री दया येऊन माझ्या सोबत्यानं आपल्याकडील एक गरम गरम दुलई मला दिली नसती, तर थंडीशी लढता लढता आणखी एक मराठी गारद झाल्याची बातमी मराठी वृत्तपत्रात सहज आली असती!

दुसऱ्या दिवशी ॲकॅडमीचं प्रशिक्षण चुकवून मी सरळ बाजारात गेलो आणि सगळ्या उबदार कपड्यांची खरेदी केली. नव्या दुलईची ऑर्डर दिली. याच्या उलटा अनुभव मला एकदा ऑस्ट्रेलियात आला. 'दुधाने भाजलं तर माणूस ताकही फुंकून पितो' अशी आपल्याकडे म्हण आहे. ऑस्ट्रेलियात आंतरराष्ट्रीय व्यापारातला एक प्रशिक्षणक्रम पूर्ण करण्यासाठी भारत सरकारच्या वतीनं मी गेलो. पूर्वानुभव ध्यानात घेऊन बरेचसे थंडीचे कपडे, सूट्स घेऊन गेलो होतो. जानेवारी महिन्यातलं दिल्लीचं तापमान गृहीत धरून मी चाललो होतो. सिडनीच्या विमानतळावर उतरलो. स्थानिक संयोजकांनी आयोजित केलेल्या टॅक्सी ड्रायव्हरनं आमचं स्वागत केलं. पण त्याचा वेष बघून मला आनंदाऐवजी आश्चर्याचा धक्का बसला. त्याने चक्क अर्धी चड्डी आणि अर्ध्या बाह्यांचा शर्ट घातला होता. ड्रायव्हरला अशा वेषात पाहायची सवय नसल्यानं मला थोडं विचित्र वाटलं. पण विमानतळापासून आमच्या हॉटेलपर्यंत बोलता बोलता अनेक गोष्टी ड्रायव्हरकडून कळल्या. त्यातली सर्वांत अपेक्षाभंग करणारी बातमी म्हणजे, तिथली हवा त्या दरम्यान उबदार राहणार होती. कारण तो तिथला उन्हाळा होता. मी आणलेले कपडे, उबदार स्वेटर्स,

छान छान सूट्स यांचा इथं काहीच उपयोग नव्हता. उत्साहाच्या भरात मी एकही सुती ड्रेस घेतला नव्हता. प्रशिक्षणाच्या पहिल्याच दिवशी मी उष्म्यानं बेजार झालो. मुंबईतलं एप्रिलचं ऊन आणि त्यात लोकरीचे कपडे घालून बसलो अशी कल्पना केल्यास, त्या दिवशी माझी काय अवस्था झाली असेल याचा थोडाफार अंदाज करता येईल. पहिल्या दिवसाच्या घामट पाण्याच्या शिक्षेनंतर मला बाजारात जाऊन साधे शर्ट-पँट्स खरेदी करावे लागले. त्यानंतर मात्र, कोणत्याही देशाला भेट द्यायच्या आधी तिथल्या हवामानाची तशीच तापमानाची पूर्ण माहिती घेऊन, तसे कपडे घ्यायची शिस्त मनाला लावून घेतली.

जसं कपड्यांचं तसंच आहाराचं. प्रत्येक देशाच्या आहारात वेगवेगळ्या कल्पना असतात. या कल्पना मुख्यत: त्या त्या प्रदेशाच्या हवामानावर अवंलबून असतात. बऱ्याचदा ऐतिहासिक, सांस्कृतिक आणि धार्मिक बाबींचाही खाण्यावर परिणाम दिसून येतो. हिंदू धर्मात गाय पवित्र मानली जाते, तर मुस्लिम समाजात डुक्कर निषिद्ध मानल्यामुळे अभक्ष्य आहे. जैन धर्मात मांसाहार वर्ज्य, म्हणजे सगळेच प्राणिमात्र पूज्य आणि पवित्र मानले जातात. याउलट, ख्रिश्चन धर्मात गाय, डुक्कर आणि इतर मांसही चवीनं खाल्लं जातं. मांसाहाराच्याच नव्हे, तर शाकाहाराच्या आणि उपवासाच्या कल्पनाही प्रत्येक समाजात वेगवेगळ्या असतात. आपल्याकडच्या कोकणवासी ब्राह्मणांप्रमाणे बंगाली लोकही मासे खाऊनही स्वत:ला शाकाहारी समजतात. याउलट, काही लोक अंड्याला स्पर्श करत नाहीत. जपानसारख्या देशात अंडी, कोंबडी आणि मासे या सगळ्यांना शाकाहारात समाविष्ट केलं जातं. एकदा क्योतो नावाच्या जपानी शहरात मला फारच मनोरंजक अनुभव आला आणि आहाराच्या कल्पना देशकालानुसार किती बदलतात याचा प्रत्यय आला.

''मी शाकाहारी आहे, मला फक्त शाकाहारी जेवण द्या.'' मी वेटरला सांगितलं.

''शाकाहारी आहात म्हणजे कोंबडी चालत असणार...!''

''कोंबडी चालणार नाही... कसलेही मांस नको...'' - मी.

''मग मासे आणते. छानपैकी खास जपानी पद्धतीने बनवलेले.'' - ती.

''नको नको, मी मासेही खात नाही.'' - मी.

''कमाल आहे! चला जाऊ द्या. मी अंडी घेऊन येते...'' आपल्याकडचे सगळे पर्याय संपत चालल्याने तिच्या सहनशीलतेचा अंत होत होता.

''नाही चालणार. मी अंडी खात नाही... गवतासारखं दिसणारं काहीही आणा. प्राण्यापासून किंवा प्राण्याशी संबंधित कोणतीही गोष्ट आणू नका.'' मीही तिच्या अज्ञानाची चीड येऊन बोललो.

''याचा अर्थ तुम्हाला दूध, चीज, तूप, दही यांपैकी काहीच चालणार नाही. म्हणजे खाता तरी काय तुम्ही भारतीय लोक?'' सगळ्या मर्यादा सोडून ती म्हणाली.

मला मात्र हसावं की रडावं समजेना. दूध, चीज, तूप या वस्तू आणि मांस-मच्छी

यांतला फरक तिला कळत नव्हता. कोणतीही वस्तू जी प्राण्यापासून मिळते– मग ते मांस असो की दूध, ते मांसाहारी, अशी माझ्या स्पष्टीकरणानं तिची समजूत झालेली असावी! मी शाकाहारी असूनही या सगळ्या गोष्टी खाल्ल्या आणि तेही मोठ्या आवडीनं. यामुळे तिला आश्चर्य वाटलं. जेवणानंतर मी तिला दूध, तूप या गोष्टी शाकाहारी आहेत; एवढंच नव्हे, तर भारतातल्या समस्त शाकाहारी मंडळी या वस्तू चापूनचोपून खातात हे सांगितलं. हा केवढा विरोधाभास, अशा अर्थाचा चेहऱ्याचा चंबू करून ती माझ्याकडे पाहत राहिली.

अशा या जपानंच काही बाबतीत आपल्याशी साधर्म्य आहे. जपानला आपण अतिशय प्रगत राष्ट्र समजतो आणि ते खरं आहे. पण अशा जपानमध्येही अंधश्रद्धा आहेत हे कुणाला पटेल? नऊ (जपानी भाषेत कु) आणि चार (जपानी भाषेत शि) हे अंक जपानी लोक अतिशय अशुभसूचक मानतात आणि गंमत म्हणजे, बऱ्याचदा दवाखान्यात या क्रमांकाच्या खोल्याच नसतात. म्हणजे एकदम तीननंतर पाच क्रमांकाची खोली येते. याचं कारण म्हणजे, शि आणि कु या अक्षरांनी अनेक अशुभ शब्दांची सुरुवात होते. उदाहरणार्थ, शिनु म्हणजे मरणे आणि कु म्हणजे वेदना. अर्थातच अंधश्रद्धा आहेत याचा अर्थ सदासर्वकाळ लोक अंधश्रद्धाळू बनून काम करतात असा नव्हे. पण आपली जपानी माणसाबद्दलची जी एक प्रगत आणि नेहमी तंत्रज्ञानात मश्गूल असतात अशी प्रतिमा आहे, ती संपूर्णतः खरी प्रतिमा नव्हे. जपानी समाजात राहून जपानी माणसाचा चांगला परिचय झाल्यानंतर आपल्याला धक्कादायक वाटणाऱ्या अनेक गोष्टी कळायला लागतात. आकडेवारीनुसार प्रत्येक जपानी माणूस कमीत कमी दोन धर्मांचा सदस्य आहे. आपल्याकडे एखाद्या माणसाला, तुझा धर्म कोणता, म्हणून विचारलं आणि त्याने हिंदू आणि मुसलमान किंवा ख्रिश्चन आणि जैन असं सांगितलं, तर त्या माणसाला आपण वेडा ठरवू.

लवचीकता हिंदू धर्मातही असल्याचं आपण समजतो, पण तसा लवचीकपणा नसतो. माणूस हिंदू तरी असू शकतो किंवा मुसलमान तरी, असा आपला इतिहास सांगतो. एकदा हिंदू धर्मातून बाहेर पडलेला माणूस परत हिंदू धर्मात येणं महाकठीण; पण जपानचं या बाबतीत वेगळंच वैशिष्ट्य आहे. जपानी माणूस एकाच वेळी त्यांच्या ऐतिहासिक पारंपरिक शिंतो समाजाचा सदस्य असतोच, पण त्याबरोबर तो बौद्ध किंवा ख्रिश्चन किंवा इतर कोणत्याही धर्माचे पालन मोकळेपणाने करू शकतो. दोन किंवा अधिक धर्म किंवा पंथांचं पालन करताना त्याला कोणत्याही त्रासाला सामोरं जावं लागत नाही किंवा समाजातून वाळीत टाकण्याचा प्रश्नही उद्‌भवत नाही. प्रत्येक जपानी माणूस हा घराशेजारी शिंतो देऊळ, बुद्ध मंदिर आणि स्मशान यांच्याद्वारे धर्माशी कायमचा बांधला गेला आहे. जपानी घर हे या तीन धार्मिक संस्थांशिवाय घरात एक शिंतो (पूजाघर – कामिदाना) आणि एक बौद्ध (पूजाघर – बुत्सुदान) यांना महत्त्वाचं स्थान देतं. याशिवाय देशभर

हजारो छोटे छोटे पंथ आहेत आणि कोणीही कोणत्याही धार्मिक पंथाचा सदस्य बनू शकतो. प्रत्येक गावात आणि परिसरात शेकडो शिंतो आणि बुद्धमंदिरं आढळतात. जपानी लोक आपल्या देवघरात सकाळ-संध्याकाळ प्रार्थना करतात. एवढचं नव्हे, तर अनेक धार्मिक उत्सव आनंदानं साजरे करतात.

पुरातन काळापासून धर्माच्या माध्यमातून सांस्कृतिक प्रवाह, भाषिक संस्कार आणि त्याचबरोबर तंत्रज्ञान व उत्पादनं जपानमध्ये आली. नारा शहरातलं तोदाइजी मंदिर ही जगातली सगळ्यात भव्य लाकडी इमारत आहे. भूकंपाला तोंड देणारं स्थापत्य शोधून काढण्यासाठी मानव अजून कल्पना करतो आहे. पण जपानमधल्या मंदिराच्या आवारात असलेले उंचच उंच मनोरे अनेक शतकं हजारो भूकंपांना तोंड देत उभे आहेत. १ सप्टेंबर १९२३ रोजी तोक्यो शहराच्या आसपासच्या भागात-कान्तो विभागात- भूकंपानं थरकाप उडवला. रिश्टर मोजपट्टीवर ७.९ तीव्रतेचा हा भूकंप आजवरचा सगळ्यात भयकारी भूकंप होता. कमीत कमी एक लाख लोक मेले किंवा बेपत्ता झाले आणि जवळजवळ पाच लाख ऐंशी हजार घरांचा संपूर्ण नायनाट झाला. अत्याधुनिक मानल्या जाणाऱ्या आठ-नऊ मजल्यांच्या इमारती कोसळल्या. पण तोक्योच्या उत्तर भागातील उयेनो उद्यानातल्या कानेइजी मंदिरातील ३२.३ मीटर उंचीचा लाकडी पागोदा मात्र जसाच्या तसा त्या भूकंपाला खिजवत उभा होता. हजारो वर्षं असे असंख्य पागोदे उभे आहेत. कियोशी मुतो या स्थापत्यशास्त्राच्या विद्यार्थ्याने या गोष्टीत विशेष रस घेतला आणि त्याच्या लक्षात आलं की, या पागोदाच्या आतल्या लाकडाच्या विशिष्ट रचनेमुळे भूकंपातही तो टिकून राहिला. हाच विद्यार्थी पुढे 'प्राध्यापक मुतो' या नावानं जगप्रसिद्ध झाला, कारण त्याला भूकंपरोधक गगनचुंबी इमारतींचा जनक मानलं जातं.

भक्कम इमारत चांगली, असा पूर्वीचा समज होता तो जाऊन या काळानंतर लवचीक इमारतींची संकल्पना जी धरली, ती आज तोक्यो, ओसाका या शहरांत पन्नास-साठ मजल्यांच्या इमारती असंख्य प्रमाणात पाहायला मिळतात ते याचमुळे. शिंजुक या तोक्योतील अतिशय आधुनिक भागात राहत असताना चक्क भूकंपात या इमारती मंदपणे हलत असताना पाहण्याचं सुख मी दीड वर्ष अनुभवलं आहे. अर्थातच हा अनुभव चित्तथरारक असतो, आनंददायी नव्हे.

पण भूकंप म्हटलं रे म्हटलं की, आपल्या अंगावर शहारे येतात. लहानपणी कोयनेच्या भूकंपाविषयी ऐकलं होतं. खरं तर कोयनेचा भूकंप झाला तेव्हाची माझी आठवण ताजी आहे. मी नऊ वर्षांचा होतो. झोपेत असताना जोरजोरात आवाज झाला. मला वाटलं, घरावरून ट्रॅक्टर जात असावा. एवढ्यात घरात हलकल्लोळ झाला. 'उठा, उठा' असं सगळे ओरडू लागले. क्षणार्धात दारं धडाधडा उघडून सगळे बाहेर आले. भास्करदादाने माडीवरून उडी मारली. अर्धवट झोपलेल्या मला काकूनं ओढत अंगणात आणलं. गल्लीतले सगळे लोक बाहेर आले होते. भूकंपाचा हा पहिला अनुभव

सगळ्यांना सर्वार्थाने हादरवून टाकणारा होता. दुसऱ्या दिवशी कोयनेत झालेल्या हाहाकाराविषयी वृत्तपत्रात वाचलं.

त्यानंतर तब्बल पंचवीसएक वर्षांनी पुन्हा महाराष्ट्रात लातूरमध्ये भूकंप झाला. हजारो लोक मेले, हजारो अनाथ झाले. घरादारांची, कुटुंबांची आणि संपत्तीची वाताहत झाली. सप्टेंबर १९९३ मधील एक दिवस. अगदी सकाळी सकाळी माझा फोन खणखणला. फोनच्या घंटीच्या आवाजावरून तो आंतरराष्ट्रीय फोन असावा हे मी ओळखलं. रिसीव्हर उचलला, ''मोशी मोशी मुले सान नो ओताकु देस का? (हॅलो, हॅलो, श्री. मुळेंचं घर आहे का?)'' साडेचार-पाच वर्षांच्या काळानंतरही तो आवाज मी ओळखला. तोक्योतल्या माझ्या वास्तव्यात वयानं माझ्यापेक्षा जास्त असूनही भारतावर अपरंपार प्रेम असल्यानं माझ्याशी चांगलीच मैत्री झालेल्या श्री. मसावो ओनो या माझ्या मित्राचा तो आवाज होता. मी ओनोचा आवाज ओळखल्याचं सांगितलं आणि इतक्या दिवसांनंतर फोनवर बोलायची संधी मिळाल्याबद्दल आनंद व्यक्त केला. मी काय बोलतो आहे याकडे ओनोचं लक्ष कमी होतं. ते विषय बदलल्यासारखे करून म्हणाले, ''महाराष्ट्रातले तुमचे कुटुंबीय, मित्रमंडळी ठीक आहेत ना?''

मी सहज म्हणालो, ''का, काय झालं? सगळं ठीकच आहे.''

''काही तासांपूर्वी तिथं प्रचंड भूकंप झाला असं टी.व्ही.वरून समजलं. काळजी वाटली म्हणून फोन केला. तुमचा मॉस्कोतला फोन नंबर तोक्योतल्या दूतावासातून मिळवला...''

ओनो बोलत होते आणि माझ्या पायांतील बळच नाहीसं होत होतं. मातृभूमीपासून हजारो किलोमीटर दूर मॉस्कोत, महाराष्ट्रात भूकंप झाल्याची बातमी घेऊन माझा एक जपानी मित्र मला फोन करतो... पण मला मात्र याची कल्पनाच नसावी? महाराष्ट्रात भूकंप म्हटल्यावर कोयनेच्या भूकंपाच्या भयानक आठवणी आणि चित्र मनात जागं झालं. मी ओनोला तपशील विचारला तेव्हा त्याने तुटक तुटक, पण बरीच माहिती दिली. लातूर-सोलापूर या शहरांची नावं त्यानं घेतली आणि माझ्या तोंडचं पाणीच पळालं. भूकंप अगदी घराजवळ घडला होता यात शंका नाही! मी ओनोनं व्यक्त केलेल्या भावनेबद्दल त्यांचे आभार मानले. फोन ठेवण्यापूर्वी ओनोंनी, स्वतःला सांभाळून रहा, असा भरलेल्या आवाजात सल्ला दिला. जणू मॉस्कोतही भूकंप होण्याची शक्यता आहे. तेव्हा मी पूर्ण काळजी घ्यावी, अशी स्पष्ट भावना ओनोंच्या त्या शब्दांत पुरेपूर भरून वाहत होती. त्या गंभीर समयीसुद्धा मला ओनोंचं थोडं हसू आलं. पण विज्ञानाची घोडदौड होऊनसुद्धा भूकंपासारख्या प्रलयाची कोणतीही पूर्वसूचना देण्याचं तंत्र मानवजातीकडे अजून तरी उपलब्ध नाही. ओनोशी फोनवर बोलणं झाल्यानंतर लगेचच मी भारतात फोन केला. फोन लगेच लागला. इचलकरंजीजवळ असलेल्या लाट नावाच्या माझ्या खेडेगावात आई-बाबांबरोबर बोलल्यानंतर लातूरजवळ घडलेल्या प्रचंड भूकंपाची थोडीफार

कल्पना आली. गावातले सगळे लोक सुखरूप आहेत, हे ऐकून मला बरं वाटलं. पण लातूरच्या आसपासच्या विध्वंसानं मन विषण्ण झालं. नियतीच्या हातातील लगाम अजूनही नियतीकडेच आहेत, हे अशा क्षणाला प्रकर्षानं जाणवतं.

ओनोंच्या त्या फोननंतर माझ्या अनेक जपानी मित्रांचे मला फोन आले आणि पत्रंही आली. जपानी मित्रांच्या त्या माझ्याविषयीच्या सद्‌भावना ऐकून आणि वाचून खूप समाधान वाटलं. मी महाराष्ट्रातून आलो. भूकंप महाराष्ट्रात झाला. त्यामुळे माझी मित्रमंडळी, नातेवाईक कसे आहेत, या त्यांच्या काळजीयुक्त प्रश्नांनी माझं मन हेलावून गेलं आणि प्रत्येक पत्राच्या शेवटी 'काळजी घ्या बरं!' अशा अर्थाची वाक्य जरूर येत होती.

१७ जानेवारी १९५५ रोजी सूर्योदयापूर्वी जपानमधल्या कोबेत झालेल्या भूकंपाचं वर्णन ऐकलं आणि माझे मित्र ओनो आणि बाकीचा सगळा जपानी मित्रपरिवार 'काळजी घ्या बरं' असं वारंवार का म्हणतो, त्याचा अर्थ पहिल्यांदा मला कळला.

मी १८ जानेवारीला क्योको ससाकी नावाच्या कोबेपासून साठ-सत्तर किलोमीटर अंतरावर राहत असलेल्या एका परिचित स्त्रीला फोन केला. ती अर्धवेळ काम करते. पती आणि तीन मुलांच्या संसाराचा भार वाहते. तिने फोन उचलला.

मॉस्कोहून मी बोलतोय असं सांगताच तिचा आवाज आनंद आणि दुःखानं भरून आला. ''तुमच्याकडे सगळं ओ.के. आहे ना? घरातले सगळे सुखरूप आहेत ना?'' असे प्रश्न मी विचारले, तर ती फोनवर ढसाढसा रडायला लागली. रडत रडत तिने माझ्या प्रश्नांची कशीबशी उत्तरं दिली. ''घर हलायला लागताच आम्ही सगळे जागे झालो. भूकंपाची आम्हाला सवय आहे. अनेकदा भूकंपाच्या अनुभवातून आम्ही गेलो आहोत. घर हलायचं थांबलं म्हणून आम्ही जागा मिळेल तिथे टेबलाच्या किंवा तत्सम वस्तूंच्या आडोशाला लपायचा प्रयत्न केला, पण घरातल्या फळ्यांवरची भांडी, पुस्तकं आणि इतर वस्तू धाडधाड कोसळत राहिल्या आणि कळायच्या आधीच आम्ही सगळेच कुठे ना कुठे फेकले गेलो. त्यानंतर काही काळ अंधाराच्या गुहेत कुणी तरी सतत गळ्यावर हात ठेवून आमची जीवनयात्रा संपवण्याचा प्रयत्न केला आहे, असं वाटत होतं. पण तिथूनही आम्ही ओरडत राहिलो आणि अंगावरच्या फळ्या, कपडे, पुस्तकं, काचा यांच्यातून वाट काढत बाहेर पडलो. सुटलो या प्रसंगातून, जगलो या अनुभवातून म्हणून आनंद मानायचा, की अशा अनुभवांना आणि घनघोर हादरवून सोडणाऱ्या क्षणांना सामोरं यावं लागलं याचं दुःख मानायचं, हेच समजत नाही. घरासमोरच्या अंगणात मोडक्या खुर्च्यांवर बसून पत्त्यांच्या कोसळलेल्या बंगल्यासारखं दिसणारं घर पाहत बसणं आमच्या नशिबी आलं आहे. पण धीर सोडून चालणार नाही. हेच जीवन आहे.''

जणू जीवनाचा संघर्ष अनुभवून तावून-सुलाखून निघाल्याप्रमाणे ती बोलत होती. तिला कोणता सल्ला द्यायचा हे मला समजत नव्हतं. तिची ती कहाणी ऐकता ऐकता

तिचं घर, अंगण, अस्ताव्यस्त पडलेली पुस्तकं, सिमेंटचे ढिगारे, काचा माझ्या नजरेसमोर आल्या आणि नकळत माझ्या तोंडून शब्द बाहेर पडले, ''सगळ्यांची काळजी घ्या बरं का!''

कोबेतला भूकंप सत्तर वर्षांच्या कालावधीतील सगळ्यात प्रलयंकारी भूकंप आहे. या भूकंपात चार हजारांवर लोक दगावले. जवळजवळ पंचवीस हजार लोक जखमी झाले आणि एक हजारच्या आसपास लोक अजूनही बेपत्ता आहेत. जवळजवळ पस्तीस हजार इमारती कोसळल्या आणि रेल्वेमार्ग, राष्ट्रीय हमरस्ते या सगळ्यांचंही अतोनात नुकसान झालं. पण या नुकसानीमुळे जपानी लोकांना जेवढी काळजी वाटते आहे, त्यापेक्षा हा सगळा प्रकार घडला कसा आणि इतकं नुकसान झालं कसं, या प्रश्नानं त्यांना अस्वस्थ बनवलं आहे.

पण जपानी माणूस या सगळ्या समस्यांबरोबरच केवढं नुकसान झालं, याचाही अंदाज घेण्याचा प्रयत्न करत आहे. वीसपासून दोनशे अब्ज डॉलर्स इतकं नुकसान झालं असावं, असे वेगवेगळ्या अंदाजांवरून दिसून येतं. ज्या परिसरात भूकंप झाला त्या हयोगो आणि ओसाका भागात जवळजवळ दीड कोटी जनता राहते. म्हणजे जपानच्या लोकसंख्येच्या दहा टक्के जनता या भागात राहते. राष्ट्रीय औद्योगिक उत्पादनापेक्षा या भागातील उत्पादन जास्त आहे. यावरून त्याच्या महत्त्वाची कल्पना येईल. हे जपानमधीलच नव्हे, तर जगातील एक महत्त्वाचं औद्योगिक केंद्र आहे. इथल्या कंपन्यांची नावं जगप्रसिद्धच नव्हे, तर इथल्या कंपन्यांचे मोठे कारखाने या भागात आहेत.

आठ वीज केंद्रं आणि एक औष्णिक वीज केंद्र लगेच बंद करण्यात आलं. त्यांना केवढी हानी पोहोचली आहे याची माहिती उपलब्ध नाही. बंद झालेले कारखाने फार काळ बंद राहणार नाहीत, पण वाहतूक व्यवस्था आणि नागरी सुविधा पूर्णपणे सुरळीत व्हायला बराच काळ लागला. आर्थिक क्षेत्रात या भूकंपानं चांगलीच खळबळ माजवली. स्टॉक एक्स्चेंज, विमा कंपन्या आणि बँका यांच्या व्यवहारावर चांगलाच परिणाम झाला. भविष्यात अपेक्षित असणाऱ्या भयंकर भूकंपाचा सगळ्यात गंभीर परिणाम आर्थिक क्षेत्रावर होणार असं सगळ्यांचं मत आहे. बाहेरच्या जगात जपाननं केलेली गुंतवणूक जवळजवळ एक हजार अब्ज डॉलर्स एवढी आहे. कोणताही भूकंप या गुंतवणुकीवर खूप जोरदार परिणाम करेल अशी भीती अर्थतज्ज्ञांना वाटते.

या पार्श्वभूमीवर जपानमधल्या लोकांच्या धैर्याची, तंत्रज्ञानाची आणि संघटन-कौशल्याची महती पटते. ज्या प्रकारचा भूकंप लातुरात झाला तशा प्रकारचे असंख्य भूकंप मी स्वत: अनुभवले आहेत, जागेपणी आणि झोपेतही. पण त्या प्रकारची मनुष्यहानी किंवा वित्तहानी सुदैवानं मला पाहायला मिळाली नाही. एवढंच नव्हे, तर तंत्रज्ञानाची प्रगती अशी की, इतक्या तीव्रतेचे भूकंप होऊनही जखमी होणाऱ्या लोकांची संख्याही हाताच्या बोटांवर मोजण्याइतकी असते. मरणाचा प्रश्न नाही. जपानमध्ये १९२३ च्या

भूकंपानंतर शास्त्रज्ञ, अभियंते, भूगर्भतज्ज्ञ या सगळ्यांनी अनेक धडे आत्मसात केले आणि आज कसलाही भूकंप झाला तरी जपानी लोक अशा भूकंपाला तोंड देण्यासाठी तयार होऊन बसले आहेत. १९९५ च्या जानेवारीत कोबे या शहरात एक प्रचंड भूकंप झाला आणि जीवित आणि वित्तहानी याविषयीचे काही जुने आडाखे चुकले. पण यातूनच नवीन संशोधनाला चालना मिळाली.

आपल्याकडे दुर्दैवाने पुन्हा भूकंप झाला तर पुन्हा अशाच प्रकारची जीवितहानी पाहायला लागणार, कारण आपल्या लोकांना इतिहासापासून धडा घेण्याची सवय नाही आणि आपण दैववादी आहोत. भूकंप झालेला भाग सोडल्यास आपल्या भागात भूकंप होणार नाही अशी सार्वत्रिक समजूत आहे. या पार्श्वभूमीवर जपानी माणूस दररोजच्या जीवनात भूकंपविरोधी काळजी काय काय घेतो हे पाहणं उद्‌बोधक ठरेल.

सगळ्यात महत्त्वाचं म्हणजे, जपानी माणूस भूकंपाला सामोरं जायला सदैव तयार असतो. भूकंप झाल्यानंतर, होताना काय काळजी घ्यायची याची त्याला माहिती आहे. प्रत्येक जपानी घरात भूकंप-सामग्री ठेवलेली एक प्लास्टिकची पिशवी असते. या पिशवीत शुद्ध पाण्याची बाटली, बॅटरी (जिचे सेल नेहमी बदलले जातात), हेल्मेट, याशिवाय अत्यावश्यक सामग्री (उदाहरणार्थ, कात्री, बँडेज, प्रथमोपचाराची साधनं इ.) ठेवलेली असते. भूकंप झाल्यानंतर आपल्याकडे लोकांची दरवाजाकडे धावण्याची प्रवृत्ती असते; पण जपानमध्ये तांत्रिक सुविधांमुळे इमारती पडण्याची भीती नसल्याने, लोक बाहेर जाण्याचा प्रश्न नाही. किंबहुना त्यांनी बाहेर जाऊ नये, घरातच थांबलं पाहिजे अशा सूचना आहेत. बऱ्याचदा इमारत पडत नसली तरी एखादी वस्तू किंवा खिडकीची काच पडून माणूस दगावण्याची शक्यता असते, म्हणून ही सावधगिरी. एकदा घरात थांबल्यानंतर जर भूकंप चालूच राहिला तर न घाबरता फक्त टी.व्ही. सुरू करायचा आणि टी.व्ही.वरून दिल्या जाणाऱ्या सूचना ऐकायच्या. जर भूकंप खूपच तीव्रतेचा असेल आणि जर अजिबात थांबतच नसेल (असं सहसा होत नाही), तर घरातून बाहेर पडून ठरलेल्या ठिकाणी जमा व्हायचं. शहरातल्या प्रत्येक भागात काही ठिकाणं ठरवून दिलेली असून, प्रत्येक नागरिकाला त्याची माहिती असणं आवश्यक असतं. एकदा त्या ठिकाणी जमा झाल्यानंतर कार्यकर्ते आणि अधिकारी सांगतील ते ऐकायचं आणि त्याप्रमाणे करायचं. यामुळे विनाकारण गोंधळ आणि कायदा-सुव्यवस्थेचे नवे प्रश्न निर्माण न होता भूकंप निवारणाचं कार्य सुलभ होतं.

गाडीत बसून प्रवास करत असता भूकंप झाला तर काय करायचं, याच्या वेगळ्या सूचना आहेत. शाळेत, कार्यालयात आणि इतरत्र भूकंप झाल्यानंतर काय करावं याची प्रात्यक्षिकं नेहमी केली जातात आणि त्यामध्ये प्रत्येकाने भाग घेतला पाहिजे असा नियम आहे. थोडक्यात, भूकंप हा कोणत्याही क्षणी होणार आणि त्यासाठी सदैव सिद्ध असलं पाहिजे, ही मानसिकता जपानी लोकांमध्ये तयार केलेली आहे. हॉटेल्स, आरामगृहं

किंवा इतर सार्वजनिक ठिकाणी भूकंपाच्या वेळेस कोणती काळजी घ्यावी याविषयीची माहिती मुक्तपणे उपलब्ध केली जाते.

मला स्वत:ला भूकंपाचा आनंद घ्यायची संधी अनेकदा मिळाली आहे. भूकंप म्हटल्यानंतर येणारी असुरक्षिततेची भावना जपानमध्ये काही काळ राहिल्यानंतर मनातून निघून जाते. एके दिवशी संध्याकाळी मी आणि माझ्या गावातून माझ्याबरोबर मदतीसाठी आलेला माझा लंगोटीमित्र मारुती गप्पा मारत बसलो होतो. गावाकडच्या गप्पा मारता मारता अचानक इमारत थरथरायला लागली. थोड्यात वेळात इमारतीच्या खाली कोणीतरी राक्षस संपूर्ण इमारत डोक्यावर घेऊन जोरजोरात हलवत असावा अशा पद्धतीने आमचं घर हलायला लागलं. पहिलाच अनुभव असल्यानं जीव घाबराघुबरा झाला. मारुती बसल्या जागी उड्या मारायला लागला. इमारत थरथरायची थांबेना, तेव्हा तो ओरडायला लागला आणि क्षणार्धात दरवाजा उघडून बाहेर पडला. जिना उतरून तिसऱ्या मजल्यावरून तळमजल्यापर्यंत ओरडत गेला. मी हतबुद्ध होऊन काय करावं याचा विचार करत होतो, तर मारुतीचं जोरजोरात 'भूकंप, भूकंप' असं खालून ओरडणं सुरूच होतं. मीही फ्लॅटमधून बाहेर येऊन मधल्या मोकळ्या जागेत आलो. तेवढ्यात इमारतीचं थरथरणं थांबलं. भूकंप तब्बल चाळीस सेकंदांनंतर थांबला. मनाचं थरथरणं थांबवून मी आजूबाजूला पाहिलं. मारुतीच्या ओरडण्याच्या पार्श्वभूमीवर आजूबाजूची स्मशानशांतता खूपच बोचली. एवढा मोठा जिवाचा आणि घराचा थरकाप उठवणारा भूकंप, पण आजूबाजूला असा भूकंप होऊन कोणतीच जाणीव नाही. भीती, धावपळ, आरडाओरडा किंवा गडबडगोंधळ असं काहीच नाही याचं आश्चर्य वाटलं. मारुतीच्या ओरडण्यानं मात्र एक-दोन शेजाऱ्यांनी खिडकी उघडून कुतूहलानं 'काय झालं असावं?' अशा प्रश्नार्थक नजरांनी डोकी बाहेर काढली. मी पटकन ओशाळून घरात आश्रय घेतला.

थोड्या वेळाने थरथरत मारुती खालून वर आला आणि स्वत:च्या डरपोकपणाला तोही जोरजोरात हसायला लागला. त्यानंतर तशा तीव्रतेचे अनंत भूकंप मारुतीने आणि मी मिळून अनुभवले असले, तरी त्यातले दोन भूकंप खरोखरच संस्मरणीय वाटतात आणि अजूनही भूकंप म्हटलं तर सहज ते दोन भूकंप मनासमोर उभे राहतात.

दूतावासात सकाळी नऊला येऊन कामाला प्रारंभ केला. सप्टेंबर महिन्यातली निसर्गाची झाडाझुडपांवरची सुवर्ण झळाळी मन मोहून घेत होती. त्याआधी एक-दोन दिवसांपासून सुरू झालेल्या पानगळीचा विचार करत मी फाईल पुढे ओढली. समोरच्या पेनस्टँडवरून लेखणी उचलून काहीतरी मुक्ताफळं फाईलमध्ये उधळणार एवढ्यात खिडकीच्या काचेचा आवाज आल्यानं माझं लक्ष तिकडे गेलं. क्षणार्धात टेबल, खुर्ची, शेजारचं लोखंडी कपाट सगळंच सौम्यपणे नाचू लागलं. खिडकीचा कंप आणि खोलीतल्या या वस्तूंचं हलकेच थरथरणं यांच्यातून एक अनोखं संगीत माझ्या खोलीत तयार झालं. मी मुद्दाम आजूबाजूला पाहून काय होत आहे याचं निरीक्षण करण्याचा प्रयत्न केला

आणि त्या संपूर्ण निसर्गप्रकोपात एक लय आणि ताल असल्याचं माझ्या लक्षात आलं. तो भास होता की सत्य सांगता येत नाही, पण बाहेरची चेरीची झाडं, शेजारच्या इमारतींच्या खिडकीवर तरंगणारे व्हेनेशियन ब्लाइंड्स हे सगळंच उत्स्फूर्तपणे त्या संगीतात सामील झालं होतं. खिडकीच्या आत नजर टाकली तर मला खात्रीच पटली. सगळ्या भिंती, भिंतीवरची चित्रं, समोरच्या कॅलेंडरमधली सप्टेंबर महिन्याच्या खाली किमोनो परिधान करून आणि हातात शैलीदार सोनेरी पंखा घेऊन मंद स्मित करणारी जपानी कन्या, सगळ्यांनी निसर्गाच्या लयीत सामील व्हायचा निर्णय घेतला होता. संगीत आणि नृत्य यांचा असा समन्वय मी विस्मित होऊन बसल्या बसल्या खुर्चीतून अनुभवत होतो. भूकंप आणि भीती या गोष्टी मनातून अशा प्रकारे पूर्णपणे उखडून जाऊ शकतात याचं भान त्या क्षणीही खोल मनात होतं आणि म्हणूनच मला स्वत:ला मानवी स्वभावाचं आश्चर्य वाटलं. पण ही गंमत अजून वाढली ती, मी माझ्या पाण्याच्या जगकडे पाहिलं तेव्हा. त्या जगमधील पाणीसुद्धा भूकंपाच्या तालावर डचमळत होतं आणि शेजारच्या फुलदाणीतली फुलंसुद्धा. भूकंप असाही संगीतमय असू शकतो हे त्या क्षणी जाणवलं.

त्यानंतरचा दुसरा एक भूकंप लक्षात राहिला. तोक्योतल्या प्रसिद्ध गिंझा या गजबजलेल्या भागातील मित्सुकोशी नावाच्या एका नावाजलेल्या डिपार्टमेंटल स्टोअरच्या मॅनेजरबरोबर त्याच्याच ऑफिसमध्ये माझी मीटिंग होती. दुपारी एकच्या समाराला त्याच्या छोट्याशा खोलीत मी, तो आणि त्याचा एक सहकारी कुठल्याशा महत्त्वाच्या मुद्द्यावर चर्चा करत होतो. एवढ्यात संपूर्ण इमारत चळाचळा कापायला लागली. सगळं इतक्या जोरजोरात हलत होतं की, त्या छोट्याशा खोलीत मला एक प्रकारची भीती वाटायला लागली. नुकतेच टीपॉयवर ठेवलेले चहाचे कपही डचमळत होते. सातव्या मजल्यावरील त्या खोलीत काय करावं या विचारात असताना त्या मॅनेजरनं शांतपणे चहा प्यायला सांगितलं आणि 'एक-दोन मिनिटांत परततो' असं सांगून तो बाहेर पडला. बाहेर पडताना त्याने दरवाजा उघडाच ठेवला आणि मला बाहेरच्या भागाचं दर्शन झालं. त्या मजल्यावर इतर मजल्यांप्रमाणे कित्येक कपाटं होती आणि शेकडो लोक खरेदीसाठी आलेले होते. पण होत असलेल्या भूकंपानं कुणीही आरडाओरडा तर सोडाच, पण हालचालही करत नव्हतं. प्रत्येक जण जिथल्या तिथं उभा किंवा बसून होता. काही जण टेबलाखाली किंवा तशाच प्रकारच्या मोकळ्या जागेत लपून बसले होते. कोणत्याही प्रकारचा गोंधळ न करता बसलेल्या त्या समूहाचं केवढं कौतुक करावं हेच मला समजेना. जे लोक लपून टेबलाखाली बसले होते, तेही केवळ सावधगिरीचा उपाय म्हणून.

जपानमध्ये भूकंप होत असताना अशा प्रकारे आडोशाला बसण्याची सूचना दिली जाते. कारण त्यामुळे पडणाऱ्या वस्तूंमुळे जखमी होण्याची शक्यता नाही. एव्हाना भूकंप थांबला. तो मॅनेजर परत आला आणि नुकत्याच झालेल्या भयप्रद भूकंपाविषयी एक

शब्दही न बोलता त्याने 'बरं तर, आपण काय बोलत होतो...' अशी सुरुवात करून कामाविषयी बोलायला सुरुवात केली. आपल्या इथे शेजारी साधं भांडण जरी चालू असलं, तरी संपूर्ण गाव गोळा होतो आणि लोकांना निदान अर्धा दिवस तरी बोलायला मसाला मिळतो. पण इथे तसा कोणताच प्रकार नव्हता. मॅनेजर दोन-तीन मिनिटांसाठी गायब झाला होता ते घाबरून नव्हे, तर बाकीच्या लोकांना लागलीच तर मदत करण्यासाठी आणि आवश्यक त्या सूचना लोकांना लाऊड स्पीकरवरून देण्यासाठी. अर्थातच मी अवाक् होऊन सगळं पाहिलं.

जपानी माणूस अनेक अर्थांनी वेगळ्या स्वभावाचा आहे. नवीन माणसाला बोलावण्यापूर्वी 'माफ करा...' अशा शब्दांनी संभाषण सुरू करण्याची जपानी प्रथा आहे. सकाळ-दुपार-संध्याकाळ किंवा कोणत्याही क्षणी परिचित, अपरिचित लहान किंवा वडिलधारे यांना हाक मारण्याचे किंवा बोलण्याचे खास शब्दप्रयोग आहेत आणि त्यांचा उपयोग करूनच दुसऱ्यांना बोलावण्याचं प्रत्येक जपानी माणसाच्या रक्तात आहे किंवा तसं त्याला घरचं किंवा शाळेचं प्रशिक्षण आहे.

जपानमध्ये खून कमी आणि आत्महत्या जास्त होतात याचं कारण, जपानी माणूस सदैव दुसऱ्याला दोष देण्याऐवजी स्वत:ला दोष देतो आणि आक्रमणाऐवजी स्वत:वर जबाबदारी घेऊन प्रायश्चित्त घेतो. जगाच्या इतिहासातही स्वत:वर जबाबदारी घेऊन हाराकिरी (स्वहत्या) आणि 'सेप्पुकू' यासारखे विधिवत मरणाचे प्रकार फक्त जपानी माणसांनीच निर्माण केले आहेत. अगदी अलीकडे, म्हणजे १९७१ साली युकिओ मिहिमा या जपानच्या एका प्रसिद्ध साहित्यिकाने शेकडो लोकांसमक्ष हाराकिरी केली.

देशाचा आकार, नैसर्गिक साधनसामग्रींची कमतरता, सर्व बाजूंनी व्यापलेला समुद्र आणि याच्या आत हजारो बेटांनी विभागलेला देश यामुळे सर्वसाधारण जपानी माणूस स्वत:विषयी आणि स्वदेशाविषयी एक वेगळेपणाची जाणीव बाळगून आहे. याला काही लोकांनी 'Island Country Mentality' - 'बेट मानसिकता' असा शब्द वापरला आहे. बेटात राहतो याची तीव्र जाणीव प्रत्येक माणसाला आहे आणि त्यामुळेच बेटात आणि बेटाबाहेर राहणाऱ्या लोकांमध्ये तो फरक करतो. जुन्या काळात खेड्यांनासुद्धा जपानमध्ये बेट म्हणण्याची प्रथा होती आणि आजही जपानी संघटित गुन्हेगार (याकुझा) स्वत:च्या नियंत्रणाखालील विभागाला 'बेट' म्हणूनच संबोधतात. जपानी शब्द शिमा (बेट) याचा अर्थ आतलं वर्तुळ या अर्थाने घ्यायला हवा आणि व्युत्पत्तीशास्त्रानुसार 'शिमा' या शब्दाचा उगम समुद्राशी संबंधित नसून सामाजिक किंवा भौगोलिकदृष्ट्या जवळचा ज्ञात प्रदेश, या अर्थाने झाला असावा, असं भाषाशास्त्रज्ञांचं मत आहे.

अशा या भौगोलिक आणि नैसर्गिक पार्श्वभूमीवर जपानी भाषा विकास पावली आहे आणि म्हणून तिची खास वैशिष्ट्यं आहेत. बाहेरून पाहावं तर जपानी भाषा खूप अवघड वाटते. 'हो', 'नाही' यातला फरक भाषेत स्पष्टपणे प्रतिबिंबित नाही असं वाटतं.

पण याचा अर्थ जपानी माणसाला संभाषणात किंवा संपर्कात काही अडचण येते असा मुळीच नाही. पण विदेशी माणसाला जपानी भाषेतले खाचखळगे कळायला वेळ लागतो, यात शंका नाही. उदाहरणार्थ, तुमच्या प्रस्तावाचा विचार करू, असं एखादा जपानी माणूस म्हणत असेल, तर त्याचा अर्थ विदेशी माणूस बऱ्याचदा होकारार्थी घेतो; पण बहुधा अशा प्रकारच्या वाक्यात नकारार्थी उद्देश दडलेला असतो. जपानमध्ये भारतीय महोत्सवाचं काम करताना असे अनेक अनुभव मला आले. एखाद्या विषयावर चर्चा झाल्यानंतर जपानी माणूस, विचार करून सांगतो, असं म्हणतात. सर्वसाधारणपणे तो होकार आहे असं समजण्याकडे आम्हा भारतीयांचा कल असल्याने, अनेकदा खूप कठीण प्रसंग उद्भवले.

जपानी माणसाची स्पष्ट न सांगण्याची इच्छा ही त्याची नसून त्याच्या भाषेची मर्यादा आहे. नकारार्थी बोलणं त्याला स्वभावत: जड जातं आणि सगळ्यात महत्त्वाचं म्हणजे, जपानी माणूस विचार व्यक्त करण्यासाठी भाषेचा तुलनेनं फार कमी उपयोग करतो. मी जपानी भाषेचा अभ्यास करताना अतिशय उद्बोधक गोष्टी मला कळल्या. घरी आलेल्या पाहुण्याने 'आज खूप गरम आहे ना!' असं म्हणताच आपल्याकडे 'हो! खूप गरम आहे.' अशा किंवा या प्रकारच्या प्रतिक्रिया येतील. पण जपानमध्ये मात्र या उद्गाराचा अर्थ वेगळाच आहे. 'खूप गरम आहे' असं जर पाहुणा म्हणत असेल, तर त्याचा अर्थ 'थोडा पंख सुरू कराल का?' असा घ्यावा लागतो आणि 'खूप थंडी आहे ना?' असं तो म्हणत असेल तर त्याचा अर्थ 'थोडी खिडकी बंद कराल का?' असा होतो. ही गोष्ट जपानी व्यक्तिमत्त्वाचा चांगला अभ्यास केल्यानंतरच लक्षात येतो. जपानी माणसाच्या बोलण्यात, वागण्यात आणि त्याच्या व्यक्तिमत्त्वात एक प्रकारचा संयम दिसतो. सरळ सरळ बोलून टाकण्याची पद्धत तिथे जवळजवळ नाहीच म्हणावी लागेल.

जपान कुटुंबं जेव्हा बाहेरच्या देशात राहून परत येतात तेव्हा मुलांना जपानी भाषा बोलायला खूप अडचण येते, कारण जपानमध्ये शब्द हे फक्त अभिव्यक्तीचं माध्यम नाही. शब्दांशिवाय डोळे, चेहऱ्यावरील भाव आणि इतर हावभाव यांच्याद्वारे अभिव्यक्ती केली जाते. बाहेरून आलेल्या जपानी मुलांना किंवा विदेशी व्यक्तीला जपानी भाषा कठीण वाटते, कारण शब्दांपलीकडची भाषा त्याला सहजासहजी कळत नाही. जपानी भाषा तर्कशास्त्राच्या कठोर चष्म्यातून पाहिली, तर शिकणं शक्य नाही.

भाषेच्या या विशिष्ट रचनेमुळे जपानी लोक बऱ्याचदा दुसऱ्याबाबतही गैरसमजुती करून घेतात. दुसऱ्या महायुद्धानंतरच्या काळात जपानने अमेरिकेला ओगासावारा इथल्या थडग्यांना भेटी देण्याची परवानगी मागितली. संरक्षण मंत्री मॅक्नामारा यांनी या प्रस्तावावर विचार करू असं सांगितलं. बहुसंख्य जपानी लोकांनी आणि पत्रकारांनी नकारार्थी उत्तर मिळाल्याचं गृहीत धरून तसाच समज पसरवला. पण मॅक्नामारा जेव्हा 'विचार करू

म्हणाले' तेव्हा त्यांचा उद्देश तोच होता आणि काही काळाने खरोखरच जपानी लोकांची विनंती मान्य केली गेली.

जपानी माणूस स्वत:चा निर्णय कसा घेतो आणि स्वत:चं नेतृत्व कसं निवडतो हे पाहण्यासारखं आहे. इतिहास पाहिला तर, स्वत:च्या विचाराची ध्वजा जगभर फडकवणाऱ्या जपानी माणसाची नावं शोधून सापडत नाहीत. युरोप किंवा अमेरिकेच्या तुलनेने नोबेल पारितोषिकासाठी निवड झालेल्या जपानी माणसाची संख्याही मर्यादित आहे. जगभर स्वत:च्या तंत्रज्ञानाच्या प्रगतीने नाव कमावलेल्या जपानच्या बाबतीत असं का व्हावं? याचं कारण जपानी मानसिकतेत दिसून येतं. भारतीय किंवा इतर अनेक समाजांत दुसऱ्यांपेक्षा वेगळं दिसावं ही भावना तीव्र असते; पण जपानमध्ये आपण वेगळे दिसू नये याकडे जास्त लक्ष देण्यात येतं. नेता सर्वसामान्यांपेक्षा वेगळा असावा अशी भूमिका आपल्याकडे असते, पण जपानमध्ये नेता हा नेता कमी आणि प्रतिनिधी जास्त असतो. आपल्या समाजाचा विश्वास मिळवण्यासाठी त्यांच्यासारखं असणं नेत्याला महत्त्वाचं वाटतं. यामुळेच वेगळे आणि नाव घेण्यासारखे जपानी पुरुष आपल्याला आढळत नाहीत. मग स्त्रियांचं तर नावच नको.

पुरातन काळापासून चर्चेद्वारा निष्कर्ष किंवा निर्णय घेण्याची जपानमध्ये प्रथा आहे. अशा व्यवस्थेत अर्थातच नेत्याचं स्थान दुय्यम ठरतं. जुन्या काळात एखाद्या महत्त्वाच्या विषयावर निर्णय घेण्याआधी कित्येक दिवस चर्चा चाले, जेवणखाण चर्चेच्या ठिकाणी आणलं जाई; पण निर्णय घेतल्याशिवाय चर्चेचं विसर्जन होत नसे. ही निर्णय घेण्याची प्रक्रिया आणि जपानी कविताप्रकार रेंगा यांच्यातील साम्य लक्षणीय आहे. रेंगात सुरुवातीच्या ओळी (होक्कू) तद्नंतरच्या ओळी त्युकेकू) असतात. प्रत्येक जण स्वत:च्या ओळी वाचतो किंवा म्हणतो आणि शेवटी त्यातूनच शेवटच्या ओळी (आगेकू) बनतात. पण अलीकडच्या काळात महत्त्वाचे निर्णय घेण्याची पद्धत बदलत चालली आहे. अवघड निर्णय बऱ्याचदा पुढे ढकलले जातात आणि निर्णय घेण्याच्या वेळी बरोबर पूर्वीची उदाहरणं आणि वैयक्तिक अनुभव सांगून निर्णय वळवला जातो. या मुद्द्यांना एक सांकेतिक महत्त्व असतं आणि प्रत्येक जण ते समजतो आणि त्याला निर्णय घ्यायला मदत होते.

बहुसंख्य जपानी लोक आपला बराचसा वेळ मित्रमंडळी आणि ओळखीच्या लोकांमध्ये घालवतात. आठवडाभरच्या कामानंतर आपल्याकडे फॅक्टरीचं किंवा ऑफिसचं आणि बरोबर काम करत असलेल्या सहकाऱ्यांचं नावही नको असतं. पण जपानमध्ये शनिवारी-रविवारीसुद्धा लोक आपल्या ऑफिसमधल्या मित्रांबरोबरच पिकनिकला जातील किंवा त्यांना घरी बोलावतील, पण यामुळे जेव्हा ते नवख्या माणसांच्या संपर्कात येतात, तेव्हा संवाद फारसा वाढवू शकत नाहीत. अर्थात, या प्रश्नावरही त्यांनी मात केली आहे. माझ्या घरी जेव्हा जेव्हा अपरिचित जपानी लोकांना बोलावलं तेव्हा ते कोणकोणत्या

विषयावर बोलायचं याची तयारी करून येतात, हे माझ्या लक्षात आलं. त्यामुळे बऱ्याचदा नव्या जपानी माणसाला भेटायचं म्हणजे प्रश्नोत्तराचा तास किंवा पोलीस तपासणी सुरू असल्यासारखं वाटतं. तुमचं नाव, कार्ड, कुठून आलात, कसली नोकरी करता यापासून अनेक संभाव्य प्रश्न जवळजवळ ठरवूनच जपानी माणूस विचारतो. अचानक एखाद्या नव्या माणसाबरोबर आडवेतिडवे बोलण्याची सवय भारतात किंवा इतर देशांत अनेकदा अनेक लोकांमध्ये दिसते. पण जपानी माणूस दुसऱ्या माणसांविषयी, त्याने मला आपलं व्हिजिटिंग कार्ड दिलं नाही त्यामुळे तो कोण आहे मला माहीत नाही, अशा प्रकारचे उद्गार काढतो. त्रयस्थ माणसाबरोबर ठीक परिचयाशिवाय किंवा प्रस्तावनेशिवाय बोलणं म्हणजे जपानी माणसाच्या जिवावर येतं. विचाराची जुळवाजुळव न करता बोलणं हे जपानी माणसाच्या रक्तात नाही. यामुळेच बरेच विदेशी लोक जपानी लोकांना घुमे किंवा अबोल समजतात. वास्तवात तसं नाही. जपानी लोक आपसात खूप बोलतात. चांगलं बोलतात आणि उत्स्फूर्त बोलतात; पण बाहेरच्या लोकांबरोबर अचानक बोलताना त्यांची पंचाईत होते. जपानी लोक मनमोकळे नाहीत असा समज आहे, तोही याचमुळे.

जपानी लोकांच्या इतका निसर्गाच्या लहरींवर अवलंबून असलेला देश अन्यत्र दिसणं कठीण. एका अर्थानं जपान हा भूकंपावर आणि ज्वालामुखींवर बसलेला देश आहे. कोणत्या क्षणी भूकंप होईल, समुद्र खवळेल सांगता येत नाही; आणि आगीचा वर्षाव होईल हेही सांगता येत नाही. जी जमीन आहे त्यातली बव्हंशी सगळीच खडकाळ किंवा डोंगराळ आहे. अशा प्रदेशात राहणाऱ्या माणसात जन्मजात अस्तित्वासाठी झगडण्याचं कौशल्य आलं तर त्यात आश्चर्य कसलं? यातच भर म्हणून निसर्गानं जपानच्या नशिबात साधनसामग्री अशी फारशी ठेवलेली नाही. स्वतःच्या अस्तित्वासाठी बहुतेक गोष्टी आजही जपानला आयात कराव्या लागतात. जपानच्या गरजेपैकी ९९.७% तेल, १००% ॲल्युमिनियम, ९५% लोह आणि निकेल आणि ९२% पेक्षा जास्त तांबे व नैसर्गिक वायू आयात करावा लागतो. या सगळ्या प्रतिकूल परिस्थितीचा जपानी लोकांच्या मनावर मात्र जबरदस्त परिणाम झाला आहे. निसर्गाशी आणि आजूबाजूच्या परिस्थितीशी मुकाबला करता करता आता जपानी माणूस स्वतःचं अस्तित्व टिकवून ठेवण्यात यशस्वी झाला आहे.

१९२३ चा भूकंप असो किंवा दुसऱ्या महायुद्धानंतरचा विनाश असो, ज्या वेगानं जपानी माणसानं पुनर्बांधणी केली, त्याचा संपूर्ण जगाला आश्चर्याचा धक्का बसला. मिळेल त्या वस्तूंच्या साहाय्यानं, तुटलेल्या आणि जळलेल्या लोखंडाच्या तुकड्यांनी किंवा गंजून गेलेल्या पत्र्यांच्या साहाय्यानं युद्धानंतर पटापट जपानी लोकांनी आपली तात्पुरती घरं उभारली. १९२३ च्या भूकंपानंतर भूकंपाला खिजवत तशाच उभ्या राहणाऱ्या इमारतीचं तंत्रज्ञान वापरून शहरं वसवली. युद्धानंतर संपूर्ण जगाचं बोट तोंडात जावं अशा प्रकारचा नवा समाज, नवा देश यांची बांधणी केली. स्वतःजवळ असलेल्या अपुऱ्या

साधनसामग्रीचा, कल्पकतेचा आणि तंत्रज्ञानाचा चांगल्यात चांगला वापर करून सगळ्यांना थक्क करून सोडायचं, हे जपानी लोकांच्या रक्तात आहे. कोणत्याही गोष्टी वाया घालवणं त्यांना आवडत नाही.

जपानच्या या गुणाविषयी अनेक ऐतिहासिक उदाहरणं सांगता येतील. बाहेरची वस्तू किंवा तंत्रज्ञान घ्यायचं, तिला आत्मसात करून तिच्यात सुधारणा आणायच्या आणि वस्तू मूळच्यापेक्षा चांगली बनवायची हे जपानने दुसऱ्या महायुद्धानंतरच करायला सुरुवात केली असं नव्हे. १५४३ साली एका चिनी बोटीत बसून अनेक पोर्तुगीज तानेगाशिमा नावाच्या बेटावर आले. त्यांच्याकडून तिथल्या स्थानिक सरदाराने दोन बंदुका बघायला म्हणून घेतल्या. त्याला त्या आवडल्या आणणि मोठी किंमत देऊन त्याने त्या विकत घेतल्या. स्थानिक लोहारांच्या मदतीने काही वर्षांतच त्याने मूळच्या बंदुकांपेक्षा चांगल्या बंदुका बनवल्या. जपानच्या बंदुकांच्या इतिहासाचा आरंभ त्या क्षणी झाला. एवढंच नव्हे, तर त्या बंदुकांना 'तानेगाशिमा' या नावानं ओळखलं जातं. ही सगळी तंत्रज्ञानाचीच उदाहरणं आहेत. आज तानेगाशिमात जपानचं रॉकेट सोडण्याचं केंद्र आहे.

तंत्रज्ञान आणि अस्तित्वासाठी तंत्रज्ञान उत्तम कसं तयार होतं याचं उत्तम उदाहरण अलीकडेच उजेडात आलं. १९७४ साली गुआम बेटावर कोळ्यांनी पाण्यातून उठणाऱ्या एका जंगली माणसाला पोलिसांच्या ताब्यात दिलं. चौकशीनंतर, हा माणूस जपानी सैन्यात दुसऱ्या महायुद्धाच्या वेळी काम करणारा याइची योकोइ नावाचा कॉर्पोरल होता, हे सिद्ध झालं. १९४४ साली अमेरिकन सैन्यानं गुआम बेटं घेतल्यानंतर योकोइ जो गायब झाला तो अठ्ठावीस वर्षं बाहेरच्या जगाशी कोणताही संपर्क न ठेवता जंगलात राहिला. तो मेला असं समजून घरच्यांनी त्याचे विधीही केले होते. या माणसाच्या अस्तित्वाची कथा ही एका अर्थानं जपानी माणसाला मिळालेल्या तंत्रज्ञानाच्या वरदानाची कथा आहे. शत्रूपासून वाचण्यासाठी या माणसानं जमिनीत घर केलं, मासे पकडण्याचं स्वत:चं तंत्रज्ञान तयार केलं; उंदीर आणि ससे पकडण्यासाठी खास सापळे बनवले, जमिनीच्या आत असलेल्या घरात नारळाच्या झावळ्यांपासून वस्त्र बनवायला एक माग तयार केला आणि दगडावर दगड घासून तो आग पेटवायला शिकला. बाहेर धूर जाऊन स्वत:च्या अस्तित्वाचा पत्ता लागू नये म्हणून, धूर थोड्या प्रमाणात बाहेर विखुरला जावा अशी नैसर्गिक साधनाच्या साहाय्याने पाईप लाईन बसवली. तंत्रज्ञानाचा हा एक जबरदस्त नमुना होता. स्वत:च्या अस्तित्वासाठी लागणारं एक संपूर्ण विश्वच या जपानी माणसानं तयार केलं होतं.

जपानी तंत्रज्ञानाचा आणखी एक महत्त्वाचा भाग असा की, तंत्रज्ञानाच्या पुस्तकी ज्ञानापेक्षा त्याच्या वापरावर आणि प्रत्यक्ष उपयुक्ततेवर या लोकांचा जास्त भर होता आणि आहे. मी जपानमध्ये असताना अनेक भारतीय, दूतावासात भेटायला येऊन

जपानी माणसांविषयीच्या प्रतिक्रिया सांगत. गंमत म्हणजे, यांतल्या बऱ्याचशा प्रतिक्रिया जपानी माणसांविषयी विचार व्यक्त करणाऱ्या – 'हे लोक महामूर्ख आहेत, यांना वाटाघाटी करता येत नाही... धड चार शब्द इंग्रजीत बोलता येत नाहीत, स्वतंत्रपणे कोणत्याही विषयावर बोलता येत नाही...कामात आणि वाटाघाटीत काही केल्या तडजोडी करत नाहीत...' वगैरे वगैरे. मला या सर्व भारतीय माणसाच्या अज्ञानाचं हसू तरी यायचं किंवा कीव तरी वाटायची. पहिली गोष्ट म्हणजे, ज्या देशात आपण आहोत त्या देशातल्या लोकांविषयी अशा प्रकारे उद्‌गार काढणं... (वस्तुस्थिती तशी असली तरी...) फार चुकीची गोष्ट आहे. दुसरी गोष्ट म्हणजे, आजूबाजूच्या परिस्थितीचा अभ्यास नीट न करता अशा प्रकारची बेजबाबदार विधानं करणं म्हणजे स्वत:च्या बौद्धिक कामगिरीबद्दलचा दंभ बाळगणं. त्यामुळेच जेव्हा जेव्हा भारतीय माणसांनी अशा प्रकारे उद्‌गार काढले, तेव्हा तेव्हा खरं तर माझं पित्त खवळून उठायचं; पण मनात आलेला राग आणि चीड न दाखवता मी त्यांना काही प्रतिप्रश्न करायचो.

'तुम्ही म्हणता ते खरं असेलही, पण हे सांगा की, या बुद्दू लोकांनी इतकी प्रगती केली कशी? जगभर त्यांच्या तंत्रज्ञानाचा उदो उदो होतो तो खरा की खोटा? आज आर्थिक महाशक्ती म्हणून जपानचा गौरव होतो हे खरं असेल, तर ही आर्थिक संपदा आली कशी? हे जाऊ द्या, आजूबाजूला पहा. या गगनचुंबी इमारती, ही स्वच्छ सुंदर शहरं, इथली भुयारी रेल्वे, बुलेट एक्स्प्रेस हे सगळं सगळं करायला बुद्धिमत्ता लागली असेल, ती कुठून आणली? तुमच्या समोरचा जपानी माणूस इंग्रजी बोलत नाही, पण हा काही त्याचा दोष नव्हे, ती तर त्याची जमेची बाजू आहे. हा देश कुठल्याही परकीय भाषेच्या बळाशिवाय हे लोक चालवताहेत, ही गोष्ट स्तुत्य की निंदनीय? इथे प्रत्येकाला जपानी भाषा येते...प्रत्येक जण साक्षर आहे. खरं सांगा, आपल्या तीन-चार-सहा टक्के इंग्रजीचा कुणाला फायदा आहे? भारतात तर ती शोषणाची भाषा आहे. तुमच्या समोरचा जपानी माणूस तुमच्यासारखा कोणत्याही विषयावर संभाषण करण्यात निपुण नाही, पण यातही त्याचा काही दोष नाही. कमी बोलणं, गरज असेल तेव्हाच बोलणं आणि बाहेरच्या माणसाशी फक्त नेमकं बोलणं हा त्याच्या संस्कृतीचा भाग आहे. मुख्य म्हणजे, वाचाळता हा या लोकांचा धर्म नव्हे. त्यांच्याशी बोलायचं असेल तर, ते जे काम करतात त्याच्या संदर्भात बोला. भारतात बेफाट इकडच्या तिकडच्या विषयावर बोलायला प्रोत्साहन दिलं जातं, इथं तसं स्वातंत्र्य आहे, पण त्याचा उपयोग फक्त स्वत:च्या कुटुंबात किंवा खास मित्रांमध्ये करण्याचं प्रशिक्षण त्यांना आहे. आपल्याकडे सर्वज्ञ होण्याकडे भर देतात, पण आपण होत कुणीच नाही. जपानमध्ये विशेषज्ञ होण्याकडे भर असतो आणि हे लोक विशेषज्ञ होतात.'

अर्थात, भारतात फक्त वाईट गोष्टी आहेत आणि जपानचं सगळं चांगलं असं नाही. तसं म्हणणंही चुकीचं ठरेल. पण महत्त्वाचा मुद्दा असा की, सर्वसाधारण तुलनेत

आपण जपानच्या खूप मागे पडतो आणि त्यामुळेच त्यांच्याकडून चांगल्या गोष्टी शिकण्याची आपली इच्छा हवी. अर्थात, आधुनिक काळात, इच्छा असो वा नसो, काही गोष्टी शिकाव्याच लागतात. उदाहरणार्थ, जपानी तंत्रज्ञान. लोक विदेशी मुद्रा देऊन तंत्रज्ञान आयात करताहेत... एके काळी, जपान दुसऱ्या देशातून तंत्रज्ञान चोरतो असं सांगण्यात काही लोकांना आनंद वाटायचा. पण आज काहीही करून जपानी तंत्रज्ञान हवं, असं जगभरच्या लोकांना वाटतंय... पण तरीही काही लोक पूर्वी मेड इन जपानची कशी खराब प्रतिमा होती याचीच चर्चा रंगात येऊन करतात. याउलट, आपल्याकडेही तशीच परंपरा आणि आदर्श का निर्माण होत नाहीत आणि ते व्हावेत यासाठी कोणत्या गोष्टी प्रत्येकाने वैयक्तिक जीवनात अमलात आणायला हव्यात याबाबत चिंता करणारे लोक खूपच कमी आहेत.

मी एकदा मिरजेच्या मिशन हॉस्पिटलसमोर सांगलीला जाण्यासाठी बसच्या रांगेत उभा होतो. बऱ्याच बसेस येत असूनही रांग अगदी हलायला तयार नव्हती, कारण बस आली रे आली की रांगेतले लोक बसमध्ये जायच्या आधी पांढऱ्या ॲप्रनमधले मेडिकलचे विद्यार्थी-विद्यार्थिनी येऊन सरळ बसमध्ये घुसायचे. याउलट, खेड्यापाड्यांतून स्वत:च्या नातेवाइकांना दाखल करायला आलेले लोक, रुग्णांचे नातेवाईक वगैरे लोक कितीतरी वेळ रांगेत उभे होते. मला चीड आली म्हणून मी विद्यार्थी-विद्यार्थिनींना रांगेत उभं राहायची विनंती केली. त्या सगळ्या विद्यार्थ्यांनी मिळून माझीच थट्टा उडवायला सुरुवात केली. पण आजूबाजूचं जनमत माझ्या बाजूने असल्याने सगळ्या विद्यार्थ्यांनी नाइलाजाने रांगेत उभं राहायला सुरुवात केली. त्यांना संधी मिळाली असती तर सगळ्यांनी मिळून मला मारायला हयगय केली नसती. प्रगत देशात आणि आपल्या देशात मला जाणवलेला हा फरक!

माझी जेव्हा डेप्युटी कलेक्टर पदासाठी निवड झाली तेव्हा कसलंसं सर्टिफिकेट आणायला मी तालुक्याला तहसीलदार कचेरीत गेलो. तिथल्या कारकुनानं मोठी मेहेरबानी केल्यासारखा माझा अर्ज अतिशय नाखुशीनं भरून घेतला आणि दाखला नेण्यासाठी चार दिवसांनी यायला सांगितलं. 'मी लांबून आलो आहे आणि मला महत्त्वाच्या कामासाठी दाखला लवकर पाहिजे' असं सांगितलं तर तो म्हणाला, 'अहो, लवकर पाहिजे तर जरा लवकर यायला हवं... ठीक आहे, तीन दिवसांनी या...' 'मला साहेबांना भेटू दे तुझ्या' म्हणालो, तेव्हा त्यानं दुसऱ्या दिवशी यायला सांगितलं. मी निर्धारपूर्वक साहेबांना भेटलो आणि अडचण सांगितली तेव्हा साहेब म्हणाले, 'संध्याकाळपर्यंत या. बघू. सही करून ठेवतो.' या क्षणी मी त्यांना, माझी उपजिल्हाधिकारी पदासाठी निवड झाली हे सांगितलं तेव्हा सगळं चित्रच बदललं.

'अहो, आधी नाही का सांगायचं...!' अशी साहेबांनी सुरुवात केली आणि घंटी वाजवून बाहेरच्या शिपायाला, मघाच्या त्या मुजोरी कारकुनाला बोलावून घेतलं. एखाद्या

फाशी चढवायला नेत असलेल्या गुन्हेगारासारखा चेहरा करून तो आत आला आणि 'जी साहेब...' अशी चटकदार सुरुवात करून कमरेत थोडं वाकून अजिजीनं साहेबांच्या तोंडून बाहेर पडणारे शब्द स्वतःच्या नोटपॅडवर झेलायला तयार झाला. साहेबांनी त्याला शेलक्या शब्दात कारण नसताना फैलावर घेतलं. 'आताच्या आता दाखला घेऊन ये...' अशी साहेबांची आज्ञा झाली आणि लिहिण्याचं नाटक करून 'जी साहेब' करत तो कारकून सुसाट बाहेर सुटला. मनातल्या मनात त्याने मला शिव्या घातल्या असणार! त्यानंतर चहा आला. चहा पीत असताना दाखला आला आणि चहा संपायच्या आत सही करून दाखला माझ्या हातात बक्षीस देताना समारंभात जसं हस्तांदोलन करतात तसं उभं राहून तहसीलदारांनी माझ्याशी हस्तांदोलन केलं. चहा पिऊन दाखला घेऊन मी त्यांचे आभार मानून बाहेर पडलो, तेव्हा बाहेरच्या बाकड्यावर, मोकळ्या जागेत, आजूबाजूच्या मैदानात आणि बाहेर रस्त्याच्या दुतर्फा बसलेले सगळे लोक माझ्या डोळ्यांत भरले. हे सगळे लोक असेच आपली पाळी येण्याची वाट बघत इथंच बसून आहेत आणि व्यवस्था अशीच चालत राहिली तर आणखीही कित्येक दशकं अशीच वाट बघत बसतील. कुठल्या तरी हाकेची, कुणाच्या तरी ओळखीची किंवा कसल्या तरी कागदाची! माझे बापजादेही इथंच अशा पद्धतीनं वाट बघत राहिले आहेत. आमच्या खालच्या शेताची कोर्ट केस चौदा वर्षं चालली. म्हणजे चौदा वर्षं तात्यांचा हाच प्रवास सुरू होता. तालुक्याला किंवा कुरुंदवाडला त्या कोर्टाच्या गर्दीत कुठल्या तरी कोपऱ्यात बसून निकालाची वाट पाहणं. परदेशात अशा प्रकारची जीव बेजार करणारी प्रतीक्षा आणि पिळवणूक सहसा दिसत नाही. जपानमध्ये तर मुळीच नाही. सामान्य माणसाचे प्रश्न जगभर आहेत, पण भारतातला सामान्य माणूस धन्य होय!

नोजिरी नावाच्या एका छोटेखानी जागी मी एकदा एक पुस्तक बसमध्ये विसरलो. हॉटेलमध्ये परतलो तेव्हा रिसेप्शनवरच्या मुलीने माझ्या हातात एक कागद दिला. त्यात बसच्या डेपोतील ड्युटी मॅनेजरने 'तुमचं पुस्तक अमुक ठिकाणी आहे, घेऊन जा' असा निरोप होता. पुस्तकातल्या बुकमार्कच्या ऐवजी मी हॉटेलचं कार्ड ठेवलं होतं, त्यावरून त्यांनी माझा पत्ता शोधून काढला होता. भारतात असतो तर आणि कुणी प्रामाणिक मॅनेजरने शोध लावलाच असता तर ओळख पटवून पुस्तक परत न्या, अशा आशयाचं वाक्य जरूर घातलं असतं यात शंका नाही. प्रामाणिकपणाच्या कल्पनेत विश्वासाची संकल्पना दडली आहे याची आपल्याकडे लोकांना फारशी कल्पना नाही. ते पुस्तक न्यायला मी गेलो नाही, तेव्हा दुसऱ्या दिवशी हॉटेलात पुन्हा निरोप आला. त्यात पुस्तक लवकर नेण्याविषयी विनंती केली होती. मला वेळ नसल्याने आणि ते पुस्तक वाचून संपवलं असल्याने ते आणायला जायची इच्छा नव्हती म्हणून मी गेलो नाही. तिसऱ्या दिवशी हॉटेलात परतलो तेव्हा आणखी एक निरोप आला असणार म्हणून मी थोडा ओशाळलो होतो; पण निरोप नव्हता. मी सुस्कारा सोडला, तेवढ्यात रिसेप्शनिस्टने

माझ्या हातात एक खाकी कव्हर दिलं. उघडून बघितलं तर माझं पुस्तक. मी पुस्तक न्यायला येणार नाही या काळजीनं त्या लोकांनी स्वत:च माझं पुस्तक परत पाठवलं होतं. मी माझ्या जपानी मित्राला याचं कारण विचारलं, तेव्हा तो जे म्हणाला ते ऐकून मी थक्क झालो! अशा प्रकारे सापडलेल्या प्रत्येक वस्तूचं रजिस्टर ठेवून ग्राहक सेवेचा भाग म्हणून या वस्तू ज्याच्या त्याला मिळाव्यात म्हणून बसवाले प्रयत्न करतात. वस्तू जितका काळ त्यांच्याकडे राहते तितकी त्यांची काळजी वाढते आणि दररोज नोंदी ठेवण्याने कामही. दोन दिवस माझी वाट पाहून, मी कदाचित पुस्तक न्यायला येणार नाही याची खात्री पटून त्यांनी पुस्तक परत पाठवण्याची कामगिरी बजावली. यानंतर त्यांना दररोज नोंद ठेवण्याचीही आवश्यकता नाही. माझ्या मनात विचार आला की, भारतात जर अशा प्रकारचा नोंदी ठेवण्याचा नियम केला तर काय होईल? बरेच महाभाग स्वत: वस्तू लांबवून खोट्या नोंदी करतील.

जपानी प्रामाणिकपणाचा हा एकच अनुभव आला असं नव्हे. एकदा आमचा मारुती जपानच्या भुयारी रेल्वेत पासपोर्ट आणि इतर महत्त्वाची कागदपत्रं विसरून खाली उतरला. खाली उतरताच त्याच्या लक्षात आलं. लगेच शेजारच्या सार्वजनिक दूरध्वनीवरून त्यानं माझ्याशी संपर्क साधला. तो घाबरला होता – इतकी महत्त्वाची कागदपत्रं हरवली म्हणून. मी त्याला सांगितलं, लगेच स्टेशन मास्तरकडे जा आणि त्याच्या ऑफिसमधून मला फोन कर. तो तिथे गेला आणि मी स्टेशन मास्तरला गाडी किती मिनिटांपूर्वी त्या स्टेशनातून दुसऱ्या बाजूला गेली एवढी माहिती सांगून त्याचबरोबर कसली पिशवी, काय कागदपत्रं आहेत याचा तपशील दिला. त्यानं माहिती लिहून घेतली आणि मारुतीला बसवून घेतलं. बरोबर वीस मिनिटांनी त्या स्टेशन मास्तरचा फोन आला की, आपल्या हरवलेल्या वस्तू घेऊन मारुतीने घराकडे प्रयाण केलं आहे. केवढ्या शिताफीने आणि तत्परतेने हे लोक प्रवाशांची काळजी घेतात, हे पाहण्यासारखं आहे.

जपानी माणसाचं शिक्षणप्रेम नवीन नाही. १९०७ साली सहा वर्षांच्या सक्तीच्या शिक्षणाची योजना अमलात आणली गेली आणि १९१० सालच्या आत प्राथमिक शाळांतील हजेरीचं प्रमाण ९८% पर्यंत पोहोचलं. सध्याची शिक्षणव्यवस्था सहा वर्षांचं प्राथमिक शिक्षण, तीन वर्षांचं माध्यमिक शिक्षण, त्यानंतरचं दोन वर्षांचं उच्चमाध्यमिक शिक्षण आणि मग तीन वर्षांचं कॉलेज अशा प्रकारे पंधरा वर्षांची शिक्षणप्रणाली आहे. यातली पहिली नऊ वर्षं शिक्षण सक्तीचं आहे. फक्त सर्वसाधारण विद्यार्थ्यांनाच नव्हे, तर अंध आणि बधिर बालकांसाठीसुद्धा प्राथमिक आणि माध्यमिक शिक्षण सक्तीचं आहे. अर्थात, त्यांच्यासाठी अभ्यासक्रम वेगळा आहे.

जपानच्या या नेत्रदीपक यशस्वी प्रगतीचं मूलभूत कारण त्यांची शिक्षणव्यवस्था आहे यात शंका नाही. १९०५ मध्ये या छोट्या राष्ट्रानं रशियाचा युद्धात पराभव केला. दुसऱ्या महायुद्धात शेजारच्या अनेक राष्ट्रांवर प्रभुत्व संपादन केलं आणि आज संपूर्ण

जगावर आर्थिक सत्ता गाजवण्याचा सपाटा चालूच ठेवला आहे. याचं समग्र श्रेय शिक्षण व्यवस्थेलाच जातं. देशप्रेमानं झपाटलेली माणसं तयार करणं हे या शिक्षण व्यवस्थेचं फार मोठं कार्य मानावं लागेल. अंध, बहिऱ्या आणि अपंग लोकांची जी काळजी जपानमध्ये घेतली जाते, तशी इतरत्र दिसणं कठीण. स्टेशनजवळील बहुतेक बस्टॉपपासून स्टेशनवरील प्लॅटफॉर्मपर्यंत जमिनीवर बारीक उंचवट्यांनी बनलेला एकफुटी रस्ता दिसतो. हा रस्ता अंधांना उपयुक्त ठरतो. बसमधून उतरल्यानंतर आपल्याकडच्यासारखं कुणाला तरी मदतीला घेण्याची त्यांना गरज पडत नाही. ते त्या छोट्या रस्त्यावर चालत राहतात. त्यांना त्यांच्या पायांतील बुटातून, आपण योग्य रस्त्यावर जात आहोत की नाही हे कळतं आणि ते बरोबर प्लॅटफॉर्मवरच्या आपल्या ट्रेनच्या जागेवर जाऊन उभे राहतात. वस्तुसंग्रहालयात अपंगांसाठी विशेष दुचाकी गाड्यांची व्यवस्था केलेली असते. त्यावर बसून ते वस्तुसंग्रहालयाची मजा चाखू शकतात. सार्वजनिक प्रसाधनगृहात अपंगांच्या वापरासाठी खास प्रसाधनगृहाची सोय असते.

पण या सर्वांहून मला लक्षात राहण्यासारखा अनुभव आला तो फारच आनंददायक आहे. तोक्योच्या शिंजुकू नावाच्या भागात राहायला असतानाची गोष्ट. नेहमीप्रमाणे शेजारच्या उद्यानात सुट्टीच्या दिवशी फिरायला गेलो असताना बागेत एका झाडाखाली उभ्या असलेल्या एका माणसानं माझं लक्ष वेधून घेतलं. तो एका जागी उभा होता. तो काय करतो आहे ते मी न्याहाळून पाहू लागलो. तो जिथे उभा होता तिथे एक खांब होता आणि त्या खांबावर पाटीच्या आकाराची एक धातूची पट्टी होती. त्या पट्टीवरून हा माणूस स्वत:ची बोटं फिरवत होता. बराच वेळ तो बोटं फिरवत राहिला आणि त्यानंतर तो त्या खांबापासून बाजूला झाला. चालत चालत त्या झाडाजवळ गेला. पहिल्यांदा त्याने बुंध्याला हात लावला. त्यानंतर त्याने बुंध्याला मिठी मारली. नंतर क्रमवार फांद्या, फुलं आणि पानांना त्याने स्पर्श केला. प्रत्येक गोष्ट तो स्पर्शाद्वारे अनुभवण्याचा प्रयत्न करत होता. स्पर्शाद्वारे स्वत:त सामावून घेण्याचा प्रयत्न करत होता.

त्याला दहा-पंधरा मिनिटं न्याहाळल्यानंतर तो अंध आहे हे माझ्या लक्षात आलं. पण तो हे सगळं का करतोय, हे मात्र माझ्या नीट लक्षात येत नव्हतं. मी त्याच्याशी बोलायला सुरुवात केली आणि माझ्या डोक्यात प्रकाश पडला. तो वनस्पतिशास्त्राचा एक विद्यार्थी होता आणि स्थानिक विद्यापीठात पदव्युत्तर शिक्षण घेत होता. तो त्या उद्यानात वेगवेगळ्या वनस्पती पाहण्यासाठी आला होता आणि अंध असल्याने स्वत:च्या हातांनी, बोटांनी प्रत्येक झाड जणू पाहण्याचा प्रयत्न करत होता. त्याच्या अभ्यासासाठी ते आवश्यक होतं. मग त्या धातूनच्या पट्टीवर हात आणि बोटं कशासाठी फिरवत होता तो? त्या पट्टीवर ब्रेल लिपीत झाडाची माहिती लिहिली होती. झाडाची वैशिष्ट्यं, फुलांचा रंग, कोणत्या ऋतूत फुलं येतात या ठळक माहितीपासून पानांचा आकार, झाडाचं आयुष्य आणि तिथे असलेल्या त्या विशिष्ट झाडांची पूर्ण माहिती लिहिली

होती. त्याची ज्ञानलालसा इतकी होती की, झाडाची फक्त माहिती वाचून तो थांबत नव्हता. माहिती वाचल्यानंतर झाडाला प्रत्यक्ष स्पर्श करून, आलिंगन देऊन आणि बोटांद्वारे न्याहाळून आपलंसं करून घेत होता. अंधांसाठी अशा प्रकारे बागेतही फुलांची, पानांची आणि झाडांची माहिती प्लेटवर उपलब्ध करून देणाऱ्या महापालिकेच्या अधिकाऱ्यांचं आणि त्या वनस्पतिशास्त्राच्या विद्यार्थ्यांचं कौतुक वाटल्याशिवाय राहिलं नाही. आपल्याकडे म्युनिसिपालिटीच्या अधिकाऱ्यांविषयी, त्यांच्या नियोजनाविषयी आणि अंमलबजावणीविषयी जितकं कमी बोलावं तेवढं चांगलं. कारण बोलून बोलून काय बोलणार? आपण सगळेच या व्यवस्थेला जबाबदार आहोत, हे असंच चालायचं, असं गृहीत धरून आपण सगळे चाललो आहोत.

जपानी माणूस वेळेवर खूप प्रेम करतो. प्रत्येक गोष्ट वेळेवर झाली पाहिजे यासाठी तो प्रचंड परिश्रम करतो. माझ्या घरी मी जेव्हा जपानी माणसाला जेवायला बोलावलं, तेव्हाचा अनुभव असा की, साडेसातला बोलावलं असेल तर सात-पंचवीसलाच जपानी माणूस घराबाहेर येईल, पण या पाच मिनिटांत तो घराबाहेर फेऱ्या मारत राहील आणि बरोबर साडेसातला तो घरात प्रवेश करेल. उशीर होणं ही गोष्ट जपानी माणसांना पसंत नाही. तसंच उशिरापर्यंत बसणंही त्यांना पसंत नाही. घरात जेवायला येऊन जेवण संपल्यानंतर काही वेळात उठून ते जायची गडबड करतील. अगदी खास मित्र झाल्यानंतरच ते कोणतंही स्वातंत्र्य घेतील आणि मित्र झाल्यानंतरही कोणतीही अडचणीची गोष्ट करणं किंवा बोलणं त्यांच्या जिवावर येतं. जपानी माणूस दोस्ती करायला कठीण, पण एकदा तो दोस्त झाला तर त्याच्यासारखी मैत्री निभावणं इतरांना जमणार नाही. वरून औपचारिक वाटणारे जपानी लोक मनाने खूप मायाळू आहेत आणि एकदा बाहेरचं कवच काढण्यात यश मिळालं तर जपानी माणसाच्या हृदयाला हात घालणं मुळीच अवघड नाही. पत्रांच्या बाबतीतही तो अतिशय एकनिष्ठ आहे. कधीही पत्र पाठवा, जपानी माणूस उत्तर लिहिणार नाही असं कदापि होणार नाही.

अजून एक चांगला गुण जपानी माणसाकडे आहे. मुळात कामाच्या रगाड्यातून त्याला कमी वेळ मिळतो; पण जो मोकळा वेळ मिळतो तो, तो अतिशय सत्कर्मी लावतो. ट्रेकिंग, स्कीईंग, पेंटिंग, विदेशी भाषाभ्यास या आणि इतर अनेक छंदांची आवड लावून घेऊन त्यांना जोपासण्याचं काम तो मोठ्या निष्ठेनं आणि जिव्हाळ्यानं करतो. भारतात स्वतःचं ठरलेलं कामही जिव्हाळ्यानं न करता पाट्या टाकण्याची प्रवृत्ती जोरदार दिसते. पाट्या टाकणं, दांड्या मारणं यांसारखे शब्दप्रयोग जपानी भाषेत नाहीत ते यामुळेच.

अर्थात, अशा या चांगल्या समाजाची काही वैगुण्ये आहेतच. या वैगुण्यांचंही मला जपानमध्ये चांगलंच दर्शन झालं. जपानी माणूस उद्योगी, कामात एकनिष्ठ, मैत्रीत चांगला हे खरं असलं तरी, तो अतिशय अ-लवचीक आहे. ठरलेल्या नियोजनात किंवा

तपशिलात बदल करायचा म्हणजे त्याच्या अंगावर काटा येतो. याची अनेक उदाहरणं जपानमध्ये मला दिसली. माझ्या मित्रांनी अनुभवली. एकदा माझा मित्र एका दुकानात गेला आणि त्याने ब्लेडचं पाकीट मागितलं. सुहास्य वदनाने विक्री करणारी सुंदरी सामोरी आली. तिने ब्लेडचं पाकीट घेतलं आणि ती त्याला एका चांगल्या वेष्टनात बांधायला लागली. माझ्या भारतीय मित्राच्या, राष्ट्रीय संपत्तीचा केवढा हा नाश, असा विचार मनात आला आणि त्यानं त्या सुंदरीला म्हटलं, 'अहो, त्या ब्लेडच्या पाकिटाला वेष्टनात घालण्याची आवश्यकता नाही. कशाला वाया घालवता तो सुंदर कागद! नाही तरी घरात जाऊन मी फाडणारच आहे.'

त्या सुंदरीच्या चेहऱ्यावर आश्चर्याचा भाव होता. अशा प्रकारचं विचित्र बोलणं कदाचित तिनं आपल्या आयुष्यात कधीच ऐकलं नसेल. ती म्हणाली, 'माफ करा, नियमाप्रमाणे मी असं करू शकत नाही. वेष्टन घालून वस्तू देणं हा आमच्या इथं ग्राहक सेवेचा भाग आहे.'

आमच्या अतिउत्साही मराठी मित्राने हार न मानता म्हटलं, 'तुमचं म्हणणं मला मान्य आहे. अहो, पण मी एक चांगली गोष्ट सांगतोय, मला ही ब्लेड्स लगेच वापरायची आहेत. कशाला हा त्रास घेता तुम्ही? मला वेष्टनाशिवाय ब्लेड्स द्या. तुमचंही काम सोपं. माझंही.'

'नियमानुसार मी असं करू शकत नाही आणि असा निर्णयही मी घेऊ शकत नाही. तुमची इच्छाच असेल तर मी माझ्या मॅनेजरला विचारते.' आणि ती गायब झाली. तब्बल दहा-पंधरा मिनिटांनी येऊन तिनं सांगितलं, 'ते जमणार नाही... मॅनेजरनं मनाई केली आहे.'

माझ्या मराठी मित्राला ते असह्य झालं. पण आधीच उशीर झाला होता म्हणून तो म्हणाला, 'बराय, चला पॅक करून द्या...' आणि क्षणार्धात वस्तू पॅक होऊन त्याच्या हातात मिळाली. 'काय वेडे लोक आहेत... साध्या साध्या गोष्टीही समजत नाहीत.' असं माझ्या मित्राला वाटलं. पण आपल्या संस्थेची, दुकानाची, शाळेची किंवा देशाची शिस्त आणि नियम पाळणं हे या लोकांच्या रक्तात इतकं भिनलं आहे की, कोणत्याही परिस्थितीत त्या ठरलेल्या गोष्टीपासून दूर जायचं नाही हा त्यांचा धर्म आहे.

भारतात त्या मानानं प्रत्येक गोष्टीत लवचीकपणा आहे. या लवचीकपणाचे काही फायदे आहेत हे नि:संशय. या लवचीकपणामुळे कोणतेही नियम पाळणं, काटेकोरपणा पाळणं; समाज, देश आणि त्यातील वेगवेगळ्या संस्थांची शिस्त पाळणं हे गुण भारतीय जनतेत अभावानेच आढळतात. दुसऱ्या महायुद्धात लाखो जपानी लोकांनी स्वत:च्या जिवाची पर्वा न करता देशासाठी समोर दिसत असणाऱ्या मृत्यूला मिठी मारली ते याच शिस्तीमुळे. इथलं शिक्षण देशाला उपयुक्त असणाऱ्या आणि देशासाठी कोणताही त्याग करायला तयार असणाऱ्या नागरिकांना उत्तेजन देतं, तयार करतं. अनेक राष्ट्रांवर जपानने

सत्ता गाजवली, अनेक देश काबीज केले. १९१९ साली व्हर्सायच्या शांतता तहाला एक प्रमुख औद्योगिक आणि लष्करी सत्ता म्हणून जपान उपस्थित राहिले आणि पाच बलाढ्य राष्ट्रांत जागा मिळवली.

वरकरणी अशा प्रकारे आजचा जपान आधुनिकता आणि तंत्रज्ञानाच्या विळख्यात सापडलेला देश वाटत असला तरी, जसजसं या देशाला पाहावं तसतसं संस्कृती, इतिहास आणि परंपरा यांचा अनेक पदरी वारसा नजरेसमोर येतो. मेइजी क्रांतीनंतर आधुनिक शिक्षणक्रम आणि वेगवान पाश्चात्त्यीकरणाच्या प्रभावाखाली संपूर्ण जपान आला. पण मुळात जपान हा शेतीप्रधान देश आणि इथल्या लोकांनी निसर्गाबरोबर आतापर्यंत हजारो वर्षं गुण्यागोविंदानं काढली असल्यानं अनेक श्रद्धा, सण, उत्सव आणि पारंपरिक सोहळे यांनी जपानी लोकांचं जीवन ओतप्रोत भरलं आहे. आपल्याकडे जशी ग्रामदेवतेची कल्पना आहे, तशी जपानमधल्या प्रत्येक शहरात त्या त्या गावाचं आणि भागाचं दैवत आहे. जशी आपल्याकडे प्रत्येक गावात त्या त्या ग्रामदैवतांची वर्षातून एकदा जत्रा किंवा उरूस असतो, अगदी तसाच प्रकार जपानमध्ये आढळतो. याशिवाय वर्षभर कोणता ना कोणता सण किंवा उत्सव जपानी लोक साजरा करतात. एरवी औपचारिकतेच्या ओझ्याने वाकून गेलेला जपानी माणूस या सोहळ्यात मात्र मनसोक्त सहभागी होतो, तोंडावरचे नेहमीचे बुरखे काढून सामील होतो. पंढरीच्या वारीत जसं सगळ्यांचं स्वतंत्र अस्तित्व, नाव, गाव, पद-भूषण विसर्जित होऊन फक्त वारकरी, भक्त एवढीच ओळख राहते, अगदी तसंच जपानमध्येही या उत्सवात होतं.

जपानी माणूस हा उत्सवप्रिय आहे आणि म्हणूनच वर्षभर अनेक सण, भारतीयांप्रमाणे तोही साजरे करतो. यांतले काही सण आपल्यासारखेच धर्माशी निगडित आहेत, तर बाकीचे काही निसर्ग-मानव संबंधाशी आणि कृषी जीवनाशी संबंधित आहेत. पण यातून जे उत्सव आणि सणांचं इंद्रधनुष्य बनतं त्याला तोड नाही. जपानी उत्सव पाहणं म्हणजे जपानचा खरा अनुभव घेणं होय. या सर्व उत्सवांचं प्रमुख आकर्षण म्हणजे पालखीसोहळा. या पालखीला 'मिकोशी' म्हणतात. ही पालखी ढोल आणि पारंपरिक वाद्यांच्या गजरात बाहेर पडते. पालखी आपल्यासारखी लांबट नसून चौकोनी आकाराची असते, पण तिच्यावरची नक्षी पाहण्यासारखी असते. पालखीच्या समोर आणि मागे लाकडी दांड्या असतात. या दांड्या खांद्यावर घेऊन भाविक लोक शिस्तबद्धपणे पालखी वाहून नेतात. रस्त्यावर जत्रेसारखी गर्दी होते. बऱ्याचदा या मोठ्या पालखीमागे मुलांची एक छोटेखानी पालखी असते आणि पारंपरिक वेषात सजून मुलं या पालखीला नेत असतात. बऱ्याचदा मुख्य पालखीचं वजन खूप असतं आणि ती वाहून नेणारे, आपल्याकडे कामकरी लोक मोठं वजन आणि केबल वाहून नेताना मनोधैर्य वाढवणारे ध्वनी काढतात, तसेच साई-रेड, सोईयो अशा प्रकारचा तालबद्ध आवाज काढून पालखी वाहतात. पालखी वाहणाऱ्यांचा पारंपरिक पेहराव असतो. मुख्यत: नक्षीदार सैल शर्ट, अर्धी चड्डी

किंवा पारंपरिक लंगोटी आणि डोक्याला पारंपरिक रुमाल बांधून जेव्हा हे भोई पालखी वाहायला लागतात, तेव्हा एक प्रकारची सुसंगती त्यांच्यात जाणवते. किंबहुना पुढे पडणारं प्रत्येक पाऊल एक सूर एक ताल या चालीवर पडतं आणि नकळत लष्करातल्या मानवंदनेत चालणाऱ्या सैनिकांची आठवण येते. युद्ध असो की कार्यालय, रस्ता असो की दुकान, घराबाहेर किंवा घरात, जपानी माणसांची शिस्त पळापळाला जाणवते.

पण या उत्सवात फिरताना मला अचानक माझ्या गावाची आठवण झाली. आमच्या गावात दसऱ्याला बिरदेवाची पालखी निघाली की, गावातले लोक स्वत:च्या घरात आंबील बनवून ती पालखीबरोबर चालणाऱ्या लोकांना माठात किंवा वाटीत प्यायला देत. ढोल बडवणारे किंवा पालखी वाहून थकणारे मुंडासेवाले अंगणात बसून भुरूक भुरूक आवाज करत आंबील प्यायचे तेव्हा त्यांची लांब मिशी मजेत त्या आंबिलीत डुबक्या घ्यायची. आम्हा मुलांना खूप गंमत वाटायची. जपानमध्ये आंबील नाही, पण तिथल्या स्त्रिया स्वत:च्या घरी बनवलेल्या जेवणाचे प्लास्टिक डबे घेऊन मिरवणुकीत भाग घेऊन किंवा काम करून दमलेल्या भक्तांना वाटताना मी अनेकदा पाहिलं आहे. अशा सोहळ्याच्या वेळेस जपानी माणूस सगळं कामकाज बंद करून त्यात सामील होतो.

जपानच्या वेगवेगळ्या भागांत वेगवेगळे उत्सव साजरे केले जातात. काही उत्सव स्थानिक, तर काही राष्ट्रव्यापी आहेत, काही शिंतो धर्माशी निगडित, तर काही बौद्ध धर्माशी संबंधित. यातल्या प्रत्येक उत्सवाची खास नजाकत आणि वैशिष्ट्य आहे आणि बऱ्याचदा या उत्सवातली आणि भारतीय उत्सवातली साम्यस्थळं पाहून आश्चर्य वाटतं. पण जपानी उत्सवाचं एक सगळ्यात वेगळं वैशिष्ट्य म्हणजे, फुलांना मिळालेलं खास स्थान. ग्रीष्म, वसंत, शरद आणि शिशिर या इथल्या प्रमुख ऋतूंत त्या त्या वेळेस फुलणाऱ्या फुलांचा महोत्सव साजरा करण्याची या लोकांची प्रथा म्हणजे त्यांच्या सौंदर्योपासनेचा उत्कट आविष्कार. जपानी ऋतू आहेतच असे मनमोहक! निसर्गसौंदर्यानं ओतप्रोत भरलेल्या या देशात फुलांवर प्रेम करण्याची परंपरा निर्माण होणं स्वाभाविक होय. कामो-नो-चोमेइ या बौद्ध भिक्खूनं लिहून ठेवलं आहे, बदलत्या ऋतूंच्या सौंदर्याचा रसास्वाद ही माझ्या जीवनातील एकमेव आकांक्षा आहे. जपानमधल्या प्रत्येक भागात पुष्पप्रदर्शन आणि पुष्पउत्सवांचं खास वेळापत्रक आहे. उदाहरणार्थ, वसंत ऋतूत साकुरा (चेरी) च्या फुलांचं दर्शन म्हणजे जपानी जनतेचा राष्ट्रीय सण. राजापासून (सम्राटापासून) रंकापर्यंत गुलाबी-पांढऱ्या फुलांनी नटलेल्या झाडांच्या छत्रीखाली बसून पुष्पदर्शनाचा आनंद लुटणं हा जपानी जनतेच्या जीवनाचा अविभाज्य भाग आहे. अशा प्रकारे फुलांचा आस्वाद घेत कविता वाचणं किंवा खास मित्र-मैत्रिणींसमवेत साके पिणं हा या लोकांचा खरा आनंद आहे. साकुरा, अझेलिया पिओनी, विस्तेरिया, इरिस, कमळ आणि क्रिसन्थेमम् या प्रत्येक फुलांना मनसोक्त पाहायचं असेल तर त्या त्या ऋतूत ते कुठं पाहता येईल हे जपानमध्ये सहज कळतं.

जपानी लोक राहणीत पाश्चात्त्य झाले असले, तरी त्यांची विचारसरणी पूर्णपणे पौर्वात्य आहे. जीवनातली प्रत्येक गोष्ट तर्कशास्त्राच्या जाड भिंगाखाली तपासून घेतली पाहिजे, हा पाश्चात्त्य अट्टहास जपानमध्ये दिसत नाही. उलट, स्वतःच्या अनेक परंपरांना जपानी माणूस चिकटून आहे. आधुनिकतेच्या अत्युच्च शिखरावर जाऊनही जपानी माणूस स्वतःचं स्वत्व विसरायला तयार नाही. किंबहुना, जपानला आलेल्या वैभवामुळे स्वतःच्या संस्कृतीचा अभिमान सामान्य माणसात प्रबळ झालेला दिसतो.

अर्थात, जपानी संस्कृती सर्वार्थाने संपन्न आहे. नृत्य, संगीत इत्यादी कलांबरोबर जपानी साहित्य अतिशय संपन्न आहे. तिचा इतिहास जवळजवळ इंग्रजी साहित्याइतका दीर्घ आहे. जगातल्या सर्वांत दीर्घ कादंबऱ्या आणि सगळ्यात लहान कविताही याच भाषेत लिहिल्या गेल्या आहेत. सूचन नाट्यापासून अतिशय भाषणप्रधान रंगमंचापर्यंत अनेक प्रकारची विविधता दिसते. सगळ्यात जुनं उपलब्ध पुस्तक इ. स. ७१२ साली 'कोजिकी' या नावाने लिहिलं गेलं. अर्थात, त्यापूर्वीही जपानी साहित्य होतं असं विद्वानांचं म्हणणं आहे. पण दुर्दैवानं चिनी लिपी आत्मसात करेपर्यंत जपानी लोकांकडे सोयीचं लेखनमाध्यम नव्हतं. पण 'कोजिकी' आणि 'मान्योषु' ही जुनी पुस्तकं खऱ्या अर्थाने पूर्ण जपानी साहित्य मानावे लागेल. विशेषतः 'मान्योषु'ला जगातला एक सर्वश्रेष्ठ काव्यसंग्रह मानलं जातं. यानंतरच्या काळात चीनचा आणि बौद्ध धर्माचा अतिशय खोल प्रभाव जपानी साहित्यावर झाला.

दहाव्या शतकातील गद्य प्रकारात दोन प्रवाह दिसतात. एकावर जपान, चीन आणि भारत या देशातील लोककथा, बोधकथा आणि पुराणकथा यांचा प्रभाव आहे. आणि दुसरा प्रकार आहे काव्य-कथांचा. या दोन्हीतून जन्म झाला जपानी कादंबरीचा. 'गेंजी मोनोगतारी' किंवा 'गेंजीची गोष्ट' ही कवितांनी भरलेली कादंबरी आहे. या 'हेइआन' काळातील साहित्याचं वैशिष्ट्य म्हणजे, बहुतेक सगळं साहित्य हे स्त्रियांनी लिहिलं आहे आणि याचं कारण मोठं गंमतशीर आहे.

पांडित्याच्या खोट्या दबावाखाली येऊन बहुतेक सगळे प्रतिभावान पुरुष तत्कालीन प्रथेला अनुसरून चिनी भाषेत लिहायचा प्रयत्न करत होते, तर स्त्रिया जपानी भाषेत स्वतःच्या प्रज्ञेला आणि प्रतिभेला वाव देत होत्या. पुरुष जपानी भाषेत लिहिणं कमीपणाचं समजायचे; पण चिनी भाषेत लिहिणारा सगावारा नो मिचिझाने हा कवी इतका लोकप्रिय होता की, 'साहित्य आणि लेखनकलेचा परमेश्वर' अशी ओळ त्याच्या समाधीवर कोरली गेली. बाराव्या शतकातील 'वाका' या काव्यप्रकारातील प्रसिद्ध असे धर्मगुरू साइग्यो यांचा 'शिकोकिनशु' हा संग्रह वाचनीय आहे. यानंतर कामाकुरा काळातील 'हेइके मोनोगतारी (हेइकेची गोष्ट)' ही एक सर्वश्रेष्ठ युद्धकला आहे. या काळातील वाङ्मय त्यातील 'विरह वेदनेने' प्रसिद्ध आहे. अनेक सम्राटांना वनवासात काळ घालवावा लागला, हे त्याचे मुख्य कारण होय.

यानंतरच्या काळात नोह हा जपानी नाट्यप्रकार अस्तित्वात आला. मृत्यू आणि मरण पावलेल्या माणसांच्या विश्वावर आधारित ही नाटकं म्हणजे जपानी साहित्याचा खास अलंकार होय. 'सेआमी मोतोकिओ' (१३६३-१४४३) हा एक नोहचा श्रेष्ठ लेखक होता. या नाट्यप्रकाराच्या तुलनेने थोडा हलकाफुलका 'क्योगेन' हा नाट्यप्रकारही विकसित पावला आणि नोहला जोडला गेला. क्योगेनची भाषा तुलनेनं सोपी आणि सामान्य माणसाला जवळची वाटणारी होती. 'हेइआन' काळातील साहित्य सत्ताधाऱ्यांवर, मध्ययुगीन 'कामाकुरा' काळातील साहित्य क्षत्रियांवर, तर यानंतरचे 'तोकुगावा' काळातील साहित्य मुख्यत: व्यापारी वर्गावर लिहिले गेले. 'मात्सुओ बो' हा जपानचा सर्वश्रेष्ठ कवीही या काळाची देणगी होय (१६४४-१६९४). साइकाकू, बाशो आणि चिकामात्सु हे तोकुगावा काळातील तीन मुख्य आधारस्तंभ. बाशोच्या प्रसिद्ध हायकूनंतर हायकू कवींचा जणू पूर आला.

बाशोच्या हायकूंवर जीव ओतून टाकणारे रसिक आजही जपानमध्ये आहेत. तीन ओळींच्या छोट्या कवितेत स्वर्गाचा छोटा तुकडा निर्माण करण्याची आणि त्यात रसिकाला मनमुराद न्हाऊ घालण्याची विलक्षण क्षमता बाशोत होती. हा छोटा हायकू पाहावा-

'कियोताकी या विशुद्ध प्रपात।
नामीनी चिरीनाकी लाटांवर चमकतो
नात्सुनो त्सुकी, शरदातला चंद्र'

यानंतरच्या काळात, म्हणजे एकोणिसाव्या शतकातील 'मेइजी' काळाच्या सुरुवातीपासून आजच्या आधुनिक वाङ्मयाची सुरुवात झाली. आजचं वाङ्मय अतिशय समृद्ध असून यासुनारी कावाबाता आणि केनझाबुरो ओये असे दोन नोबेल पुरस्कार विजेते या साहित्याने निर्माण केले आहेत. तिसरा मिशिमा युकियो या साहित्यिकाचा नोबेल पुरस्कार थोडक्यात हुकला. मिशिमा हा अतिशय वेगळ्या प्रकारचा, पण खऱ्या अर्थाने संपन्न लेखक होता. साकुतारो हागिवारा हा आधुनिक जपानी कवितेचा केशवसुत मानला जातो. त्याच्या 'त्सुकीवी होएरू' (१९९७) आणि 'आओ नेको' या कवितांनी सामान्य माणसाची जिवंत भाषा वापरून खळबळ माजवली. बेडकाचा मृत्यू, जलतरणपटू, बुद्ध या त्याच्या काही गाजलेल्या कविता आहेत.

धर्माचं कारण सांगितलं की लोक ऐकतात म्हणून धर्म बडगा म्हणून वापरला गेला असणार. भारतासारख्या देशात तीर्थयात्रेची कल्पना एका अर्थाने आवश्यक असावी. संपूर्ण भारतखंडाला एकत्र ठेवण्याचं सगळ्यात प्रभावी साधन म्हणजे त्यांना एकत्र आणणाऱ्या संकल्पना निर्माण करणं होय. तीर्थयात्रेत या सगळ्या गोष्टी जनसामान्यांना आपोआप कळतात. बाहेरच्या प्रदेशात गेल्यानंतर तिथले लोक काय खातात, काय घालतात, कसे राहतात ही प्रत्येक गोष्ट म्हणजे ज्ञानार्जनाची प्रक्रिया होय. प्रत्यक्षात या गोष्टी शाळांमध्ये किंवा पुस्तकांद्वारे शिकणं शक्य आहे, पण स्वत:च्या

डोळ्यांनी एखादी गोष्ट अनुभवणं आणि दुसऱ्याच्या तोंडून किंवा पुस्तकातून वाचणं या संपूर्ण वेगळ्या गोष्टी आहेत.

काशी, रामेश्वर असो किंवा चार धामांची यात्रा असो किंवा गावाजवळचे आळंदी, पंढरपूरसारखे तीर्थक्षेत्र असो, या ठिकाणी माणूस जातो तेव्हा अनंत गोष्टी एकाच वेळी शिकतो. जनसामान्यांत या संस्थांबाबत जी पूजनीय भावना येते त्याचं कारणही हेच आहे. यात्रा हे शिक्षणाचं माध्यम बनतं. मी स्वत: गंगोत्रीला गेलो आणि त्या परमपवित्र गंगामातेच्या उगमाच्या ठिकाणी शून्याखाली दहाच्या तापमानात हिरव्या पाचूची किनार लागलेलं पांढरंशुभ्र पाणी जेव्हा हिमखंडाखालून साक्षात समोर अवतीर्ण होताना दिसलं, तेव्हा नकळत एका दैवी अनुभूतीचा वारस झालो. तसल्या थंडीत कपडे काढून मी अंग गोठवून टाकणारं ते परमपवित्र पाणी ओंजळीनं अंगावर घेतलं. समोर गंगेच्या स्रोतामागे प्रचंड हिमखंड, त्यामागे गिरीशिखरे आणि त्याही मागे चमकणारे निळे आकाश. भारतात जन्म झाला हे आपलं भाग्य, हे त्या क्षणी मला अतिशय तीव्रपणे जाणवलं.

हजारो वर्षं गंगा, हिमालय, साधुसंत जनसामान्यांच्या अंत:करणात विराजमान का झाले आहेत याचा बोध त्या दैवी सौंदर्याचा मनोमन आस्वाद घेताना जाणवला. त्यानंतर अनेकदा गंगेचं दर्शन घेण्याचं भाग्य मला मिळालं आणि प्रत्येक वेळी मी तिच्या प्रेमात अधिकच मुग्ध होऊन गेलो. गोमुखाजवळचं तिचं विशुद्ध, विमल, पारदर्शी प्रथमदर्शनीच गोठून टाकणारं रूप असो, काही किलोमीटर खाली गेल्यानंतर गंगोत्रीजवळ खळाळणारी, फेसाळणारी खालच्या शेकडो की हजारो वर्षं गंगामातेला डोक्यावर धारण करणाऱ्या पाषाणांवर आपटून हजारो थेंबांत फेसाळून उठणारी, बागडत पुढे जाणारी हिमकन्या असो, नंतरची हिमालयाचे बोट पकडून, दोन्ही बाजूला त्याच्या बाहूंचा आधार घेऊन खाली धावत पळत, कधी उड्या मारत, तर कधी थांबत मुरडत जाणारी अलकनंदा असो, हरिद्वारला सर्वसाधारण नदीसारखी दिसणारी, पण जनसामान्यांना स्वत:च्या प्रेमात न्हाऊ घलणारी गंगा असो वा बनारसला हजारो भक्तांची शेवटची इच्छा पूर्ण करणारी गंगामाता असो, प्रत्येक ठिकाणी गंगेचं सौंदर्य आनंददायीच नव्हे, तर जिवाला वेड लावून टाकणारं आहे.

जशी भारतीयांना गंगा, तसा जपान्यांना फुजी डोंगर किंवा फुजीयामा. पुस्तकात वाचून या फुजीप्रेमाची कल्पना येणं शक्य नाही. भारतीयांच्या गंगाभक्तीची जशी विदेशी लोकांना सहजासहजी कल्पना येणं अशक्य, तसाच हा प्रकार आहे. हजारो वर्षं जपानमध्ये जनसामान्यांच्या मनात फुजीची प्रतिमा घर करून राहिली आहे. कॅलिडोस्कोपप्रमाणे प्रत्यक्ष क्षणाक्षणाला बदलणारं, पण मोहून टाकणारं फुजीचं सौंदर्य कवी, लेखक, इतिहासकार, चित्रकार आणि जनसामान्यांना भुरळ टाकत आलं आहे. मी स्वत: अनेकदा फुजी पाहिला आणि प्रत्येकदा तो वेगळा दिसला. त्याची अनंत रूपं

प्रत्यक्षात पाहिली. त्याच्याविषयी जितका विचार करू तितका तो अधिकच आवडायला लागतो. सिनेमातले नायक आणि नेते लोक यांचा जनसामान्यांवरचा पगडा एक-दोन पिढ्यांपुरता, फार तर एखाद्या शतकापुरता विस्तारित होतो; पण फुजीसारखे खरे नायक हजारो वर्षं जनसागराच्या हृदय-सिंहासनावर राज्य करतात, करताहेत आणि करत राहतील. त्याचं अस्तित्व म्हणजे परमात्म्याच्या अस्तित्वाची खूण आहे.

एक साधा ज्वालामुखीचा डोंगर तो काय आणि त्याचं केवढं अवडंबर माजवलं आहे, असं फुजीच्या या उदात्तीकरणाकडे पाहून वाटेल; पण प्रत्यक्षात तसं नाही. मी ज्या वेळी फुजीची प्रदक्षिणा केली तेव्हा प्रत्येक क्षणाला नवनवीन दिसणाऱ्या फुजीच्या सौंदर्यात न्हाऊन निघालो. हिमाने माखलेला शिखराचा भाग, मधेच स्वच्छ आकाशात डोक्यावर तरंगणाऱ्या एखाद्या ढगाशी बोलण्यात गुंगून गेलेला फुजी, पांढऱ्या बर्फाच्या पार्श्वभूमीवर मधेच वेड लावणारं तांबूस गवताचं कुरण, पाईनच्या झाडांच्या रांगेतून मधेच डोकावणारा फुजी, संध्याकाळच्या वेळेस मंद दिसणारा पश्चिमेकडचा सूर्य आणि त्याच वेळेस फुजीच्या खांद्यावरचा चंद्र, रात्रीच्या वेळेस समाधिस्थ बुद्धाप्रमाणे निश्चल असणारा फुजी आणि पायथ्याला वसलेल्या गावातील सुशोभित रत्नमाणकांचा उत्सव... किती म्हणून सांगावीत या फुजीची रूपं! प्रत्येक क्षणाला एक अल्बम बनवावा म्हटलं तरी जगातले सगळे अल्बम संपून जातील.

वर केलेलं वर्णन मुख्यत: थंडीच्या दिवसांतलं आहे. शरद, वसंत आणि ग्रीष्म ऋतूंतील फुजीचं विलासवर्णन म्हणजे स्वतंत्र विषय होतील. जपानी कवी आणि लेखक यांनी फुजीच्या या रूपविलासाचं वर्णन शेकडो वर्षांपासून करून ठेवलं आहे. सातव्या-आठव्या शतकापासून फुजीचं वर्णन साहित्यातून प्रतिबिंबित झालेलं दिसतं. काई आणि सुरूगा या प्रांताच्या मध्येच उठून स्वत:च्या अस्तित्वाकडे मन ओढून घेणाऱ्या फुजीचं हे एका जुन्या काव्यातलं रूपांतरित वर्णन पाहा-

'आकाशातील ढगांना-
सहज थोपवून धरतो,
पक्षी उडतात, पण जात नाहीत इतक्या उंच
जळणाऱ्या अग्नीवर बर्फाची रास
आणि विरघळणारा बर्फ आगीवरती...
अव्यक्त तो...
अनाम तो...
किती दैवी... हा ईश्वर...'

फुजी हा ज्वालामुखीचा डोंगर. आता ज्वालामुखी झोपलाय, पण तो केव्हा उठेल सांगता येत नाही. दैवी सौंदर्याबरोबरच भीतीची एक सूक्ष्म छटा फुजीबद्दल लोकांच्या मनात आहे, पण त्यामुळे आदर दुणावतो. उन्हाळ्यात अनेक लोक फुजीच्या तीर्थयात्रेला

जातात. म्हाताऱ्याकोताऱ्यांपासून बालगोपालांपर्यंत सगळे श्रद्धापूर्वक, अवघड रस्ते आणि धोकादायक हवामानाची पर्वा न करता शिखरावर पोहोचतात. तिथे आपली गाठोडी सोडतात आणि तिथे असलेल्या सेनगेन नावाच्या मध्यकालीन क्षत्रिय पूर्वजांच्या समाधीचं दर्शन घेऊन परततात. फुजीची उंची २३०० मीटर इतकी आहे. फुजीचा इतिहास दहा हजार वर्षांचा मानला जातो आणि या दहा हजार वर्षांत चौदा वेळेस फुजीने आपल्या ज्वालामुखीचं दर्शन जगाला दिलं आहे. १७०७ साली सगळ्यात शेवटचा उद्रेक झाला आणि त्यानंतर आतापर्यंत एक दीर्घ शांतता.

माझ्या जपानी मित्राला भारतीय आणि जपानी लोकांतील फरक सांगायची विनंती केली, तेव्हा त्याने फार रंजक गोष्ट सांगितली. तो म्हणाला की, जपानमध्ये प्रत्येकाला एक साचेबंद जीवन जगावं लागतं. ऐंशी टक्के जपानी लोक मध्यमवर्गीय असल्याने त्यांच्या आचार-विचारांमध्ये कमालीचं साम्य आहे. एक भाषा, एक वंश, एक संस्कृती यामुळे सगळीकडे एक तोचतोचपणा आला आहे. दुकानात जावं तर वस्तूंच्या भावातही तफावत नाही. भाजीसारखी गोष्टसुद्धा ठरावीक वजन-मापांनीच घ्यावी लागते. दरही एकच. उदाहरणार्थ, सुपर मार्केटमध्ये भाजी घ्यावी तर पाच-पाच भेंड्या प्लास्टिकच्या छोट्या पिशवीत घालून त्यांच्यावर क़िमती घालून ठेवलेल्या असतात. त्या भेंडींच्या पॅकेटचं वजनही सारखं आणि किमतीही सारख्या. म्हणजे कुठल्याही प्रकारच्या विविधतेला वाव नाही. विविधतेचं खंडन हा जणू जपानी धर्म आहे. याउलट, हा मित्र जेव्हा भारतात आला तेव्हा त्याला भारतीय विविधतेने भारून टाकलं. या मित्राच्या मते, जपानमध्ये व्यक्तीसमोर पर्याय ठेवण्याची प्रथा नाही, तसं त्याला भारतात आढळलं. त्याने मला लोणावळ्याला भाजी मंडईत त्याला आलेला अनुभव सांगितला. मंडईत भाजी विकणाऱ्या बायकांसमोर लसूण, कांदा, मिरची, कोथिंबीर यांचे छोटे छोटे ढीग करून ठेवलेले होते. या प्रत्येक ढिगाचा आकार वेगळा, गुणवत्ता वेगळी आणि सगळ्यात महत्त्वाचं म्हणजे, किंमतही वेगळी. ज्याच्या त्याच्या मगदुराप्रमाणे ज्याने त्याने वस्तू घ्याव्यात. ज्याची ऐपत कमी त्याने स्वस्त वस्तू घ्यावी, ज्याची ऐपत जास्त त्यानं महाग वस्तू घ्यावी.

अर्थातच जपानी माणूस कोणत्याही प्रश्नांवर किंवा समस्येवर तोडगा काढण्यात पटाईत आहे. त्याची जिज्ञासा आणि अभ्यासू वृत्ती अनुकरणीय आहे. गेल्या वीस वर्षांत आर्थिक प्रगतीच्या शिखरावर गेल्यानंतर जपानने स्वत:बरोबर बाहेरच्या राष्ट्रांविषयी जाणण्यासाठी त्यांच्या अभ्यासावर भर दिलेला आहे. प्रत्येक जपानी माणसाला त्यांच्या नेहमीच्या कार्यक्षेत्राव्यतिरिक्त निदान एका गोष्टीचा तरी छंद किंवा आवड असते. कुणी भाषा शिकतो, तर कुणी चित्रकला; कुणाला फोटोंचा छंद आहे, तर कुणाला पर्वतारोहणाचा. इतिहासात अनेकदा बाह्य देशांपासून स्वत:ला बंद ठेवणाऱ्या जपानला आता जग जाणून घेण्याचं वेड लागलेलं आहे. आतापर्यंतचा संयमी, अंतर्मुख, थोडासा बुजरा जपानी माणूस बाहेरच्या देशात जाताना फक्त समूहात जायचा. दहा-वीस जणांच्या

समूहानं जपानी प्रवासी प्रवास करायचे. ठरलेल्या जागांना ठरलेल्या पद्धतीनं भेटी द्यायचे. पण आता ही प्रथा बदलली आहे. जगभर स्वतंत्रपणे प्रवास करणारे जपानी युवक-युवती सर्रास दिसतात. जपानी माणसात आलेल्या आत्मविश्वासाचं हे लक्षण आहे. आपल्याकडे सर्वसाधारणपणे आई-वडिलांपेक्षा उंच मुलं आढळत नाहीत. जपानने या बाबतीत थक्क करून सोडणारी प्रगती केली आहे. नव्या पिढीची सरासरी उंची ही पूर्वीच्या पिढीपेक्षा सातत्यानं वाढत आहे. म्हणजेच बहुसंख्य मुलं-मुली ही त्यांच्या आई-वडिलांपेक्षा उंच आहेत. प्रत्येक क्षेत्रात उंची गाठायची ठरवलेल्या जपानने स्वत:च्या संपूर्ण वंशाची उंची वाढवण्याचं दुर्लभ कामही करून दाखवलं आहे.

सुभाषबाबूंच्या अखेरच्या अवशेषांच्या शोधात...

शिंजुकू या तोक्योतील गगनचुंबी इमारतीच्या भागाला ओलांडून गाडी ओमेकाइदो या रस्त्यावर घेतली. शिंजुकूनंतर येणारे नाकानो आणि सुगीनामी हे दोन वॉर्ड शिंजुकूच्या छायेत भीतीने बावरून बसल्यासारखे वाटतात. शिंजुकू हा सतत घाईगर्दीत असल्यासारखा वाटतो, तर मुख्यत: राहती घरं आणि छोट्या बाजारपेठा यांनी गजबजलेले नाकानो व सुगीनामी वॉर्ड तुलनेने शांत वाटतात.

गाडी सुगीनामी वॉर्डात आली. या वॉर्डात नाव घेण्यासारखं काय आहे, असं म्हटलं तर पटकन कोणतंच उत्तर येणं शक्य नाही. पण मी मात्र अशा एका असामान्य वास्तूला भेट द्यायला चाललो होतो, जिच्या अस्तित्वाची आजूबाजूच्या रहदारीला, घरादारांना, दुकानांना किंवा आत-बाहेर करणाऱ्या आणि चारी बाजूला फिरत असणाऱ्या जपानी जनतेला कसलीच जाणीव नव्हती. कोएनजी पुलाजवळ डावीकडून वळून शंभर मीटरवर कॉस्मोच्या पेट्रोलपंपाजवळ डावीकडे वळल्यावर लगेच डाव्या बाजूला दिसणारं मंदिर हेच माझं इच्छित स्थान होतं. मंदिर दिसताच मी गाडी आत घेतली.

बेल दाबताच सरकणारं दार उघडलं आणि मोचिझुकी या तिथल्या मुख्य पुजाऱ्यानं सुहास्य वदनानं स्वागत केलं. मोचिझुकीला फोन करून मंदिरात दर्शनाला येतो असं सांगितलं, तेव्हासुद्धा त्याच्या आवाजात आनंद असल्याचं मला जाणवलं होतं. 'या, या, मी जरूर तुम्हाला मंदिर दाखवेन' असं तो म्हणाला. त्याच्या त्या उत्साहानं भारलेल्या शब्दांनी मला खूपसा हुरूप मिळाला. मी सुखावलोही.

तोक्यो शहरात अनेक बुद्ध मंदिरं आहेत. मग या मंदिराचं वेगळं असं काय वैशिष्ट्य होतं? कशासाठी मी या माझ्या नेहमीच्या नसलेल्या रस्त्यावरून या मंदिराला भेट द्यायला आलो होतो? इथं असं कोणत्या देवाचं किंवा व्यक्तीचं दर्शन मला होणार होतं?

दरवाजावरच्या कापडी पडद्याखाली मान वाकवून मी प्रवेश केला. ही मोचिझुकीची पाहुण्यांना बसवण्याची खोली म्हणजे मंदिराचाच एक भाग. छोटी असली तरी बऱ्यापैकी सजवलेली. मोचिझुकी समोरच्या खुर्चीवर बसला आणि त्याचा पायघोळ असा गणवेश

सांभाळत बोलू लागला. ''या मंदिराचा इतिहास बराच जुना आहे. १५९४ मध्ये मंदिराची स्थापना झाली. त्यानंतर अनेक ठिकाणी स्थलांतर करत शेवटी हे मंदिर या ठिकाणी आलं. या मंदिरातल्या अनेक बुद्ध मूर्ती आणि ऐतिहासिक वस्तू अतिशय जुन्या आणि दुर्मिळ आहेत. सध्याचं जे मंदिर आहे ते १९८३ मध्ये बांधण्यात आलं आणि इथला मुख्य पुजारी म्हणून काम करण्याची माझी ही तिसावी पिढी आहे...''

मोचिझुकीचं हे मंदिराविषयीचं विश्लेषण माहितीपूर्ण आणि रंजक असलं, तरी मला त्यात फारसा रस नव्हता. मी आलो होतो तो सुभाषबाबूंचा शोध घेण्यासाठी. सुभाषबाबू जिवंत आहेत की त्यांचा मृत्यू झाला, याविषयीच्या अनेक वादविवादां-विषयी मी ऐकून आहे. पण रेकोजी मंदिरात सुभाषचंद्रांच्या अस्थी सांभाळून ठेवण्यात आल्या आहेत अशी कुणकुण लागताच मी या मंदिरात आलो होतो. मंदिराच्या इतिहासापेक्षा सुभाषबाबूंच्या अस्थींविषयी काही तपशील समजून घ्यायचे आणि शक्य असेल तर त्या अस्थींना किंवा अस्थिकलशाला स्पर्श करायचा, या तीव्र इच्छेनं मी तिथं पोहोचलो होतो. म्हणूनच मोचिझुकीला मधेच थांबवून मी विचारलं, ''मला सुभाषबाबूंविषयी सांगा. त्यांच्या अस्थी इथं आल्या कशा आणि त्या कुणी आणल्या, हे ऐकण्याची मला उत्सुकता आहे.''

माझ्या आवाजातलं कुतूहल मी काही लपवू शकलो नाही. मोचिझुकीनंही माझ्या बोलण्याचा रोख ओळखला आणि मंदिराची माहिती तशीच सोडून तो मला माझ्या आवडत्या विषयाकडे घेऊनच निघाला. ''तो इतिहास अतिशय रोमहर्षक आहे. तत्कालीन इतिहासाचं प्रतिबिंब त्या एका घटनेत साठवलं आहे. १८ ऑगस्ट १९४५ या दिवशी सुभाषबाबूंच्या विमानाला तैपेई या तैवानमध्ये असलेल्या विमानतळावर अपघात झाला. अपघातात सुभाषबाबूंचं निधन झालं. १९४५ मध्ये जपानचा पराभव झाल्यानंतर रशियाच्या मदतीनं भारतावर हल्ला करावा, असा सुभाषबाबूंचा विचार होता. त्या दृष्टीनं ते विमानातून रशियाकडे झेपावत होतं. पण मधेच हा अपघात घडला आणि...''

''पण या अस्थी जपानपर्यंत आल्या कशा आणि आल्यानंतर या मंदिरापर्यंत पोहोचल्या कशा, हे मला जरा सविस्तर सांगा.'' मी मोचिझुकीला विनंती केली. मोचिझुकी गंभीर आवाजात इतिहासातील ती वर्षं माझ्यापुढे उलगडू लागला. त्याच्या त्या संपूर्ण काळ्या अशा भिक्खूच्या वेशात तो इतिहासातलं एखादं पात्र असावं तसं बोलत होता, ''त्या वेळी या मंदिराचे पुजारी माझे पिताजी निचिकी हे होते. मी फारच लहान असल्यामुळे हा अस्थिकलश नेमका इथे कसा आला ते मला आठवत नाही. पण पिताजी त्या वेळची कहाणी अनेकदा सांगायचे. त्यांच्या तोंडून सुभाषबाबूंच्या व्यक्तिमत्त्वाविषयी त्यांनी ऐकलेल्या अनेक कथा ऐकण्याचाही योग आला.''

''पण या अस्थीविषयी आधी सांगा.''

''सांगतो, सांगतो...'' मोचिझुकीला माझा उतावळेपणा फारसा पसंत पडला नसावा.

''सुभाषबाबूंच्या अस्थी तैवानमधल्या जपानच्या लष्करी मुख्यालयाकडून तोक्योमधलं लष्करी मुख्यालय आणि तिथून इंडियन इंडिपेंडंट लीग या संस्थेकडे पोहोचल्या. या संस्थेच्या सदस्यांमध्ये श्री. जलाल रहमान आणि अजंता या भारतीय उपाहारगृहाचे मालक श्री. मूर्ती यांचा समावेश होता. जपानचे लष्करी अधिकारी आणि भारतीय गृहस्थांनी हा अस्थिकलश इथं आणला.''

''या अस्थी बाकीच्या कुठल्याही मंदिरात ठेवता आल्या असत्या. त्या नेमक्या याच मंदिरात कशा आल्या?''

''तोही इतिहास ऐकण्यासारखा आहे. या अस्थी घेऊन हे भारतीय वेगवेगळ्या मंदिरांत गेले, पण कुणीच अस्थी ठेवून घ्यायला तयार नव्हते.''

''का बरं?'' मी विचारलं.

''नुकतीच युद्धात जपानची हार झाली होती आणि जपानचा अमेरिकेच्या लष्करानं ताबा घेतला होता. अशा युद्धाच्या सावटाखाली असलेल्या जपानमध्ये, त्यातही पराजित मन:स्थितीत असल्यानं, ब्रिटिशांविरुद्ध लढलेल्या सुभाषबाबूंच्या अस्थी ठेवून घेतल्या तर ब्रिटन आणि अमेरिका यांचा रोष होईल म्हणून या अस्थींचा स्वीकार करायला अनेक मंदिरांनी नकार दिला. शेवटी हे लोक आमच्या मंदिरात आले आणि जेव्हा माझ्या वडिलांनी सुभाषबाबूंचा अंगावर शहारे आणणारा इतिहास ऐकला, तेव्हा त्यांच्या डोळ्यांत पाणी तरारलं. यापुढे या अस्थी माझ्या मंदिरात सुरक्षित राहतील, असं माझ्या पिताजींनी आश्वासन दिलं आणि त्या क्षणापासून त्या अस्थींचं प्राणापलीकडे संगोपन केलं.''

''त्यानंतर काय झालं?''

''सगळ्यात पहिल्यांदा सुभाषबाबूंचे औपचारिक अंत्यसंस्कार करणं आवश्यक होतं, कारण मृत्यूनंतर कोणतेही संस्कार न करता या अस्थी इकडेतिकडे फिरत होत्या. तोक्योतल्या तत्कालीन भारतीय आणि सुभाषबाबूंचे जपानी मित्र यांच्या उपस्थितीत समारंभपूर्वक अंत्यसंस्कार पार पाडण्यात आला. त्यानंतर विधिवत त्यांच्या अस्थिकलशाची मंदिरात मुख्य प्रतिमेच्या उजव्या बाजूला खास तयार केलेल्या आसनावर स्थापना करण्यात आली.''

मोचिझुकीनं आपली कथा पूर्ण केली. माझ्या मनात मात्र प्रश्नचिन्हांचं काहूर माजलं. गोष्ट संपली, पण सुभाषबाबूंच्या अस्थींची त्यानंतरची कथा ऐकायला मन उत्सुक होतं. गेली पन्नास वर्षं मातृभूमीपासून हजारो मैलांवर एका छोट्या अनाम मंदिरात पहुडलेल्या त्या अस्थींना भारताची ओढ भासत नसेल का?

''गेली बावन्न वर्षं या अस्थी मंदिरात ठेवून तुम्ही भारतावर फार मोठे उपकार केले आहेत. पण या अस्थी सांभाळताना तुम्हाला कोणते अनुभव आले? कसला त्रास झाला?''

''माझ्या वडिलांना अनेक कटू अनुभव आले. अनेकदा त्यांच्यावर त्या अस्थी जवळ ठेवून झोपण्याची पाळी आली. काही स्वार्थी आणि दूरदृष्टीचा अभाव असलेल्या लोकांनी, आम्ही या अस्थी भारतात परत घेऊन जातो, त्या आमच्याकडे सुपूर्द करा, असा लकडा लावला. पण आमच्या वडिलांनी त्यांना दाद लागू दिली नाही, कारण हे सगळे लोक स्वत:चं माहात्म्य वाढवण्याच्या इच्छेनं पछाडले गेले होते. आपण नेताजींच्या अस्थी घेऊन भारतात परतलो, असं सांगून त्यांना प्रसिद्धी मिळवायची होती. पण माझ्या वडिलांचा विचार वेगळा होता. भारत आणि जपान या दोन राष्ट्रांत जेव्हा सरकारी पातळीवर समझोता होऊन या अस्थी परत जातील तो दिवस आमच्या दृष्टीनं अतिशय आनंदाचा असेल. ती योग्य वेळ येईपर्यंत आम्ही वाट पाहायला तयार आहोत. माझ्या वडिलांचं काही वर्षांपूर्वी निधन झालं, त्यापूर्वी त्यांनी मला त्यांचा वसा दिला. सांगितलं, 'मुला, या अस्थींचं रक्षण करणं आपलं कर्तव्य आहे आणि जोपर्यंत योग्य मार्ग निघत नाही तोपर्यंत या अस्थी इथंच चांगल्या पद्धतीनं ठेवण्याचा प्रयत्न कर.' मीही वडिलांना माझं कर्तव्य पार पाडण्याचं आश्वासन दिलं आणि ते मनोभावे पार पाडत आहे.''

मोचिझुकी थांबला आणि न राहवून विचारलं, ''त्या अस्थींचं मला दर्शन घ्यायचं आहे. घेऊ का?'' मोचिझुकी आनंदानं तयार झाला. बैठकीच्या खोलीतून बाहेर पडून आम्ही डावीकडे वळलो आणि दहा-पंधरा पावलांवरचा जिना चढून पहिल्या मजल्यावर पोहोचलो आणि मुख्य मंदिराच्या सभागृहात आलो. मुख्य बुद्ध प्रतिमेचं पटकन दर्शन घेतलं. मला घाई होती ती सुभाषबाबूंचा अस्थिकलश पाहण्याची. उजवीकडे वळलो आणि माझ्या मनातलं एक स्वप्न पूर्ण झालं.

समोरच्या आसनावर अतिशय सुव्यवस्थितपणे अनेक गोष्टींची मांडणी केली होती. डावीकडच्या बाजूला असलेल्या छायाचित्रापासून उजवीकडे असलेल्या खोसला आयोगाच्या भेटीच्या वेळीच्या छायाचित्रापर्यंत सगळं अतिशय चांगल्या पद्धतीनं मांडून ठेवलं होतं. पण सगळ्यामध्ये मनाला आकर्षित करून, चित्त वेधून टाकत होता तो सुभाषबाबूंचा अस्थिकलश. या कलशाची मांडणीसुद्धा इतकी सुरेख की, नजर खिळवून पाहतच राहावं! नक्षीदार अशा दोन छोट्याशा खांबांमध्ये उभा असलेला एक छोट्या आकाराचा लाकडी मनोरा. त्याची उंची फार तर अडीच फूट. बौद्ध धर्माच्या परंपरेत बसणारा आणि पॅगोडासारखा दिसणारा हा मनोरा सोनेरी रंगाने माखल्यामुळे तळपत होता. ही दोन मजल्यांच्या पॅगोडाखालच्या बाजूला छोटसा उंचवटा असलेली प्रशस्त जागा आणि त्यात दिसणारी इंग्रजीतील 'Subhash Chandra Bose' अशी अक्षरं. या अक्षरांमध्ये छोट्याशा कलशात आहेत नेताजींच्या अस्थी! मी नतमस्तक झालो, डोळे मिटले, तशी नेताजींची धीरगंभीर प्रतिमा समोर उभी राहिली. त्यांची खाकी लष्करी टोपी, धारदार नाक, तेजस्वी डोळे आणि मंद स्मित करणारी मुद्रा. मी भारावून गेलो आणि नकळत डोळे ओले झाले!

डोळे उघडून पुन्हा समोर पाहिलं. समोरच्या उदबत्ती लावण्यासाठी ठेवलेल्या पात्रातून अंगारा घेतला आणि कपाळाला लावला. या जपानी पुजाऱ्याने तिथली व्यवस्था ठेवण्यात कसलीच कसूर राखली नव्हती. वरच्या बाजूला अनेक छोट्या छोट्या सोनेरी रंगाच्या घंटा टांगलेल्या होत्या. डाव्या बाजूला भव्य पुष्पपात्रात सुंदर व विविध रंगांची फुलं सजवून ठेवलेली होती. अस्वच्छतेचा लवलेशही नव्हता. मी डाव्या आणि उजव्या बाजूला नजर टाकली. तिथे अनेक ऐतिहासिक वस्तू आणि छायाचित्रं मांडून ठेवलेली दिसली. नेहरूंनी या मंदिराला भेट दिली त्या वेळचं छायाचित्र, त्यानंतरच्या राष्ट्रपती राजेंद्रप्रसाद यांनी या मंदिराला ४ ऑक्टोबर १९५८ या दिवशी भेट दिली त्याची छायाचित्रं, उजवीकडे श्रीमती इंदिरा गांधी यांनी २६ जून १९६९ रोजी दिलेल्या भेटीची छायाचित्रं आहेत. अगदी उजवीकडच्या कोपऱ्यात खोसला आयोगाने दिलेल्या भेटीच्या वेळचं छायाचित्र. सगळा इतिहास जणू समजायला सोपा जावा अशा पद्धतीनं मांडलेला आहे. मोचिझुकीच्या परवानगीनं मी सुभाषबाबूंच्या अस्थिकलशाला स्पर्श केला आणि पावन झालो.

दर्शन घेऊन आम्ही खाली आलो आणि मुख्य प्रवेशद्वाराजवळ उभे राहिलो, तेवढ्यात डाव्या बाजूला लक्ष गेलं आणि मी आश्चर्यचकित झालो. तिथे पाच फुटी चबुतऱ्यावर सुभाषबाबूंचा अर्धपुतळा होता. अतिशय कौशल्यानं बनवलेल्या या पुतळ्यात सुभाषबाबूंचा चेहरा, लष्करी टोपी, डोळ्यांवरचा चष्मा, धारदार नाक... सगळं हुबेहूब उतरलं होतं. हा पुतळा भारतीयांनी भेट दिला नसून, मात्सुशिमा नावाच्या जपानी माणसाने स्वखर्चाने बनवून दिला आहे. त्याची स्थापना १९९० मध्ये मंदिरासमोर करण्यात आली. आता सुभाषबाबूंचा जन्मदिन आणि स्मृतिदिन या मंदिरात नियमितपणे साजरा केला जातो. भारतात गांधी-नेहरूंचे अनेक पुतळे आहेत. काही ठिकाणी सुभाषबाबूंचाही पुतळा आहे. सगळीकडे पुतळ्याची निगा राखण्याच्या बाबतीत मात्र कुचराई असते. इथे मात्र सुभाषबाबूंचा पुतळा दिमाखाने उभा आहे. कोणत्याही क्षणी पुतळ्यातून खाली उतरून ते ताठ मानेने स्वत:च्या आझाद हिंद फौजेचं नेतृत्व करत चालू लागतील, असं त्या क्षणी वाटावं इतकं तिथलं वातावरण जिवंत होतं.

मोचिझुकी समोरच्या पुतळ्याकडे पाहत भारावून सांगत होता, ''आजही अनेक जपानी लोक सुभाषबाबूंच्या कार्याचा गौरव करण्यासाठी आणि आदरांजली वाहण्यासाठी या मंदिराला भेट देतात. १९९४ मध्ये सुभाषबाबूंच्या स्मृतिदिनाप्रीत्यर्थ जवळजवळ शंभरावर जपानी गोळा झाले होते. यात सुभाषबाबूंच्या अनेक सहकाऱ्यांपासून त्यांच्या व्यक्तिमत्त्वाने प्रभावित झालेल्या जपानी लोकांचा समावेश होता. अलीकडेच सुभाषबाबूंच्या शंभराव्या वाढदिवसानिमित्त बी.बी.सी. टीव्हीने रेकॉर्डिंगसाठी भेट दिली. सुभाषबाबूंविषयी ब्रिटनच्या नव्या पिढीला माहिती करून देण्यासाठी या कार्यक्रमाचं प्रक्षेपण करण्यात आलं. नेताजींना सगळीकडे इतका मान आहे याचा मला अभिमान वाटतो.''

मोचिझुकीचं ते शेवटचं वाक्य माझ्या मनावर एखाद्या शिलालेखाप्रमाणे कोरून राहिलं. मातृभूमीपासून हजारो मैलांवर स्वातंत्र्याचा उद्घोष करत सशस्त्र संघर्ष उभारणाऱ्या नेताजींची माझ्या मनातली प्रतिमा अधिकच उंच झाली. एखाद्या तीर्थक्षेत्राला भेट दिल्यानंतर होणाऱ्या समाधानापेक्षा प्रचंड असा आनंदाचा खजिना घेऊन मी तिथून बाहेर पडलो. निळ्याभोर आकाशाकडे नजर गेली. डोळे समाधानाने भरून आले होते. मनात शब्दांची मानवंदना चालली होती – 'कदम कदम बढाये जा...'

उपसंहार

माती, पंख आणि आकाश!

म्हणजे नेमकं काय?

हे काही पुस्तक नव्हे. हा प्रवास आहे. हे जीवन आहे. माझ्या जीवनाचे हे तीन स्तंभ आहेत. ते केव्हा माझे झाले? नाही आठवत. पण मी आज जसा आहे, जसा घडलो किंवा भविष्यात कसा असेन, याचा मागोवा या तीन शब्दांतून सहजपणे मिळतो. शिवाय हे तीन वेगळे शब्द भासत असले, तरी ते नाममात्र वेगळे आहेत. माती...पंख...आकाश... पुन्हा माती...पुन्हा पंख...पुन्हा आकाश. अथक प्रवास माझ्यासाठी वरदान आहे आणि शापही.

'मुस्कुराये तो मुस्कुराने के कर्ज उतारने होंगे'

गुलजारनं म्हटल्याप्रमाणे या प्रवासाची किंमतही चुकवावी लागते. तो शाप आहे. माणसं, आई-वडील, मित्रमंडळी, सगेसोयरे, यांच्याबरोबरच आपली माती आणि नाती, भाषा आणि साहित्य, गाव आणि शाळा, नदी आणि डोंगर सगळे तुटतात. पण तुटतात तरी कसं म्हणायचं?

'घार हिंडते आकाशी, परि चित्त तिचे पिलापाशी.'

पण मग घारीचं काय? आकाश की घरटं? की दोन्हीही? पण तुम्ही दोन्ही कड्यांवर हात ठेवून उभे राहता, तेव्हा काय होतं? तोल महत्त्वाचा ठरतो. जोनाथन एव्हिंस्टन सिगल सारख्या भराऱ्या घेणं, इतरांपेक्षा अधिक दूर आणि अधिक उंच झेपावणं हे फक्त छातीत दम असलेल्या सिगललाच जमतं. पण असा प्रवास फक्त दणकट दंडस्नायू असले की होत नाही. सार्वकालिक सत्याला भिडण्याची ताकद असायला हवी.

पण प्रवासाचा हा आलेख लिहायचा कशासाठी? एक माणूस म्हणून आणि एक लेखक म्हणून आत्मकथनात केवढी आव्हानं लपलेली असतात. प्रवासातली माणसं, प्रसंग, संवाद, सुखदु:खाच्या घटना, स्वत:शी झालेला संघर्ष, तुटणारी आणि पुन्हा उभी राहणारी जिद्द, येणारा थकवा आणि त्यानंतरची उभारी या गोष्टी लिहायच्या म्हणजे जागोजागी असलेल्या स्फोटकांवर पाय देत चालणं होय. लिहिण्याचा प्रवास हा प्रत्यक्षातल्या प्रवासापेक्षा अधिक धोकादायक होऊ शकतो. शिवाय साठीत किंवा सत्तरीत आल्यानंतर निवृत्तीच्या काळात जीवनाचं आपल्या पद्धतीनं सिंहावलोकन करत, कुणाला काय वाटेल, याचा अंदाज घेत लिहिणं वेगळं आणि पस्तिशीत असताना आत्मवृत्त लिहिणं वेगळं. माझ्या प्रवासातल्या मुक्कामातली सगळीच माणसं आसपास असताना जसं घडलं तसं लिहिण्याचं आव्हान माझ्यासमोर होतं. पण तो डोंगर कोणत्याही काट्याकुट्यांशिवाय ओलांडता आला.

जिप्सीचा हा प्रवास लाट या गावात सुरू झाला आणि 'माती, पंख आणि आकाश' यात जपानमध्ये संपला. पण प्रवास विशेषत: जिप्सीचा कधी संपतो का? तो खरा भटक्या आणि खरा विमुक्त. मी जर गावाबाहेर पडायचं ठरवलं नसतं, तर एक शिप्यांचं पोर म्हणून शिलाई यंत्राला चिकटून बसलो असतो. गावाचे कपडे शिवता शिवता माझ्या आधीच्या पिढ्यांसारखी माझीही पाठ अकाली वाकली असती आणि बसून बसून कंबर खचली असती. पण शिक्षण नावाच्या पंखांनी जीवनात प्रवेश केला आणि जीवनाचा नूरच पालटला. शिक्षण घेणारी आमची नवी पिढी एका नव्या आकाशात विहार करू लागली. हा प्रवास 'माती, पंख आणि आकाश'मध्ये आला. त्यानंतरचं विहरणं विशेषत: विदेश सेवेतलं पहिलं पाऊल म्हणून अनुभवलेला जपान मी यात रंगवला. तिथं जाणिवांचं अवकाश पुन्हा विस्तारलं. आपली भाषा न बोलणारी माणसं भेटली, म्हणून मग मी पण त्यांच्या भाषेत त्यांच्याशी बोलू लागलो. भाषेपलीकडे काळजाला भिडणारी भाषा कवितेची म्हणून जपानी हायकू केल्या. मराठीचा कुंचला वापरून मी माझं जपानी चित्र पूर्ण केलं. 'माती, पंख आणि आकाश' च्या अवकाशानं जपानमध्ये स्वल्पविराम घेतला.

आता खरं तर पुढचा प्रवास शब्दबद्ध करणं आवश्यक आहे. जपाननंतर रशिया, पुन्हा जपान, मॉरिशस, सीरिया, मालदीव आणि अमेरिका असा रोमांचकारी प्रवास करून आता माझ्या मातीची आणि माझी पुनर्भेट झाली आहे. पृथ्वी, सौरमंडल, तारकामंडल, आकाशगंगा आणि विश्व असंच काहीसं जीवनाचं असतं. भगवद्गीतेत 'क्षेत्र क्षेत्रज्ञ' असा शब्दप्रयोग आहे. प्रत्येक व्यक्तीचं एक क्षेत्र असतं आणि तो कितपत 'क्षेत्र' जाणतो यावरून तो कुठला 'क्षेत्रज्ञ' आहे ते ठरतं. हे क्षेत्र ठरवण्यात व्यक्तीच्या जीवनप्रवासाचा महत्त्वाचा वाटा असतो. पंतप्रधान मोदींचा 'चायवाल्याचा मुलगा' इथपासून ते पंतप्रधान हा प्रवास असो किंवा गेल्या २४ महिन्यांत त्यांनी केलेला चाळीस देशांचा

दौरा असो, त्यांचं क्षेत्रज्ञ (आजच्या भाषेत डोमेन नॉलेज) म्हणून स्थान किती महत्त्वाचं आहे ते ठरवतं. माणूस किती पैसा कमावतो आणि त्याच्याकडे किती संपत्ती आहे यावरून त्याचं 'डोमेन नॉलेज' किंवा 'क्षेत्रज्ञ दर्जा' ठरत नाही. त्यासाठी खोल आणि व्यापक 'जीवन अवकाश' असणं आवश्यक आहे.

माझ्या प्रवासात मी अपयशी ठरलो नाही असं नव्हे, पण अज्ञानाला कधीच घाबरलो नाही. अज्ञान म्हणजे माझ्या पंखांच्या आवाक्याबाहेरचं अवकाश, विश्‍व, जग आणि ब्रह्मांड. मला बुद्ध आवडतो. कारण सत्याच्या शोधार्थ तो निघाला तो निघाला. वाटेत अनंत संकटांशी सामना केला. घोर तपश्‍चर्या केली. गुरू केले. त्यांच्या मर्यादा समजल्यानंतर त्यांना सोडून दिलं. राज्य, नाती-गोती, वैभव यांचा त्याग केला, तेव्हा त्याला एक अद्‌भुत प्रचिती आली. दिव्य ज्ञान!

बुद्ध तो बुद्धच. पण बुद्धाची शिकवण सगळ्या संकेतांना तोडून फोडून टाकणारी आहे. 'प्रत्येकाला स्वतःच्या मुक्तीचा मार्ग शोधता येतो, शोधण्याचा अधिकार आहे.' हा त्याचा संदेश क्रांतिकारी आहे. माणसाच्या आणि मुक्तीच्या मध्ये येणारी मध्यस्थांची मक्तेदारी त्यानं भुईसपाट केली. असंच कार्य अलीकडल्या काळात महात्मा फुले यांनी केलं. आपल्याला नवं अवकाश आणि नवे पंख दिले.

जपाननंतरचा प्रवास, फक्त अवकाश म्हणू नये त्याला. खरं तर 'माती, पंख आणि आकाश' असं वेगवेगळं काही नसतं. जमिनीवर असताना आकाशाचे वेध, आकाशात असताना नव्या गन्तव्याचे वेध. पंखांना माती आणि आकाश समसमान. म्हणून हा प्रवास, ही उड्डाणं माती आणि आकाश यांच्याइतकीच महत्त्वाची. मला अनेक खाचखळगे भेटले, निराशाजनक अनुभव आले, अफाट कर्तृत्वाची तशीच 'चिंधी' मनोवृत्तीची चिल्लर माणसं भेटली. राजराजेश्‍वरांबरोबर बैठकीचे योग आले. पंतप्रधान आणि देशोदेशीच्या राष्ट्रप्रमुखांबरोबर भोजनाची, चर्चेची हस्तांदोलनाची संधी अनेकवार मिळाली. पण त्याचबरोबर अनेकदा हतबल झालो, असाहाय्य झालो आणि आपल्या विचारांचं पालन प्रत्येक वेळी करता येत नाही या भावनेनं दुःखीही झालो.

पण तरीही हा प्रवास अवर्णनीय होता, वेगळा होता. अनेकार्थांनी अतुलनीय होता. उदाहरणार्थ, ज्या सीरिया नामक देशात संस्कृतीच्या हजारो वर्षांच्या खुणा कानाकोपऱ्यात जाऊन अनुभवल्या तो सीरिया हा देशच आज अस्तित्वात नाही. मालदीवमध्ये असताना तिथले माजी राष्ट्राध्यक्ष आमच्या उच्चायुक्त कार्यालयात आश्रय घेण्यासाठी आले आणि त्या अभूतपूर्व पेचातून बाहेर पडताना अनेक चित्तथरारक अनुभव आले; बाहेर अस्वस्थ जमाव आणि आत राष्ट्राध्यक्ष. त्यांना बाहेर सोडावं तर संकट आणि आत ठेवावं तर स्थानिक शासनाचा रोष, पण तोही प्रसंग हाताळला. रशियात असताना सोव्हिएट व्यवस्थेपासून रशियन फेडरेशनपर्यंत त्या देशाचं अत्यंत वेदनादायी स्थित्यंतर अनुभवलं. अमेरिकेत पंतप्रधान नरेंद्र मोदींच्या सगळ्यात यशस्वी

अशा न्यूयॉर्कमधल्या मॅडिसन स्क्वेअर गार्डनमधल्या भाषणाच्या कार्यक्रमाचं नियोजन आणि कार्यपूर्ती करता आली. पंतप्रधानांच्या विदेशातल्या सार्वजनिक कार्यक्रमात 'मॅडिसन'नं स्वत:चा एक मानदंड प्रस्थापित केला, तो आजवर कुठलाही देश ओलांडू शकलेला नाही. रशियात असताना भारतीय निर्यातदारांची काहीशी असाहाय्य अवस्था बघून 'इंडियन बिझिनेस असोसिएशन' ही संस्था स्थापन केली, जी आजही टिकून आहे.

विदेश सेवेत मी का टिकून राहिलो? कसा टिकून राहिलो? या प्रवासातली शिखरं कोणती आणि निम्न बिंदू कोणते? कोणत्या प्रकारचं मैत्र अनुभवता आलं? माणूस, देश, संस्कृती यांच्यातलं वैविध्य कसं हाताळलं? हे सगळं लवकरच मला वाचकांसमोर आणायचंय. या सर्व कामाच्या गोष्टींबरोबरच एक माणूस म्हणून आलेले अनुभव, एक व्यक्तिगत प्रवास, ज्याचा कामाशी संबंध कमी असतो, पण जो समग्र जगण्याचा अविभाज्य भाग असतो. खाजगी जीवन? कौटुंबिक जीवन? गावाशी आणि देशाशी असणाऱ्या संबंधांचं स्वरूप आणि या सर्वार्थानं धकाधकीच्या गुंतागुंतीच्या जीवनात येणारं समाधान आणि उदासी? हे सगळं मला त्याच मोकळेपणानं मांडायचंय. या दीर्घ रोमांचक प्रवासात वाचक बरोबर नव्हता. घरचे, गावचेही कुणी नव्हते. पण लिखाणानंतर हा प्रवास माझा उरणार नाही. प्रत्येक जण तो स्वत:चाच असल्यासारखा जगेल. ...खरं तर तुम्हा सर्वांइतकाच मीही अस्वस्थ आणि उत्सुक आहे. पुन:प्रत्ययातल्या आनंदाचा आवेग अनुभवण्यासाठी...!

विचारांना दिशा देणारी मनोविकासची प्रकाशने

सत्यजित राय
अनुवाद : सुप्रिया चित्राव
माझं बालपण
सत्यजित राय यांच्या
बालपणीच्या आठवणी
मूल्य : ₹१५०

अशोक जाधव
भंगार
भंगारातून पुस्तकांकडे असा
प्रवास करणाऱ्या एका
शिक्षकाची कहाणी
मूल्य : ₹२००

पीयुष पांडे
अनुवाद : प्रसाद नामजोशी
पांडे पुराण
जाहिरात आणि मी
मूल्य : ₹३२०

पोपट काळे
काजवा
प्रकाश पेरणाऱ्या
शिक्षणाधिकाऱ्याचं
आत्मकथन
मूल्य : ₹३५०

महावीर जोंधळे
गवतात उगवलेली अक्षरं
एका पत्रकार-लेखकाची
आत्मकहाणी
मूल्य : ₹३९९

अरुणा सबाने
सूर्य गिळणारी मी
एका कार्यकर्तीचं आत्मकथन
मूल्य : ₹६००

ल. रा. ताम्हणकर
जीवन संग्राम
एका संघर्षशील आयुष्याचा
प्रेरणादायी प्रवास!
मूल्य : ₹२५०

रामचंद्र गुहा
अनुवाद : सतीश कामत
देशभक्त आणि अंधभक्त
मूल्य : ₹३७०

मनोज पाथरकर
**जॉर्ज ऑर्वेल : निवडक निबंध
आणि लेख**
चिकित्सक विचार करायला उद्युक्त
करणारं पुस्तक
मूल्य : ₹२९९

नंदा खरे
बाजार
मूल्यहीन अर्थव्यवहारांविषयीचं
मुक्त चिंतन
मूल्य : ₹२५०

अतुल देऊळगावकर
**ग्रेटाची हाक
तुम्हाला ऐकू येते ना**
छोट्या मुलीच्या मोठ्या लढ्याची
गोष्ट
मूल्य : ₹३००

रावसाहेब कसबे
**हिंदुराष्ट्रवाद : सावरकरांचा आणि
स्वयंसेवक संघाचा**
मूल्य : ₹४५०

चंद्रकांत वानखडे
गांधी का मरत नाही
गांधी अजून जिवंत
का याचा शोध
मूल्य : ₹२००

प्रणय रॉय
अनुवाद : सतीश कामत
कौल लोकमताचा
मूल्य : ₹३५०

श्रीमंत माने
भक्ती-भीती-भास
वर्तमानातील समस्यांचा
पत्रकाराच्या तीक्ष्ण नजरेनं
घेतलेला चिकित्सक
मूल्य : ₹३५०

शेखर देशमुख
उपरे विश्व
वेध मानवी स्थलांतराचा
मूल्य : ₹२९९

मुक्ता मनोहर
नग्नसत्य
– बलात्काराच्या वास्तवाचा
अंतर्वेध : बलात्काराच्या
समस्येची हदरवून सोडणारी
कूट कहाणी
मूल्य : ₹३००

नंदा खरे
नांगरल्याविण भुई
ऐतिहासिक पात्रांना
काल्पनिक रूप देऊन
वास्तवाचं चित्र रेखणारी
कादंबरी
मूल्य : ₹३२५

गुरुदास नूलकर
शेतापासून ताटापर्यंत
अर्थव्यवस्था, बाजारपेठ
आणि शेती
मूल्य : ₹३५०